மஹாபாரதம்: பகுதி 23

வெ. நாகராஜன்
Email: nagaradjanev@gmail.com

First Edition 10-Nov-2024

பொருளடக்கம்

காப்பு/ முன்னுரை

விநாயகா உன்பதத்தில் விழுந்து வணங்கினேன்,
கனிவாகச் சிறியன் கடும்பணி முடித்திட,
துணையாக வந்துத் தணிவாக அருளுவாய்,
நீயாக எழுதியது நிகரிலா பாரதம்.

பாரதம் என்னுமோர்ப் பாங்குடைய காவியம்,
பெரிதும் அரிதும் பெரும்புகழ் உடைத்துமென,
அறிந்தும் சிறியன் அடங்காது முயல்கிறேன்,
உன்பதம் அன்றியோர் உரமில்லை முழுமையுற.

முழுமையுற வேண்டினேன் மாதவா கண்ணா,
அருமையுள பாரதம் அகண்டதோர்க் கடலென்று,
அறிவிலுள பயங்கள் மனமிரள வைத்தாலும்,
உனதருளை நம்பியே உன்மத்தன் உழைக்கிறேன்.

உழைக்கிறேன் கண்ணா உன்பதக் கருணையால்,
நினைக்கிறேன் இதுவோ நடந்திடல் கடிதென்று,
அறிவிலேன் ஆகினும் அன்புளேன் உன்னடியில்,
குறைகளே இல்லாமல் எழுதவே அருளுவாய்.

அருளுவாய் ஈசனே அன்பின் பிரகாசனே,
தகுதியாய் இல்லாதும் தமியனாய் இருப்பவன்,
மிகுதியாய் முயல்வதை கருதியே சிறியன்,
முடிப்பதாய்த் துணைகொடும் மேலான பாரதம்.

பாரதம் துவக்கப் பேரிறை நாரணனை,
நரனாகும் ரிஷியை நன்கு பணிந்து,
சரஸ்வதியின் பாதத்தில் செலுத்துவோம் கருத்தை,
உரத்துடன் ஜெயமாவது உன்னத பாரதம்.

பகுதி 13: அனுசாசன பர்வம்

(105)**அனுசாசன பர்வம்**, **பகுதி** 105

பிரமதேவர் உரைத்தப் பாங்குமிக்க நெறிமுறைகள்,
மண்ணுலகோர் அனைவருக்கும் மிகவும் நல்லதென,
முடித்தார் பீஷ்மர் மிகநீண்ட உரையை,
அடுத்தோர் சந்தேகத்தை எழுப்பினான் யுதிஷ்டிரன்.

யுதிஷ்டிரன் அடுத்ததாக எழுப்பினான் வினாவை,
சகோதரரின் நடுவிலே சார்ந்திடும் உறவுமுறையில்,
பெரியவன் தம்பியரிடம் பழகும் முறையென்ன?
அண்ணனிடம் தம்பியர் என்னவிதம் நடக்கவேண்டும்?

நடக்கவேண்டும் தம்பியரிடம் நல்லதொரு குருவாக,
என்னவிதம் குருவானவர் அவர்தம் சீடர்களை,
கண்டித்தும் கற்பித்தும் காத்தும் நிற்பாரோ,
அந்தவிதம் தூயவராய் இருத்தல் அவசியம்.

அவசியம் மனத்தூய்மை அண்ணனாகும் மூத்தவருக்கு,
குருவிடம் இருக்கும் குணமிகுந்த தூய்மையே,
சீடரிடம் மீண்டும் சிறப்புற்று மிளிரும்,
சிலநேரம் இளையோர்தம் செயல்கண்டும் விடவேண்டும்.

விடவேண்டும் சிலசெயலை வெளிப்படையாய் அறியாததாக,
தம்பியர்தம் செயல்கள் தெரிந்தாலும் அவையெலாம்,
தெரியாதெனும் விதத்தில் தள்ளி நோக்கவேண்டும்,
அறிவிருந்தும் அறியாதவர்போல் இருக்கவேண்டும் சிலநேரம்.

சிலநேரம் தம்பியர்கள் செய்யும் விதிமீறல்,

அதிகமெனும் பட்சத்தில் அவற்றை மறைமுகமாக,
சரிசெய்யும் பொறுப்பு சாரும் மூத்தவருக்கு,
சகோதரரிடம் இணக்கமிருந்தால் சொல்லலாம் நேராகவே.

நேராகவே சொல்லலாம் நலமிலாத் தவறுகளை,
இணக்கமாகவே சகோதரர்கள் எப்போதுமே பேசினால்,
தவற்றையே சுட்டிக்காட்டி தண்டிக்கவே விழையலாம்,
அவ்விதமே செய்தால் எதிரிகள் மகிழுவார்.

மகிழுவார் எதிரிகள் மனதில் பொறாமையுளோர்,
இருக்கிறார் சகோதரர் இணக்கத்துடன் என்பதை,
சிலபேர் வருத்தத்துடன் சிந்தித்து வந்ததற்கும்,
கிடைத்ததோர் சந்தர்ப்பமெனக் குறைகூறிப் பிரிப்பார்.

பிரிப்பார் சகோதரரைப் பிழையான கருத்துக்களால்,
உரைப்பார் ஒருவருக்கொருவர் ஒவ்வாத கருத்துக்களை,
மூத்தவர் நடத்தையால் மாண்புமிகும் குடும்பத்துக்கு,
குடும்பத்துக்கோர் அழிவைக் கொணருவதும் மூத்தவர்.

மூத்தவர் செயல்களால் முழுக்குடும்பம் அழியலாம்,
கெட்டவர் மூத்தவரெனில் கெட்டழியும் அக்குடும்பம்,
இளையவர் ஒருவருக்கு ஏதேனும் தீங்கினை,
மூத்தவர் விளைத்தால் மன்னவன் தண்டிக்கவேண்டும்.

தண்டிக்கவேண்டும் மூத்தவன் தகாதவிதம் நடந்தால்,
மூத்தவருக்கெனும் முதற்பங்கை முழுவதாக இழந்து,
போகவேண்டும் கொடுநரகம் பெரும்பாவம் விளைத்ததால்,
அந்தவிதம் அண்ணனால் எந்தவிதப் பலனுமில்லை.

பலனுமில்லை நல்லதாகப் பாவங்களே மிஞ்சும்,
பூக்களை உண்டாக்கிப் பிளவுறும் மூங்கிலால்,
எந்தவகை நலமுமின்றி எல்லாமே கெடுதியாகும்,
அதேவிதம் மூத்தவன் அறமிலியெனில் பிழைநேரும்.

பிழைநேரும் பெயர்கெடும் பெருமைகள் விலகிவிடும்,
மூத்தவராகும் பெரியவர் முறைகெட்ட நபரென்றால்,
கெட்டவிதம் வாழும் கேடர்கள் தம்பியரெனில்,

யதுகமெனும் பெயரிலே அண்ணனுக்கே முழுச்சொத்து.

முழுச்சொத்து பெற்றவரின் மரபிலே வந்திருந்தும்,
அதைவிடுத்து தூரதேசத்தில் அண்ணன் புதிதாக,
தானுழைத்துத் தனக்கெனத் தானடைந்த சொத்துக்களை,
தம்பியருக்குத் தரவேண்டும் தலைமகனுக்கே உரிமை.

உரிமை இருக்கிறது உள்ள சொத்திலென,
தந்தை இருக்கும்போதே தனயர்கள் கேட்டால்,
பங்கினைச் சமமாக்கிப் பகிரவேண்டும் மகன்களுக்கு,
நடவடிக்கை பிழையெனில் நலமில்லை மூத்தவனால்.

மூத்தவனால் உண்டாகிறது மிகப்பெரும் நெறிகேடெனில்,
இளையவர்கள் மூத்தவனை ஏறிடவும் தேவையில்லை,
அவரவர்கள் வழியிலே அவரவர்கள் வாழலாம்,
இளையவர்கள் மனைவியர்கள் எவ்விதமெனினும்
காக்கவேண்டும்.

காக்கவேண்டும் தம்பியரின் கேடான மனைவியையும்,
அனைத்திலும் முதலாவது அறநெறி வழுவாமை,
பத்தாகும் ஆசாரியருக்கும் பெரியவர் உபாத்யாயர்,
உபாத்யாராகும் பத்துக்கும் உயர்ந்தவர் தந்தை.

தந்தை ஒருவரைவிடத் தாயானவர் பத்துமடங்கு,
மேன்மை உடையவர் மண்ணுலக மாந்தருக்கு,
அன்னை ஒருவருக்கு அகிலத்தில் ஈடில்லை,
வேறெவரை விடவும் உயர்ந்தவர் அன்னையே.

அன்னையே மேலானவரென அறிவிக்கும் நெறிநூல்கள்,
இதற்கே காரணம் இப்போது உரைத்ததுதான்,
தந்தையே இறந்தபின் தலைமகனே தந்தையாகி,
பிள்ளைகளே இளையோரெனப் பாதுகாப்பது அண்ணன்.

அண்ணன் முன்னதாக அனைவரும் தலைசாய்த்து,
மூத்தவரின் சொல்லை மதித்து நடக்கவேண்டும்,
தந்தையின் இடத்திலே தங்களின் அண்ணனெனும்,
எண்ணத்தின் அடிப்படையில் இருக்கவேண்டும் அடக்கமாக.

அடக்கமாக இருக்கவேண்டும் அண்ணனே தந்தையென,
அன்னையாகத் தந்தையாக இருவர் உருவாக்கிடும்,
பாத்திரமாக இவ்வுடல் பூமியிலே பிறக்கிறது,
ஆசாரியராக இருப்பவரே உயிர்பிறப்பை அளிக்கிறார்.

அளிக்கிறார் உயிர்பிறப்பை ஆசாரியர் குருநாதரே,
அன்னவர் அளிப்பதுதான் அழியாத பிறப்பாகும்,
உயிருக்கோர் உன்னதநிலை உண்டாக்குபவர் ஆசாரியர்,
அளிக்கிறார் ஞானத்தை ஆதலால் சாகாமை.

சாகாமை அளிப்பவர் சீர்மிக்க குருநாதரே,
அண்ணியை ஒருவர் அன்னையென மதிக்கவேண்டும்,
இளையவரைக் காப்பது அண்ணன் மனைவியாதலால்,
அன்னையை நிகர்த்தவரென அண்ணியை மதிக்கவேண்டும்.

(106)அனுசாசன பர்வம், பகுதி 106

மதிக்கவேண்டும் சகோதரரில் மூத்தவரை என்பதாக,
கருத்தளிக்கும் பிதாமகரிடம் கேள்வியை எழுப்பினான்,
உபவாசமெனும் விரதமுறை உள்ளது மாந்தரிடம்,
ஆகினும் இதற்கான காரணம் தெரியவில்லை.

தெரியவில்லை காரணம் தூயதான உபவாசத்துக்கு,
உபவாசத்தை க்ஷத்ரியரும் வேதியரும் மட்டுமே,
கடைப்பிடிப்பதாய் கூறினாலும் குறிப்பிட்ட விரதமுறை,
வருணங்களைக் கடந்து வந்துளது அனைவரிடமும்.

அனைவரிடமும் உபவாசமெனும் விரதமிருக்கும் முறையானது,
உண்டானதாம் காரணத்தை உரைப்பீர் பிதாமகரே,
எல்லோரிடமும் உபவாசம் எவ்விதம் பரவியது?
எந்தவிதம் நற்பலனை அளிப்பதாகும் உபவாசம்?

உபவாசம் இருப்பதற்கு உகந்ததான முறையென்ன?
பலவருணம் சார்ந்தோரும் பாங்குடன் கடைப்பிடிக்கும்,
விரதமாகும் உபவாசம் வழங்கும் மேன்மையென்ன?

அடைக்கலம் கொடுப்பதென அறிவித்தனர் உபவாசத்தை.

உபவாசத்தைக் கடைப்பிடித்து உலகிலே எந்நலத்தை,
பலனாய்ப் பெறுவார் பாங்குமிக்க மானிடர்?
பாவத்தை அழிக்கப் பகரப்படும் வழியென்ன?
நன்னெறியை அடைந்திட நலந்தருவது எவ்விரம்?

எவ்விரதம் வாயிலாக அவ்வுலகம் தன்னிலே,
பெருமைகளும் மகிழ்வுகளும் பெருகி நிலைத்திடும்?
விரதமேதும் நோற்றபின் வழங்கத்தகும் தானமென்ன?
மானிடர்தம் மகிழ்வுக்கு மிகச்சிறந்த கடமையென்ன?

கடமையென்ன செய்தால் கிடைக்கும் மேன்மையென,
கருத்தான வினாவைக் கேட்டான் தர்மபுத்திரனென,
தொடர்ச்சியான நிகழ்வுகளைத் தொகுத்தார் வைசம்பாயனர்,
கடமையென இருந்தவற்றை கங்கைமைந்தர் கூறினார்.

கூறினார் சந்தனுவின் கேடிலா நன்மைந்தர்,
மானிடர் கடமைகளை முழுதாக அறிந்தவர்,
அளித்தார் கடமைகள் அனைத்தையும் தொகுப்பாக,
விளம்பினார் யுதிஷ்டிரனிடம் வெகுமுந்தை நிகழ்வை.

நிகழ்வை உரைக்கிறேன் நிகரிலா வேந்தனே,
முந்தைக் காலத்தில் மிகவும் சிரத்தையுடன்,
உபவாசத்தை நோற்றேன் வேதத்தில் உரைத்தபடி,
ஆங்கிரசை நோக்கி எழுப்பினேன் வினாவை.

வினாவை எழுப்பினேன் வேதமுனி ஆங்கிரசிடம்,
தவபலத்தை உடையவர் தூயவர் நல்லவர்,
அக்கினியைப் பிறப்பிடமாய் அடைந்த மாமுனிவர்,
பதிலை இவ்விதம் பகர்ந்தார் எனக்கு.

எனக்கு பதிலை அளித்தார் மகரிஷி,
பிராமணரை க்ஷத்ரியரைப் பொறுத்தவரை அவர்களுக்கு,
மூன்றிரவைத் தொடர்ச்சியாக மொழிவார் உபவாசகாலம்,
ஓரிரவை ஈரிரவை மூன்றிரவை வைக்கலாம்.

வைக்கலாம் உபவாசத்துக்கு உகந்த அளவினை,
ஆகினும் மூன்றிரவுக்கு அப்பாலே நெடிதாக,
உபவாசம் இருத்தல் உகந்ததல்ல அவர்களுக்கு,
உபவாசத்தை இயற்றலாம் ஓரிரவுக்கு மற்றவர்.

மற்றவர் வைசியரும் மாண்புமிக்க சூத்திரரும்,
காலத்திலோர் இரவுமட்டும் கடத்தலாம் உபவாசத்தில்,
அன்னவர் ஓரிரவுக்குமேல் ஈரிரவு மூவிரவென,
உபவாசித்தார் ஆகினும் ஒருபலனும் கிடைக்காது.

கிடைக்காது பலனேதும் கணக்கினை மீறினாலும்,
சூழலுக்கு ஏற்றவிதம் சூத்திரரும் வைசியரும்,
உபவாசித்து ஈரிரவுகள் விரதம் நோற்கலாம்,
அதற்கென்று சூழல்கள் இருக்கின்றன தனியாக.

தனியாக விதியேதும் தரவில்லை இதற்குமேல்,
இரண்டாவது தினமன்றி அதற்கும் மேலாக,
விரதமிருப்பது கடமையில்லை வைசியருக்கு சூத்திரருக்கு,
புலனடக்கத்தொடு உபவாசி புசிக்கவேண்டும் ஒருவேளை.

ஒருவேலை உணவுண்டு மறுவேளை உணவற்று,
திதிகளை பஞ்சமியாய் சப்தமியாய்ப் பகருவதிலும்,
நிறைமதியாய்ப் பௌர்ணமியென நவிலும் தினத்திலும்,
விரதமுறை கடைப்பிடித்தால் வாய்க்கும் பேரழகு.

பெரழகு வேதஞானம் பன்னூல் நல்லறிவு,
குன்றாது வளமை கிடைக்கும் நற்சந்தானம்,
பஞ்சமியன்று சப்தமியன்று படைத்துத் தொழுபவர்,
பிராமணரது குழாத்துக்குப் புசிக்க உணவிடுவார்.

உணவிடுவார் வேதியருக்கு வேள்விகள் முடித்து,
நலம்பெறுவார் பிழையறுப்பார் நிலவின் கிருஷ்ணபட்சத்தில்,
உபவாசமிருப்போர் அஷ்டமியில் அல்லது சதுர்த்தசியில்,
உண்ணாதிருந்தார் என்றால் ஆற்றல் பெருகும்.

பெருகும் பேராற்றல் விலகும் இடர்பாடு,
மார்கசீரிஷம் எனப்படும் மார்கழி முழுவதாக,

ஓர்வேளைமட்டும் உண்ணுபவர் வெகுபுண்ண்ணியம் அடைவார்,
பாவமனைத்தும் விலகும் பெருநலம் உண்டாகும்.

உண்டாகும் தானியபலம் வெகுவான பேராற்றல்,
விளைச்சலும் மிகைத்து வெகுதானியம் கிடைக்கும்,
சோளமும் மிகைத்துச் செரிவாகும் உணவுகள்,
பௌஷமெனும் மாதத்தில் புசிக்கலாம் ஒருவேளை.

ஒருவேளை மட்டும் உணவினை உண்டு,
இருவேளை உண்ணாமல் உபவாசத்தைக் கடைப்பிடித்தால்,
பேரழகை அடைவார் பெருமைகள் திரண்டுவரும்,
இவ்விரதத்தை மேலும் இயற்றலாம் மகமாதத்தில்.

மகமாதத்தில் ஒருவேளை மட்டுமே உண்டு,
மறுவேளையில் உணவை மறுக்கும் உபவாசிக்கு,
உறவினர்கள் நடுவிலே உண்டாகும் பெருமேன்மை,
உபவாசத்தில் கழிக்கலாம் ஒருமாதம் பகதைவதத்தில்.

பகதைவதத்தில் ஒருவர் பகலில் ஒருவேளைமட்டும்,
உணவுகள் உண்டு அதன்பின்னர் உண்ணாமல்,
நோன்புகள் இருந்தால் நாரிகள் அவர்சொல்லை,
மந்திரம்போல் கேட்டு முயங்க இணங்குவார்.

இணங்குவார் மாதர் எவரொருவர் பகதைவதத்தில்,
உண்ணுவார் ஒருவேளை உணவுமட்டும் என்றால்,
சைத்ரமானதோர் மாதத்தில் சீர்மிக்க உபவாசி,
ஏற்பார் ஒருவேளை உணவெனில் வளமுண்டு.

வளமுண்டு தங்கமுண்டு வைரமுண்டு பவழமுண்டு,
வைசாகமென்று உரைக்கும் ஒருமாத காலத்துக்கு,
புலனடக்கத்தொடு ஒருவேளை புசிக்கும் உபவாசிக்கு,
உறவினரது குழாத்தில் உண்டாகும் பெருமேன்மை.

பெருமேன்மை உண்டாகும் பெருவளம் கிடைக்கும்,
மாதத்தை ஜைஷ்டமென்று மொழியும் ஒருமாதமும்,
ஒருவேளை மட்டும் உண்ண்ணும் உபவாசிக்கு,

மாதராய் இருந்தால் மிகநலம் பெருகும்.

பெருகும் தானியம் பொன்பொருள் சந்தானம்,
ஆஷாடமெனும் ஒருமாதம் உபவாசம் இருந்து,
புலனடக்கம் பழகி பாங்குடன் கடமைசெய்தால்,
உபவாசம் இருக்கலாம் ஒருமாதம் ஸ்ரவணத்தில்.

ஸ்ரவணத்தில் உபவாசம் செய்திடும் ஒருவர்,
எவ்விடத்தில் சென்றாலும் அன்பையே பெறுவார்,
அளிப்பார்கள் அபிஷேகம் ஆராதனை பூசனைகள்,
உறவினர்கள் நடுவிலே வெகுமேன்மை அடைவார்.

அடைவார் வெகுபொருளை அனேகவித நன்னலத்தை,
ஒருவர் ப்ரஷ்தபாதமெனும் ஒருமாதம் உபவாசித்தால்,
அஸ்வினியானதோர் மாதமுழுதும் ஒருபொழுது இருந்தால்,
அடைவார் வாகனங்கள் அதற்கேற்ற விலங்குகள்.

விலங்குகள் வாகனங்கள் வளமைகள் பெருகும்,
குழந்தைகள் பிறந்து குடும்பம் வளரும்,
கார்த்திகையில் விரதமிருந்தால் கிடைக்கும் பராக்கிரமம்,
மனைவிகள் பலருடன் மகிழுவார் வீரராக.

வீரராக புகழை வையத்தில் பெறுவார்,
ஒருபொழுதாக கார்த்த்திக்அஜயில் உபவாசம் இருப்பவர்,
விரதமாக ஒருபொழுது உணவுண்ணும் வழக்கத்தால்,
விளைவதான நலங்களை விளம்பினேன் வேந்தனே.

வேந்தனே இதுவரையில் விளம்பினேன் எவ்விதத்தில்,
மாதத்திலே பனிரண்டில் மாதம் முழுவதுமாக,
வேளைகள் இரண்டிலே ஒன்றில்மட்டும் உணவேற்று,
உபவாசத்தில் இருப்பவர் உற்றிடுவார் உயர்வென.

உயர்வென இருப்பதை உரைக்கிறேன் மேலும்,
திதியென நிலவையொட்டித் தென்படும் பிறைகளில்,
உபவாசமென இருப்போர்க்கு உண்டாகும் நன்மையென,
பதினைந்தான தினங்க்கள் புசிக்காதிருப்பவர் உன்னதர்.

உன்னதர் இருவாரம் விரதம் இருப்பதால்,
பெறுவார் குழந்தைகள் பசுக்கள் நெடுவாழ்வு,
ஒருசிலர் மாதத்தில் விரதமிருப்பார் மூன்றுதினம்,
அன்னவர் பனிரண்டாண்ட்டில் அடைவார் தனித்துவம்.

தனித்துவம் அடைவார் தமது நட்புறவில்,
எதிரிகளும் இருந்திடார் அத்தகு மேலோருக்கு,
அச்சமேதும் இல்லாமல் அவரது மேன்மையே,
உச்சமெனும் நிலையில் உவந்து வாழுவார்.

வாழுவார் தம்நிலைக்கு வேறொருவர் போட்டியின்றி,
வந்திடார் சமராயெனும் வலிமைமிகும் நிலையிலே,
ஒருவர் பனிரண்டாண்டுகள் உபவாசம் நோற்கவேண்டும்,
அன்னவர் மனத்திலே ஆர்வமும் இருக்கவேண்டும்.

இருக்கவேண்டும் அதிகாலை உணவுமட்டும் உண்பவராய்,
நாள்முழுதும் வேறேதையும் நாடலாகாது உண்பதற்கு,
அருந்தும் பானங்களையும் அகற்றுவதாம் விரதத்துடன்,
உயிர்களிடம் கருணையும் அன்பும் காட்டவேண்டும்.

காட்டவேண்டும் அன்பினைக் கருத்துடன் கனிவுடன்,
அனுதினம் வேள்விசெய்து ஆகுதிகள் அளிக்கவேண்டும்,
அவ்விதம் செய்பவர் ஆறாண்டு காலத்தில்,
அக்னிஷ்டமம் செய்தவரென அடைவார் மேன்மை.

மேன்மை கிடைக்கும் மிடிமை விலகும்,
அன்னவரைச் சுற்றி அப்ஸரஸ்கள் குழுக்களாக,
பாடல்களை இசைத்துப் பாங்குடன் ஆடுவார்,
அகமகிழ்வை அடைவார் ஆயிரமாயிரம் மங்கையருடன்.

மங்கையருடன் மகிழ்ந்து மஞ்சள்நிறப் பொன்தேரில்,
வானமுழுதும் வலம்வருவார் வையத்தின் பிதாமகராம்,
பிரமரிடம் சென்று பெறுவார் மரியாதைகள்,
புவிக்குமீண்டும் வந்துப் பிறந்தாலும் மேன்மையே.

மேன்மையே பெறுவார் மண்ணுலகிலே பிறந்தாலும்,
ஆண்டுமுழுதுமே ஒருவேளைமட்டும் அருந்த உணவேற்று,

விரமிருக்கும் ஒருவருக்கு வாய்க்கும் புண்ணியம்,
அதிராத்ரமெனும் வேள்வியை இயற்றியதன் ஈடாகும்.

ஈடாகும் அதிராத்ரத்துக்கு உபவாசம் ஓராண்டுக்கு,
மறுபடியும் பிறந்தாலும் மண்ணுலகில் மிகமேலாய்,
உன்னதம் உடையவராய் உலகிலே பிறப்பார்,
சிலபேர்தம் உபவாசம் சற்று நெடிதாகும்.

நெடிதாகும் உபவாசத்தில் நாட்கள் மூன்றுவரை,
உணவேதும் உண்ணாமல் அதன்பின் நான்காம்தினம்,
உண்ணும் ஒருவருக்கு உண்டாகும் புண்ணியம்,
அஹிம்சையும் உண்மையும் அவசியத் தேவைகள்.

தேவைகள் உபவாசத்துடன் தூயமனம் நன்னடத்தை,
புலன்கள் அடக்கிப் புரியவேண்டும் நற்றவம்,
அவ்விதம் செய்தால் அதிமேன்மை வேள்வியான,
வாஜபேயம் செய்ததற்கு ஒப்பாகும் மேன்மை.

மேன்மை மிகப்பெற்று மேலுலகம் சென்று,
உயர்வை அடைவார் உபவாசம் நோற்றவர்,
உபவாசத்தை ஐந்துதினம் விடாமல் கடைப்பிடித்து,
உணவை ஆறாந்தினத்தில் உண்டால் புண்ணியம்.

புண்ணியம் அஸ்வமேதிகம் புரிந்ததற்கு ஈடாகும்,
ஐந்துதினம் உண்ணாதிருந்து ஆறாந்தினம் முடித்தால்,
சொர்க்கலோகம் தன்னிலே சீர்பெற்று வாழுவார்,
ஆண்டுகாலம் நாற்பதாயிரம் அடைவார் வெகுநலம்.

வெகுநலம் கிடைக்கும் வாரத்தில் ஏழுதினம்,
உபவாசம் இருந்து உணவை எட்டாந்தினத்தில்,
உண்ணும் ஒருவருக்கு உண்டாகும் புண்ணியம்,
கவம்யம் என்று கூறப்படும் வேள்வியளவு.

வேள்வியளவு புண்ணியம் வெகுபெருத்த தேரும்,
தேரிழுத்துச் செல்லுதற்குத் தூயதான அன்னங்களுடன்,
நாரையென்று சொல்லப்படும் நெடுங்கால் பறவைகளும்,
ஆண்டுக்கணக்கு ஐம்பதாயிரம் அளிக்கும் சொர்க்கவாழ்வு.

சொர்க்கவாழ்வு கிடைக்கும் சீர்மை மிகைத்திடும்,
தொடர்ந்து பதினைந்து தினங்கள் உபவாசத்தில்,
இருந்து அதன்பின்னர் அருந்த உணவேற்போர்,
ஆண்டு ஒன்றிலே ஆறுமாதம் உபவாசியாவார்.

உபவாசியாவார் ஆறுமாதம் உண்ணாத இருந்தவரென,
ஆங்கிரசென்பார் விவரத்தை அளித்தார் இவ்விதமாக,
அத்தகையோர் ஆண்டுகள் அறுபதாயிரம் முடியும்வரை,
இருப்பார் சொர்க்கத்தில் இன்னிசையுடன் துயிலெழுவார்.

துயிலெழுவார் வீணையொலி தந்திடும் நாதத்திலே,
வல்லிகமென்றோர் கருவியும் உன்னதமிகும் குழலும்,
அன்னவர் துயிலெழும்ப அனுதினம் அதிகாலையில்,
இசைப்பார் வானவர் ஈடிலார் மகிழ்ந்திட.

மகிழ்ந்திடப் புண்ண்ணியம் மல்கிடும் ஒருவர்,
மாதமொன்றை முடிக்கையில் மற்றேதும் அருந்தாமல்,
தண்ணீரை மட்டும் தாமுண்டு வாழ்ந்து,
ஆண்டொன்றைக் கடத்தினால் இயற்றியதாம் விஸ்வஜித்.

விஸ்வஜித் எனப்படும் வெகுபெருத்த வேள்வியை,
உபவாசி அடைவார் ஓராண்டு காலத்தில்,
தண்ணீரை மாதமுடிவில் தாமேற்று வாழ்ந்தால்,
அவர்தேரை இழுக்கும் அரிமாவும் புலிகளும்.

புலிகளும் சிம்மங்களும் பிடித்திழுக்கும் தேரிலே,
வானுலகம் தன்னிலே வலம்வந்து மகிழ்ந்திருந்து,
ஆண்டுகாலம் எழுபதாயிரம் அமைதியாய்க் கழிப்பார்,
இவையாகும் உபவாசத்தால் ஏற்படும் மேன்மைகள்.

மேன்மைகள் தந்திடும் மாண்புமிக்க உபவாசத்தை,
உபாதைகள் ஏதுமின்றி உடலில் நோய்களின்றி,
மனதில் அடக்கத்துடன் முடிக்கும் ஒருவருக்கு,
வேள்விகள் செய்ததுபோல் விளையும் வெகுமேன்மை.

வெகுமேன்மை கிடைக்கும் வானுலகம் செல்லவும்,

அன்னவரை வானுலகிற்கு அழைக்கவரும் பெருந்தேரை,
இழுப்பவை அன்னங்கள் ஈடில்லை அவர்களுக்கு,
நூறாண்டை சொர்க்கத்தில் நிம்மதியாய்க் கழிப்பார்.

கழிப்பார் சொர்க்கத்தைக் களிப்புதரும் விதத்திலே,
வருவார் அப்ஸரஸ்கள் ஒருநூறு அவரருகில்,
ஆடுவார் பாடுவார் அன்புடன் புணருவார்,
ஒலிப்பார் காஞ்சியை உறங்கித் துயிலெழ.

துயிலெழ நுபுரமும் தந்திடும் ஓசைகளை,
போய்வரப் பயன்படுத்தும் பெரிதானத் தேரினை,
ஆயிர அன்னங்கள் அமைதியாக இழுக்கும்,
பலநூறு அழகிகளுடன் பழகுவார் வானுலகில்.

வானுலகில் சொர்க்கசுகம் வேண்டுதல் இல்லையென,
மறுப்புகள் சொல்லுபவர் மடமையாய்த் தமக்கு,
தளர்வில் பேராற்றல் தேவையில்லை என்பவர்,
காயத்தில் மருந்திட்டுக் கட்டவும் மறுப்பவர்.

மறுப்பவர் நோய்க்கு மருந்து வேண்டாமென,
வெறுப்பவர் ஆறுதலை வெறித்தனம் மிகைக்கையில்,
வீசுபவர் பொன்பொருளை வருமை வாட்டும்போது,
வானவர் சொர்க்கத்தை வெறுப்பவர் மூடரே.

மூடரே வேண்டாமென மறுப்பார் சொர்க்கத்தை,
இவ்வுலகிலே பிரிவுகளும் அனேகத் துன்பங்களும்,
வாட்டவே வருந்தியவர் வானுலகின் மண்டலத்தில்,
தங்கத்திலே தேரேறித் தையல்களுடன் மகிழுவார்.

மகிழுவார் ஒருநூறு மாதருடன் அன்னவர்,
அணிவார் தங்கத்தில் அணிகலன்கள் பலவற்றை,
பாவமிலார் ஆகிப் பலவித இன்பங்களை,
நுகருவார் அத்தகையோர் நிகரிலா மேலோர்.

மேலோர் இந்த மண்ணுலகில் வாழ்ந்தபின்னர்,
போவார் வானுலகம் புண்ணியத்தின் நற்பலனால்,

அகற்றுவார் பாவங்களை அடைவார் உடல்நலத்தை,
பெறுவார் மனதிலே பெற்றிட நினைத்ததெலாம்.

நினைத்ததெலாம் கிடைத்திட நிகரிலா மேன்மையுடன்,
சூரியனின் புளியுடன் செல்லுவார் கனகத்தேரில்,
பதிப்பார் பொன்மணிகள் பவழங்கள் தேரிலே,
ஏற்றுவார் கொடியை எழுப்புவார் இன்னிசையை.

இன்னிசையை வீணையும் அனேக முரஜங்களும்,
மிருதுவாய் எழுப்பிட மாபெரும் தேரிலே,
மணிகளை ஒலிக்கவைத்து மிகவேகமாய் செல்லுவார்,
வருடங்களைக் கணக்கிட்டால் உரைக்கலாம் துளையளவு.

துளையளவு உடலில் துல்லியமாய்க் கணக்கிட்டால்,
அவ்வளவு ஆண்டுகள் இருப்பார் வானுலகில்,.
வேதத்துக்கு மேலானது வேறொன்று கிடையாது,
அன்னைக்கு மேலானவர் அகிலத்தில் எவருமில்லை.

எவருமில்லை அன்னையைவிட அதிகம் மேலானவர்,
ஏதுமில்லை சத்தியத்தினும் இயம்பத்தகும் நல்வார்த்தை,
தவமில்லை உபவாசத்தைத் தாண்டிய புண்ணியமானது,
பிராமணரை மிஞ்சியப் புனிதமில்லை மூவுலகில்.

மூவுலகில் நேர்மைக்கு மேலானது ஏதுமில்லை,
தவங்களில் உபவாசமே தலையாய தவமாகும்,
தேவர்கள் வானுலகில் தங்கிடும் மேன்மையை,
அடைந்தார்கள் உபவாசமெனும் அற்புதத் தவத்தால்.

தவத்தால் புலனடக்கும் தூயவராம் ரிஷிகளும்,
வெற்றிகள் பெற்றது உபவாசமெனும் விரதத்தால்,
ஆண்டுகள் ஓராயிரம் அமரர்களின் கணக்குப்படி,
ஒருநாளில் ஒருவேளையுண்டு உபவாசமிருந்தார் விஸ்வாமித்ரர்.

விஸ்வாமித்ரர் பிரமரிஷியாய் உபவாசத்தால் உயர்ந்தார்,
ச்யவணர் வசிஷ்டர் ஜமதக்னி கௌதமர்,
பிருகுமுனிவர் ஆகியோர் பெருநிலை அடைந்தது,
உபவாசமென்றோர் விரதத்தில் வழுவாத உறுதியால்.

உறுதியால் மானிடர் உபவாசம் இருப்பதால்,
மேன்மைகள் உண்டென்று மொழிந்தார் ஆங்கிரஸ்,
உபவாசத்தால் உண்டாகும் உயர்வுகள் குறித்து,
கற்பிப்பவர்கள் வாழ்வில் கிடையாது வருத்தம்.

வருத்தம் நீக்கும் உபவாசமெனும் விரதத்தை,
விளக்கம் கொடுத்து உலகோர் அறிந்திட,
விவரம் அனைத்தும் வழங்கினார் ஆங்கிரஸ்.
அவர்தம் கருத்துக்களை அறிந்தால் வருத்தமில்லை.

வருத்தமில்லை வாட்டமில்லை வேதனையின் தாக்கமில்லை,
குற்றமில்லை அன்னவர் கொண்டசெயல் அனைத்திலும்,
உயிர்வகை அனைத்தும் உண்டாக்கும் ஓசைகளின்,
உட்பொருளை உணர்ந்திடும் வல்லமை உண்டாகும்.

உண்டாகும் மனிதரன்றி உலகின் உயிர்களெலாம்,
எழுப்பும் ஓசைகளின் உட்பொருள் உணருதல்,
புகழும் வையத்தில் பெருகும் நித்தியமாய்,
அனைவரிலும் மேன்மையை அடைவார் எளிதாக.

(107)அனுசாசன பர்வம், பகுதி 107

எளிதாக நலங்கள் ஏற்பட உதவிடும்,
விரதமாக உபவாசம் உள்ளதென பிதாமகர்,
விளக்கமாக உரைத்ததும் வேந்தன் யுதிஷ்டிரன்,
அடுத்ததாக சந்தேகத்தை எழுப்புனான் பிதாமகரிடம்.

பிதாமகரிடன் யுதிஷ்டிரன் பகர்ந்தான் கருத்தை,
வேள்வியெனும் சடங்கினால் விளையும் நலத்தை,
இவ்வுலகம் அவ்வுலகம் இரண்டிற்கும் ஏற்றவிதம்,
தெளிவாகும் விதத்தில் தெரிவித்தீர் நீவிர்.

நீவிர் விளக்கமாக நவின்றதான வேள்விகளை,
சாதாரணர் ஒருபோதும் செய்தல் இயலாதே,
பெரிதானதோர் பொருள்செலவு புரிதல் இயலாததால்,

வேள்விக்கோர் பலன்பெறுதல் வேந்தருக்கே இயலும்.

இயலும் பொன்பொருள் அதிகம் வாய்த்தவருக்கு,
வசதிகளும் வாய்ப்புகளும் உடையவர் மட்டுந்தான்,
வேள்விகளும் இயற்றலாம் வெகுதானம் வழங்கலாம்,
வறியவர்தம் வாழ்விலே வளமேதும் கிடையாது.

கிடையாது வளமைகள் கைப்பொருள் ஏதுமில்லை,
அவ்விதத்து வசதிவாய்ப்பு அதிகம் இல்லாதவர்கள்,
எவ்விதத்துப் புண்ணியத்தை அடைவதற்கு வழியாக,
வேள்விக்கு நிகரானதை விளம்புவீர் பிதாமகரே.

பிதாமகரே பொன்பொருள் பெரிதாக இல்லாமலும்,
சிரத்தையுடனே ஒருவர் செய்வதற்கு உகந்ததாக,
வேள்விக்கே நிகரானதை விளம்புவீர் தெளிவாகவென,
கேட்டதுமே பீஷ்மர் கூறினார் பதிலை.

பதிலை உரைக்கிறேன் பார்வேந்தே யுதிஷ்டிரா,
கவனத்தைத் திரட்டிக் கேட்டுக்கொள் விவரங்களை,
இதுவரை உனக்கு ஆங்கிரஸ் மகரிஷியின்,
கருத்துக்களைக் கூறினேன் கடுமையான உபவாசத்திற்கு.

உபவாசத்திற்கு உண்டான வழிமுறையை உரைத்தேன்,
வேள்விகளுக்கு நிகரான வலிமைகள் உடையதாக
இவ்வுலகு தன்னிலே இருப்பது உபவாசமே,
ஒருவருக்கு உபவாசத்தால் உண்டாகும் நன்னலம்.

நன்னலம் வேண்டுபவர் நாளிலே இருமுறை,
காலையிலும் இரவிலும் கொள்ளலாம் உணவினை,
அந்தவிதம் ஆண்டுகள் ஆறினைக் கடத்தவேண்டும்,
அனுதினம் அக்கினிக்கு ஆகுதிகள் இடவேண்டும்.

இடவேண்டும் தன்னிடம் இருப்பதை அக்கினிக்கும்,
அஹிம்சையெனும் விரதத்தில் உறுதிமிகக் கொண்டு,
ஆண்டுகாலம் ஆறுவரை இயற்றும் விரதத்தால்,
பொன்னுலகம் தன்னிலே பொன்தேர் கிடைக்கும்.

கிடைக்கும் தங்கத்தேர் கணக்கில் பல்லாயிரமாண்டு,
மண்டலம் ப்ரஜாபதியின் மேன்மை உடையதாக,
வாழ்விடம் அமையும் வானுலகம் தன்னிலே,
இன்னிசையும் நடனமும் எப்போதும் நில்லாது.

நில்லாது நடனமும் நங்கையரின் நட்புறவும்,
மூன்றாண்டு ஒருவேளை மட்டும் உணவுண்டு,
பிறமாதரொடு கலவாமல் பிரமசரிய நெறியிலே,
மனைவியொடு மட்டும் முயங்கினால் பலனுண்டு.

பலனுண்டு அக்னிஷ்டமம் புரிந்ததற்குச் சமமாக,
பொன்பொருளொடு தானங்கள் பெரிதாக அளித்து,
வேள்வியொன்று செய்ததாக விளையும் பலன்கள்,
இந்திரனுக்கு நண்பராக அமரருலகில் வாழுவார்.

வாழுவார் உண்மையில் வழுவாத உத்தமராய்,
வழங்குவார் தானங்களை வழுத்துவார் பிராமணரை,
விலக்குவார் கோபத்தை வெல்லுவார் காமத்தை,
கொடுப்பார் மன்னிப்பு கொள்ளுவார் தன்னடக்கம்.

தன்னடக்கம் உடையராய்த் தனையடக்கும் உத்தமராய்,
கொதிக்கும் கோபத்தைக் களைந்திடும் நல்லவராய்,
வாழ்ந்திடும் அவருக்கு விளைந்திடும் வெகுமேன்மை,
மேகமெனும் வெண்ணிறத்தில் மேலுலகில் தேருண்டு.

தேருண்டு அத்தேரில் தளைத்து இழுப்பதற்கு,
அன்னமென்று இருக்கும் அழகுமிக்கப் பறவைகள்,
அழகுக்கு அழகென்று அத்தேரில் பிணைந்திருக்க,
கோடியாண்டு பலகோடிகள் களிப்பார் அப்ஸரஸ்களுடன்.

அப்ஸரஸ்களுடன் மகிழுவார் அலகிலா நலம்பெறுவார்,
ஆண்டொன்றின் அளவுக்கு ஒருதினம் உண்ணாதிருந்து,
மறுதினத்தின் காலைமட்டும் உணவுண்ணும் ஒருவர்,
அக்கினியிடம் ஆகுதிகள் அளித்தால் உயர்வுண்டு.

உயர்வுண்டு அக்னிஷ்டமம் விளைத்ததற்குச் சமமாக,
அன்னவரது தேரை அன்னங்களும் நாரைகளும்,

இழுத்துசென்று நினைத்ததான இடங்களுக்கு செல்லவைக்கும்,
அழகுமிக்க மங்கையருடன் இந்திரலோகத்தில் இருப்பார்.

இருப்பார் சொர்க்கத்தில் அனுதினம் காலையில்,
கதிரவர் எழுமுன்னர் கண்விழித்து எழுபவர்,
அத்தகையோர் அனுதினம் அக்கினிக்கு ஆகுதிகளை,
அளிப்பவர் ஆகினால் அவருக்கு மேன்மையுண்டு.

மேன்மையுண்டு ஓராண்டு முழுவதும் ஒருமனிதர்,
உணவென்று மூன்றாந்தினத்தில் ஒருவேளை உண்டபின்,
உபவாசமென்று நோன்பிருந்து அதிகாலை விழித்தெழுந்து,
அக்கினிக்கு ஆகுதியிட்டால் அதிராத்ரத்துப் பலனுண்டு.

பலனுண்டு அதிராத்ரம் புரிந்ததற்கு நிகராக,
மயிலென்று நாரையென்று மிகையெழில் அன்னமென்று,
இழுப்பதற்குப் பறவைகள் இருக்கும் பெருந்தேரில்,
வானுலகு முழுவதும் வலம்வருவார் அன்னவர்.

அன்னவர் சப்தரிஷிகள் இருக்கும் மண்டலத்தில்,
வாழுவார் அப்ஸரஸ்கள் உறவுற்று மகிழ்வுற்று,
இருப்பார் அவ்வுலகில் அனேக காலத்துக்கு,
பதுமத்திலோர் மூன்றளவு பொன்னுலகில் மகிழுவார்.

மகிழுவார் வாஜபேயமெனும் மிகப்பெரும் வேள்வியை,
முடித்தவர் அடையும் முழுதான புண்ணியத்துடன்,
எவரொருவர் மூன்றுதினம் ஏதொன்றும் உண்ணாமல்,
உண்பவர் உணவை ஒருவேளைமட்டும் நான்காந்தினத்தில்.

நான்காந்தினத்தில் உணவுண்டு நிதமும் அக்கினியில்,
ஆகுதிகள் இடுபவர் அடைந்திடும் புண்ணியம்,
வேள்விகளில் மிகப்பெரிய வாஜபேயம் செய்ததற்கு,
சமத்தில் நிற்கும் சொல்லுகிறேன் மேலும்.

மேலும் உரைக்கிறேன் மகவத்தாம் இந்திரனின்,
மகள்களும் அவரருகில் மையலுற்றுச் சூழுவார்,
ஆண்டுகாலம் பலகோடி அமரருலகில் வாழுகையில்,
இந்திரர்தம் விளையாட்டுகளை இனிமையாய்க் காணுவார்.

காணுவார் வாஜபேயத்தின் கனத்த நற்பலனை,
எவரொருவர் நான்குதினம் ஏதொன்றும் உண்ணாமல்,
உண்ணுவார் ஐந்தாந்தினத்தில் உணவை ஒருவேளைமட்டும்,
அளிப்பார் அக்கினியில் ஆகுதிகளை அனுதினம்.

அனுதினம் ஆகுதிகளை அக்கினிக்கு வழங்கி,
காமம் குரோதம் கடுமை களைந்து,
சத்தியம் பகர்ந்து சாந்தத்துடன் அஹிம்சையுடன்,
பாவமேதும் இல்லாதவர் புண்ணியம் வாஜபேயத்தலவு.

வாஜபேயத்தளவு புண்ணியம் வாய்த்த அம்மனிதர்,
தங்கத்துத் தேரினை தூயதான அன்னங்கள்,
இழுத்துச் செல்லவே ஆதவனொன் பொலிவுடன்,
வெண்ணிறத்து மாளிகையில் வாழுவார் நெடுங்காலம்.

நெடுங்காலம் என்று நவிலப்படும் அளவானது,
பதுமகாலம் ஐம்பத்தொன்று பார்வேந்தே யுதிஷ்டிரா,
ஐந்திதினம் உண்ணாதிருந்து ஆறாந்தினத்தில் ஒருவேளை,
உண்ணும் ஒருவருக்கு உண்டாகும் நற்பலன்.

நற்பலன் கோமேதமெனும் நிகரிலா வேள்வியளவு,
பெற்றிடதான் ஐந்துதினம் புசிக்காமல் இருப்பவர்,
அனுதினம் அக்கினிக்கு ஆகுதிகள் இடவேண்டும்,
மூன்றுவேளையும் தொழவேண்டும் மூர்க்ககுணம்
அகற்றவேண்டும்.

அகற்றவேண்டும் கோபத்தை ஆத்திரத்தை வெறுப்பை,
அந்தவிதம் வாழுபவர் அமரலோகம் சென்றபின்னர்,
தங்கநிறம் கொண்டு தகதகக்கும் பெருந்தேரில்,
அன்னமும் மயில்களும் இழுக்கப் பயணிப்பார்.

பயணிப்பார் தங்கத்தேரில் புண்ணியத்தின் பலத்தினால்,
உறங்குவார் அப்ஸரஸ்களின் அன்புமிக்க அரவணைப்பில்,
தலைவைப்பார் அப்ஸரஸ்களின் தொடையில் மடியில்,
துயிலெழுவார் நுபரங்கள் தந்திடும் இன்னிசையில்.

இன்னிசையில் கஞ்சிராக்கள் எழுப்பும் ஒலொகேட்டு,
துயிலெழுதல் செய்வார் தூயவராம் புண்ணியர்,
ஆண்டுகள் பத்தாயிரங்கோடியும் அதற்குமேல்
முந்நூறுகோடியும்,
பதுமங்கள் பதினெட்டும் பதாகைகள் இரண்டும்.

இரண்டும் பதாகைகள் எட்டுடன்பத்து பதுமங்கள்,
வானுலகம் தன்னிலே வெகுவான மரியாதையுடன்,
வாழ்ந்தும் அதன்பின்னர் வாழுவார் பிரமலோகத்தில்,
ஆண்டுகாலம் உடலிலே இருக்கும் முடியளவு.

முடியளவு நூற்றுக்கணக்கான மிகப்பெரும் கரடிகளின்,
உடல்மீது இருப்பதை ஒவ்வொன்றாக எண்ணினால்,
அவ்வளவு ஆண்டுகள் அன்னவரது சொர்க்கவாசம்,
நீண்டது என்பதை நன்கு அறிந்துகொள்.

வேந்தனே ஓராண்டு விரதமே இருந்து,
அக்கினியிலே ஆகுதியை அனுதினம் சொரிந்து,
நாவையே அடக்கி நற்கந்தத்துடனே மலர்தவிர்த்து,
தேனுடனே இறைச்சியைத் தவிர்க்கவேண்டும் உபவாசி.

உபவாசி அவ்விதம் விரதத்தில் இருந்து,
உணவினை ஏழாந்தினத்தில் ஒருவேளை உண்டுவந்தால்,
வாழ்வினை அடைவார் வாசவர்தம் மண்டலத்தில்,
மருதருலகை அடைந்து மகிழுவார் நெடுங்காலம்.

நெடுங்காலம் வானுலகில் நல்லவிதம் வாழுவார்,
என்னவெலாம் விரும்பினாலும் அடைவார் அவற்றை,
வானுலகம் தன்னிலே வஞ்சியருடன் மகிழுவார்,
கனகதானம் கொடுத்ததாகக் கிடைக்கும் புண்ணியம்.

புண்ணியம் கிடைக்கும் பெருத்த கனகதானம்,
புரிந்திடும் வேள்வியைப் பாங்குடன் முடித்ததாக,
வானுலகம் தன்னிலே வாழுவார் பலகோண்டுயாண்டு,
மகிழ்வும் களிப்பும் மிகைக்கும் வாழ்வில்.

வாழ்வில் மேன்மையை விரும்பும் ஒருவர்,

அக்கினியில் ஆகுதியிட்டு அனுதினம் பூசித்து,
எட்டாந்தினத்தில் மட்டும் ஏற்றார் உணவெனில்,
வேள்விகளில் புண்டரீகத்தை விளைத்ததானப் பலனுண்டு.

பலனுண்டு வானுலகில் புகுந்து வாழ்ந்தாலும்,
கமலத்து நிறத்திலே கனத்த பெருந்தேரில்,
வலம்வந்து வானுலகில் வெகுமேன்மை அடைவார்,
வானுலகத்து மாதருடன் வாழுவார் மகிழ்வாக.

மகிழ்வாக இருக்க மாதர்கள் சூந்திருப்பார்,
கறுமையாகப் பொன்னிறமாக கருஞ்சிவப்பாக
வண்ணங்களில்,
கவர்ச்சியாக இருப்பார் களிப்புதரும் மாதர்கள்,
ஓராண்டாக நோற்கவேண்டும் உபவாச விரதத்தை.

விரதத்தை எட்டுதினம் விடாமல் நோற்று,
உணவை ஒன்பதாந்த்தினத்தில் ஒருவேளை ஏற்று,
ஓராண்டைக் கடத்தி அனுதினம் ஆகுதியிட்டால்,
அஸ்வமேதிகத்தை ஓராயிரம் இயற்றிய பலனுண்டு.

பலனுண்டு பொன்னுலகில் பதுமநிறத் தேர்வடிவில்,
உருத்திரரது மகள்கள் உடனிருந்து மகிழ்விப்பார்,
மதியத்து சூரியனென மிகப்பொலிவு காட்டுவார்,
பல்லாண்டு பொன்னுலகில் பெருவாழ்வு வாழுவார்.

வாழுவார் பிரமர்தம் வடிவழகு மகள்களுடன்,
எவரொருவர் ஒன்பதுதினம் ஏதொன்றும் உண்ணாமல்.
உண்ணுவார் உணவை ஒருவேளைமட்டும் பத்தாந்தினம்,
அன்னவர் அடைவது அஸ்வமேதிகப் பலனாகும்.

பலனாகும் அஸ்வமேதிகம் பல்லாயிரம் புரிந்ததாக,
அனுதினம் ஆகுதியிட்டு உணவினைப் பத்தாந்தினத்தில்,
அருந்திடும் ஒருவருக்கு ஏற்படும் புண்ணியம்,
பிரமர்தம் மகள்களுடன் பெருமகிழ்வு காத்திருக்கும்.

காத்திருக்கும் மங்கையர் கமலமெனச் சிவந்தும்,
நீலநிறம் கொண்டதான நன்மலர் கமலமாகவும்,

வண்ணங்கள் பெற்று வனப்புடன் இருப்பார்,
வட்டங்கள் இட்டோடும் வெகுபெரும் தேர்பெறுவார்.

தேர்பெறுவார் பெரிதாக தூயதான மேகமாக,
வானத்திலோர் அவர்தமென வந்துசேரும் மேகமென,
கடலிலோர் அலைபோலக் காணப்படும் அத்தேர்,
அழகுக்கோர் அழகுசேர்க்க அமைந்திருக்கும் ரத்தினங்கள்.

ரத்தினங்கல் பவழங்கள் அத்தேரில் பதிந்திருக்கும்,
சங்குகள் மென்மையாக சப்தங்கள் எழுப்பும்,
வைரங்கள் பட்டகங்கள் ஒளியைப் பெருக்கும்,
தேர்க்காலில் கூடத் தங்கவைரம் மினுமினுக்கும்.

மினுமினுக்கும் தேரிலே மகிழ்வுடன் செல்லுவார்,
பொன்னுலகம் தன்னிலே பல்லாயிரம் கோடியாண்டு,
வாழ்ந்திருக்கும் மேன்மை உண்டாகும் அன்னவருக்கு,
பதினோரந்தினம் மட்டும் புசித்தால் பெருமேன்மை.

பெருமேன்மை கிடைக்கும் பத்துதினம் உண்ணாதிருந்து,
உணவைப் பதினோராந்தினம் உண்ணும் நல்லாருக்கு,
விரதமுறை விலகாமல் வழங்கவேண்டும் ஆகுதிகளை,
பிறர்மனையைப் புணருதற்குப் புந்தியிலும் நினையலாகாது.

நினையலாகாது பிறர்மனையை நவிலலாகாது பொய்மையை,
பெற்றவரது பொருட்டாயும் பொய்யேதும் பேசாதவர்,
அகிலத்து நாதர் அந்த வடிவானவர்,
மகாதேவரது தரிசனத்தால் மிகநலம் அடைவார்.

அடைவார் மகாதேவரின் ஆசிகளை உபவாசி,
அமர்ந்திருப்பார் ஈசனார் அழகுமிக்கத் தேர்மீது,
மகேசனார் தரிசனத்தால் மிகப்பெரும் வேள்வியான,
அஸ்வமேதிமோர் ஆயிரமளவு இயற்றியதன் புண்ணியம்.

புண்ணியம் மிகைத்ததால் பிரமர்தம் தேரிலே,
அனேகம் மாதருடன் அமரருலகம் செல்லுவார்,
தங்கம் போலவே தகதகக்கும் மேனியுடன்,
யோகாக்கினியாம் ஒளியுடன் ஆயிரமாண்டு வாழுவார்.

வாழுவார் அமரருலகில் வெகுநீண்ட காலம்,
உருத்திரர் முன்பாக அவுணர் தேவர்போல,
தாழ்த்துவார் சிரத்தைத் தெரிவிப்பார் வணக்கத்தை,
தரிசிப்பார் உருத்திரரை தினந்தினம் பக்தியுடன்.

பக்தியுடன் பதினொருதினம் புசிக்காது இருந்தபின்,
பனிரண்டாம் தினத்திலே பசிதீர்க்க சிறிதளவு,
நெய்மட்டும் உண்ணும் நல்லவர் ஓராண்டில,
அனைத்துவிதம் வேள்விகளின் அதிமேன்மை அடைவார்.

அடைவார் புண்ணியத்தை அமருவார் தங்கத்தேரில்,
அன்னவர் தேரினை அலங்கரிக்கும் பவழங்கள்,
ஒளிமிக்கதோர் ரத்தினமும் வெகுச்சிறந்த முத்துக்களும்,
குழுவானதோர் அன்னங்களும் கொக்குகளும் பாம்புகளும்.

பாம்புகளும் மயில்களும் பறவையிலே மிகச்சிறந்த,
சக்ரவாகமும் அத்தேரில் செய்யும் மெல்லொலிகளை,
அழகுமிகும் கூரைகளும் அகங்களும் பெற்றிருக்கும்,
பிரமலோகம் என்பது பெயராகும் அவ்வுலகுக்கு.

அவ்வுலகுக்குச் சென்றால் அங்கே பணியேற்பதற்கு,
ஆடவரென்று மாதரென்று அருகாமையில் பலபேர்கள்,
வரிசையுற்று வந்து வழங்குவார் பணிவிடைகள்,
ஓராண்டுக்குப் பன்னிருதினம் உண்ணாதிருந்தால் மேன்மை.

மேன்மை பன்னிருதினம் மாண்புடன் உபவாசமிருந்து,
நெய்யைப் பதின்மூன்றாந்தினம் உணவாய்ச் சிறிதளவு,
உண்பவரை அடையும் உம்பர்களின் வேள்விகள்,
அனைத்தை இயற்றியதன் அதிசய மேன்மை.

மேன்மை மிகைத்து மிகப்பெரும் தேர்ப்பெற்று,
தங்கத்தை வைரத்தைத் தூயதான மணிகளை,
வாகனத்தை அலங்கரிக்க வரிசையாய்ப் பொருத்தி,
மருதருலகை வலம்வருவார் மாதர்குழாம் மகிழ்வ்விக்கும்.

மகிழ்விக்கும் மாதர்கள் மருதருலகில் குழுநின்று,

கந்தமிகும் அலங்காரங்கள் கனகத்தில் அணிமணிகள்,
அணிந்திருக்கும் விதத்திலே அனைவரையும் ஈர்ப்பார்,
அவர்களுடன் வாழ்ந்திடும் ஆண்டுகள் பல்லாயிரம்.

பல்லாயிரம் ஆண்டுகள் பாங்குடன் வாழுவார்,
இனிமையாகும் இசையொலிகள் எழுப்பும் கந்தர்வரும்,
பேரிகைகளும் பனவங்களும் பேரொலிகள் எழுப்பிட,
அழகுமிகும் மாதருடன் ஆடிப்பாடிக் கலப்பார்.

கலப்பார் மாதருடன் களிப்பார் வானுலகில்,
எவரொருவர் பதின்மூன்றுதினம் ஏதும் உண்ணாமலே,
உண்ணுவார் நெய்மட்டும் உணவெனப் பதினான்காந்தினம்,
அன்னவர் ஓராண்டில் அடைவார் புண்ணியம்.

புண்ணியம் மகாமேதமெனு, புனிதமிகும் வேள்வியை,
புரிந்தாகும் அளவுக்குப் பெறுவார் அம்மனிதர்,
வயோதிகம் அறியாத வஞ்சியர் பல்லாயிரம்பேர்,
அன்னவர்தம் தேரிலே அருகிருந்து கவனிப்பார்.

கவனிப்பார் வானுலகின் கணக்கிலா மங்கையர்,
அணிந்திருப்பார் ஆடைகள் ஆபரணங்கள் அழகாக,
தொடருவார் அன்னவரைத் தேர்கள் பலவற்றில்,
துயிலெழுவார் அன்னங்கள் தந்திடும் ஓசையில்.

ஓசையில் இனிதானதை உணர்ந்து துயிலெழுவார்,
நுபரங்கள் கஞ்சிராக்கள் நெடிதாக ஒலிக்கும்,
அருகில் தேவமாதர் அன்புடன் சூழ்ந்திருப்பார்,
ஆண்டுகள் கங்கையில் இருக்கும் மணலளவு.

மணலளவு எண்ணிக்கையில் மகிழ்வான வாழ்நாட்கள்,
வானுலகு தன்னிலே வெகுப்பெரிதாய்ப் பெறுவார்,
பதினைந்து நாட்களுக்குப் புசிக்காது ஒருவர்,
பதினாறவது தினத்தில் புசித்தால் புண்ணியம்.

புண்ணியம் ராயசூயம் புரிந்தார் ஓராயிரமென,
ஆண்டுமுழுதும் பதினைந்துதினம் உபவாசம் இருந்தபின்,
பதினாறாந்தினம் ஒருவேளை புசிக்கும் மனிதருக்கு,

அன்னவர்தம் தேரை அன்னங்கள் இழுக்கும்.

இழுக்கும் அவர்தேரை அழகுமிகும் மயில்களும்,
தங்கமாகும் தேரிலே தூயதான மலர்மாலைகள்,
பலவும் அணிந்துப் பாங்குமிக்க மாதருடன்,
செல்லும் தேரினைச் சொல்லவும் வார்த்தையில்லை.

வார்த்தையில்லை அழகுமிக வாய்த்ததேரை விவரிக்க,
ஆபரணங்களை அணிந்த அழகுமிக்க மாதருடன்,
ஒருகாலை நால்வளைவுகளை வடிவுமிக்க பலிபீடங்களை,
இசையொலியை உடையதாக இருக்கும் அத்தேர்.

அத்தேர் முழுவதும் அனைத்துவித ரத்தினங்கள்,
பவழத்திலோர் முத்துடன் பளிச்சிட்டு மின்னும்,
யுக்னகளோர் ஆயிரம் இருப்பார் அவ்வுலகில்,
அன்னவர் தேரிழுக்கும் யானைகளும் நீர்யானைகளும்.

நீர்யானைகளும் தேரிழுக்க நிகரிலா நிலைபெறுபார்,
அதற்குமேலும் பலனுண்டு ஐந்துடன் பத்துதினம்,
உணவேதும் உண்ணாமல் விரதம் காப்பவர்,
பதினாறாந்தினம் உண்டால் புண்ணியம் சோமயாகத்தளவு.

சோமயாகத்தளவு புண்ணியம் சேரும் ஒருவருக்கு,
ஓராண்டுகாலத்துக்கு உனவினை இவ்விதத்தில்,
விரமிருந்து உண்ணும் வெகுநல்ல மனிதனுக்கு,
சோமனது கந்தமும் சேரும் இனிதாக.

இனிதாக நறுமணம் ஏற்படும் உடலிலே,
எவ்விடமாகச் செல்லவேண்டி எண்ணம் கொண்டாலும்,
அவ்விதமாக அவ்விடத்தை அடைவார் அப்போதே,
அருகாக இருப்பர் அழகான மங்கையர்.

மங்கையர் நற்குணம் மிகுந்த இனியவர்,
மகிழ்வுகள் கொடுக்கவல்ல மிகப்பலப் பொருட்கள்,
கிடைத்தல் ஆகிக் களித்து வானுலகில்,
வருடங்கள் பல்லாயிரம் வாழ்ந்திருப்பார் மகிழ்வாக.

மகிழ்வாக மேன்மையுற முறையாக விரமிருந்து,
பதினேழாவதான தினத்திலே பருகவேண்டும் நெய்யை,
ஆகுதியாக அக்கினிக்கு அளிக்கவேண்டும் பொருட்களை,
அவ்விதமாக ஓராண்டு இயற்றினால் புண்ணியம்.

புண்ணியம் உடையதானப் புனிதமிகும் வருணருலகில்,
இந்திரர்தம் உலகில் உருத்திரர்தம் உலகில்,
மருதர்தம் உசானர்தம் மாண்புமிக்க உலகங்களில்,
பிரமர்தம் மண்டலத்தில் பலகாலம் வாழுவார்.

வாழுவார் அருகிலே வானுலக மங்கையர்,
அனேகர் சூழ்ந்திருக்க அகத்திலே மகிழுவார்,
வானுலகில் பூர்புவரென வழங்கப்படும் ரிஷியின்,
காட்சிகள் கிடைக்கும் கனத்த புண்ணியத்தால்.

புண்ணியத்தால் அம்மனிதர் பேரிறைவரின் இறவரது,
மகள்கள் துணைவர மகிழுவார் நெடுங்காலம்,
ஆடைகள் ஆபரணங்கள் அணிந்த அம்மங்கையர்,
வடிவங்கள் முப்பத்திரண்டில் வருவார் மகிழ்விக்க.

மகிழ்விக்க அனேக மங்கையர் உடனிருக்க,
வானத்தில் ரவிமதியின் ஒளியிருக்கும் காலமட்டும்,
ஞானத்தில் மிகைத்தவர் நிறைவாக மகிழுவார்,
உண்ணுதல் சஞ்சீவினியும் அமுதமும் வானுலகில்.

வானுலகில் ஏழுமண்டலம் வாழ்த்தி வரவேற்க,
நாட்கள் பதினேழளவுக்கு நிலைபிறழா விரதமிருந்து,
பதினெட்டில் ஒருவேளை புசிக்கவேண்டும் ஓராண்டுவரை,
உலகங்கள் ஏழிலும் வாழுவார் அன்னவர்,

அன்னவர் மனதிலே ஏழுலகும் அடங்கும்,
செல்லுவார் பெருந்தேரில் செல்லும் வழியெங்கும்,
வருவார் பலரும் வெகுபெருத்த தேர்களிலே,
அப்ஸரஸ்கள் பாகராகி இயக்குவார் தேரினை.

தேரினை ஓட்டுவதும் தேவருலக மங்கையரே,
அழகினை உடையதான அதிபெருத்த தேரிலே,

சிம்மத்தை புலியைச் சேர்த்துப் பிணைத்து,
தேரினை இழுக்கவைப்பார் தூயவராம் புண்ணியர்.

புண்ணியர் செல்லும் பெருந்தேரின் சக்கரங்கள்,
வானிலோர் மேகமென வெகுபெருத்த ஓசையுடன்,
வேகத்திலோர் வாயுவென வலம்வரும் வானுலகை,
கல்பத்திலோர் ஆயிரமளவு களிப்பார் சொர்க்கத்தில்.

சொர்க்கத்தில் அப்ஸரகள் செய்வார் பணிவிடைகள்,
கந்தர்வர்கள் குழுவாக கானங்கள் இசைப்பார்,
ஒளியில் சூரியனுக்கு ஒப்பான பெருந்தேரில்,
வருத்தங்கள் இல்லாமல் வலம்வருவார் அம்மனிதர்.

அம்மனிதர் அருகிலே அழகுமிக்க மாலைகளுடன்,
வானவர் மாதர்கள் வரிசையாய் நின்றிருப்பார்,
ஒருவர் பத்தொன்பதுநாள் உபவாசம் இருந்தபின்,
உண்ணுவார் இருபதிலெனில் ஓராண்டில் மேன்மையுறுவார்.

மேன்மையுறுவார் ஆதித்யர் மண்டலத்தில் உறைவுற்று,
அன்னவர் விரதகாலத்தில் உண்மையே பேசவேண்டும்,
பிரமசரியர் வழியிலே புனிதராக வாழவேண்டும்,
அஹிம்சையானதோர் வழியிலே அளிக்கவேண்டும்
அடைக்கலம்.

அடைக்கலம் மற்றபல உயிர்க்கெலாம் அளித்திடும்,
நல்லவர்தம் தேருக்கு நிறைய உபதேர்களில்,
கந்தர்வரும் அப்ஸரஸ்களும் களிப்புடன் தொடருவார்,
இருபதுதினம் உபவாசமிருந்தால் ஏற்படும் மேன்மை.

மேன்மை மிகைக்கும் மருதருலகம் அழைக்கும்,
உசானசை இந்த்திரனை உற்றவராய்ப் பெற்றிடுவார்,
ஆண்டுமுழுதும் அனுதினம் அக்கினிக்கு ஆகுதிகளை,
அளிக்கவேண்டும் அத்துடன் உண்ணவேண்டும்
இருபத்தோராந்தினம்.

இருபத்தோராந்தினம் மட்டும் அருந்தும் உணவினால்,
வெகுபுண்ணியம் கிடைக்கும் வாய்க்கும் பெருந்தேர்,

தேவமாதரும் அவருக்குத் தருவார் பணிவிடைகள்,
தவபலம் மிக்கவர் தேவரென களிப்பார்.

களிப்பார் ஆண்டுமுழுதும் கொடுக்கும் ஆகுதியை,
அக்கினிக்கோர் காணிக்கையாய் அளிக்கும் உன்னதர்,
அஹிம்சையென்பதோர் விரதத்துடன் உண்மையே பேசி,
இருபத்திரண்டானதோர் தினத்தில் உணவை உண்டால்.

உண்டால் இருபத்திரண்டில் உணவு ஒருவேளைதான்,
அவ்விதத்தில் உண்பவர் அகத்தில் வெறுப்பிலாதார்,
வசுக்கள் மண்டலத்தில் வாழுவார் சூரியனென,
எவ்விடத்தில் செல்ல எண்ணினால் அங்கிருப்பார்.

அங்கிருப்பார் அரைகணத்தில் எவ்விடம் செல்வதென,
அன்னவர் மனதிலே எண்ணம் கொண்டாலும்,
உண்டிருப்பார் அமுதத்தை வஞ்சியருடன் களிப்பார்,
தேவமாதர் அன்னவருக்குத் துணையாகி மகிழ்விப்பார்.

மகிழ்விப்பார் உபவாசியை மாதர்கள் வானுலகில்,
உண்ணாதிருப்பார் இருபத்திருதினம் உண்ணுவார்
இருபத்துமூன்றாந்தினம்,
இவ்வாறிருப்பார் ஓராண்டு எள்ளளவும் பிசகாமல்,
அடைந்திடுவார் வாயுமண்டலம் உசானமண்டலம்
ருத்ரமண்டலம்.

ருத்ரமண்டலம் செல்லவல்ல உன்னதமிகும் உபவாசி,
வானவர்தம் ஆபரணங்கள் வெகுப்பல அணிந்தவராய்,
அப்ஸரஸ்களும் தொழுதிட அமைதியுடன் வாழுவார்,
நெய்யுண்பார் ஒருசிலர் நாள்கணக்கு இருபத்துநான்கில்.

இருபத்துநான்கில் நெய்யும் இடைப்பட்டதில் ஏதுமின்றி,
நாள்கணக்கில் இருபத்துமூன்றுதினம் நடத்தும் உபவாசத்துடன்,
ஆகுதிகள் அக்கினியில் அளித்திடும் உன்னதர்,
ஓராண்டில் அடைவார் ஆதித்யர் மண்டலத்தை.

மண்டலத்தை வலம்வருவார் மாபெரும் தேரிலே,
உடல்தனை அலங்கரிக்க வகைவகை ஆபரணங்கள்,

தங்கத்தேரை இழுக்கத் தூயதான அன்னங்கள்,
மனமகிழ்வை அளிக்க மாதர்கள் பல்லாயிரம்பேர்.

பல்லாயிரம்பேர் உடன்வரப் பெருந்தேரில் பயணிப்பார்,
உணவையொருவர் இருபத்தைந்தாந்தினம் ஒருவேளை உண்டு,
உபவாசமிருப்பார் தினங்கள் இருபதொடு நான்களவு,
அவ்விதமவர் ஓராண்டில் அடைவார் புண்ணியம்.

புண்ணியம் பெருகும் பெருநலம் உண்டாகும்,
சிறந்ததாகும் தேரிலே செல்லுவார் எவ்வுலகிற்கும்,
நினைத்ததெலாம் கிடைக்கும் நினைத்தவிதம் மகிழுவார்,
அன்னவருடன் தேர்கள் அனேகம் செல்லும்.

செல்லும் தேரானது செய்யும் பேரோசை,
இழுக்கும் புலியும் அரிமாவும் அத்தேரை,
செலுத்தும் பாகர்களோ சீர்மிக்க தேவமாதர்,
தங்கம் வைரம் தகதகக்கும் அத்தேரில்.

அத்தேரில் செல்லலாம் அமரர்களின் உலகெங்கும்,
அவ்விதத்தில் கல்பங்கள் ஆயிரமளவு வாழலாம்,
அவ்விடத்தில் துணையிருப்பார் அமரருலக நாரியர்,
உண்ணுதல் அமுதம்போன்ற உணவுவகைப் பொருட்கள்.

பொருட்கள் நினைத்தவிதம் பெறுதல் இயலும்,
விரதத்தில் இருபத்தைந்துதினம் உண்ணாமல் இருந்து,
இருபத்தாறில் உணவை அருந்தும் உத்தமர்,
ஓராண்டில் அடைவார் வசுமண்டலம் மருதமண்டலம்.

மருதமண்டலம் அடைவார் மனதிலே ஆசையிலார்,
அனுதினமும் அக்கினிக்கு ஆகுதிகள் அளித்தவிதம்,
இருபத்தாறாந்தினம் மட்டும் ஏற்பார் ஒருவேளை,
கனகத்தேரும் கிடைக்கும் கந்தர்வர் செலுத்துவார்.

செலுத்துவார் கந்தர்வர் சீர்செய்வார் அப்ஸரஸ்கள்,
அன்னவர் தேரிலே அரிதான ரத்தினங்கள்,
பதித்திருப்பார் அவையெலாம் பளபளத்து மின்னிடும்,
வாழ்ந்திருப்பார் இரண்டாயிரம்யுகம் வானவர் உலகில்.

உலகில் ஆசையின்றி உபவாசத்தில் இருபத்தாறுதினம்,
உணவுகள் ஏதும் உண்ணாமல் இருந்து,
இருபத்தேழாந்தினத்தில் ஒருவேளை ஏதேனும் உண்ணுபவர்,
அக்கினியில் ஆகுதிகள் அளித்து விரதமிருப்பார்.

விரதமிருப்பார் ஓராண்டுகாலம் வழுவுதல் ஏதுமின்றி,
அத்தகையோர் தேவருலகில் அமுதத்தை உண்ணுவார்,
பசியிலாதார் தாகமிலாதார் புண்ணியம் பெற்றிருப்பார்,
செல்லுவார் வானுலகின் சிறப்புமிக்கப் பெருந்தேரில்.

பெருந்தேரில் செல்லுவார் பெருமுனிவர் ரிஷிகளென,
ஆற்றலில் மிகைத்தவர் அமரலோக மங்கையரின்,
அரவணைப்பில் வாழுவார் யுகங்கள் மூவாயிரம்,
கல்பங்கள் கணக்கும் கூறலாம் மூவாயிரம்.

மூவாயிரம் கல்பங்கள் மகிழ்ந்திருப்பார் வானுலகில்,
இருபத்தேழுதினம் உண்ணாதிருந்து இருபத்தெட்டாந்தினம்
உணவேற்று,
அனுதினமும் அக்கினிக்கு ஆகுதிகள் அளித்து,
புலனைந்தும் கட்டுபவர் புண்ணியம் வெகுபெரிது.

வெகுபெரிது புண்ணியம் வாழுவார் ரிஷிகளுடன்,
சூரியனது ஆற்றலுடன் சீர்மிகுந்து வாழுவார்,
அழகுமிகு மாதருடன் இருப்பார் மகிழ்வாக,
தேருக்கு உள்ளாகவும் துய்ப்பார் மகிழ்வு.

மகிழ்வு கொடுக்கும் மிகப்பலப் பொருட்களுடன்,
வானுலகு தன்னிலே வாழுவார் கல்பகோடி,
இருபத்தெட்டு நாட்களுக்கு ஏதும் உண்ணாமல்,
இருபத்தொன்பது நாளில் ஒருவேளை உண்ணுவார்.

உண்ணுவார் ஒருவேளை உணவை இருபத்தொன்பதில்,
பேசுவார் சதியத்தைப் பேசிடார் கோபத்துடன்,
அன்னவர் ஓராண்டில் அடைந்திடும் புண்ணியம்,
வானவர் உலகிலே வாழ்விக்கும் ரிஷிகளுடன்.

ரிஷிகளுடன் வாழுவார் ஆதவனின் ஒளிபெற்று,
தங்கத்துடன் தேரில் தகதகக்கும் நவமணிகள்,
செலுத்திதான் செல்லுவர் சொக்கவைக்கும் அப்ஸரஸ்கள்,
கந்தர்வரின் குழுக்கள் கானம் இசைக்கும்.

இசைக்கும் கானத்தை அனேகவிதக் குழுக்கள்,
அழகுமிகும் மாதர்கள் அன்னவரின் துணையாவார்,
நினைக்கும் இன்பங்கள் நாடிவரும் உடனேயே,
அக்கினியாம் தேவரென அடைவார் பேராற்றல்.

பேராற்றல் பெற்றவர் புகுவார் வசுமண்டலத்தில்,
மருதர்கள் சாத்யர்கள் மண்டலங்களும் பெறுவார்,
அஸ்வினியர்கள் உருத்திரர்கள் இருப்பிடமும் செல்லுவார்,
பிரமருலகில் கூடப் பாங்குடன் வசிப்பார்.

வசிப்பார் பிரமலோகத்தில் உபவாசம் இருப்பவர்,
இருப்பார் ஒருமாதம் ஏதொன்றும் உண்ணாமல்,
உணவேற்பார் மறுமாதத்தின் ஒன்றாந்தினம் ஒருவேளை,
அன்னவர் ஓராண்டுகாலம் இருப்பார் விரதத்தில்.

விரதத்தில் இருந்து வையத்தில் அனைத்துக்கும்,
பார்வையில் சமதிருஷ்டி பொருத்தும் அம்மனிதர்,
பிரமருலகில் சென்று பருகுவார் அமுதத்தை,
ஆற்றலில் சூரியனென அதிமேன்மை பெறுவார்.

பெறுவார் யோகபலம் பொன்னாடை மலர்மாலை,
பூசுவார் உடலிலே பொலிவான நற்கந்தம்,
மகிழ்வார் அவருக்கு மனத்துயரம் ஏதுமில்லை,
அருகிருப்பார் அவருக்கு அணங்குகள் பணிசெய்ய.

பணிசெய்ய உடனிருக்கும் பாவையர் அனைவரும்,
ரிஷிகளுடைய மகள்கள் உருத்திரரது மகள்கள்,
வெகுத்தூய மாதர்கள் வழங்குவார் துதிகளை,
நினைத்தவித வடிவெடுக்கும் நிகரிலா அழகினர்.

அழகினர் அம்மங்கையர் இயம்பும் வார்த்தைகளும்,
குழலிலோர் இசையெனக் களிப்பைக் கொடுக்கும்,

அருகிருப்போர் மனதை ஆனந்தமாய் வைத்திருக்கும்,
திறமிருப்போர் அம்மாதர் தூயவர் மெல்லிடையார்.

மெல்லிடையார் அருகிருக்க மகிழ்ந்திருப்பார் அம்மனிதர்,
அன்னவர் தேரும் ஆகாயத்து நிறத்திலே,
வானவர் வீதிகளில் வலம்வரும் வேகத்துடன்,
பின்தொடர்ந்து பலதேர்கள் பொன்மதியெனச் செல்லும்.

செல்லும் தேர்கள் செரிவான வேகத்தில்,
அன்னவர்தம் அருகிலே அவர்சொல்லை ஏற்பதற்கு,
எப்போதும் பணியாட்கள் இருப்பார்கள் குழுவாக,
ஞானமிகும் அம்மனிதர் நண்ணுவார் பிரமருலகை.

பிரமருலகை அடைந்து பன்னெடும் காலத்துக்கு,
மகிழ்வுகளைப் பெற்று மாண்புடன் வாழுவார்,
கணக்கினை ஆயிரமாண்டு காலத்தில் விழுந்திடும்,
மழைத்துளியை ஒத்ததென மொழியலாம் ஜம்புத்வீபத்தில்.

ஜம்புத்வீபத்தில் வீழ்ந்திடும் சிறிதான மழைத்துளிகள்,
ஆயிரமாண்டில் அடையும் அதிபெருத்தக் கணக்களவு,
பிரமருலகில் வாழுவார் பீடுமிக்க நல்லவர்,
இதேவிதத்தில் பத்தாண்டுகள் இருந்தால் ரிஷியாவார்.

ரிஷியாவார் பத்தாண்டுகள் ஒருமாதம் உண்ணாதிருந்து,
அடுத்ததோர் மாதத்தில் இருக்கும் முதல்நாளில்,
உண்ணுபவர் ஒருவேளை உணவினை ஏற்றால்,
அன்னவர் ரிஷியாவார் அவருக்கு மாற்றமில்லை.

மாற்றமில்லை உலகைவிட்டு மாற்றுலகம் செல்லுகையில்,
வடிவத்தை மாற்றாமல் வானுலகம் செல்லுவார்,
புலன்களை அடக்கினால் பெரும்பலம் சித்திக்கும்,
பேச்சினைக் குறைத்துப் பலனடக்கினால் மேன்மை.

மேன்மை கொடுக்கும் மனதை அடக்குவது,
காமத்தை விலக்கி கருணை மனத்துடன்,
உணவுகளை விரும்பாமல் விரதமுறை கடைப்பிடித்து,
ஆகுதிகளை அக்கினீல் இடுபவர் உயருவார்.

உயருவார் உபவாசத்தால் உணவைக் கட்டுபவர்,
சூரியர் போலவே செரிவான ஆற்றலுடன்,
செல்லுவார் வானுலகம் சார்ந்திருக்கும் உடலிலேயே,
அன்னவர் நினைத்தவற்றை அடைவார் நினைத்தவிதம்.

நினைத்தவிதம் நினைத்தவை நடந்தேறும் அன்னவருக்கு,
என்னவிதம் உபவாசம் இருந்தால் அதற்கு,
என்னவெலாம் பலனென்று இயம்பினேன் விரிவாக,
பொருளிலாரும் இவ்விதத்தில் பெறலாம் புண்ணியத்தை.

புண்ணியத்தை அடைந்திடும் பேருமார்க்கம் உபவாசம்,
தேவர்களை பிராமணரைத் துதித்து வணங்கவேண்டும்,
உபவாசத்தைக் குறித்து வேண்டாம் சந்தேகம்,
வெகுமேன்மை கொடுப்பது உயர்வான உபவாசம்.

உபவாசம் விரதம் உளத்திலே புனிதம்,
தனக்கேதும் பெருமையிலாத் தூயவர் நல்லவர்,
ஆசையேதும் இல்லாதவர் அகத்தைக் கட்டியவர்,
மாற்றமேதும் இல்லாது முழுமுயற்சி உடையவர்.

உடையவர் முயற்சியில் உறுதியெனில் அம்மனிதர்,
அடைவார் மேன்மைகள் அனேகவித வெற்றிகள்,
அன்னவர் திறங்குறித்து அகத்திலே எள்ளளவும்,
சந்தேகிப்பதோர் செயலைச் செய்யாதே வேந்தனே.

(108)அனுசாசன பர்வம், பகுதி 108

வேந்தனே என்று விளம்பினார் பிதாமகர்,
தீர்த்தத்திலே மிகப்புனிதத் தீர்த்தம் என்னவென,
உரைக்கவே வேண்டும் உன்னதரே நீவிர்,
புனிதத்திலே மிகப்புனிதம் பெற்றதான தீர்த்தமெது?

தீர்த்தமெது புனிதமெனத் தெரிவிக்க வேண்டுமென்று,
வினவியது கேட்டதும் விளம்பினார் பிதாமகர்,
அனைத்துத் தீர்த்தங்களும் ஈடிலாப் புனிதமே,
புனிதமிக்கது மானசமெனப் பகரப்படும் தீர்த்தம்.

தீர்த்தம் அனைத்திலும் தூயதான மான்சத்தின்,
ஆழம் அறிந்திடல் ஆகாது எவருக்கும்,
பாவம் அற்றதுப் புனிதம் மிக்கது,
குற்றம் ஏதொன்றும் கிடையாது மானசத்தில்.

மானசத்தில் நீராவது மானிடரின் உண்மைதான்,
ஞானத்தில் நிலைத்திருக்கும் நன்னீர் ஏரியாகும்,
தூய்மைகள் நல்கும் தீங்கிலாத ஏரியில்,
குளித்தால் கிடைக்கும் குற்றமிலா நன்னலம்.

நன்னலம் கிடைக்கும் நீசமெலாம் விலகும்,
ஆசைகளும் மோகமும் அகன்று ஓடிவிடும்,
தன்னலம் விலகும் தலைப்படும் ஊக்கம்,
சிரத்தையும் சத்தியமும் சாத்வீகமும் மேம்படும்.

மேம்படும் கருணை மற்றவரைத் தாக்காமை,
அஹிம்சையெனும் நற்குணம் அகத்திலே துளிர்க்கும்,
அமைதியெனும் நன்னிலையில் அகமானது நிலைக்கும்,
பற்றுகளும் தற்பெருமையும் பகட்டும் விலகும்.

விலகும் இருமைகளின் வேதனையும் தாக்கமும்,
குடும்பம் மனைவி குழந்தைகள் இல்லாதவர்,
வீடுகளும் தோட்டமும் வயல்களும் அற்றவர்,
உஞ்சமேற்கும் புனிதரை உரைப்பார் மானசமென.

மானசமென உரைப்பது மனதிலே சத்தியத்தை,
நிலையென நிறுத்திய நிகரிலா நல்லவரை,
தனக்கெனப் பொருளேதும் தனியாக வேண்டாதவர்,
மானசமென உரைக்கப்படும் மிகப்புனிதத் தீர்த்தமாவார்.

தீர்த்தமாவார் ஒருசிலர் தூய்மை மிகைத்தவர்,

அத்தகையோர் எவரென அறிந்துகொள்ள ஒருவர்,
குணமிக்கார் அவருக்குக் கூறப்பட்ட அடையாளங்களை,
தேடியறிவார் மானிடரில் தூயவரைக் கண்டறிய.

கண்டறிய வேண்டும் குணங்கள் மூன்றாகும்,
சத்வரஜசத் தமசத்தின் சாயல்கள் அற்றவரை,
சரிதவறாகிய இருமைகளில் சாராமல் ஒருவர்,
செயலாகிய அனைத்தையும் செய்வார் ஊக்கத்துடன்.

ஊக்கத்துடன் உழைப்பார் ஒருபொருளும் வேண்டிடார்,
ஞானமெனும் அறிவினால் நானிலத்தை அறிவார்,
தூயதாகும் நடத்தையுடன் தனியராக இருப்பார்,
அத்தகும் ஒருநபரே உத்தமத் தீர்த்தமாவார்.

தீர்த்தமாவார் ஞானத்துடன் தீர்க்கமானப் பார்வையுளார்,
அத்தகையோர் தீர்த்தமாகி அழிப்பார் பாவங்களை,
உடலிலொருவர் நீர்விட்டு அகற்றலாம் மாசுகளை,
மாசிலாதவர் அவரல்ல மனதளவில் துறந்தவரே.

துறந்தவரே மாசிலாதார் தனக்கென்றே வேண்டாதவர்,
ஆசையென்றே எழுவதை அகற்றுவதே கடமையென,
தனக்குள்ளே ஆசைகளைத் தடுத்து அழிப்பவர்,
உண்மையிலே சுத்தமுளார் உடலளவில் மனதளவில்.

மனதளவில் பற்றின்றி முற்காலத்துக்கு வருந்தாமல்,
இருப்பதில் மகிழ்ந்து இனியேதும் வேண்டாமென,
பொருட்கள் சேர்க்கும் பேராசை அற்றவர்,
ஆசைகள் விட்டவரை அறியவேண்டும் மானசமென.

மானசமென இருப்பவர் மிகவும் புனிதராவார்,
ஞானமென இருப்பது நல்கும் தூய்மையை,
உடலென இருப்பது விழுப்பின்றித் துலங்கவும்,
தேவையான ஒருபொருள் தூயதான ஞானமே.

ஞானமே உடல்மனத்தை நன்கு தூயதாக்கும்,
ஆசைகளே அற்றவர் அகத்திலே மகிழ்வுளார்,
தூய்மையே வடிவானவர் தன்னகத்தைக் கட்டியவர்,

தூயவரே என்பதைத் தெரிவிக்கும் நடத்தை.

நடத்தை வாயிலாக நல்லவராம் மானசரை,
எளிதாய்க் கண்டறிந்து அன்னவர் தரிசனத்தால்,
பாவங்களைக் களைந்து புண்ணியத்தை அடையலாம்,
ஈடில்லை பூமிமீது இருக்கும் தீர்த்தங்கள்.

தீர்த்தங்கள் பலவும் தூயவராம் மானசருக்கு,
சமத்தில் இல்லையெனச் சொல்லுகிறேன் உறுதியாய்,
மண்ணில் தீர்த்தங்கள் மிகவும் கீழானதே,
மானசத்தில் குளிப்பதே மிகப்புனிதம் வழங்கும்.

வழங்கும் புனிதத்தை உன்னதமாம் மானசம்,
ஞானமெனும் ஒன்றையே நல்கவேண்டும் நன்னீரென,
ஞானமிகும் நல்லாரையே நவிலவேண்டும் தீர்த்தமென,
மானசர்தாம் அகிலத்தில் மிகப்புனித தீர்த்தம்.

தீர்த்தம் ஞானம் தங்குமிடும் தன்மனமென,
பிரமர்தம் தீர்த்தமாகும் புனிதமிகும் மானசத்தில்,
குளிக்கும் ஒருவரே குளிக்கிறார் தீர்த்தத்தில்,
தூயதாகும் மனமுடையார் தூயவரில் மிகத்தூயர்.

மிகத்தூயர் எவரெனில் மனத்திலே ஞானமுளார்,
மானிடர் அனைவரிடமும் மானசர் கருணையுளார்,
தூயவர் மானசரைத் தெரிவிக்கும் நன்னடத்தை,
ஒவ்வொருவர் உடலிலும் உள்ளன தீர்த்தங்கள்.

தீர்த்தங்கள் உடலிலே தூயதாக இருக்கின்றன,
பூமியில் அதேபோலப் புனிதமிகும் தீர்த்தங்கள்,
இருப்பதால் அவற்றையும் உனக்குத் தெரிவிக்கிறேன்,
உடலில் இருப்பதுபோல் உலகிலும் தீர்த்தமுண்டு.

தீர்த்தமுண்டு உலகிலும் தீர்த்தமுண்டு உடலிலும்,
அங்குசென்று குளித்தால் ஏற்படும் வெகுபுனிதம்,
பித்ரிக்களுக்கு அவ்விடத்தில் பிண்டம் அளித்தால்,
பாவமற்றுப் புண்ணியத்தில் புனிதராவார் மானிடர்.

மானிடர் பாவங்களை மண்ணுலகில் விலக்கினால்,
புகுவர் வானுலகில் புனிதமிக்க சொர்க்கத்தில்,
நேர்மையுளார் துணையால் நானிலத்தில் தீர்த்தங்கள்,
புண்ணியங்கள் நல்குவது பாருலகில் மாந்தருக்கு.

மாந்தருக்குப் புனிதத்தை மண்ணுலகில் நல்கிட,
புண்ணியத்துத் தீர்த்தங்கள் பலவும் இருக்கின்றன,
மானசத்துத் தீர்த்தமோ மிகமிகப் புனிதமானது,
பூமிமீது இருப்பவை புனிதமில்லை மானசத்தளவு.

மானசத்தளவு புண்ணியம் மற்றெதிலும் இல்லையென,
நன்குணர்ந்து ஒருவர் ஞானமெனும் நல்லேரியில்,
குளித்துவிட்டு பூமியில் காணப்படும் தீர்த்தத்திலும்,
குளித்து வந்தாரெனில் கிடைக்கும் வெகுபுண்ணியம்.

வெகுபுண்ணியம் கிடைக்கும் உளமான மானசத்தில்,
குளித்து எழுந்திடும் குற்றமிலா நல்லாருக்கு,
உழைப்பிலாரது ஆற்றலும் ஆற்றலிலாரது உழைப்பும்,
பிறரது துணையின்றி பலனேதும் அளிக்காது.

அளிக்காது பலனை ஆற்றல்மட்டும் உழைப்புமட்டும்,
ஆற்றலொடு உழைப்பு இணைந்து செயல்பட்டால்,
நினைத்தது அனைத்தும் நடந்தேறும் கணத்திலே,
அவ்விதத்து மானசமும் அனேகத் தீர்த்தங்களும்.

தீர்த்தங்களும் மானசமும் தூய்மையொடு இணைந்தால்,
பலனானது கிடைக்கும் புண்ணியம் மிகைக்கும்,
மானசமானது ஆற்றல் மண்ணிலுளது உழைப்பென,
இவ்விரண்டும் சேர்வித்தால் ஏற்படும் நற்பலன்.

(109)**அனுசாசன பர்வம்**, **பகுதி 109**

நற்பலன் கிடைக்குமென நவின்றவர் பீஷ்மரிடம்,
உபவாசமெனும் விரதத்தின் உறுதியான விளைவென்ன?
மிகநலம் மிகமேன்மை மிகைத்த வளமையென,
என்னவெலாம் கிடைக்கும் ஈடிலாததாம் உபவாசத்தால்?

உபவாசத்தால் கிடைக்கும் உயர்வுகள் என்னவென,
பிதாமகரிடத்தில் யுதிஷ்டிரன் பணிவாக வினவியதும்,
உபவாசத்தால் உண்டாகும் உயர்வுகள் குறித்து,
அகிலத்தில் தான்தோன்றி அமைத்தார் பாடலை.

பாடலை உரைக்கிறேன் பாடியவர் பிரமதேவர்,
எதனைச் செய்தால் எல்லாவற்றிலும் மேலாக,
மகிழ்வை அடையலாமென மொழிந்தார் பிரமர்,
உபவாசத்தைக் கடைப்பிடிக்க உள்ளது காலநேரம்.

காலநேரம் த்வாதசியெனக் கூறப்படும் திதியிலே,
மார்கசீர்ஷம் என்று மொழியப்படும் மாதத்திலே,
கிருணனெனும் கண்ணனைக் கேசவனெனும் விஷ்ணுவாக,
ஒருதினம் முழுவதும் வணங்கினால் புண்ணியம்.

புண்ணியம் அஸ்வமேதிகம் புரிந்த அளவாகிடும்,
பாவமெலாம் விலகும் புண்ணியமெலாம் பெருகும்,
பௌஷமெனும் மாதத்தில் பனிரண்டாந்தினம் த்வாதசியில்,
கண்ணனெனும் வ்ருஷ்ணியனைக் கும்பிடவேண்டும்
நாரணனாக.

நாரணனாக நினைத்து நாள்முழுதும் விரதமிருந்தால்,
உபவாசியாக இருப்பவருக்கு உண்டாகும் புண்ணியம்,
வாஜபேயமென உரைக்கும் வேள்விக்கு நிகரானது,
மகமான மாதத்திலும் மிகநலம் உபவாசம்.

உபவாசம் த்வாதசியில் ஒருநாள் முழுவதற்கும்,
கிருஷ்ணனாகும் கண்ணனைக் கருதவேண்டும் மாதவனென,
அந்தவிதம் விரதம் இருந்திடும் ஒருவருக்கு,
ராஜசூயம் இயற்றியதாக ஏற்படும் புண்ணியம்.

புண்ணியம் கிடைத்து பித்ருக்களை மகிழ்வித்து,
குலமெலாம் விமோசனம் கிடைத்திட உதவுவார்,
பல்குனமாம் மாதத்தில் பிறைநிலவின் த்வாதசியில்,
கண்ணனாகும் கோவிந்தனெனக் கும்பிட்டால் புண்ணியம்.

புண்ணியம் அதிராத்ரம் புரிந்த அளவுக்கு,
உண்டாகும் என்பதை உணருதல் வேண்டும்,
சோமனாகும் இறைவரிடம் சேருவார் இறந்தபின்னர்,
உபவாசம் இருப்பதற்கு உகந்ததாகும் சைத்ரமாதம்.

சைத்ரமாதம் த்வாதசியில் ஸ்ரீதரனாம் கிருஷ்ணனை,
விஷ்ணுவெனும் வடிவத்தில் வணங்கி விரமிருந்தால்,
புண்டரீகம் என்னும் பெருவேள்வி செய்ததாக,
உண்டாகும் புண்ணியம் உம்பருலகில் சேர்க்கும்.

சேர்க்கும் வானவரின் சொர்க்கத்தில் ஒருவரை,
சீர்மிகும் உபவாசத்தை சைத்ரமாதம் செய்தால்,
வைசாகமெனும் மாதத்தில் உண்டாகும் த்வாதசியில்,
உபவாசம் செய்பவருக்கு உண்டாகும் புண்ணியம்.

புண்ணியம் அக்னிஷ்டமம் புரிந்ததற்கு நிகராகும்,
சோமனெனும் இறைவரிடம் செல்லுவார் இறந்தபின்னர்,
ஜைஷ்டமாதம் தன்னிலே ஸ்ரீதரனே வாமனனாக,
வந்தானெனும் நினைவிலே உபவாசம் நோற்கவேண்டும்.

நோற்கவேண்டும் உபவாசம் நிகரிலாத ஜைஷ்டத்தில்,
கோமேதயாகம் செய்தால் கிடைக்கும் புண்ணியத்தை,
எளிதாகும் விதத்திலே அடைவார் உபவாசி,
ஆஷாடமாதம் த்வாதசியில் ஆராதிக்கவேண்டும் கண்ணனை.

கண்ணனை வாமனனெக் கருதி விரதமிருந்து,
த்வாதசியை உபவாசமாகத் தன்னடக்கத்துடன் கழித்தால்,
நரமேதமெனும் யாகத்தை நிகழ்த்தியதாம் பலன்விளையும்,
அப்ஸரசாகும் மங்கையருடன் அகமகிழ்ந்து களித்திருப்பார்.

களித்திருப்பார் கண்ணனைக் கலிதீர்க்கும் ஸ்ரீதரனென,
எண்ணத்திலொருவர் நினைத்து அம்புலியின் த்வாதசியில்,
மானிடரொருவர் விரதமிருந்தால் மிகச்சிறந்த வேள்வியான,
பஞ்சயக்ஞமவர் செய்ததானப் புண்ணியத்தை அடைவார்.

அடைவார் சொர்க்கத்தில் அழகுமிக்கப் பெருந்தேரை,
கண்ணனானவர் ரிஷிகேசனாகக் காணப்படும் திருமாலென,

மனதிலொருவர் நினைந்து மாதமாம் பத்ரபாதத்தில்,
விரதமவர் இருந்தால் வெகுபலன் சௌத்ரமணியென.

சௌத்ரமணியென சொல்லப்படும் சீர்மிக்க வேள்வியை,
செய்ததான நற்பலன் சேரும் உபவாசிக்கு,
அஸ்வினியான மாதத்தில் உபவாசம் நோற்பவர்,
த்வாதசியான திதியிலே உபவாசமிருத்தல் புண்ணியம்.

புண்ணியம் மிகைக்கும் பரந்தாமன் கண்ணனை,
பத்மநாபனெனும் பெயரிலே பாங்குடன் வணங்கினால்,
ஆயிரம் பசுக்களை அளித்திடும் தானத்தின்,
பெருநலம் அனைத்தும் பெறுவார் உபவாசி.

உபவாசி த்வாதசியில் உண்ணாமல் இருந்து,
கண்ணனாகிய மாதவனைக் கடவுளாகிய தாமோதரனென,
கார்த்திகையாகிய மாதத்தில் கருத்தில் நிறைத்தால்,
வேள்வியாகிய அனைத்தையும் விளைத்ததற்குச் சமமாகும்.

சமமாகும் புண்ணியமெனச் சொல்லுதற்கு இயலாத,
பெரிதாகும் நன்னலம் பெற்றிட விரும்புபவர்,
ஆண்டுகாலம் ஒன்றளவு உபவாசத்தில் இருந்தால்,
முற்பிறப்பாகும் அனைத்தும் மனதிலே அறியலாம்.

அறியலாம் மாதவனை உபேந்திரனெனும் வடிவத்தில்,
அனுதினம் உபேந்திரனை அகத்திலே நினைந்தால்,
ஹரியாகும் நாராயணனிடம் ஒன்றுவார் அம்மனிதர்,
அவ்விரதம் முடிகையில் அந்தணருக்கு உணவிடவேண்டும்.

உணவிடவேண்டும் நெய்யுடன் வெகுப்பல தானங்களுடன்,
வழங்கிடும் தானத்தால் வெகுபெருத்த புண்ணியம்,
வாய்த்திடும் என்று விளம்பினார் மகாவிஷ்ணு,
அகிலாண்டம் அனைத்தின் ஆதிநாதரின் வார்த்தையிது.

(110)அனுசாசன பர்வம், பகுதி 110

வார்த்தையிது விஷ்ணுவே விளம்பியது என்பதை,

பேரனிடத்து உரைத்தார் பிதாமகர் பீஷ்மர்,
அடுத்தது வைசம்பாயனர் இயம்பினார் நிகழ்வுகளை,
வயோதிகத்து வேங்கையிடம் வந்தான் யுதிஷ்டிரன்.

யுதிஷ்டிரன் வந்தான் அம்புப் படுக்கையில்,
கிடந்திடும் பீஷ்மரான கௌரவ வேங்கையிடம்,
பிதாமகரிடம் யுதிஷ்டிரன் பகர்ந்தான் சந்தேகத்தை,
எந்தவிதம் நோன்பிருந்தால் அடையலாம் உடலழகை?

உடலழகை நற்குணத்தை உடல்பலத்தை அடைவதற்கு,
என்னவகை நோன்புகளை எந்தவிதம் நோற்கவேண்டும்?
புண்ணியத்தை உடையராகப் பாருலகில் மகிழ்பவராக,
முத்திரட்டை அடைந்திடும் முறையென்ன பிதாமகரே?

பிதாமகரே மகிழ்வாக பூமியிலே வாழ்ந்திட,
என்னென்னவே செய்வதென எழுப்பினான் வினாவை,
பேரனிடத்திலே பதிலைப் பகர்ந்தார் பீஷ்மர்,
மார்கழியிலே நோற்கவேண்டும் மதியாகும் சந்திரவிரதம்.

சந்திரவிரதம் நோற்கச் சரியான காலகட்டம்,
மார்கழியாகும் மாதத்திலே மூலமெனும் நட்சத்திரமாகும்,
இருகால்களும் மூலத்தில் இணைந்து நின்றிட,
ரோஹிணியெனும் நட்சத்திரம் ஆகவேண்டும் முழங்காலாக.

முழுஅங்காலாக ரோஹிணி முட்டிகளாக அஸ்வினி,
முன்னங்காலாக ஆஷாடங்கள் முறையாக இரண்டும்,
பிட்டமாக நட்சத்திரம் பல்குனியும் அமைந்திட,
இடுப்பாக கிருத்திகையும் நாபியாக பத்ரபாதமும்.

பத்ரபாதமும் நாபியாகப் பார்வையிடம் ரேவதியாக,
முதுகுப்புறம் தனிஷ்டமாக முன்வயிறு அனுராதமாக,
இருகரங்களும் விசாகத்தை அண்டுமளவு நீண்டதாக,
ஹஸ்தமெனும் நட்சத்திரம் இருகரங்களாய் இருக்கவேண்டும்.

இருக்கவேண்டும் புனர்வசு இருகரங்களின் விரல்களாக,
அஸ்லேஷம் கரங்களில் அமையவேண்டும் நகங்களாக,
ஜ்யேஷ்டம் கழுத்தாகவும் ஸ்ரவணம் காதுகளாகவும்,

வாய்ப்புறம் புஷ்யமாகவும் வரிசைப்பல் ஸ்வாதியாகவும்.

ஸ்வாதியாகவும் உதடுகள் சேரவேண்டும் பற்களுடன்,
சதபிஷம் புன்சிரிப்பாகவும் மகநட்சத்திரம் நாசியாகவும்,
ம்ருகசீரிஷம் கண்களாகவும் முன்நெற்றி சித்திரையாகவும்,
பரணிநட்சத்திரம் சிரமாகவும் ஆருத்திரம் முடியாகவும்.

முடியாகவும் ஆருத்திர மகாநட்சத்திரம் இருந்திட,
சந்திரவிரதம் துவங்கவேண்டும் சரியான காலத்தில்,
முடித்ததும் நெய்யை மறையோதும் பிராமணருக்கு,
அளிக்கும் செயலால் அடையலாம் நல்லறிவை.

நல்லறிவை மேன்மகளை நிறைநிலையை அடைந்து,
பூரணத்தை அடைந்த பானுவாம் சந்திரனென,
வெகுமேன்மை பெறுவார் விரதத்தை நோற்றவரென,
விவரத்தை உரைத்தார் விவேகமிக்கார் பீஷ்மர்.

(111)**அனுசாசன பர்வம்**, **பகுதி 111**

பீஷ்மர் உரைத்த பானுவிரத மகிமையை,
கௌரவர் வேந்தன் கேட்டு உணர்ந்தான்,
பிதாமகர் பீஷ்மரிடம் பகர்ந்தான் சந்தேகத்தை,
அறிந்துளீர் வேதங்களை அறங்களை நீவிர்.

நீவிர் அறிந்துளீர் நலந்தீது அனைத்தையும்,
ஞானியர் நடுவிலே நிகரிலாப் பெருஞானியே,
மானிடர் தொகையும் மற்றபல உயிர்களும்,
சுழலிலோர் துகளெனச் சுற்றிவரும் பிறந்திறந்து.

பிறந்திறந்து சுழற்சியில் பாடுபடும் உயிரினங்கள்,
எவ்விதத்து நடந்தால் அடைகிறது சொர்க்கத்தை?
என்னவிதத்து நடந்து ஏகுகிறது நரகத்தினுள்?
உகுத்துவிட்டு செல்கிறது உடலெனும் மண்கூட்டை.

மண்கூட்டை ஒத்ததான மனிவுடலை உகுத்து,
களிமண்ணை ஒத்ததாகக் கிடக்கட்டும் பூமியிலென,

மறுவுலகை அடைகியில் மனிதருடன் செல்லுவது,
என்னென்பதை எனக்கு இயம்பவேண்டும் விளக்கமாக.

விளக்கமாக உரைப்பீரென வேந்தன் வேண்டியதும்,
தொலைவாகக் கண்டால் தூயவர் வ்ருஹஸ்பதி,
இவ்வழியாக வருகிறார் ஈடிலாதப் பெருஞானியிடம்,
சந்தேகமாக இருப்பதைச் சொன்னால் விளக்குவார்.

விளக்குவார் வ்ருஹஸ்பதி வானவரின் தேவகுரு,
வேறெவர் இதுகுறித்து விளக்கிட வல்லவர்?
ஞானியர் வ்ருஹஸ்பதிபோல் நானிலத்தில் வேறெவரும்,
நுணுக்கமாதோர் விளக்கத்தை நல்கிட வாய்ப்பில்லை.

வாய்ப்பில்லை வ்ருஹஸ்பதிபோல் வேறெவரும் விளக்கவென,
உரையாடலை பீஷ்மரும் யுதிஷ்டிரனும் நிகழ்த்துகையில்,
அவ்விடத்தை அடைந்தார் அமரகுரு வ்ருஹஸ்பதி,
உளத்தூய்மை கொண்டவர் உன்னதர் வந்தார்.

வந்தார் வ்ருஹஸ்பதி வரவேற்றான் யுதிஷ்டிரன்,
இருந்தோர் அனைவரும் அண்டியே வணங்கினர்,
திருதராஷ்டிரர் தலைமையில் திரண்டனர் அனைவரும்,
வானவர் குருவை வரவேற்று வணங்கினர்.

வணங்கினர் வ்ருஹஸ்பதியை உளத்திலே பக்தியுடன்,
அன்னவர் வரவேற்பு அற்புதமாய் இருந்தது,
தர்மரானவர் மைந்தன் தூயவன் யுதிஷ்டிரன்,
வ்ருஹஸ்பதியானவர் அருகிலே வந்தான் பணிவுடன்.

பணிவுடன் வ்ருஹஸ்பதியிடம் பகர்ந்தான் வினாவை,
நெறிகளும் நூல்களும் நன்கு கற்றுணர்ந்தவரே,
மானிடர்தம் நட்பென்ன மொழிவீர் எனக்கு,
அன்னையுடன் தந்தையா அல்லது குருநாதரா?

குருநாதரா உறவினரா களிப்புதரும் நண்பர்களா?
குற்றமிலா உறுதுணையை கூறவேண்டும் எனக்கு,
உயிரிலா உடலை வெறுங்கட்டையென உகுத்து,
தனியராய்ச் செல்லுகையில் துணைவர ஏதுண்டு?

ஏதுண்டு மனிதருடன் அவ்வுலகு வருவதென,
வினவியது கேட்டதும் விளம்பினார் வ்ருஹஸ்பதி,
பதிலணித்துப் பேசினார் பாருலகில் மாந்தர்குறித்து,
தனித்துப் பிறந்து தனித்து இறக்கிறார்.

இறக்கிறார் பிறக்கிறார் எவரும் துணையின்றி,
கடக்கிறார் வாழ்வின் கடினங்களைத் தனியராக,
வருந்துகிறார் தனியராக வேறெவருடனும் பகிராமல்,
வேறொருவர் துணையில்லை வருந்துதல் தனியாகவே.

தனியாகவே இருக்கிறார் துணையாகவே எவருமின்றி,
அன்னையாகவே தந்தையாகவே ஆசானாகவே உறவினராகவே,
நண்பராகவே இருபோரெலாம் நமனிடம் சென்றவரின்,
உடலாகவே இருப்பதை ஒதுக்குவார் மண்கட்டியென.

மண்கட்டியென உடலை மரணத்துக்குப்பின் ஒதுக்கி,
ஒருகணமான நேரத்துக்கு உளத்திலே வருந்திவிட்டு,
அவரவருக்கான வேலைகளுக்கு அவரவர்கள் திரும்புவார்,
பாவபுண்ணியமென இருப்பவைதான் போகும் இறந்தவருடன்.

இறந்தவருடன் செல்லும் அறவழிச் செயல்களே,
அன்னவரின் நட்புறவென அவ்வுலகில் துணைவரும்,
அதனால்தான் புண்ணியத்தை அனைவரும் சேர்க்கவேண்டும்,
புண்ணியத்தின் வாயிலாகப் பெறலாம் பொன்னுலகை.

பொன்னுலகை அடைவார் புண்ணியத்தைச் சேர்த்தவர்,
கொடுநரகை அடைவார் கேடரான மாபாவியர்,
சட்டதிட்டத்தை மதித்துச் சேர்க்கவேண்டும் புண்ணியத்தை,
தன்னடக்கத்தை மட்டுமே துணைவரெனக் கொள்ளவேண்டும்.

கொள்ளவேண்டும் அடக்கத்தையே களிப்பான துணையாக,
இவ்வுலகிலும் அவ்வுலகிலும் இதுமடுமே துணைவரும்,
அறிவேதும் இல்லாதவர் ஆசையாலும் காமத்தாலும்,
கருணையாலும் அச்சத்தாலும் கேடுபல செய்வார்.

செய்வார் கேடுகளைச் சீர்கெட்டார் தம்பொருட்டே,

ஒருசிலர் பிறருக்கென விளைப்பார் கொடுமைகளை,
அன்னவர் அறிவாற்றல் அகன்றது ஆசைகளால்,
ஒருவர் மேன்மைக்கு வேண்டும் தன்னடக்கம்.

தன்னடக்கம் பொருள்வளம் துய்க்கும் சுகமென,
முத்திரட்டும் ஒருவரிடம் மிகைத்து மேம்படும்,
தவறுகளும் பாவமும் தவிர்த்து வாழுபவரை,
அண்டும் முத்திரட்டும் அதனதன் போக்கிலே.

போக்கிலே நல்லமனம் படைத்தவர் தங்களின்,
புண்ணியமே நட்புறவெனப் பெறுவார் சொர்க்கமென,
கருத்தையே உரைத்தார் குருவான வ்ருஹஸ்பதி,
சந்தேகமென்றே மீண்டும் சொன்னான் யுதிஷ்டிரன்.

யுதிஷ்டிரன் விளம்பினான் அமரர்களின் குருவிடம்,
உங்களின் வார்த்தைகள் ஒவ்வொன்றையும் கவனமாக,
கேட்டுதான் எந்தன் கருத்தினில் நிறைத்தேன்,
நேர்மையின் வழிகாட்டி நலத்தின் வழிகாட்டி.

வழிகாட்டி ஆகும் வார்த்தைகளை உரைத்தீர்,
உடலாகி வந்தது உயிரானது பிரிந்ததும்,
என்னாகிப் போகுமென இயம்புவீர் குருவே,
பிரிவாகி நுணுக்கமாகிப் போகிறது காணாமல்.

காணாமல் போகும் கட்டைபோன்ற உடலானது,
மென்மைகள் உடைத்தாக மறைந்து போகிறது,
எவ்விதத்தில் புண்ணியங்கள் அவ்வுடலுடன் செல்லும்?
உடலில் இருந்து ஒவ்வொன்றும் பிரிகிறது.

பிரிகிறது பஞ்சபூதம் போகிறது தனித்தனியாய்,
உருவிலாது உடலும் வேறிடம் செல்லுகையில்,
புண்ணியத்துப் பலனெலாம் போகிறது உடலோடென,
உரைப்பது எனக்கேதும் விளங்கவில்லை குருவே.

குருவே என்றதும் கூறினார் வ்ருஹஸ்பதி,
உலகிலே வாழும் உயிர்கள் அனைத்தின்,
செயல்களே காணும் சாட்சிகள் உள்ளன,

புவியுடனே வானமும் பெருவளியும் நீரும்.

நீரும் ஒளியும் நெஞ்சமெனும் மனமும்,
எமனும் அறிவாற்றலும் உயிரும் பகலிரவும்,
காணும் சாட்சிகள் கர்மவினை அனைத்துக்கும்,
இவையாவும் உடன்வர ஏகும் புண்ணியம்.

புண்ணியம் நற்செயல் போரும் இறந்தவருடன்,
உயிராகும் ஆற்றல் உடலைப் பிரிந்ததும்,
விலகும் சதையும் உயிர்நீரும் எலும்பும்,
தசைகளும் இரத்தமும் தங்காது உடலில்.

உடலில் இருந்து வெளியேறும் அனைத்தும்,
பாவங்கள் புண்ணியங்கள் பற்றிப் பின்தொடர,
வானுலகில் செல்லும் உடலற்ற உயிரானது,
வேறுடலில் புகுந்து வாழ்வினைத் தொடரும்.

தொடரும் வாழ்விலே தேவர்களாய் இருந்து,
பஞ்சபூதம் ஐந்தையும் பராமரிக்கும் இறைவர்கள்,
செய்யும் செயல்களைச் சாட்சிகளாய்க் காணுவர்,
வேறேதும் சந்தேகமெனில் வினவினால் விளக்குவேன்.

விளக்குவேன் என்றதும் விளம்பினான் யுதிஷ்டிரன்,
ஜீவாத்மனின் புண்ணியங்கள் செல்லும் ஆத்மனோடென,
விளக்கிதான் உரைத்ததை உணருகிறேன் உள்ளத்தில்,
உயிர்நீரின் துவக்கத்தை உரைக்கவேண்டும் விவரமாக.

விவரமாக உரைக்கிறேன் வேந்தனே கேளாய்,
உடலாக இருப்பதில் உம்பராக இருப்போர்,
நீராக ஆகாயமாக நிலமாக வளியாக,
ஒளியாக மனமாக உள்ளே இருக்கிறார்.

இருக்கிறார் தேவர்கள் ஏற்கிறார் உணவுகளை,
தேவரானோர் உணவினால் தமதுமனம் மகிழ்ந்தால்,
உண்டாக்குவார் உயிர்நீரை உயிநீரோ கலவியாலே,
பெண்ணானவர் உடலினுள் புகுந்து கருவாகும்.

கருவாகும் உயிர்நீர் கிடைப்பது உணவிலென,
மறைவாகும் ரகசியத்தை மொழிந்த வ்ருஹஸ்பதி,
கேட்கவிரும்பும் விவரத்தைக் கூறுவாயென உரைத்ததும்,
யுதிஷ்டிரனும் அடுத்ததாக எழுப்பினான் வினாவை.

வினாவை எழுப்புகிறேன் வ்ருஹஸ்பதியான குருவே,
எவ்விதமாய்க் கருவானது ஏற்படும் என்பதை,
விவரமாய் உரைத்தீர் உணர்ந்தேன் மனதிலே,
பிறப்பை எவ்விதம் பெறுகிறது ஜீவாத்மன்.

ஜீவாத்மன் வேறுடலில் செல்லுவது எவ்விதமென,
சொல்லுகிறேன் உனக்கென சக்ரவர்த்தியே கேளாயென,
வேந்தன் சந்தேகத்துக்கு வ்ருஹஸ்பதி பதிலளித்தார்,
உயிர்நீரின் வழியாக உடலெடுக்கிறது ஜீவாத்மன்.

ஜீவாத்மன் உயிர்நீரில் சென்றே புகுந்ததும்,
பஞ்சபூதத்தின் ஆட்சிக்குப் பணிந்து கிடக்கிறது,
பூதங்களின் தொடர்பற்றுப் பிரிந்து செல்வதையே,
மாந்தரின் வார்த்தையிலே மரணமென மொழிகிறோம்.

மொழிகிறோம் ஜீவாத்மன் மகாபூதம் ஐந்துடன்,
சேர்ந்திடும் செயலால் சார்ந்தது உடலையென,
பூதமாகும் ஐந்தையும் படைத்தாளும் இறைவர்கள்,
பாவபுண்ணியம் அனைத்தையும் பார்க்கின்றனர் சாட்சியாக.

சாட்சியாக பஞ்சபூதம் செயல்களைக் காணுமென,
விளக்கமாக உரைத்தார் வேதமுனி வ்ருஹஸ்பதி,
சந்தேகமாக வேறேதும் சொன்னால் விளக்குவேனென,
இணக்கமாக உரைத்ததும் யுதிஷ்டிரன் வினவினான்.

வினவினான் யுதிஷ்டிரன் வ்ருஹஸ்பதி மாமுனியை,
உடலின் எலும்புகளை உள்ளிருக்கும் தசைகளை,
அவற்றின் மீதாக அமைந்த சதையை,
பஞ்சபூதங்களின் கூட்டைவிட்டுப் போகிறதே ஜீவாத்மன்.

ஜீவாத்மன் உடலைவிட்டுச் செல்லுவது எங்குதான்?
எதைத்தான் ஆதாரமாக்கி இருக்கும் ஜீவாத்மன்,

வருத்தத்தின் வாட்டத்தை உளமகிழ்வின் களிப்பை,
அனுபவிக்கதான் அதற்கு எவ்விதம் இயலும்?

இயலும் ஜீவாத்மனுக்கு அடுத்து உடலெடுத்தலென,
பதிலும் அளித்தார் பாங்குமிக்கார் வ்ருஹஸ்பதி,
இறந்ததும் வேறுடலை எடுத்துவிடும் ஜீவாத்மன்,
கலக்கும் விந்துவில் கருத்தரிக்கும் அன்னைக்குள்.

அன்னைக்குள் பருவகாலத்தில் அண்டும் உயிர்நீர்,
வடிவெடுத்தல் செய்து வந்த்துவிடும் உடலுடன்,
வாழ்நாட்கள் முடிகையில் வீழ்வுறும் எமனிடம்,
வருத்தமும் வலிகளும் வேதனையுமே பிறப்பிறப்பு.

பிறப்பிறப்பு என்னும் பெரிதான வளையத்தில்,
அடுத்தடுத்து உடலெடுத்து அதற்குமுன்பு செய்ததான,
பாவத்துக்குப் புண்ணியத்துக்கு பதிலான விளைவுகளை,
அனுபவித்து வாழ்கிறது இழக்கிறது உயிரை.

உயிரைப் பெற்று வாழும் ஜீவாத்மன்,
நெறிகளைக் கடைப்பிடித்து நல்லவிதம் வாழ்ந்தால்,
பிறப்புமுதலாய் இறப்புவரை பிறழாத நெறிவழியில்,
வாழ்க்கை நடத்தினால் வெகுமகிழ்வு மறுபிறப்பில்.

மறுபிறப்பில் கிடைக்கும் முற்பிறப்பின் நற்பலன்கள்,
நெறிகளின் வழியிலே நில்லாது அவ்வப்போது,
பாவத்தின் வழியிலே போனால் அன்னவர்,
புண்ணியத்தின் பலனைப் பெறுவார் முதலில்.

முதலில் புண்ணியத்தால் மகிழ்வை அடைந்தபின்னர்,
இறுதியில் பாவத்தால் இடர்பட்டு வாடுவார்,
பாவங்கள் புரிவோர் போவார் எமனுலகம்,
அவ்வுலகில் பேரிடர்கள் அடைந்து வருந்துவார்.

வருந்துவார் பாவங்கள் வந்து தாக்குவதால்,
பிறப்பார் விலங்கினத்தில் பறவைகளில் தாவரத்தில்,
எவரெவர் பாவத்தினால் எவ்விதத்தில் பிறப்பாரென,
உனக்கோர் விளக்கம் அளிக்கிறேன் வேதப்படி.

வேதப்படி விளக்கத்தை விளம்புகிறேன் உனக்கு,
நெறிப்படிப் புராணப்படியும் நவின்றவற்றைத் தொகுத்து,
பாவப்படி எமனுலகில் புகுவோர் இவ்வுலகில்,
எவ்வெப்படி பிறப்பாரென இயம்புகிறேன் கேளாய்.

கேளாய் எமனுலகில் காணப்படும் மண்டலங்கள்,
பலவாய் இருக்கும் பாவியருக்கும் புண்ணிருக்கும்,
தேவராய் இருப்போரும் தங்குதற்கு உகந்ததாக,
மேலாய் இருக்கும் மண்டலங்கள் அங்க்குண்டு.

அங்குண்டு பாவியரை அடைக்கும் மண்டலங்கள்,
விலங்கென்று பறவையென்று வாழுவன இருந்திடும்,
இடமென்று இருப்பதினும் இன்னும் வெகுகீழாய்,
இருக்கிறது பாவியர்களை அடைக்கும் மண்டலங்கள்.

மண்டலங்கள் சிலவற்றின் மேன்மை எவ்வளவெனில்,
பிரமதேவர் வாழும் பீடுமிக்க உலகமென,
மேன்மைகள் உடையதாக மிகவும் சிறந்திருக்கும்,
உயிர்கள் அனைத்தும் வினைகளில் சிக்குகின்றன.

சிக்குகின்றன வினைகளில் சுழலுகின்றன பிறப்பிறப்பில்,
கொடூரமான சூழலில் கடுமையாகச் சிக்கியே,
பீதியான மனத்துடன் பாடுபடும் காரணத்தை,
தெளிவான வார்த்தைகளில் தெரிவிக்கிறேன் கேளாய்.

கேளாய் வேதத்தைக் கற்றறிந்த நல்லவர்கள்,
கேடாய் வீழ்ந்தவர்கள் கொடுக்கும் தானத்தை,
பீடாய் இருப்பதெனப் பிழையாய்ப் பெற்றால்,
கழுதை இனத்திலே கிடைக்கும் மறுபிறப்பு.

மறுபிறப்பு கழுதையாக மண்ணுலகில் வாழ்வுற்று,
பத்தாண்டு கழித்தபின்னர் பிறப்பார் காளையாக,
ஏழாண்டு காளைவடிவில் இவ்வுலகில் வாழ்ந்தபின்,
பசுவடிவு கொண்டு பூமியில் வாழவேண்டும்.

வாழவேண்டும் அதையடுத்து வேதமறிந்த ராட்சதனாக,

மூன்றுமாதம் வாழ்ந்தபின்பு மறுபிறப்பில் மனிதராவார்,
பிராமணரெனும் நிலையைப் பெறுவார் மீண்டும்,
நெறியிலார்தம் வேள்வியை நடத்தினால் புழுவாவார்.

புழுவாவார் மறுபிறப்பில் பதினைந்து ஆண்டுகாலம்,
பிறப்பார் கழுதையாக பூமியில் திரிவதற்கு,
கடத்துவார் ஐந்தாண்டுகளைக் கழுதையின் வடிவிலே,
வேலியிலோர் ஓணானாக வாழுவார் ஐந்தாண்டுகள்.

ஐந்தாண்டுகள் அதையடுத்து இருப்பார் காகமாக,
நரிவடிவில் ஐந்தாண்டுகள் நானிலத்தில் வாழுவார்,
நாய்வடிவில் ஓராண்டு நலிவுற்றுக் கடத்தியபின்,
மீளுதல் செய்வார் மானிடர் வடிவிற்கு.

வடிவிற்கு மனிதரென வருவார் மீண்டும்,
குருவிற்கு துரோகமான காரியத்தை செய்திடும்,
சீடனுக்கு உண்டாகும் சீர்கெட்ட முப்பிறப்புகள்,
முதற்பிறப்பு நாயாகும் மாண்பிலாத சீடனுக்கு.

சீடனுக்கு இரண்டாம்பிறப்பு சுமைதூக்கும் கழுதையாகும்,
பூதத்து வடிவத்தில் பலதிக்கில் அலையவேண்டும்,
அதையடுத்து பிராமணனாக அடைவான் பிறப்பினை,
குருவது மனைவியைக் கருதினாலும் இடர்ப்படுவான்.

இடர்படுவான் குருபத்தினியை எண்ணத்தில் நினைபவனும்,
பிறப்பான் கழுதையாகப் போக்குவான் மூன்றாண்டை,
மூன்றவதாகும் பிறப்புடன் முடிவுறும் பெரும்பாவம்,
இருப்பான் ஓராண்டுகாலம் அரிக்கும் புழுவாக.

புழுவாக நெளிந்தபின் பிறப்பான் பிராமணனாக,
சீடனாக இருப்பவன் சந்தானமாவான் குருவுக்கு,
மகனாக இருக்கும் மாண்புடையான் சீடன்,
எச்சூழலாக இருந்தாலும் அழிக்கலாகாது சீடனை.

சீடனைக் கொல்லுதல் சீர்கெட்ட கொடுஞ்செயல்,
அச்செயலைச் செய்தால் அந்த குருவானவர்,
விலங்குகளை அடித்து உண்ணும் விலங்காக,

மாதாபிதாவை மதியாதவர் மறுபிறப்பில் கழுதையாவார்.

கழுதையாவார் அவ்வடிவில் கழிப்பார் பத்தாண்டுகளை,
பிறப்பெடுப்பார் முதலையாகப் பீடிழந்து வாழுவார்,
முதலயானதோர் வடிவத்தில் முழுவதாக ஓராண்டை,
கழித்துவிடுவார் அதன்பின் கிடைக்கும் மனிதவடிவம்.

மனிதவடிவம் கொண்டாலும் மிருககுணம் வாய்த்தவராய்,
அன்னையும் தந்தையும் ஆத்திரம் அடையும்படி,
தவறிழைக்கும் மைந்தன் தரணியிலே பத்துமாதம்,
கழுதையெனும் வைவத்தில் கேடுற்று வாழுவார்.

வாழுவார் அதன்பின்னர் வீதியிலே நாயாக,
அதற்கோர் கால அவகாசம் உரைத்தால்,
மாதத்திலோர் பதினான்கு மாதங்களைக் கடத்தவேண்டும்,
பூனையானதோர் வடிவத்தில் போக்கவேண்டும் ஏழுமாதம்.

ஏழுமாதம் முடிந்தபின்னர் எடுப்பார் மனிதவடிவம்,
தூற்றும் சொற்களால் தாயைத் தந்தையை,
நிந்திக்கும் மைந்தன் நானிலத்தில் சரிகாவாவான்,
அடிக்கும் மைந்தனுக்குக் கிடைக்கும் ஆமைவடிவம்.

ஆமைவடிவம் எசுத்து ஆண்டுகள் பத்தளவு,
உடல்முழுதும் முட்களுடன் வனத்தில் முள்ளம்பன்றியாக,
வாழவேண்டும் சிலகாலம் வாழ்ந்து முடித்தபின்,
மானிடர்தம் வடிவிலே மீண்டும் பிறப்பான்.

பிறப்பான் மனிதக்குரங்காகப் பீடற்ற ஊழியன்,
எவரொருவரின் உணவை அன்னவன் உண்டாலும்,
அன்னவரின் நலத்துக்கு அடாதன செய்திடும்,
கெட்டவன் பத்தாண்டுகள் கிடப்பான் மனிதக்குரங்காக.

மனிதக்குரங்காக வாழ்ந்தபின்னர் மேலும் ஐந்தாண்டுகாலம்,
எலியாக வாழுவான் அறிவீனம் மிகைத்தவன்,
நாயாக ஆறுமாதம் நீசமுற்று வாழ்ந்தபின்னர்,
மனிதனாக வாழ்வெடுத்து மண்ணுலகில் பிறப்பான்.

பிறப்பான் ஏமாற்றுபவன் பூமியில் நூறுமுறை,
பிறரின் பொருளைப் பெற்றபின் கயமையாக,
ஏமாற்றிதான் தனதாக எடுத்தாளும் கேடருக்கு,
பிறப்புதான் ஈனமாகப் பிறந்திறப்பார் நூறுமுறை.

நூறுமுறை பிறந்திறந்து நீசமிக அடைந்தபின்னர்,
புழுவடிவை எடுத்து பதினைந்து ஆண்டுகளுக்கு,
வாழ்வை நடத்தி வெகுபாவத்தைக் கழித்தபின்னர்,
பிறப்பை மனிதகுலத்தில் பெறுவார் கயவர்.

கயவர் போலவே கேடுமிக்க ஒருசிலர்,
வெறுப்பார் மற்றவரை வெறித்தனம் கொள்ளுவார்,
அன்னவர் சர்ங்ககமாக அகிலத்தில் பிறப்பார்,
துரோகியானவர் மறுபிறப்பில் தண்ணீரில் மீனாவார்.

மீனாவார் தண்ணீரில் மிகநீண்டதாய் எட்டாண்டு,
மானாவார் அதன்பின்னர் மரணிப்பார் நான்குமாதத்தில்,
ஆடாவார் அவ்வ்வடிவில் இருப்பார் ஓராண்டு,
புழுவாவார் அதன்பின்னர் பிறப்பார் மனிதராக.

மனிதராகப் பிறந்தவர் மற்றவரின் உணவுப்பொருள்,
நெல்லாக பார்லியாக எள்ளாக உளுந்தாக,
கொள்ளாக எண்ணைவிதையாக ஓட்சாக கருஞ்சீரகமாக,
சோளமாக கோதுமையாக ஆளியாக திருடுவார்.

திருடுவார் உணவு தானியங்களை மேற்சொன்னவிதம்,
அன்னவர் மறுபிறப்பை அடைவார் எலியாக,
பிறப்பார் ஓணானாக பிறந்ததும் நோயுற்று,
இறப்பார் அதன்பின்னர் அடைவார் நாய்பிறப்பை.

நாய்பிறப்பை அடைந்து நீசமிக்க நிலையிலே,
வாழ்வை ஐந்தாண்டுகள் வையத்தில் வாழ்ந்தபின்னர்,
மனிதவடிவைப் பெற்று மீண்டும் பிறப்பார்,
பிறர்மனையைப் புணர்ந்தவர் பிறப்பார் ஓநாயாக.

ஓநாயாகப் பிறந்து வாழ்ந்தபின் அன்னவர்,
நாயாகப் பிறப்பார் நரியாகப் பிறப்பார்,

வல்லூறாகப் பிறப்பெடுத்து வாழ்ந்து முடித்தபின்,
பாம்பாக அண்டங்காகமாகப் பிறந்து இறப்பார்.

இறப்பார் அண்டங்காகமாக அதன்பின்னர் கொக்காக,
வாழுவார் இவ்வுலகில் வகைவகை வடிவங்களில்,
சகோதரர் மனைவியுடன் சல்லாபம் செய்பவர்,
பிறப்பார் ஆண்குயிலாகப் போக்குவார் ஓராண்டை.

ஓராண்டை ஆண்குயிலாய் ஓட்டவேண்டும் நெறிகெட்டவர்,
நண்பர்மனையை குருமனையை நாடாளும் அரசன்மனையை,
காமுகராய் நோக்கிக் கேடராய் அண்டி,
புணருவதைச் செய்தவர் பிறப்பார் ஓணானாக.

ஓணானாக ஐந்தாண்டுகள் ஓநாயாகப் பத்தாண்டுகள்,
பூனையாக ஐந்தாண்டுகள் காகமாகப் பத்தாண்டுகள்,
எறும்பாக மூன்றுமாதம் இருந்தபின் ஒருமாதகாலம்,
புழுவாக வாழ்ந்து பிறப்பார் நரவல்புழுவாக.

நரவல்புழுவாக பத்துடன் நான்காண்டுகள் வாழ்ந்தபின்,
மனிதராக வாழ்வுபெற்று மண்ணுலகில் பிறப்பார்,
திருமணான நிகழ்வை தானங்களை வேள்வியை,
தடுப்பதானத் தீயவர் பிறப்புதான் புழுவாகும்.

புழுவாகும் பிறப்பிலே பதினைந்தாண்டு கழித்தபின்னர்,
மனிதராகும் வடிவிற்கு மீளுவார் பாவியர்,
மகளாகும் மாதை மருமகனென ஒருவனுக்கு,
மணமுடித்து அனுப்பியபின் மறுமணம் தகாது.

தகாது மகளைத் தருவது மறுமணத்தில்,
அவ்விதத்து அளிப்பவர் ஈனமானப் புழுவடிவில்,
ஆண்டு பதின்மூன்றளவு இருப்பார் அதன்பின்னர்,
மனிதரது வடிவெடுத்து மீண்டும் பிறப்பார்.

பிறப்பார் காகமாக புசிக்கும் உணவினை,
நீரிலோர் பூசைசெய்து நான்மறை ரிஷிகளுக்கும்,
தேவர் பித்ருக்களுக்குத் தக்கவிதம் படைக்காதவர்,
இருப்பார் காகமாக ஆண்டுகள் ஒருநூறு.

ஒருநூறு ஆண்டுகள் வாழுவார் காகமாக,
பாம்பென்ற வடிவத்தில் பாடுபடுவார் ஓராண்டு,
மனிதரது வடிவிற்கு மீளுவார் அதன்பின்னர்,
அண்ணனுக்கு மரியாதை அளிக்காதவர் நாரையாவார்.

நாரையாவார் இரண்டாண்டுகள் நீசமிக்கார் மதியாததால்,
தந்தையார் நிலைபெற்றத் தமயனாரை மதியாததால்,
அன்னவர் நாரையாக இரண்டாண்டு அலைந்தபின்னர்,
மானிடர் வடிவெடுத்து மண்ணுலகில் பிறப்பார்.

பிறப்பார் ஓணானாகப் பாவியரான சூத்திரர்,
பிராமணர் மாதைப் புணர்ந்ததன் விளைவாக,
பிறந்தவர் ஓணானாகப் பிறந்ததும் நோயுற்று,
இறப்பார் அதன்பின்னர் எடுப்பார் நாய்பிறப்பு.

நாய்பிறப்பு எடுத்தபின்னர் நலமிகுந்த பசுவடிவில்,
பிறப்புற்று அதன்பின்னர் பிறப்பார் மனிதராக,
பிராமணமாது வாயிலாகப் பிள்ளைபெரும் சூத்திரர்,
மறுபிறப்பு எடுப்பது மாண்பிலா எலிவடிவில்.

எலிவடிவில் வாழவேண்டும் அந்தணமாதைப் புணர்ந்து,
பிள்ளைகள் பெற்றப் பீடிலாத சூத்திரர்,
அரசனிடத்தில் நன்றிகெட்டு அடாதன செய்தவரை,
எமனுலகில் கிங்கரர்கள் ஆத்திரத்துடன் தண்டிப்பார்.

தண்டிப்பார் கதையால் தடித்த ஈட்டிகளால்,
அடிப்பார் சுத்தியலால் கொதிக்கும் குவளைகளால்,
கொடுப்பார் வலியைக் கொடுமைமிகும் வேதனையை,
விடுவார் காட்டிலே வெம்மைமிகும் மணலிலே.

மணலிலே வெகுவெப்பம் மிகைத்திட விடுவார்,
முட்புதரிலே கத்திகளுக்கு மத்தியிலே உருட்டுவார்,
வலியிலே துடிக்கும்படி வெகுப்பலக் கருவிகளால்,
துடிதுடித்தே எமனுலகில் துய்ப்பார் வேதனைகள்.

வேதனைகள் பலவற்றில் வாடியே கிடந்தபின்னர்,

புழுக்கள் வடிவெடுத்து பூமியில் பிறப்பார்,
ஆண்டுகள் பதினைந்தை அவ்வடிவில் கழித்தபின்,
குறைமாதத்தில் இறப்பார் கணக்கில் நூறுமுறை.

நூறுமுறை குறைமாதத்தில் நமனுலகம் சென்றபின்னர்,
ஒருமுறை மனிதருக்கும் மண்கல்லாம் உயிரற்றதற்கும்,
இடைநிலை உயிரினங்கள் ஏதேனும் ஒன்றிலே,
பிறப்பினை அடைந்தபின்னர் பிறப்பார் ஆமையாக.

ஆமையாக முடியேதும் உடலிலே இல்லாமல்,
பிறப்பாக எடுப்பார் பார்வேந்தனுக்கு ஊறுசெய்தோர்,
நெடிதாக தண்டனைகளில் நசியவேண்டும் ஒருவர்,
அரசனாக ஆளுபவர்க்கு அடாதன செய்தால்.

செய்தால் திருட்டுக்கள் சீர்கெட வைக்குமென,
அறிதல் செய்தாலும் அச்செயலை விலக்காமல்,
திருடுதல் தயிரென்றால் தவிக்கவேண்டும் நாரையாக,
மீன்கள் திருடினால் மறுபிறப்பில் குரங்காவார்.

குரங்காவார் மீன்களைக் கயமையாய்த் திருடியவர்,
தேனையொருவர் திருடினால் திருடிய பாவத்தால்,
பிறப்பார் தேனீயெனும் பூச்சியின் வடிவத்தில்,
கனிகிழங்கவர் திருடினால் கிடைக்கும் எறும்புவடிவம்.

எறும்புவடிவம் எடுப்பார் ஏதேனும் உணவினை,
எடுத்துசெல்லும் திருடர் இதுதான் திண்ணமாகும்,
நிஷ்பவம் திருடினால் நலிவார் ஹலகோலகமாக,
பாயசம் திருடினால் பிறப்பார் கௌதாரியாக.

கௌதாரியாகப் பிறப்பார் கேடானப் பாயசத்திருடர்,
இனிப்பாகக் கட்டிகளை எடுத்திடும் திருடர்கள்,
ஆந்தையாகப் பிறந்து எழுப்புவார் ஓலவொலியை,
இரும்பைத் திருடினால் ஆவினமாய்ப் பிறப்பார்.

பிறப்பார் பச்சைக்கிளியாய் பித்தளையைத் திருடுவோர்,
புறாவாவார் வெள்ள்ளிப் பாத்திரத்தைத் திருடியோர்,
புழுவாவார் தங்கப் பாத்திரத்தைத் திருடியவர்,

குயிலாவார் பட்டுத்துணியைக் களவாடும் மானிடர்.

மானிடர் செம்பட்டை மறைத்துத் திருடினால்,
பிறப்பார் வர்த்தகமெனப் பகரப்படும் வரிசையில்,
கிளியாவார் மென்பட்டைக் களவாடும் மனிதர்,
பிறப்பார் வாத்துவடிவில் புதுத்துணியைக் களவாடினால்.

களவாடினால் மறுபிறப்பு கிடைக்கும் கீழ்மையாக,
துணிகள் மணிகளைத் திருடுதல் தவறாகும்,
பருத்தித்துணிகள் களவாடினால் பிறப்பார் நாரையாக,
சணல்துணிகள் திருடுவோர் சாருவது ஆட்டுவடிவம்.

ஆட்டுவடிவம் பெறுவார் அறிவிலாத சணல்திருடர்,
செயற்கையாகும் இழைகளால் செய்தது துணியை,
களவாடும் ஒருவர் கேடாக வீழ்வுற்று,
முயலாகும் வடிவத்தில் மறுபிறப்பைப் பெறுவார்.

பெறுவார் மயில்பிறப்பைப் பலவண்ணத் துணிகளை,
திருடுபவர் இப்பிறப்பில் திருடும் பாவத்தினால்,
சிவந்ததோர் துணியைச் சீர்கெட்டு திருடுபவர்,
பிறப்பார் ஜீவஜீவகமெனப் பகரப்படும் பறவையாக.

பறவையாகப் பிறப்பார் பட்டைத் திருடியவர்,
வாசனையான திரவியத்தை வகையாக மறைப்பவர்,
பெருச்சாளியான வடிவத்தில் பதினைந்தாண்டு வாழுவார்,
அதன்பின்னாக மனிதவடிவில் அடைவார் மீண்டும்.

மீண்டும் பாவமற்று மனைதராகப் பிறப்பதற்கு,
விலங்கினம் பலவாக வாழவேண்டும் ஒருவர்,
பால்திருடும் ஒருவர் பிறப்பார் நாரையாக,
எண்ணைதிருடும் ஒருவர் எண்ணையுண்ணும் பூச்சியாவார்.

பூச்சியாவார் புழுவாவார் பலவிதத்தில் பாடுபடுவார்,
ஆயுதமுடையார் ஒருவர் ஆயுதமேதும் தரிக்காமல்,
ஏமாந்திருப்பவர் ஒருவரை ஆயுதத்தால் தாக்கியே,
அன்னவர் பொருட்களை அடைந்தால் கழுதையாவார்.

கழுதையாவார் ஏமாற்றிக் கொல்லும் வெகுகேடர்,
வாழுவார் இரண்டாண்டு வெகுகீழாய்க் கழுதையுடலில்,
இறப்பார் ஆயுதத்தில் அடிபட்டக் காயத்தால்,
பிறப்பார் மானாக பயத்தில் வாழுவார்.

வாழுவார் மானாக வருடம் ஒன்றளவு,
அஞ்சுவார் எப்போது அடிபட்டு வீழ்வோமென,
அன்னவர் ஆயுதத்தால் அடிபட்டு மாளுவார்,
பிறப்பார் மீனாகப் பிடிபடுவார் வலையில்.

வலையில் பிடிபடும்போது வயது நான்குமாதமே,
விலங்குகள் இனத்திலே விலங்குகளை அடித்துண்டு,
ஆண்டுகள் பத்தளவு அலைவார் வனத்திலே,
ஐந்தாண்டுகள் சிறுத்தையாகி அலைவார் வனத்தில்.

வனத்தில் ஐந்தாண்டுகள் வெகுதுயரில் அலைந்தபின்,
மனிதரில் பிறப்பெடுத்து மண்ணுலகில் வாழுவார்,
கோபத்தில் மாதைரைக் கொல்லும் கேடருக்கு,
வலிகள் வருத்தங்கள் விளையும் பெரிதாக.

பெரிதாக வருத்தத்துடன் பிறப்பாக இருபத்தொன்று,
கீழான உயிரினத்தில் கிடைக்கும் அம்மனிதருக்கு,
புழுவாகப் பூச்சியாகப் பிறப்பார் அதன்பின்னர்,
ஆண்டாக இருபதளவு இருப்பார் புழுவடிவில்.

புழுவடிவில் இருபதாண்டு போக்கவேண்டும் அம்மனிதர்,
பாவங்கள் அகன்றபின்னர் பிறப்பார் மனிதராக,
உணவுகள் திருடினால் வடிவெடுப்பார் தேனீயாக,
பலமாதங்கள் தேனீயாகிப் போக்குவார் பாவங்களை.

பாவங்களை அகற்றியபின் பிறப்பார் மந்திஅராக,
நெல்லைத் திருடினால் நீசமானப் பூனையாவார்,
உணவை எள்ளுடன் உருட்டித் தயாரித்ததை,
திருட்டைச் செய்தால் திரியவேண்டும் எலியாக.

எலியாக இருந்தாலும் அவற்றின் வடிவங்கள்,
பெரிதாகச் சிறிதாகப் பிறக்கும் எலிவடிவில்,

மானிடராக இருப்போரை மதிகெட்டுக் கடித்து,
பாவமாக அனைத்தையும் பெற்றிடுவார் மேலும்.

மேலும் பாவங்களில் மிகவும் சிக்கியபடி,
பிறந்தும் இறந்தும் பலவிதம் உழலுவார்,
திருடும் பொருளானது தூயதான நெய்யென்றால்,
தாழைக்கோழியெனும் வடிவில் திரும்பப் பிறப்பார்.

பிறப்பார் காகமாகப் பிழைபட்ட ஒருவர்,
மீனானதோர் உணவை மாண்பின்றித் திருடினால்,
பலகுரலானதோர் ஓசையைப் பரப்பும் பொய்க்குரலியாக,
பிறப்பார் வாழுவார் போக்குவார் பாவங்களை.

பாவங்களை செய்பவர் பிறர்பொருளைக் கவர்ந்தால்,
வாழ்நாளைக் குறைக்கும் வெகுகீழ்மை ஆகிவிடும்,
மறுபிறப்பை அடைவார் மீனினத்தின் வகையிலே,
மீன்வகையாய் வாழ்ந்தபின்னர் மானிடராய்ப் பிறப்பார்.

பிறப்பார் ஆகினும் பாதியிலே இறப்பார்,
பாவியர் மனிதருக்கும் புல்பூண்டு தாவரத்துக்கும்,
இடைப்பட்டதோர் நிலையிலே அடைவார் பிறப்பை,
கிடப்பார் நெறிகெட்டக் கேடராய் இவ்வுலகில்.

இவ்வுலகில் பாவங்கள் அனேகம் செய்தபின்னர்,
விரதங்கள் தவங்களால் விலக்கவேண்டும் பாவத்தையென,
முயற்சிகள் செய்வோர் மனத்தில் அமைதியின்றி,
அச்சத்தில் வாழுவார் அடுத்த பிறப்பிலே.

பிறப்பிலே மிலேசராகப் பிறப்பார் பாவியர்கள்,
ஆசையாலே மனதில் அறநெறிச் சிந்தையற்று,
முட்டாள்களே போல மண்ணுலகில் வாழுபவர்,
பாவங்களே செய்யாதவருக்குப் பதறவரும் நோயில்லை.

நோயில்லை நொடிவில்லை நலிகள் ஏதொன்றுமில்லை,
அழகுடலைப் பெற்று அனைத்துவளம் நிறைந்து,
மறுபிறப்பைப் பெறுவார் மிகவும் மேன்மையாக,
பாவங்களைச் செய்தப் பாவையரும் விலங்காவார்.

விலங்காவார் முன்னுரைத்த விதத்திலேயே மாதரும்,
ஆணானதோர் விலங்குக்கு ஆவார் துணைவராக,
மற்றவர் பொருளை மாண்பின்றிக் கவருபவர்,
எத்தகையதோர் நிலை அடைவாரென உரைத்தேன்.

உரைத்தேன் உனக்கு அனைத்து விவரத்தையும்,
பொன்னுலகின் ரிஷிகளுக்கு பிரமதேவர் இவற்றை,
பகரதான் செய்தார் பழங்காலத்தில் ஒருமுறை,
என்னைதான் வினவினாய் அளித்தேன் பதிலை.

பதிலை அளித்தேன் புரிந்துகொள் உட்கருத்தை,
பாவத்தைச் செய்தால் பலவிதத்தில் பிறப்பெடுத்து,
நீசநிலை அடைந்து நெடுந்துயரில் வாடவேண்டும்,
நெறிகளைப் பின்பற்றுவாய் நல்லவனே யுதிஷ்டிரா.

(112)**அனுசாசன பர்வம்**, **பகுதி** 112

யுதிஷ்டிரா என்றதும் இயம்பினான் யுதிஷ்டிரன்,
இருபிறப்பினரே எனக்கு அளிக்கவேண்டும் விளக்கம்,
பாவமென்றே கூறப்படும் பீடிழந்த நிலைக்கு,
அப்பாலே இருப்பதென்ன அறிவிப்பீர் கருத்தை.

கருத்தை உரைப்பீர் கனத்தவத்தை உடையவரே,
எவ்விதமே இருக்கும் அறத்தின் முடிவானது?
பலவிதத்திலே பாவங்கள் புரிந்தபின்னர் மானிடர்,
எவ்விதத்திலே நன்முடிவை அடைகிறார் இவ்வுலகில்?

இவ்வுலகில் பெற்றதுபோல் அவ்வுலகில் மேன்மையை,
எவ்விதத்தில் பெறுவார் ஏற்றமிக்க மானிடர்கள்?
சொர்க்கத்தில் மேன்மைகளும் சுகங்களும் பெற்றிட,
எவ்விதத்தில் நடக்கவேண்டும் இயம்புவீர் விளக்கத்தை.

விளக்கத்தை உரைத்தார் வேதமுனி வ்ருஹஸ்பதி,
மனத்தைக் கெட்டதாக்கி மதிகேஅ ஆசைகளில்,
தருமத்தை விலகித் தீங்குகளைச் செய்பவர்,

நரகத்தை அண்டி நலிவுற்று வாழுவார்.

வாழுவார் நரகத்தில் வழுவியே தவறிழைத்தவர்,
ஒருவர் தவறிழைத்து விளைந்தது பாவமென,
உளத்திலோர் துயருற்று வருந்தி இறைவரை,
நினைத்தனர் என்றால் நரகவாழ்வு வாராது.

வாராது நரகத்தில் வாட்டம் ஒருவருக்கு,
செய்தது தவறென்று சிந்தனையால் உணர்ந்து,
வருத்தமுற்று மனதை ஒருமைநிலையில் வைத்து,
தியானித்து இறைவரைத் துதிக்கும் நல்லாருக்கு.

நல்லாருக்குப் பாவங்கள் நசிந்து அழிந்துவிடும்,
செயதவறுக்கு வருந்தி சிந்தை கலங்கி,
பாவத்துக்கு ஆட்பட்டதைப் புரிந்துகொண்டு வருந்தினால்,
வருத்தத்துக்கு ஏற்றபடி விலகியோடும் பாவம்.

பாவம் புரிந்ததாகப் பரிதவிக்கும் ஒருவர்,
யாவும் அறிந்தவரான அந்தணர்கள் சபையிலே,
செய்ததாகும் செயல்களைச் சொன்னாலும் போதும்,
பாவமாகும் அனைத்தும் போய்விடும் விலகியே.

விலகியே செல்லும் விளைத்த பாவங்கள்,
அரவத்திலே தோலானது அதுவாகவே கழலுதல்போல்,
முழுதாகவே விலகலாம் மீதியாகவும் இருக்கலாம்,
தானங்களே அளிக்கலாம் தக்கவராம் வேதியருக்கு.

வேதியருக்கு தானங்கள் வழங்குதற்கு விழைகையில்,
மனதுக்கு ஒருமைப்பாடு மிகைத்திடச் செய்யவேண்டும்,
அவ்விதத்து தானத்தை அளிப்பது வாயிலாகவும்,
பாவத்துத் தாக்கமின்றி போவார் மேன்மைக்கு.

மேன்மைக்கு உகந்ததென மொழியப்படும் தானங்கள்,
பாவிருக்குக் கூடப் பாவநிவர்த்தி அளிக்கும்,
அனைத்து தானத்திலும் அன்னதானம் உயர்வானது,
தானமளித்து உணவைத் தருவதால் மேன்மையுண்டு.

மேன்மையுண்டு உணவினால் மானிடரது வாழ்வுக்கு,
உயிரென்று ஒன்று உடலோடு இணைந்திருக்க,
உணவென்று ஒன்றுதான் வழங்குகிறது ஆதாரத்தை,
உயிர்களென்று உலகிலே உண்டாவது உணவினால்.

உணவினால் அகிலமே உயிர்பெற்று இயங்குகிறது,
ஆதலால் உணவே அனைத்திலும் மேலானது,
தேவர்கள் பித்ரிக்கள் ரிஷிகள் அனைவரும்,
மகிழுதல் அனைத்திலும் மேலான உணவினால்.

உணவினால் நலங்கள் உண்டாகும் என்றறிந்து,
உழைப்பினால் கிடைத்த உணவுகளைச் சமைத்து,
பிராமணர்கள் மகிழப் புசிப்பதற்கு அளிக்கவேண்டும்,
சொர்க்கத்தில் ரந்திதேவர் சீர்பெற்றது அன்னதானத்தால்.

அன்னதானத்தால் பிராமணர் அகமகிழ்வு கொண்டிட,
ஆர்வத்தில் குறைவின்றி அன்புடைய மனத்துடன்,
தானங்கள் அளிப்பவர் தந்திடும் உணவினை,
பிராமணர்கள் ஆயிரம்பேர் புசித்து மகிழுவார்.

மகிழுவார் பத்தாயிரம் மறைவேதியர் உணவேற்றெனில்,
வழங்கியவர் அடைவார் வலிமையான யோகபலம்,
பிராமணர் உஞ்சமாகப் பெற்ற உணவினை,
வேதமோதுபவர் ஒருவருக்கு வழங்கினால் புண்ணியம்.

புண்ணியம் கிடைத்துப் பெருகும் நன்னலம்,
பிராமணரிடம் உதவியேதும் பதிலுக்கென விரும்பாமல்,
நெறிகளும் வழுவாமல் நல்லாட்சி புரிபவர்,
வேதியரிடம் பக்திகொண்டால் விலகும் பாவங்கள்.

பாவங்கள் விலகும் பார்வேந்தன் ஒருவர்ன்,
தியானத்தில் விலகாமல் தூயதான மனத்துடன்,
வேதத்தில் உரைத்தபடி வாந்தால் அன்னவரின்,
தீவினைகள் அனைத்தும் தீர்ந்து நலம்பெருகும்.

நலம்பெருகும் வைசியர் நிலத்தின் விளைச்சலை,
ஆறுபாகம் என்று ஆக்கியே ஆறிலொன்றை,

பிராமணரிடம் அளித்தால் பாவமெலாம் விலகும்,
ஆற்றல்தரும் உணவுகளை அளித்தால் ஆற்றல்வரும்.

ஆற்றல்வரும் நல்லுணவை அளிக்கும் தானத்தால்,
ஞானமிகும் ஒருவர் நல்லவர்தம் வழியிலே,
ஒருபோதும் வழுவாமல் வாழுவார் நல்லவராய்,
உணவளிக்கும் ஒருவர் உயிரளிக்கும் உத்தமர்.

உத்தமர் அளிக்கும் உணவின் நற்பலன்,
வானவர் உலகிலும் வாராது முடிவிற்கு,
மனிதர் ஒருவர் முடிந்தவரை உழைத்து,
நெறியானதோர் வழியிலே நல்லுணவைச் சேர்க்கவேண்டும்.

சேர்க்கவேண்டும் உணவைச் செய்யவேண்டும் அன்னதானம்,
அனைத்துயிரும் வாழுதற்கு அடைக்கலம் உணவுதான்,
உணவளிக்கும் நல்லவர் ஒருபோதும் வீழ்வுற்று,
நரகமெனும் இடத்தில் நீசமுற்று வீழ்ந்திடார்.

வீழ்ந்திடார் உணவுதனை வழங்கும் ஒருவர்,
தானமவர் அளிப்பதைத் தக்கவிதம் சம்பாதித்து,
மற்றவர் மகிழ்வுக்கென மனமுவந்து அளித்தால்,
அன்னவர் அத்தினத்தில் அடைவார் நற்பலன்.

நற்பலன் கிடைக்கும் நாளென ஒவ்வொன்றையும்,
ஆக்கிதான் வைத்திட அன்னதானம் புரியவேண்டும்,
வேதத்தின் உட்பொருளை உணர்ந்த பிராமணர்கள்,
ஆயிரம்பேரின் பசிதீர்த்தவர் அண்டிடார் நரகத்தை.

நரகத்தை அண்டிடார் நானிலத்தில் பிறந்திடார்,
சொர்க்கத்தை அடைந்து சீர்மைகள் பெற்றிடுவார்,
வானுலகை அடைந்தாலும் வெகுமேன்மை அவருடைத்து,
வருத்தத்தை அடையாமல் வாழுவார் மகிழ்வுடன்.

மகிழ்வுடன் பெருமையுடன் மேன்மையுடன் வாழுவார்,
அழகுடன் உடல்பலம் அவரிடத்தில் நிரம்பும்,
வளத்துடன் நலமெலாம் வாய்க்கும் அன்னவருக்கு,
அன்னதானத்தின் நற்பலனை அளித்தேன் தொகுப்பாக.

தொகுப்பாக உந்தக்குத் தெரிவித்தன அனைத்தும்,
நெறியாக இருப்பதன் நடுவேர் ஆகிடும்,
தருமமாகப் புண்ணியமாக தானமாக இருப்பவற்றின்,
உட்கருத்தாக இருப்பதை உரைத்தேன் வேந்தனே.

(113)அனுசாசன பர்வம், பகுதி 113

வேந்தனே என்று விளம்பிய வ்ருஹஸ்பதியிடம்,
வேதவழியிலே வாழுதல் உயிர்களிடத்தே அஹிம்சை,
தியானத்துடனே புலனடக்கம் தவத்துடனே குருசேவையெஅ,
வரிசையிலே ஆறாக விளம்புகிறேன் நற்செயலை.

நற்செயலை இவ்விதம் நவின்றேன் அவற்றிலே,
முதலிடத்தைப் பெற்றிடும் முக்கியத்துவம் எதற்குண்டு?
விவரத்தை அளிக்கவேண்டும் வ்ருஹஸ்பதியே நீவிரென,
சந்தேகத்தை எழுப்பினான் சக்ரவர்த்தி யுதிஷ்டிரன்.

யுதிஷ்டிரன் வினவியதும் அமரகுரு வ்ருஹஸ்பதி,
அடுக்கிதான் உரைத்தாய் ஆறுவித நற்செயலை,
ஞானத்தின் வாயில்கள் நீசொன்ன ஆறுமே,
அவற்றின் மேன்மைகளை அறிவிக்கிறேன் உனக்கு.

உனக்கு உரைக்கிறேன் உன்னதம் என்னவென்று,
கருணையென்று இருக்கும் குணத்தைக் கடைப்பிடித்தால்,
நல்லது அனைத்தும் நிறைவாகும் வாழ்வில்,
கட்டுவது வேண்டும் கேடுதரும் ஆசையை.

ஆசையை காமத்தை ஆத்திரத்தைக் கட்டியவர்,
கருணையை அனைத்துயிர் களிக்கவே வெளிப்படுத்தி,
வெற்றியை அடைந்து வெகுமகிழ்வைப் பெறுவார்,
தன்சுகத்தை முன்வைத்து தண்டிக்கலாகாது உயிர்களை.

உயிர்களை வதைத்து உற்றிடும் மகிழ்ச்சி,
நிலையில்லை அம்மகிழ்வு நொடியிலே விலகிவிடும்,
மேலுலகை அடைந்தாலும் மூடமதி கேடருக்கு,

சுகமில்லை அங்கேயும் சீர்கெட்டு வீழுவார்.

வீழுவார் பிறவுயிரை வதைக்கும் கேடர்கள்,
எவரொருவர் அனைத்துயிரும் அவர்களின் வடிவேயென,
உணருபவர் ஆகினும் உயருபவர் அன்னவரே,
கோபித்திடார் மகிழுவார் கேடின்றி வாழுவார்.

வாழுவார் ஒருவர் உயிரெலாம் தமதேயெனில்,
உன்னதர் அன்னவரை உம்பரும் வாழ்த்துவார்,
வானவர் ஓரிடத்தில் வாழுவதை விரும்பினாலும்,
கண்டிடார் மிகவும் கருணைமிக்கார் வழித்தடத்தை.

வழித்தடத்தை அறிந்திட வாய்ப்பில்லை ஒருவர்,
அனைத்துயிரைத் தனதென்று அகத்திலே நினைந்தால்,
தனக்கெதனைச் செய்யாமல் தவிர்த்திட விரும்பினாலும்,
பிறர்க்கதனைச் செய்திடார் பெருங்குணம் உடையவர்.

உடையவர் அடக்கமெனில் வாழுவார் நெறிப்படி,
எவரொருவர் மனத்திலே ஆசைகள் மிகைத்தாலும்,
அன்னவர் தவறிழைத்து அடைவார் பாவத்தை,
மற்றவர் தவறிழைத்தாலும் மனதளவில் கொதித்திடார்.

கொதித்திடார் குளிர்ந்திடார் காணப்படு மாற்றத்தால்,
மகிழ்ந்திடார் கொடுத்தால் மருவிடார் கொடுக்காவிடில்,
ஏற்றதோர் உயர்வெனினும் ஏற்பிலாத வீழ்வெனினும்,
சுகதுக்கத்திலவர் சிக்கினாலும் சொல்லிடார் பிறர்குறை.

பிறர்குறை ஏதும் பகராத நல்லவர்,
வருவதை எல்லாம் வரவேற்பார் வினைப்பலனென,
ஒருவரை இன்னொருவர் ஒறுத்துத் தாக்கினால்,
திருப்பமாய் அவ்வினை தாக்கும் தாக்கியவரை.

தாக்கியவரை வினைவந்து தாக்கும் எதிர்காலத்தில்,
பிறரை அன்புடன் போற்றினால் அவ்விதமே,
போற்றுதலைப் பெறுவார் பொறுமைமிக்க நல்லவர்,
தன்வழியைத் தேர்ந்தெடுக்கத் தகுந்ததாகும் இந்நெறி.

இந்நெறி வழியிலே எல்லோரும் நடந்தால்,
ஒருகுறை வாராது உலகிலே எவருக்கும்,
பிறவுயிரைத் தன்னுயிரெனப் போற்றும் ஒருவருக்கு,
தாழ்வில்லை வருத்தமில்லைத் தீங்கில்லை வையத்தில்.

வையத்தில் மிகவும் உன்னத நன்னெறியை,
யுதிஷ்டிரனிடத்தில் இயம்பிவிட்டு எழுந்தார் வ்ருஹஸ்பதி,
வான்வழியில் சென்றார் வானவரின் குருவென்று,
நிகழ்வுகள் நவின்றார் ஞானமிக்கார் வைசம்பாயனர்.

(114)அனுசாசன பர்வம், பகுதி 114

வைசம்பாயனர் மேலும் விளம்பினார் நிகழ்வினை,
கௌரவர் வேந்தன் களங்கமிலான் யுதிஷ்டிரன்,
வார்த்தையிலோர் வல்லமை வாய்த்தவன் வினவினான்,
பிதாமகர் நீவிர் பகரவேண்டும் பதிலென.

பதிலென விளம்புவீர் பிதாமகரே எனக்கு,
ரிஷிகளென பிராமணரென இருப்போர் அனைவரும்,
கருணையான மார்க்கத்தைக் கூறுகிறார் பெரிதென்று,
சந்தேகமென எழுந்ததைச் சொல்லுகிறேன் கேளீர்.

கேளீர் பிதாமகரே கேடரில் வெகுகேடர்,
எண்ணுவார் பேசுவார் இயற்றுவார் கொடுமைகளை,
அன்னவர் பாவங்கள் எவ்விதத்தில் விலகிவிடும்?
எவ்விதமவர் பாவங்களை அகற்றி நலம்பெறுவார்.

நலம்பெறுவார் மாந்தர் நிகரிலாத அஹிம்சையால்,
எவ்விதமவர் மேன்மைகள் அடைவார் என்பதை,
விளம்பினார் பீஷ்மர் விளக்கமாக யுதிஷ்டிரனுக்கு,
வழிகளோர் நான்கு உள்ளன கருணையில்.

கருணையில் ஒருவர் கடைப்பிடிக்க உகந்ததென,
வழிகள் நான்கு உள்ளன அவற்றை,
வழுவாமல் கடைப்பிடித்தல் வேண்டும் வேந்தனே,
ஒன்றில் பிசகினாலும் அஹிம்சையில் நிலைப்பில்லை.

நிலைப்பில்லை விலங்குகட்கு நிலத்தில் நிற்பதற்கு,
ஒருகாலை இழந்தாலும் அவ்விலங்கு நிற்காது,
அதேவகை நிலைப்புதான் இருக்கிறது அஹிம்சையில்,
நான்குவகை அஹிம்சைகளால் நிற்பதாகும் கருணை.

கருணை என்று கூறப்படும் வழியிலே,
பலவகை மதங்களும் புகுந்திடும் சிறுதுளியாய்,
ஒருயானைக் காலடியை வைத்து நடந்தால்,
மற்றவகைக் காலடிகள் மண்ணிலே தெரியாது.

தெரியாது பிறிதேதும் தனித்துவம் உடையதென,
யானையது காலடியில் அடங்கும் பிறவிலங்கின்,
காலடிகட்கு ஒப்பாகும் கணக்கிலா மதங்களும்,
பிறருக்கு ஊறுசெய்தல் பிழையாகும் இம்மதத்தில்.

இம்மதத்தில் ஒருவர் எண்ணத்தால் வார்த்தையால்,
செயல்களில் பிறருக்குச் செய்ய்யும் தவறுகளை,
விலக்குதல் வேண்டும் உளத்திற்கு உள்ளாகவும்,
புலால் மறுத்தலால் பெறலாம் மூன்றுபகுதி.

மூன்றுபகுதி தவறுகள் மனிதரைப் பீடித்து,
எண்ணமாகி வார்த்தையாகி இழிவான செயலாகி,
தவறாகிப் போகுமெனத் தாங்கள் கண்டதால்தான்,
புலாலகிய உணவைப் புசித்திடார் ஞானியர்.

ஞானியர் புலாலை நல்லுணவென ஏற்றிடார்,
பிறிதோர் விலங்கினத்தில் பிய்த்தெடுக்குக் சதையானது,
அவரவர் மைந்தனது அங்கம் போலாகும்,
அறியாதவர் புலாலுண்டு அடைவார் வெகுகீழ்மை.

வெகுகீழ்மை ஒருமுறை உண்டாகினால் அச்செயல்,
தொடர்ச்சியாய் நிகழ்ந்து தலைமுறைகளை அழிக்கும்,
தாய்தந்தை சேர்ந்தால் தோன்றும் குழந்தை,
அதேவகைத் தொடர்ச்சியே ஈனமான கொடுஞ்செயல்.

கொடுஞ்செயல் செய்தால் கொடுமைகள் தொடரும்,

நாவினில் சுவைகள் நிரம்பி நிலைப்பதுபோல்,
பற்றுதல் அனைத்தும் பிறப்பது நாவிலேதான்,
உண்ணுதல் புலாலெனில் உளத்தை ஈர்க்கும்.

ஈர்க்கும் புலாலுணவு இதயம் முழுவதையும்,
ஆக்கும் புலாலுக்கு அடிமையாக மனிதரை,
எவ்விதம் புலாலுக்கு அடிமையாக மாறியவர்,
எவ்விதம் கேட்பார் அமரலோக இசைகளை?

இசைகளை பேரிகைகளை அடிக்கும் தாளங்களை,
யாழ்களை மகரயாழை எவ்விதம் கேட்பார்?
புலாலைப் பெரிதெனப் பேசுவதும் பிழையாகும்,
வரலாற்றைக் கருதினால் உள்ளது உதாரணங்கள்.

உதாரணங்கள் பலவும் உள்ளன இவ்வுலகில்,
பிறவுயிர்கள் வாழுதற்குப் பிரதியாக ஒருசிலர்,
தம்முடலில் தசைகளைத் தரித்து அளித்ததற்கு,
சொர்க்கத்தில் அவரெலாம் சீர்பெற்று நிலைத்தனர்.

நிலைத்தனர் அஹிம்சையை நெஞ்சத்தில் வைத்தவர்,
தாங்குதற்கோர் கால்களெனத் தெரிவிப்பார் நான்கினை,
அஹிம்சையென்றோர் மார்க்கத்தை இயம்பினேன் உனக்கு,
பகுதிகளோர் நான்குடைத்து பாங்குமிகும் அஹிம்சை.

(115)**அனுசாசன பர்வம்**, **பகுதி 115**

அஹிம்சை குறித்து அறிவித்த பிதாமகரிடம்,
பிறவுயிரைத் துன்புறுத்தாமை பெருநல மார்க்கமென,
கருத்தினை உரைத்தீர் கங்கையின் மைந்தரே,
ஸ்ரத்தத்தைச் செய்வதில் சந்தேகம் உண்டானது.

உண்டானது சந்தேகமென உரைத்தான் யுதிஷ்ட்டிரன்,
ஸ்ரத்தத்துக்கு வேண்டுமெனச் சதையாகும் மாமிசத்தை,

சமைத்து அளிப்பதைச் சொன்னீர் இதற்குமுன்னர்,
கொல்லாது எவ்விதம் கறியானது கிடைக்கும்?

கிடைக்கும் புண்ணியமெனக் கூறினீர் அஹிம்சையால்,
மாமிசம் வேண்டாமென முழுதாக ஒதுக்கிவிட்டால்,
என்னவிதம் புண்ணியம் ஏற்படும் ஒருவருக்கு?
மாமிசம் உண்டால் மன்றும் பாவமென்ன?

பாவமென்ன ஒருவன் பலத்துடன் தாக்கி,
விலங்கென ஒன்றை வேட்டையாடி உண்டால்,
என்னென்ன பாவங்கள் ஏற்படும் அச்செயலால்?
ஊனுக்கென வேறொருவர் அடித்ததை உண்டாலென்ன?

உண்டாலென்ன பாவம் உண்டாகும் ஒருவர்,
கொன்றதான விலங்கின் கறியை மற்றொருவர்,
சமைத்ததான உணவைச் சாப்பிடும் செயலால்,
விலைக்கென வாங்கிய ஊனுணவால் நேருவதென்ன?

நேருவதென்ன ஊனுணவை நாடியே உண்பதாலென,
விளக்கமான பதிலை விளம்பவேண்டும் பிதாமகரே,
நித்தியமான இந்த நெறியின் உட்கருத்தை,
மிச்சமென இல்லாமல் மொழியவேண்டும் எனக்கு.

எனக்கு விளம்பவேண்டும் எவ்விதத்து வழிதான்,
நிலைத்து நிற்கும் நித்தியமான நெறியாகும்?
எவ்விதத்து நெடுவாழ்வை அடையலாம் ஒருவர்?
ஊனமற்று உடலடைய உள்ளதொரு வழியென்ன?

வழியென்ன ஒருவர் உன்னதராய் வாழுதற்கு?
புனிதமான அறிகுறிகள் பதிந்ததான உடலுடன்,
மேன்மையான வாழ்வ்வுபெற முறையென்ன இவ்வுலகில்?
விளக்கமான கருத்தை விளம்பவேண்டும் பிதாமகரே.

பிதாமகரே என்றதும் பகர்ந்தார் பீஷ்மர்,
புல்லாலுணவே மறுத்தால் பெறத்தக்க புண்ணியத்தை,
விளக்கமாகவே உனக்கு விளம்புகிறேன் கௌரவனே,
நெறிகளிலே நவின்றவற்றை நவிலுகிறேன் தொகுப்பாக.

தொகுப்பாக உரைக்கிறேன் திடமான கருத்துக்களை,
அழகாக ஊனமற்று அதிநெடும் வாழ்வடைந்து,
அறிவாகப் புரிதலாக அகபலமாக உடல்பலமாக,
நினைவாற்றலாக அடைவந்தற்கு நல்லவழி அஹிம்சை.

அஹிம்சை குறித்து அனேகவித விவாதங்கள்,
முன்னே நடந்தன மாமுனிவர்கள் ரிஷிகளிடையே,
கருத்தை அவர்கள் கண்டனர் முடிவாக,
அதனை உனக்கு இயம்புகிறேன் கேளாய்.

கேளாய் ஒருவர் குன்றாத உறுதியுடன்,
விரதத்தை நோற்று வானவரை வணங்கினால்,
அஸ்வமேதிகத்தை செய்ததாக அடைவார் நற்பலனை,
அதேபலனை அடைந்திட அகற்றவேண்டும் ஊனுணவை.

ஊனுணவைத் தேனை உண்ணாத நோன்பினர்,
அஸ்வமேதிகத்தை ஒத்ததாக அடைவார் நற்பலனை,
சூரியக்கதிரை உண்ணும் சப்தரிஷிகளும் வாலகில்யரும்,
ஞானத்தை முன்வைத்து நவின்றது புலால்மறுப்பு.

புலால்மறுப்பு வாயிலாகப் பெறலாம் பெருநன்மை,
இதுகுறித்து ஸ்வம்பூவமனு இயம்பினார் கருத்தை,
புலால்மறுத்து கொலைதவிர்த்து பிறர்மூலம் கொல்லாமல்,
வையத்து வாழுபவர் உற்றநட்பு அனைத்துயிர்க்கும்.

அனைத்துயிர்க்கும் நட்பாக அன்புடன் வாழுபவரை,
எவ்வுயிரும் தாக்குதற்கு இயலாது வேந்தனே,
அனைத்துயிரும் அம்மனிதனை அண்டும் நம்பிக்கையுடன்,
நெறியாளரின் பாராட்டும் நாடிவரும் புலால்மறுத்தால்.

புலால்மறுத்தால் நலமென்று பகர்ந்தார் நாரதர்,
தன்னுடலில் ஊன்வளரத் தானுண்ணும் ஊனுணவு,
உண்மையில் உண்பவரை உண்டுவிடும் முடிவிலே,
இடர்கள் பலவற்றை ஏற்படுத்தித் தாக்கும்.

தாக்கும் புலாலுணவு தன்னை உண்பவரை,

இதற்கும் மேலாக இயம்பினார் வ்ருஹஸ்பதி,
தேனையும் புலாலையும் தொடாமல் விலக்குவோர்,
தானமும் வேள்வியும் தினமும் செய்ததாகும்.

செய்ததாகும் நற்செயலைச் சீர்தூக்கி நோக்கினால்,
மாதந்தோறும் அஸ்வமேதிகத்தை மிகவும் சிரத்தையாக,
நூறாண்டுகாலம் ஒருபோதும் நிறுத்தாமல் தானத்துடன்,
செய்தவர்தம் புண்ணியம் சாரும் புலால்மறுத்தால்.

புலால்மறுத்தால் அன்னவர் புந்தியில் எப்போதும்,
இறைவர்கள் நினைவையே ஏந்தியதாம் தியானத்தையும்,
வேள்விகள் தானங்களால் வாய்க்கும் புண்ணியத்தையும்,
தவத்தில் நிலைத்துத் தூயநிலை பெறுவார்.

பெறுவார் உயர்வைப் புலாலுணவை உண்டபின்னர்,
அதற்கோர் விலக்கம் அளித்திடும் உன்னதர்,
வேதமானதோர் நான்கையும் ஓதியதாம் நற்பலனும்,
வேள்வியிலோர் முழுத்தொகுப்பும் விளைத்த பலனடைவார்.

பலனடைவார் ஒருவர் பெரிதினும் மிகப்பெரிதாய்,
புலாலனதோர் உணவைப் புசிக்கும் வழக்கத்தை,
உடையவர் அதனை விடுவது எளிதில்லை,
விடுபவர் உயிர்களுக்கு வழங்குகிறார் அபயம்.

அபயம் அளித்து அனைத்து உயிர்களையும்,
மிகவும் கனிவுடன் மதிப்புடன் நடத்துபவர்,
உயிரினம் வாழுதற்கு வழங்குகிறார் உயிர்மூச்சை,
ஞானமிகும் அனைவரும் நலமென்னும் மார்க்கமிது.

மார்க்கமிது கருணையால் மிகவும் புனிதமுற்றது,
உயிரென்று இருப்பதெலாம் வேறன்று தன்னுயிரென,
நினைத்து மனதிலே நல்லெண்ணம் கொள்ளுவார்,
பிறரிடத்து அன்புடன் பரிவுடன் பழகுவார்.

பழகுவார் மற்றவர்கள் பரிவாகக் கனிவாக,
மற்றவர் தன்னை மதித்து எவ்விதத்தில்,
பழகுதற்கோர் விருப்பம் உற்றனரோ மனதில்,

அவ்விதத்திலவர் மற்றவருடன் அன்பாய்ப் பழகுவார்.

பழகுவார் மற்றவரிடம் பரிவுடன் அன்புடன்,
ஒருவர் மனதிலே அறிவாற்றல் மிகைத்து,
ஞானத்திலோர் விருப்பம் நிறைந்தவராய் இருந்தாலும்,
அஞ்சுவார் மரணமெனும் அந்தமான நிலைகுறித்து.

நிலைகுறித்து அஞ்சியே நடுங்கும் பிறவுயிர்கள்,
வாழுதற்கு ஆசை வெகுவாகக் கொண்டவை,
புலாலுணவு உண்ணும் பாவியர் விலங்குகளை,
கொல்லுதற்கு வருகையில் கொலைநடுக்கம் உண்டாகும்.

உண்டாகும் விலங்குகட்கும் வெகுவான உயிர்பயம்,
புலாலாகும் உணவைப் புசிக்காது விலக்குவதே,
மார்க்கம் அனைத்திலும் மிகவும் மேலானது,
சொர்க்கம் அடையவும் சீர்மை கொடுக்கும்.

கொடுக்கும் அஹிம்சை குணநலத்தை மேன்மையை,
பலவிதம் தவங்களிலும் பெரிதும் மேலானது,
அஹிம்சையெனும் மார்க்கமன்றி ஏதொன்றும் கிடையாது,
உண்மைக்கெலாம் ஆணிவேர் உளத்தின் தூய்மை.

தூய்மை மிகுந்தது தன்னடக்கம் அளிப்பது,
கடமை என்பதைக் கொடுக்கும் உற்பத்தித்தலம்,
புலாலை அளிக்காது புல்பூண்டு மரவகைகள்,
ஊனுணவக் கல்கூட வழங்குதல் இயலாது.

இயலாது உயிரொன்றை அழிக்காது ஊனுண்ணல்,
கொல்லுவது என்னும் கேட்டினால் விளைவதால்,
உண்ணுதல் கூடாது ஊனுணவை எவரும்,
உம்பருக்கு உகந்தவை உண்மையும் சிரத்தையும்.

சிரத்தையும் உண்மையும் சேர்ந்த தேவர்கள்,
ஸ்வதாவையும் அமுதத்தையும் ஸ்வாஹாவையும் ஏற்பார்,
ராட்சதர்தாம் புலாலுணவை ரசித்து உண்ணுவார்,
ஆசைகளின் தூண்டுதலை அளிக்கும் புலாலுணவு.

புலாலுணவு வேண்டாமென புலாலை மறுப்பவர்,
அச்சமற்று வாழுவார் அனைத்து உலகிலும்,
கேடுற்று வீழ்ந்தாலும் கிடுக்கியில் சிக்கினாலும்,
காலநேரத்து மாற்றத்திலும் கொண்டிடார் அச்சம்.

அச்சம் கிடையாது அல்லிலும் பகலிலும்,
சந்திகளாம் காலைமாலை சபைகளாம் குழுக்கள்,
விலங்கினம் அரவங்கள் வலிமைமிக்க ஆயுதங்கள்,
ஏதொன்றும் அச்சத்தை அளிக்காது புலால்மறுத்தால்.

புலால்மறுத்தால் அன்னவரைப் பாதுகாக்க நினைத்து,
அனைத்துயிர்கள் அன்னவருக்கு அளிக்கும் ஆதரவை,
நம்பிக்கையால் அவரை நாடிவரும் அனைத்துயிரும்,
மற்றவர்கள் மனதிலே மருகும்நிலை விளைத்திடார்.

விளைத்திடார் மற்றவர்கள் வருந்தும் சூழலை,
உற்றிடார் தமதுமனம் அஞ்சும் கலக்கத்தை,
மானிடர் அனைவரும் மறுப்போம் புலாலையென,
எண்ணினர் என்றால் இல்லையே கொலைத்தொழில்.

கொலைத்தொழில் புரியும் காதக மனத்தாரும்,
விலங்குகள் சதையை உண்பவர் இல்லையெனில்,
கொல்லுதல் விடுத்துக் கருணைவழி ஏகுவார்,
உண்பவர்கள் பொருட்டே விலங்குகளைக் கொல்கிறார்.

கொல்கிறார் உண்பவர்கள் களித்து உண்பதற்கே,
எவரொருவர் தனக்கு ஏதேனும் நல்லது,
விரும்பினர் ஆகினும் விலக்கவேண்டும் புலாலை,
கொல்லுபவர் தவிக்கையில் கிடைக்காது அபயமேதும்.

அபயமேதும் கிடைக்காது அடாதவிதம் விலங்குகளை,
கொன்றிடும் தொழிலைக் கடைப்பிடிக்கும் கேடருக்கு,
விலங்கினம் தன்னை வதைக்கும் கேடரை,
விலங்கினும் கீழோரென வதைத்தல் தவறில்லை.

தவறில்லை கேடரைத் தீயாரென ஒதுக்குவதும்,
ஆசைகளைக் காமத்தை அறிவீனத்தை உடையவர்,

ஆற்றலை பலத்தை அடைந்திடும் பொருட்டாக,
உயிர்க்கொலை செய்து ஊனுணவை உண்ணுவார்.

உண்ணுவார் சுவைக்கென ஊனுணவை மானிடர்,
அன்னவர் ஊனை அதிகரித்துப் பெருக்கிட,
அடுத்ததோர் உயிரினத்தை அடித்து உண்ணுவதால்,
அடைவார் பலகேடு அச்சம் வருத்தம்.

வருத்தம் தொடரும் உயிரை விட்டபின்னும்,
இவ்வுலகம் தன்னிலே இறந்து வீழ்ந்தாலும்,
மறுபடியும் பிறந்து மிடிமைபல அடைவார்,
பல்வேறுவிதம் துயர்படுவார் புலாலை உண்டதால்.

உண்டதால் தன்னுடலை வெகுவாகப் பெருக்கிடும்,
ஊனுணவால் மகிழுதல் வேண்டாமென அறிவுறுத்தி,
ரிஷிகள் முன்னரே இயம்பினர் கருத்தை,
ஊன்மறுத்தல் சொர்க்கத்துக்கு உகந்த வழியாகும்.

வழியாகும் பெருமைக்கு ஊனுணவை மறுத்தல்,
வெகுநலம் கொடுக்கும் ஊன்மறுக்கும் நற்பழக்கம்,
இவையாவும் உரைத்தார் ஈடிலார் மார்க்கண்டேயர்,
அவரிடம் அறிந்தவற்றை இயம்பினேன் உனக்கு.

உனக்கு ஊன்மறுக்கும் உன்னத விவரத்தை,
தனக்கு உணவாக்கித் தானே உண்பதற்கோ,
பிறருக்கு உணவாக்கி புலாலை அளிப்பதற்கோ,
வாழுதற்கு விரும்பும் விலங்கைக் கொல்லுகிறார்.

கொல்லுகிறார் விலங்குகளைக் கருணையிலா முரடர்,
அடைகிறார் கொலைசெய்த அனைத்து பாவத்தையும்,
பொருளொருவர் கொடுத்துப் புலாலை வாங்கினாலும்,
கொல்லுகிறார் பொன்பொருளே கத்தியாகும் ஆயுதமென.

ஆயுதமென வளமைகளை அடாதவிதம் செலவழித்து,
கொன்றதான விலங்கைக் கொள்ளுபவர் கொலையாளியே,
பிறருக்கான விலங்குகளைப் பிடித்துத் தளைத்து,
விற்பதான செயலும் வெகுபாவம் கொலைத்தொழிலே.

கொலைத்தொழிலே செய்கிறார் கேடுமிக்க மூவர்,
பிடிப்பவருடனே கொல்லுபவர் பொருளால் வாங்குபவர்,
மூவருமே விலங்கினை மடியவைத்தக் கொடூரரே,
வெகுபாவமே அடைவார் விலங்குகளைக் கொல்லுபவர்.

கொல்லுபவர் உயிர்களைக் கொல்லட்டும் என்பதாக,
எவரொருவர் அனுமதித்து அமைதியாய் இருந்தாலும்,
கொன்றவர் பாவமே கிடைக்கும் கண்டவருக்கும்,
கருணையொருவர் கொண்டால் கிடையாது அச்சம்.

அச்சம் கிடையாது அனேகவித விலங்குகளால்,
நெடுவாழ்வும் மகிழ்வும் நன்னலமும் நிலைக்கும்,
புலாலேதும் உண்ணாதவர் பெற்றிடும் புண்ணியம்,
கனகதானம் பூதானம் கோதானத்தை மிஞ்சும்.

மிஞ்சும் புண்ணியம் மாண்புடன் ஊன்மறுத்தால்,
வேள்வியிலும் பூசையிலும் விலங்கினை பலியிட்டால்,
உண்ணலாம் அதனை உம்பருக்கும் பித்ரிக்களுக்கும்,
மந்திரம் சடங்குகளாய் முறையாய்ப் படைத்தபின்னர்.

படைத்தபின்னர் அல்லாது புனிதவேள்வி அல்லாது,
எவருவர் சுவைக்கென அடித்து உண்டாலும்,
வீழ்ந்திடுவர் கொடுநரகில் வாடிடுவார் துயரத்தில்,
உண்ணுபவர் வேள்விக்கான ஊனை ஏற்கலாம்.

ஏற்கலாம் வேள்வியில் அளித்த பலியினை,
அவ்விதம் பிராமணருக்கென அடிக்கப்பட்ட விலங்கை,
உண்ணும் ஒருவருக்கு உண்டாகும் சிறுபாவமே,
வேறுவிதம் ஊனுண்டால் வெகுபாவம் தாக்கும்.

தாக்கும் வெகுபாவம் தரமிலாத ஒருவர்,
உண்ணும் பிறருக்கென விலங்குகளைக் கொன்றாலும்,
அண்டும் வெகுபாவம் அடாதசெயல் செய்ததால்,
உண்பவர்தம் பாவம் அளவில் சிறிதாகும்.

சிறிதாகும் பாவத்தைச் சுமப்பார் உண்பவரும்,

எவரேனும் ஊனுண்ணும் ஆசை காரணமாக,
வேள்வியும் சடங்குகளும் விளைத்து அதன்பின்னர்,
கொல்லும் செயல்செய்தால் கொடுநரகம் காத்திருக்கும்.

காத்திருக்கும் நன்னலம் கேடிலாத நல்லாருக்கு,
ஊனுண்ணும் வழக்கத்தை உடையவர் மனந்திருந்தி,
ஊன்மறுக்கும் நற்செயலை உறுதியாய்க் கடைப்பிடித்தால்,
புண்ணியமும் நன்னலமும் பெருகும் நிறைவாக.

நிறைவாக புண்ணியமும் நன்னலமும் பெருகும்,
ஊனாக இருப்பதை உணவாக்க மறுத்தார்க்கு,
இறைச்சியாக இருப்பதை அளிக்க ஏற்பாடுகள்,
செய்பவராக இருந்தாலும் சரியென்றாலும் பாவமே.

பாவமே கிடைக்கும் புலாலைப் பெறுவதற்கு,
அனுமதியே அளித்தவர்க்கும் அடாது கொன்றவர்க்கும்,
விற்பனையே செய்தவர்க்கும் வகைவகையாய்
சமைத்தவர்க்கும்,
உணவாய் ஏற்று உண்டவருக்கும் பாவமே.

பாவமே கிடைக்கும் புலாலை உண்டாலென,
பிரமரே உரைத்ததைப் பகருகிறேன் வேந்தனே,
வேதத்திலே இருப்பவற்றை விளக்கி உரைக்கையில்,
விளக்கமே அளித்தார் வாழும் நெறிகுறித்து.

நெறிகுறித்து பிரமர் நவின்ற கருத்தாவது,
செயலாற்றுவது குடும்பவழி செல்வோரின் மார்க்கமே,
விடுபட்டு மோட்சமுற விரும்புவோர் எவருக்கும்,
செயல்பாட்டு வழிமுறை சாதகம் அளிக்காது.

அளிக்காது பாவத்தை அறவழி வேள்வியிலே,
பலிகொடுத்த விலங்கைப் புசித்தால் என்பதாக,
உரைத்தது மனுவாகும் உன்னத மாமுனிவர்,
வேள்விக்கு பலியிட்டால் வாராது பாவமேதும்.

பாவமேதும் இல்லை பித்ரிக்களுக்குப் படைத்தாலும்,
தேவருக்கும் பித்ரிக்களுக்கும் தக்கவிதம் படைக்காவிடில்,

மாமிசம் மிகவும் மோசமானது ஆகிவிடும்,
உண்ணும் தகுதியற்று வீணானது மாமிசம்.

மாமிசம் வேள்வியில் முறையாய் பலியிடாமல்,
உண்ணும் ஒருவருக்கு உண்டாகும் பெரும்பாவம்,
நரகம் செல்லுவார் நீசமிக்கக் கேடர்,
ராட்சதர்தம் உணவதனை ஏற்கலாகாது மானிடர்.

மானிடர் ராட்சதர்போல் மாண்பின்றி உண்ணலாகாது,
நெறியிலோர் வழியென நவின்றவிதம் அல்லாது,
முறையானதோர் வழியிலே மாமிசம் பெற்றாலன்றி,
உண்ணுவோர் அனைவருக்கும் உண்டாகும் தீங்குகள்.

தீங்குகள் தம்மைத் தாக்குதல் வேண்டாமென,
மனத்தில் நினைப்பவர் மறுப்பார் புலாலை,
ரிஷிகள் இதுகுறித்து அடைந்தார்கள் சந்தேகம்,
உண்ணுதல் சரியா விலங்கின் புலாலையென.

புலாலையென விலக்கிப் புனிதமான வேள்விகளில்,
விதைகளென இருப்பவற்றை வழங்கி வணங்கினர்,
சேதியான தேசத்தின் சக்ரவர்த்தியான வாசுவிடம்,
சந்தேகமான மனத்துடன் சென்று வினவினர்.

வினவினர் வாசுவிடல் விளம்பவேண்டும் பதிலையென,
வேள்வியிலோர் ஆகுதியாக வழங்கலாமா மாமிசமென,
வேண்டினர் விளக்கத்தை வேந்தன் வாசுவோ,
மனதிலோர் கயமையுடன் மொழிந்தான் பதிலை.

பதிலை அளிக்கையில் பார்வேந்தன் வாசு,
உண்மையை மனதிலே உணர்ந்து இருந்தாலும்,
புலாலை உண்ணலாமெனப் பகர்ந்தான் பதிலை,
வானத்தை விட்டு வீழ்ந்தான் பூமியில்.

பூமியில் விழுந்தபின்னும் பகர்ந்தான் தன்கருத்தை,
உண்மையை உணர்ந்திருந்தும் ஊனை உண்ணலாமென,
பொய்மையைப் பகர்ந்தான் பாதாலத்தில் அமிழ்ந்தான்,
அகத்தியரைச் சார்ந்து அடுத்ததோர் நிகழ்வுண்டு.

நிகழ்வுண்டு அகத்தியர் நற்றவ பலத்தினால்,
வானவருக்கு மானினத்தை வழங்கினார் ஆகுதியாக,
அதையடுத்து மானினத்தை ஆகுதியாய் அளிப்பதற்கு,
சுத்திகரிப்பு வேண்டாமெனச் சொன்னார் மாமுனிவர்.

மாமுனிவர் ரிஷிகள் மொழிந்தனர் கருத்தை,
பித்ரியானோர் மகிழுவார் புலாலை அளித்தாலென,
நெறிகளுக்கோர் விலக்கின்றி நல்கப்படும் புலாலை,
முன்னோர் உண்டு மனநிறை கொள்வாரென.

கொள்வாரென உரைத்தனர் களிப்பை பித்ருக்கள்,
புலாலென இருப்பதைப் புசிக்காது மறுப்பது,
கடுந்தவமென நூறாண்டுகள் காத்ததற்கு நிகரென்று,
உறுதியான வார்த்தகளில் உரைத்தனர் மாந்தருக்கு.

மாந்தருக்கு உகந்தது மாதங்களில் கார்த்திகையில்,
சுக்லபட்சத்து நிலவொளி சொரியும் காலத்தில்,
புலாலொடு தேனையும் புசிக்காது மறுப்பதென,
நல்லதொரு வழியை நவின்றனர் முன்னோர்.

முன்னோர் உரைத்தனர் மாரிக்கால நான்குமாதம்,
எவரொருவர் புலாலை ஏற்காது மறுத்தாலும்,
அடைவார் வெற்றிகள் ஆற்றல் பெரும்புகழ்,
அன்னவர் ஆற்றல் அதிகரித்து வளருமென.

வளருமென உரைத்தனர் வாழ்நாளும் மகிழ்வும்,
காத்திகையான மாதத்தில் கறிமீனை மாமிசத்தை,
உண்ணாரென இருப்போர்க்கு உண்டாகும் வெகுநலம்,
ஒருமாதமென இருவாரமென ஊன்மறுத்தால் பலனுண்டு.

பலனுண்டு பிரமலோகம் புகுந்து மகிழுவதாய்,
ஒருமாதத்து அளவுக்கோ இருவாரத்து நீளத்துக்கோ,
புலால்மறுத்து வாழ்ந்தால் பெருநலம் கிடைக்குமென,
பழங்காலத்து ராஜரிஷிகளும் புலாலுணவு மறுத்தனர்.

மறுத்தனர் புலாலை மிகச்சிறந்த ராஜரிஷிகள்,

அறிந்தனர் ஞானத்தை ஆத்மனை சத்தியத்தை,
பகுத்தனர் ஆத்மனையும் பொருளையும் தனியென்று,
அன்னவர் கார்த்திகையில் உண்னவில்லை ஊனுணவை.

ஊனுணவை சுக்லபட்ச வெண்மதியின் வளர்ச்சியில்,
நசத்திரமாய்க் கார்த்திகையில் நாடாது மறுத்தனர்,
அவ்வேந்தரை வரிசையிட்டால் அம்பரீஷன் நபகன்,
ஆயுவை அடுத்தது அரசன் கயா.

கயா அனரண்யன் கார்த்தவீர்யன் திலீபன்,
வீரமாய் வாழ்ந்த வேந்தன் ரகுவிடன்,
புருவாய் அனிருத்தனாய் பெருவீரன் நகுஷனாய்,
யயாதியாய் ந்ருகனாய் ஆற்றல்மிகு விஷ்வக்ஷேணனாய்.

விஸ்வக்ஷேணனாய் சச்விந்துவாய் வேந்தன் சிவியாய்,
முசுகுந்தனாய் யுவனஸ்வனாய் மண்டத்ரியாய்
ஹரிச்சந்த்ரனாய்,
வரிசையாய் விளம்பினேன் ஊன்மறுத்து விரதமாக,
கார்த்திகை சுக்லபட்சத்தைக் கடத்திய வேந்தர்களை.

வேந்தர்களை உனக்கு விளம்பினேன் வரிசையாக,
உண்மையை எப்போதும் விளம்புவாய் யுதிஷ்டிரா,
பொய்மை பேசாமல் பாதுகாப்பாய் நாவினை,
சத்தியத்தைக் கூறுவார் நித்தியத்துவக் கடமையென.

கடமையென சத்தியத்தைக் கூறியதன் பலனாக,
அம்புலியென வானுலகில் இருக்கிறார் ஹரிச்சந்த்ரன்,
சந்த்ரமசென நினைத்தவிதம் செல்லுகிறார் எங்குமே,
கார்த்திகையான மாதத்தில் கறியுணவை மறுக்கவேண்டும்.

மறுக்கவேண்டும் கார்த்திகையில் மாமிசத்தை என்பதாக,
மாதமுழுதும் விரதமிருந்த மண்ணாளும் வேந்தர்கள்,
சியசித்ரனும் வ்ரிகனும் சோமகனும் ரைவதனும்,
ரந்திதேவனும் வாசுவும் ராமனும் ஸ்ரிஞ்சயனும்.

ஸ்ரிஞ்சயனும் துஷ்மந்தனும் கருஷ்மனும் அலர்கனும்,
நளனும் விருபாஸ்வனும் நிமியும் ஜனகரும்,

ஜலனும் ப்ரிதுவும் இக்ஷ்வாகுவும் வீரசேனனும்,
சம்புவும் ஸ்வேதனும் சாகரனும் அஜனும்.

அஜனும் துந்துபியும் ஹர்யஸ்வனும் சுவாஹுவும்,
க்ஷுபனும் பரதனும் சிறந்ததோர் விரதமாக,
கார்த்திகையெனும் மாதமுழுதும் கறியுணவை விலக்கினர்,
பிரமர்தம் உலகிலே பேரொளியுடன் மிளிர்ந்தனர்.

மிளிர்ந்தனர் ஆயிரமாயிரம் மாதர்கள் சூழ்ந்திருக்க,
கந்தர்வர் அவரருகில் கானங்கள் இசைத்தனர்,
எவரொருவர் இந்த ஊன்மறுக்கும் விரதத்தை,
நோற்பவர் ஆகினும் நுழைவார் சொர்க்கத்தில்.

சொர்க்கத்தில் நுழைவார் சீர்மிக்க விதத்திலே,
உயிர்கள் அனைத்துக்கும் உகந்ததான அஹிம்சையை,
கடைப்பிடித்தல் செய்ததானக் கருணைமிக்க நற்செயலால்,
வானுலகில் நுழைந்தனர் உயர்வுமிக்க மாந்தர்.

மாந்தர் நடுவிலே முனிவர் என்பவர்கள்,
பிறந்ததோர் நாள்முதல் பருகிடார் தேனை,
உண்டிடார் மாமிசத்தை வாழ்நாள் முழுவதும்,
எவரொருவர் மாமிசத்தை விலக்கினாலும் மேன்மையே.

மேன்மையே அடைவார் மாமிசத்தை மறுப்பவர்,
மாமிசத்தை விலக்கினால் மாண்புகள் உண்டென்று,
கருத்தினைப் பலருக்குக் கூறினாலும் அம்மனிதரும்,
பாவியாய் இருந்தாலும் பெருநரகில் வீழ்ந்திடார்.

வீழ்ந்திடார் நரகத்தில் ஊனுணவை மறுப்பவர்,
மேலானதோர் புலால்மறுப்பை மனமுவந்துப் படிப்பவர்,
மற்றவர் படித்திட மனதாரக் கேட்பவர்,
அடைவார் ஆத்மசுத்தியை அகத்தின் விருப்பத்தை.

விருப்பத்தை அடைவார் விரும்பிய விதத்திலே,
கறியுணவை மறுத்துக் கருணையைக் கடைப்பிடித்து,
நெறிவழியை விலகாத நலமிக்க உன்னதர்,
விரும்பியதை அடைவதுடன் உறவினரில் முதலாவார்.

முதலாவார் சுற்றத்தில் மிடிமைகளைக் கடப்பார்,
தடையானதோர் சூழலைத் தகர்த்து முன்னேறுவார்,
எளிதானதோர் வழியிலே அனைத்தையும் முடிப்பார்,
அன்னவர் நோய்கள் அகலும் விரைவாக.

விரைவாக நோய்கள் விலகியே சென்றுவிடும்,
விலங்காகப் பிறந்திடும் வீழ்ச்சிநிலை வாராது,
மனிதராகப் பிறந்து மிகவும் அழகடைந்து,
புகழாக வெகுமேன்மை பெறுவார் புலால்மறுத்தோர்.

புலால்மறுத்தோர் பெருமையை பகர்ந்தேன் முழுதாக,
ப்ரவிருத்தியானதோர் மார்க்கத்தில் புறவுலகை நோக்கினும்,
நிவ்ருத்தியானதோர் மார்க்கத்தில் நினைவுகளை அடக்கினும்,
ரிஷிமுனிவர் உரைத்ததான வழிமுறைதான் ஊன்மறுப்பு.

(116)**அனுசாசன பர்வம்**, **பகுதி** 116

ஊன்மறுப்பு என்னும் உன்னத மார்க்கத்தை,
நோக்குதற்கு மனமின்றி நீசமிகும் மாந்தர்கள்,
ஊனுணவு தேடியே ஓடுகிறார் ராட்சதரென,
கீரைகளுக்குக் காய்கனிக்குக் கொடுப்பதில்லை மரியாதை.

மரியாதை இல்லை மாமிசம்போல் மரக்கரிக்கு,
குழப்பத்தை அடைகிறேன் கறியையே உண்பேனென,
வெறித்தனத்தைக் காட்டும் வீணர்களின் செயல்கண்டு,
சுவையைப் பொறுத்தவரை சதையே பெரிதாகிறது.

பெரிதாகிறது மாமிசம் பிறவித உணவுகளினும்,
மாமிசத்து உணவை மறுத்து விலக்குவதன்,
நலத்துக்கு அளவென்ன நவிலுவீர் விவரமாக,
கறியுணவு உண்டால் கிட்டும் பாவமென்ன?

பாவமென்ன உண்டாகும் புசிக்கும் கறியாலென்றும்,
நெறிகளென்ன இதுகுறித்து நவிலும் இதுகுறித்தென்றும்,
ஊனென்ன என்னபதையும் ஊன்விலக்கம் கொடுக்கும்,

மேன்மையென்ன என்பதையும் மொழிவீர் விவரமாக.

விவரமாக உரைத்தார் வேகவதி மைந்தர்,
எதார்த்தமாக நீசொன்னவை எல்லாம் உண்மைதான்,
மாமிசத்தின் சுவையை மிஞ்சத்தான் ஏதுமில்லை,
மெலிந்தவரின் உடல்நலத்தை மீட்கும் மாமிசம்.

மாமிசம் கலவிக்கு மிகவும் பலமளிக்கும்,
நெடும்பயணம் செய்து நலிந்தவரின் உடல்நலம்,
மீண்டுவிடும் உணவாக மாமிசத்தை உண்டால்,
பலவீனம் போய்விடும் பலமிகும் மாமிசத்தால்.

மாமிசத்தால் உடல்பலம் மிகைத்திடும் விரைவாக,
உடலில் நல்லவித வளர்ச்சி உண்டாகும்,
மாமிசம்போல் வேறேதும் மானிடருக்கு உணவில்லை,
ஊன்மறுத்தால் உண்டாகும் உயர்வு மிகமேன்மை.

மிகமேன்மை உடையதான மாமிச மறுப்பினை,
விவரமாய் உரைக்கிறேன் விளங்கிக்கொள் வேந்தனே,
மாமிசத்தால் உடல்வளர்க்கும் முரடர்களும் மூடர்களும்,
உலகத்தில் மிகக்கேடர் உரமிலார் கொடூரர்.

கொடூரர் அறிந்திடார் கொலையுண்ணும் விலங்குக்கும்,
வாழுதற்கோர் ஆசை உளத்திலே இருப்பதை,
உடலுடையதோர் விலங்கினம் ஒவ்வொன்றும் தன்னளவில்,
வாழுதற்கோர் ஆசையை வைத்திருக்கும் மனதில்.

மனதில் உயிர்வாழ மிகவும் விருப்பத்துடன்,
தனைப்போல் உயிரொன்று தவிப்பதை அறிந்திடார்,
சுவைத்தல் பொருட்டு சாகடிக்கும் வெகுகேடர்,
பயத்தில் உயிரைப் போக்குவார் விலங்குக்கு.

விலங்குக்கு பயத்தை விளைத்து இறைச்சியை,
உண்பவர்க்கு நன்னலம் ஒருபோதும் விளையாது,
வேதத்து வழியிலன்றி வேள்விக்கு ஆகுதியன்றி,
வேறுவிதத்துக் கொன்றால் உண்ணலாகாது இறைச்சியை.

இறைச்சியை வேள்விக்கு ஆகுதியாய் அளிக்கதான்,
விலங்கினத்தைப் படைத்தார் வையத்தின் முதலிறைவர்,
இறைச்சியை வேறுவிதம் அடித்து உண்ணுபவர்,
ராட்சதரைப் போலென்று அறிவித்தனர் ஞானியர்.

ஞானியர் நவின்ற நல்லதொரு மார்க்கமிது,
க்ஷத்ரியர் வாழ்வுக்கென சொன்னார்கள் நெறிமுறையை,
அன்னவர் வேட்டையாடி அடைந்த இறைச்சியை,
உண்பதோர் தவறில்லையென உரைத்தனர் முனிவர்கள்.

முனிவர்கள் நடுவிலே மிகச்சிறந்த அகத்தியர்,
மான்கள் இனத்தை மாண்புமிக்க தேவருக்கும்,
பித்ரிக்கள் தொழுகைக்கும் பகுத்து வழங்கினார்,
ஆதலால் மான்வேட்டை அடாதசெயல் கிடையாது.

கிடையாது வேட்டையில் கிடைக்கும் விலங்கெனல்,
ஆபத்து வரலாம் ஆயுதமேந்தும் வேட்டையர்க்கும்,
விலங்குக்கு இருப்பதுபோல் வேட்டையாடும் நபருக்கும்,
இருக்கிறது சமமான ஆபத்து உயிருக்கு.

உயிருக்கு பயந்திடும் விலங்கானது சிலநேரம்,
வேட்டைக்கு வந்தவரின் உயிரை எடுக்கலாம்,
இவ்விதத்து ஆபத்து இருப்பதால் ஒருவர்,
வேட்டைக்குச் செல்லுவதால் விளையாது பாவமேதும்.

பாவமேதும் இல்லையெனப் புரிந்துகொண்ட ராஜரிஷிகள்,
வேட்டையாடும் பொருட்டாக வனத்தை அண்டினர்,
பாவமேதும் அவர்களைப் பற்றவில்லை ஏனென்னில்,
வேந்தருக்கும் ஆபத்து விளையலாம் விலங்கினால்.

விலங்கினால் அடையப்படும் ஊனுணவை உண்ணாமல்,
கருணையால் இவ்வுலகில் கடைப்பிடிக்கும் மார்க்கமே,
ஈடிணைகள் இல்லாத ஏற்றங்கள் மிக்கது,
மனதில் கருணையுளார் மருளவேண்டாம் எதற்கும்.

எதற்கும் அஞ்சாமல் இருக்கலாம் அன்புடையார்,
அஹிம்சையெனும் நற்குணம் அமைந்தவராம் உன்னதர்,

இவ்வுலகம் அவ்வுலகம் இரண்டையும் பெற்றிடுவார்,
மார்க்கம் அனைத்திலும் மிகப்புனிதம் அஹிம்சை.

அஹிம்சை கருணை இரண்டும் உடையதாக,
ஆத்மசுத்தியை உடையோர் இயற்றவேண்டும் செயல்களை,
தேவர்களை பித்ரிக்களைத் துதித்தபின் பெற்றிடும்,
மாமிசத்தை ஹவிசென மொழிவார் அறிவாளர்.

அறிவாளர் ஹவிசென அழைக்கும் இறைச்சியை,
தவறானதோர் செயலெனத் தடுக்காது வேதங்கள்,
கருணையானதோர் மனநிலையைக் கடைப்பிடிக்கும் ஒருவர்,
அச்சமானதோர் சூழலை அடைந்திடார் எப்போதும்.

அப்போதும் அஹிம்சையை இயற்றும் ஒருவருக்கு,
எத்துயரும் உண்டாக்காது எந்தவித விலங்குகளும்,
அடிபட்டும் நொடிவுற்றும் ஆற்றலின்றி விழுந்தும்,
கிடக்கும் நிலையிலும் கடுமையேதும் காட்டாது.

காட்டாது உயிரினங்கள் கருணையாளரிடம் கடுமையை,
சமதளமென்று மேடுபள்ளமென்று சரியிலாதச் சூழலென்று,
எந்தவிதத்து நிலையை அடைந்துவிட்ட போதிலும்,
அச்சமென்று ஏதுமில்லை அஹிம்சையைக் கடைப்பிடித்தால்.

கடைப்பிடித்தால் நலந்தரும் கருணையெனும் அஹிம்சை,
ஒருவரிடத்தில் இருந்தால் வாராது கடுஞ்சூழல்,
பைசாசர்கள் ராட்சதரும் பாதகங்கள் செய்திடார்,
அச்சங்கள் தாக்காது அஹிம்சைவழி நிலைத்தாரை.

நிலைத்தாரை அஹிம்சை நலத்துடன் காக்கும்,
அன்னவரைக் கொன்றிடார் அரக்கரும் பைசாசரும்,
மற்றவரை அச்சமின்றி மகிழ்ந்திட வைப்பவர்,
அச்சத்தை அடைந்தாலும் அரைநொடியில் விலகிவிடும்.

விலகிவிடும் அச்சம் வாய்த்துவிடும் மேன்மை,
தானமீனும் அனைத்திலும் தலையாயது உயிர்தானம்,
அனைவருக்கும் முக்கியம் அவரவர்தம் உயிர்தான்,
சாவெனும் ஆபத்துச் சீரழிக்கும் உயிர்களை.

உயிர்களை சாக்காடு வதைக்கவே வருகையில்,
நடுக்கத்தை அடைந்துவிடும் நமன்வந்தான் தாக்கவென,
உயிர்வாழ்வைக் கருவறையில் உற்றிடும் உயிர்கள்,
வயோதிகத்தை நோய்களை விதவிதமாய்ப் பெற்றிடும்.

பெற்றிடும் உயிர்கள் பலவிதம் தாக்குதலை,
அவ்விதம் நோய்நொடிகள் அவ்வுயிரை நலித்துவிடும்,
இறப்பிலும் பிறப்பிலும் இருவிதம் ஈர்ப்புற்று,
வாழ்வெனும் கடலிலே வந்துபோகும் உயிர்கள்.

உயிர்கள் கருவறையில் உண்டாகி வளருகையில்,
நீர்மங்கள் பலவற்றில் நொதிந்து வதைபடும்,.
கசப்பில் சுண்ணாம்பில் கழிவுகளில் சிறுநீரில்,
மலத்தில் கிடப்பதால் மிகத்துயர் கருவுக்கு.

கருவுக்கு பலவிதக் கடினத்தை உண்டாகுக்கும்,
உதவிக்கு ஆளின்றி உற்றிடும் பலதுயரம்,
சமைப்பது போலவே சளியிலும் ஈளையிலும்,
கும்பிகமென்று உரைக்கப்படும் கொடுநரகில் இடர்படுவர்.

இடர்படுவர் பிறப்பவர் இவ்வுலகில் பிறந்தபின்னும்,
இழந்திடுவர் உயிரை ஏதேதோ காரணத்துக்கென,
பிறப்பவர் அனைவருக்கும் பிரியமுண்டு தன்னுயிரில்,
அன்னவர் உயிர்காக்க அஹிம்சையே நல்லவழி.

நல்லவழி அஹிம்சையே நானிலத்தில் வாழ்வதற்கு,
உள்ளபடி அஹிம்சையை உறுதியாய்க் கடைப்பிடித்தால்,
வானவரின் சொர்க்கம் வழங்கும் வரவேற்பை,
அஹிம்சைவழி பிறப்புமுதல் ஏற்றவர் உத்தமர்.

உத்தமர் அஹிம்சையால் வானத்தின் மண்டலத்தில்,
உற்றிடுவர் வெகுபெருமை உயர்வு நன்னலம்,
ஒருசிலர் மாமிசத்தை உண்ணுவர் உயிர்கொன்று,
அன்னவர் வாழ்வினை அழித்துவிடும் மாமிசமே.

மாமிசமே வேண்டுமென மகிழ்வுடனே உண்பவரை,

மாமிசமே உண்ணுமெனும் மாபெரும் ரகசியத்தை,
உன்னிடமே கூறினேன் உன்னதனே யுதிஷ்டிரா,
என்னையே உண்டவரை அழிப்பேனெனும் மாமிசம்.

மாமிசம் இவ்விதம் மனிதரை அழிப்பதால்,
மாமிசத்தின் மாமிசமென மொழிவார் மனிதரை,
கொல்லும் ஒருவர் கொலையுறுவார் ஒருதினம்,
ஊனாகும் உணவுண்டால் ஊனுக்கே இரையாவார்.

இரையாவார் இறைச்சிக்கு இறைச்சியை உண்பவரே,
எவரொருவர் பிறர்மீது ஆத்திரத்துடன் நடந்தாலும்,
அன்னவர் மற்றவரின் ஆத்திரத்தால் துன்புறுவார்,
அவரவர் செய்தவிதம் அவர்வினை வந்துசேரும்.

வந்துசேரும் வினைவிளைவு வினைக்கு வெகுபொருத்தமாய்,
என்னவிதம் எவ்வடிவம் எவ்வுடலில் இருந்தவிதம்,
நலத்துக்கும் தீதுக்கும் நெஞ்சத்தில் இடமளித்து,
என்னசெயல் செய்தாலும் அதேவிதம் பதில்வரும்.

பதில்வரும் செயலைப் புரிந்தவிதம் அன்னவர்க்கு,
அஹிம்சையெனும் வழியிலே அன்புடன் பிறவுயிரை,
மதிக்கும் செயல்தான் மிகவும் மாண்புடைத்து,
எவ்வுயிர்க்கும் உயிர்காப்பு அளிப்பதாகும் அஹிம்சை.

அஹிம்சை என்பது அடக்கத்தின் உயர்நிலை,
உயிர்களைத் தாக்காமை உயர்வுமிக்க தானமாகும்,
தவநிலை அனைத்திலும் தூயது அஹிம்சையே,
கொடுமையைத் தவிர்த்தல் கேடிலாத வேள்வியாகும்.

வேல்வியாகும் தவமாகும் உளமடங்கும் யோகமாகும்,
நட்பாகும் அஹிம்சையே நல்லவர்தம் உற்றவராய்,
கொடுமைமிகும் நடவடிக்கை கேடென்று விடுவதே,
ஸ்ருதிதரும் கருத்துக்களில் சீர்மிக்க நற்கருத்து.

நற்கருத்து மேலும் நவிலுகிறேன் வேந்தனே,
தானமனைத்தும் அளித்தாலும் தீர்த்தமனைத்தில் குளித்தாலும்,
வேதத்து வழியிலே வழங்கப்படும் பொருட்களும்,

அஹிம்சைக்கு ஒப்பிட்டால் அளவில் சிறிதுதான்.

சிறிதுதான் அஹிம்சைக்குச் செய்யும் தானமெலாம்,
அஹிம்சையின் வாயிலாக அடைந்திடும் புண்ணியம்,
புண்ணியங்களின் வரிசையில் பெருத்த புண்ணியமாகும்,
விரதங்களின் மேன்மை உன்னதமாம் அஹிம்சை.

அஹிம்சை வழியிலே அகத்தைக் கட்டுபவர்,
வேள்விகளை அனுதினம் விளைத்தவராய் மிளிருவார்,
உயிர்களை வதைக்காத உன்னதர் அனைவரும்,
அவற்றை பெற்றெடுத்த அன்னைதந்தை ஆகிறார்.

ஆகிறார் புண்ணியராய் அஹிம்சைவழி வாழுபவர்,
ஒருவர் அஹிம்சைவழி வாழுவதன் வாயிலாக,
அடைவார் பெரிதான ஏற்றமும் புண்ணியமும்,
அன்னவர் புண்ணியத்தை இயம்பலாம் நூறாண்டுகள்.

நூறாண்டுகள் உரைத்தாலும் நிறைவுக்கு வந்திடாது,
அஹிம்சையால் நல்வழியை அடைந்தவரின் பெருமைகள்,
புண்ணியங்கள் அனைத்திலும் புனிதமிகும் புண்ணியம்,
கொல்லாமையால் புலால்மறுப்பால் கொடுக்கும் அபயமே.

(117)அனுசாசன பர்வம், பகுதி 117

அபயமே அளிப்பது அனைத்திலுமே மேன்மையென,
விவரமே உரைத்த வேகவதி மைந்தரிடம்.
இறக்கவே விரும்பியும் இருக்கவே விரும்பினும்,
உகுக்கவே செய்கிறார் உயிரைப் பெருவேள்வியில்.

பெருவேள்வியில் உயிரைப் போக்குகிறார் மானிடர்,
யுத்தத்தில் தம்முயிரை இழந்திடும் மாந்தருக்கு,
வானுலகில் எவ்விதத்தில் வரவேற்பு கிடைக்குமென,
விளக்குதல் வேண்டும் வாலறிவு ஞானியே.

ஞானியே போரிலே நமனிடம் வீழுபவர்,
எங்கே செல்லுகிறார் என்னவே ஆகிறார்?

உயிரையே விடுவது வெகுகடினம் மனிதருக்கு,
வளத்திலே வறுமையிலே வாழுதல் எவ்விதமாகினும்.

எவ்விதமாகினும் வாழுதல் எல்லோருக்கும் விருப்பமே,
வாழ்த்தாகினும் வீழ்ச்சியாகினும் வாழுதற்கு விரும்புவார்,
ஞானமிகும் பிதாமகரே நவிலவேண்டும் பதிலை,
காரணமும் எனக்குக் கூறவேண்டும் விளக்கமாக.

விளக்கமாக பதிலை வழங்குகிறேன் உனக்கென,
இணக்கமாக உரைத்தார் ஈடிலார் பீஷ்மர்,
வருத்தமாக வளமாக வாழ்க்கை எவ்விதமாகினும்,
அவரவராக அவர்வழியில் இருக்கிறார் மகிழ்வாக.

மகிழ்வாக வருத்தமாக மாறிமாறி வந்தாலும்,
உயிர்வாழ ஆசைமட்டும் விடுவதில்லை மானிடரை,
காரணமாக இருப்பதைக் கூறுகிறேன் வேந்தனே,
இதற்காக உனக்கு இயம்புகிறேன் நிகழ்வை.

நிகழ்வை உரைக்கிறேன் நடந்த உரையாடலாக,
த்வைபாயனரைக் கண்டுத் தன்மனைதில் இருந்ததை,
உடையாடலாய்ப் பேசிய வழவழப்புப் புழுவின்,
வார்த்தைகளை உனக்கு உரைக்கிறேன் வேந்தனே.

வேந்தனே நான்குவித வேதத்தைத் தொகுத்தவர்,
பிரமத்திலே நிலைத்தவர் பெருஞானம் வாய்த்தவர்,
அனைத்துமே அறிந்தவர் அறிவிலே சிறந்தவர்,
புழுவிடத்திலே பரிவுற்றுப் பேசினார் தணிவாக.

தணிவாகக் கேட்கிறேன் துடிக்கும் புழுவே,
எதற்காக இவ்விதம் அச்சத்தில் செல்லுகிறாய்?
வேகமாகச் செல்லவும் வேண்டுமே காரணம்,
அச்சமாக இருப்பதற்கு இயம்புவாய் காரணம்.

காரணம் என்னவெனக் கூறவேண்டும் புழுவே,
செல்லும் இடத்தையும் சொல்லவேண்டும் எனக்கென,
புழுவும் முனிவருக்குப் பகர்ந்தது பதிலை,
வேகம் மிகக்கொண்டு வருகிறது தேரொன்று.

தேரொன்று வருகிறது தூரத்திலே வேகத்துடன்,
அதிருகிறது தரைமுழுதும் அத்தேரின் ஓட்டத்தால்,
என்மீது சக்கரங்கள் ஏறியே கொல்லாதோ?
அதுகுறித்து அஞ்சிதான் இங்கிருந்து செல்லுகிறேன்.

செல்லுகிறேன் இங்கிருந்து சக்கரத்தின் ஒலிகேட்டு,
காளைகளின் ஓசையும் கேட்கிறது தெளிவாக,
வண்டியின் பாரமும் வெகுபெரிது என்றறிந்தேன்,
இவ்வொலிதான் புழுவாகும் எங்களுக்கு அச்சமூட்டும்.

அச்சமூட்டும் ஓசையால் அந்தகனே வந்தானென,
நெஞ்சமுழுதும் துடிப்பதால் நகர்ந்து ஓடுகிறேன்,
வெகுகடினம் வாழ்வை வையத்திலே பெறுவது,
பெற்றதையும் இழப்பேனோ போகிறேன் இங்கிருந்து.

இங்கிருந்து அச்சத்தால் எங்கேனும் செல்வேனென,
உரைத்தது புழுவென வேகவதி மைந்தர்,
அடுத்தது நடந்தவற்றை இயம்பினார் வேந்தனுக்கு,
புழுவிடத்து வேதமுனி பகர்ந்தார் கருத்தை.

கருத்தைக் கேட்கிறேன் கலங்கிநிற்கும் புழுவே,
மகிழ்வை எப்போது மனதளவில் அடைவாயோ?
இடைநிலை உயிராக இருக்கிறாயே நீதான்,
இறப்பை அடைந்தால் ஏற்படுமா மகிழ்வு?

மகிழ்வு கிடைக்குமா மரணம் உண்டாகினால்?
ஓசையொடு தொடுதல் உணரத்தகும் சுவைகள்,
கந்தமென்று களிப்பென்று கண்டைலலை நீயெதையும்,
இறப்பென்று வந்தால் இனிமைதானே உனக்கு.

உனக்கு நலந்தானே உயிர்நீத்தல் என்பதாக,
கருத்து உரைத்தவர் கிருஷ்ண த்வைபாயனரிடம்,
எவ்விதத்து வடிவத்தை எடுத்துப் பிறந்தாலும்,
அவ்விதத்து வாழ்விலே ஏற்படும் பற்றுதல்.

பற்றுதல் உண்டானதற்குப் பகருகிறேன் காரணம்,

வடிவத்தில் புழுவாகினும் வாழ்வில் மகிழ்வுகள்,
இருப்பதால் எனக்கு இந்த உருவத்திலும்,
வாழுவதில் விருப்பம் வந்தது மாமுனியே.

மாமுனியே எனக்கென்று மண்ணுலகில் உற்றதான,
உடலிலே எனக்கு வேண்டியவித சுகமெலாம்,
வந்தே சேருவதால் வெறுப்பில்லை வாழ்விலே,
மனிதருடனே அசையாதவை மகிழுதல் வேறுவிதம்.

வேறுவிதம் மகிழும் வையத்து உயிரெலாம்,
முன்னதாகும் பிறப்பிலே மனிதனாக வாழ்ந்தேன்,
வெகுபணம் வாய்த்தவனாய் வேதியரிடம் பணிவற்று,
கண்டவிதம் பேசியே கந்துவட்டி வசூலித்தேன்.

வசூலித்தேன் வட்டியை வாழ்ந்தேன் கொடியனாக,
வெறுத்தேன் மனிதர்களை வைத்திருந்தேன் பொருளாசை,
பறித்தே பிறர்பொருளை புத்தியின் சாதுரியமென,
கொடுத்தேன் காரணங்கள் கெடுசெயல் அனைத்துக்கும்.

அனைத்துக்கும் காரணங்கள் அளித்தேன் தெளிவாக,
கயமைமிகும் செயலையே கூறினேன் திறமையென,
ஒப்பந்தம் செய்தபின்னர் உண்டாக்கினேன் மாற்றம்,
நிர்ப்பந்தம் செய்து நசித்துப் பொருள்பறித்தேன்.

பொருள்பறித்தேன் பிறரிடம் பெருமைதான் அச்செயலென,
பணியாளரின் தேவைகளுக்குப் பொருளேதும் அளிக்காமல்,
எந்தன் வீட்டுக்குள் ஏகியே அமர்ந்தேன்,
உண்டேன் நல்லுணவை ஒருவனாக வயிராற.

வயிராற உண்டேன் வெகுநல்ல உணவினை,
திமிராக வாழ்ந்தேன் தேடினேன் பெரும்பொருளை,
பூசையாக தேவருக்கும் பித்ரிக்களுக்கும் தரவேண்டிய,
உணவாகப் பொருளாக ஒன்றையும் வழங்கவில்லை.

வழங்கவில்லை பாதுகாவல் வாட்டத்தில் வந்தோருக்கு,
அபயத்தை நாடியோரை அல்லில் விட்டுவிட்டேன்,
அச்சத்தை விலக்கவேண்டு அண்டியே வந்தார்க்கு,

அளிக்கவில்லை பாதுகாவல் அழியவே விட்டேன்.

விட்டேன் நற்குணத்தை வைத்தேன் பொறாமையை,
பிறரின் பொருள்கண்டு பொருமினேன் மனதளவில்,
மற்றவரின் மனிவியரை மக்காச்சோளம் பானங்களை,
அன்னவரின் வீடுகளை ஆத்திரத்துடன் கண்டேன்.

கண்டேன் பிறரைக் கொண்டேன் பொறாமை,
எண்ணினேன் அவரெலாம் இழிந்த நிலைபட்டு,
வறுமையின் வாட்டத்தில் வதைபட்டு மாளட்டுமென,
எந்தன் நலத்துக்காக அழித்தேன் நெறிகளை.

நெறிகளை மீறினேன் நாடினேன் பொன்பொருளை,
மற்றவரை வருத்தவே மனதிலே விரும்பினேன்,
கொடுமைகளை செய்தேன் கருணையேதும் கிடையாது,
என்செயல்களை எண்ணி என்மனதில் வருந்துகிறேன்.

வருந்துகிறேன் மைந்தன் வீழ்ந்தால் வருந்துவதாக,
எந்தன் செயல்களின் இழிவான விளைவுகளால்,
நல்லதன் வழியை நானறிய மறந்தேன்,
நற்செயலின் பலனெதையும் நானறிய வாய்ப்பில்லை.

வாய்ப்பில்லை நற்செயலை விளைத்திட ஆகினும்,
வயோதிகத்தை அடைந்து வாடிய அன்னையை,
தொழுகை செய்துத் துதித்தேன் ஒருமுறை,
பிராமணரை ஒருமுறை பரிவுடன் வணங்கினேன்.

வணங்கினேன் பிராமணரை ஒருமுறை என்வாழ்வில்,
பயணங்களின் நடுவிலே பலதேசம் சென்றவன்,
என்னகத்தின் வாயிலுக்கு ஏகினார் விருந்தினராக,
அன்னவரின் வருகைக்கு அளித்தேன் விருந்தோம்பல்.

விருந்தோம்பல் அளித்த ஒருசெயலின் விளைவாக,
முற்பிறப்பில் செய்தவை மறக்கவில்லை என்மனதில்,
அச்செயல் எனக்கு அளித்த புண்ணியத்தால்,
மகிழ்ச்சிகள் எனக்கு மீண்டும் கிடைக்கும்.

கிடைக்கும் மகிழ்வுகளெனக் கொண்டேன் நம்பிக்கை,
அனைத்தும் அறிந்தவரே அருந்தவ மாமுனியே,
என்னவாகும் எனக்கு ஏற்றவித நல்லதென,
உரைத்திடும் அதனை உள்வாங்கி உணருவேன்.

(118)அனுசாசன பர்வம், பகுதி 118

உணருவேன் எனக்கு உகந்ததை உரைத்தாலென,
வினவிதான் புழுவானது விநயத்தொடு நோக்கியது,
புழுவின் வினாவிற்கு பீடுமிக்கார் வியாசர்,
என்னதான் நலமாகுமென இயம்பினார் அன்புடன்.

அன்புடன் வியாசர் அளித்தார் பதிலை,
புண்ணியத்தின் காரணமாக புத்தியை இழக்காமல்,
நினைவுகளின் ஆற்றலுடன் நிற்கிறாய் புழுவே,
இடைநிலையின் உயிராகினும் இருக்கிறது நினைவாற்றல்.

நினைவாற்றல் உனக்கு நீங்காத காரணம்,
உன்னிடத்தில் நான்கொண்ட உண்மைப் பரிவுதான்,
தவபலத்தில் மிகைத்ததால் தரவேண்டும் ஆதரவென,
உந்தன் நலத்துக்காக உன்முன்னால் தோன்றினேன்.

தோன்றினேன் உனக்குத் தரவேண்டும் தரிசனமென,
தவத்தின் வலிமையைத் தாண்டிடும் பலமேதும்,
அகிலத்தின் எல்லைகள் எங்குமே கிடையாது,
உந்தன் பாவங்களால் ஆகினாய் புழுவாக.

புழுவாக இருந்தாலும் புந்தியிலே இனிமேல்,
சரியாக வாழ்வேனென சிந்தனை வளர்த்து,
செயலாக்க முயன்றால் சிறப்பாக வாழுவாய்,
தேவராக இருப்போர்க்கும் தக்கதாகுன் இந்தவழி.

இந்தவழி மார்க்கத்தில் இருக்கிறது நற்பலன்,
எந்தவழி மார்க்கத்தில் ஏகினாலும் மானிடர்,
நற்பலனில் வைப்பார் நெஞ்சத்தின் நாட்டத்தை,
மகிழ்வுவழி வாழதான் மானிடர் விரும்புகிறார்.

விரும்புகிறார் மகிழ்வுடன் வாழ்ந்திடல் வேண்டுமென,
அன்னவர் முன்னைய அடாத வினைதாக்கி,
கிடக்கிறார் பேச்சற்று கரமற்று காலற்று,
அறிவிலார் அவ்விதத்தில் இருப்பதே வேதனை.

வேதனை அடைந்திட வினைகளே காரணம்,
புனிதநிலை உடைய பிராமணராய் பிறப்பவர்,
ஆதவனை அம்புலியை ஆராதனை செய்கிறார்,
அந்நிலையை நீயும் அடைவாய் புழுவே.

புழுவே நீதான் பிராானாய்ப் பிறந்து,
நலமே விளைத்து நல்லவிதம் வாழுவாய்,
அங்கே உன்பொருட்டு ஏகுவேன் புழுவே,
உனக்கே ஞானத்தில் வழங்குவேன் தீட்சை.

தீட்சை அளித்துத் தெரிவிப்பேன் பிரமத்தை,
இப்பிறப்பைக் கடந்தால் இருக்கிறது மேன்மையென,
கருத்தை உரைத்தார் கிருஷ்ண த்வைபாயன,
அவ்விடத்தை விட்டு அகலவில்லை புழுவும்.

புழுவும் நகராது பயமற்று இருந்தது,
ஓடும் தேர்சக்கரம் வந்தது வேகமாக,
உருவம் மிஞ்சாதவிதம் அரைபட்டது சக்கரத்தில்,
மீண்டும் பிறந்தது மானிடரில் க்ஷத்ரியனாக.

க்ஷத்ரியனாக பிறந்தது சக்திமிக்க முனியாலென,
நிச்சயாமக அறீந்ததால் நிகரிலா மாமுனியை,
காண்பதற்காக க்ஷத்ரியன் கிளம்பியே சென்றான்,
புழுவாக இருந்தவன் படிப்படியாகவே க்ஷத்ரியனானான்.

க்ஷத்ரியனானான் அதற்குமுன் சிலவிதப் பிறப்புகளில்,
ஓணானானான் உடும்பானான் கரடியானான் மானானான்,
பறவையானான் சண்டாளனானான் பின்னர் சூத்திரனானான்,
வைசியனானான் அதன்பின்பே வாய்த்தது க்ஷத்ரியப்பிறவி.

க்ஷத்ரியப்பிறவி எடுத்தவன் சந்தித்தான் மகரிஷியை,

புழுவாகி வாழ்ந்தபோது பெருங்கருணை காட்டியதை,
மறவாது கரங்கூப்பி மாமுனியை வணங்கினான்,
சிரமது தாழ்த்தினான் சீர்மிக்கார் திருப்பதத்தில்.

திருப்பதத்தில் விழுந்துத் தெரிவித்தான் முனிவரிடம்,
இப்பிறப்பில் நான்பெற்ற ஏற்றம் மிகப்பெரிது,
இலட்சிணங்கள் பத்தும் இருக்கும் விதமாக,
குற்றங்கள் அற்றதாய்க் கிடைத்தது இப்பிறப்பு.

இப்பிறப்பு அனைவரும் இதயத்தில் விரும்புவது,
புழுவடிவு கொண்டிருந்தேன் பெற்றேன் அரசவடிவம்,
வலிமைமிகு வேழங்கள் வெகுபெருத்த சங்கிலியுடன்,
முதுகுமீது என்னை மன்னனெனச் சுமக்கின்றன.

சுமக்கின்றன என்னை சக்திவாய்ந்த குதிரைகளும்,
தேரென இருப்பதில் திடமிக்கப் பரிகள்,
காம்போஜமான தேசத்தினின்று கொணர்ந்தவை
இழுக்கின்றன,
பலவிதமான வாகனங்களைப் பெற்றுளேன் எனைச்சுமக்க.

எனைச்சுமக்க ஒட்டகங்கள் இருக்க்கின்றன குதிரைகளுடன்,
உண்பதற்கோ சுவைமிகுந்த ஊனுணவு கிடைக்கிறது,
நண்பருக்கு உறவினருக்கு நல்குகிறேன் உணவுகளை,
பலர்வந்து வணங்கிடப் பெருமையுடன் வாழுகிறேன்.

வாழுகிறேன் வேந்தனாக உரங்குகிறேன் படுக்கைகளில்,
உறங்கதான் இருக்கும் அறைகளின் உட்புறத்தில்,
காற்றுதான் சீற்றத்துடன் கனத்து வீசாது,
அதிகாலைநான் எழுவதற்கு இசைக்கிறார் என்புகழை.

என்புகழைப் பாடுகிறார் அனேக சூதர்கள்,
மகதர்களைத் துணையாக்கி மேளங்களை இசைத்து,
அதிகாலை எழுவதற்கு ஆராதிக்கிறார் இந்திரனென,
உமதருளைப் பெற்றதால் அரனானேன் புழுவிலிருந்து.

புழுவிலிருந்து அரசனாகப் பெருமைமிகு பிறப்புற்றேன்,
உங்களது பாதத்தை வணங்கி வினவுகிறேன்,

அடுத்தது நான்செய்ய உகந்தது என்னவென,
உரைப்பது வேண்டும் வெகுத்தவ மகரிஷியே.

மகரிஷியே என்றதும் மொழிந்தார் வியாசர்,
மரியாதையே காட்டி மிகப்பலத் துதிகளால்,
பக்தியுடனே என்னைப் பணிந்தாய் இத்தினத்தில்,
இதற்குமுன்னே புழுவாக இருந்தாய் இடர்பட்டு.

இடர்பட்டுக் கிடந்தாய் இதயம் கலங்கியே,
நினைவகத்து நிலையும் நலமற்றுக் கிடந்தது,
உனக்கு இப்போது உண்டானது நினைவாற்றல்,
இதற்குமுன்பு செய்தபாவம் இன்னும் விலகவில்லை.

விலகவில்லை சூத்திரனாய் வாழுகையில் நீசெய்தவை,
பொன்பொருளை விரும்பிப் பெரும்பாவங்கள் செய்தாய்,
பிராமணரை வெறுத்துப் பெருகினாய் கேடுகளை,
என்னைக் காண்பதற்கு இயன்றது உனக்கு.

உனக்கு தரிசனம் அளித்தது முற்பிறப்பில்,
இதற்கு அடுத்தது ஏற்றமிக்கப் பிறப்படைவாய்,
அடுத்து பிராமணனாக எடுத்திடுவாய் பிறப்பு,
அதற்கு போர்க்களத்தில் அளிக்கவேண்டும் உயிரை.

உயிரை பிராமணருக்கென்றோ ஆவினத்தைக் காக்கவோ,
விடுவதைச் செய்தால் விளையும் நற்பிறப்பு,
போர்க்களத்தை அண்டியே போக்கவேண்டும் உயிரை,
வேள்விகளைச் செய்து வெகுதானம் அளிப்பாய்.

அளிப்பாய் தானங்களை இயற்றுவாய் பலவேள்வி,
அவ்விதமாய் நீயடையும் ஆத்மசுத்தி காரணமாய்,
பிரமராய் மாறுவாய் பெறுவாய் பேரழகு,
விலங்குகளாய் நடுப்ப்பிறப்பு வாய்த்தவர் சூத்திரராவார்.

சூத்திரராவார் அடுத்தஅய் செல்வமிகு வைசியராவார்,
வைசியர் அடுத்ததாக வேந்தராம் க்ஷத்ரியராவார்,
க்ஷத்ரியர் கடமைகளைச் சற்றும் தளராமல்,
புரிவார் அதனால் பிராமணராய் பிறப்பார்.

பிறப்பார் பிராமணாரக புரிவார் நற்செயல்கள்,
அன்னவர் வாழ்வை அறவழியில் கழித்து,
புகுவார் தேவர்களின் பொன்னுலகாம் சொர்க்கத்தில்,
நல்லவர் வாழ்விலே நடப்பது இவ்விதமே.

(119)அனுசாசன பர்வம், பகுதி 119

இவ்விதமே வியாசர் இயம்பியதைக் கேட்டதும்,
முற்பிறப்பிலே தானிருந்த மிகக்கீழ்மை நிலையை,
தன்மனதிலே நினைத்துத் தவமிருந்தான் உறுதியுடன்,
கடுந்தவத்திலே இருந்தநிலை கண்டார் வியாசர்.

வியாசர் தவஞ்செய்த வேந்தனிடம் வந்தார்,
க்ஷத்ரியர் தவமாவது சகலருக்கும் பாதுகாவல்,
உனக்கோர் தவமாவது வேந்தராக ஆளுவதே,
அடுத்தோர் பிறப்பிலே அடைவாய் பிராமணநிலை.

பிராமணநிலை வரும்வரை பெருந்தவத்தை செய்யாதே,
சரிதவற்றை ஆராய்ந்து செய்வாய் உகந்ததை,
வேந்தனைப் பொருத்தவரையில் வாழும் உயிர்க்கெலாம்,
காவலைத் தருவதே கடமையில் முதலாவது.

முதலாவது கடமையை மொழிந்தேன் வேந்தனே,
அறத்துக்குப் புறம்பாக அமையாத ஆசைகளை,
நிறைவேற்ற விரும்புவோர்க்கு நல்குவாய் உதவியை,
தவற்றுக்கு ஆட்பட்டால் தண்டித்துத் திருத்து.

திருத்து தவறுசெய்யும் தீயமனம் கொண்டவரை,
நெறிக்கு புறம்பாக நடப்பவரை நெறிப்படுத்து,
போதுமென்று நினைத்துப் புனிதமனம் கொண்டு,
அரசனுக்கு ஏற்றவிதம் அறவழியில் ஆட்சிசெய்.

ஆட்சிசெய் இப்போது அரசனுக்கு உகந்தவிதம்,
அவ்விதமாய் புவியை அரசாண்டு முடித்தபின்,
மறுபிறப்பை எடுப்பாய் மாண்புமிக்க பிராமணனாக,

சொன்னதைக் கேளென்று சொன்னார் த்வைபாயனர்.

த்வைபாயனர் சொன்னதே தனக்கு வேதமென,
மன்னவர் நெறிப்படி மண்ணுலகை ஆண்டுவந்தான்,
தவத்துக்கோர் ஆசையைத் தனக்குள்ளே அடக்கினான்,
மக்களுக்கோர் நல்வேந்தனாய் மன்னவன் ஆண்டான்.

ஆண்டான் வேந்தனாக அறவழி மீறாமல்,
பிறந்தான் மறுபிறப்பில் பிராமணரின் குலத்திலே,
க்ஷத்ரியரின் உடல்விட்டு சாந்தமிக்க பிராமணனாக,
வளர்ந்தான் அவனிடம் வந்தார் த்வைபாயனர்.

த்வைபாயனர் கிருஷ்ணர் தூயவனாம் பிராமணனிடம்,
பிராமணர் தலைவனே பயம்வேண்டாம் மனதிலே,
எவரொருவர் நெறிவழியில் இருப்பவரோ அன்னவர்,
பெறுவார் பிறப்பிலே பீடுமிக்க நற்பிறப்பை.

நற்பிறப்பை அடைவார் நல்லவிதம் வாழுபவர்,
துர்ச்சிந்தை கொண்டவர் தீயவை செய்பவர்,
கீழ்மையை அடைந்துக் கேடராய்ப் பிறப்பார்,
தவறுகளை ஒத்தவிதம் தரமிலாத பிறப்புறுவார்.

பிறப்புறுவார் கேடராக பாவங்களைச் செய்பவர்,
இறப்புக்கோர் அச்சத்தை அடையாதே வேதியனே,
அறத்துக்கோர் புறம்பினை அடாத செயலினை,
செய்வதற்கோர் அச்சமட்டும் சிந்தனையில் வைத்துவிடு.

வைத்துவிடு மனதில் உத்தமச் சிந்தனையை,
செய்துவிடு நெறிகள் சரியெனச் சொல்லுவதை,
வாழ்ந்துவிடு நெறிகளில் வழுவாது என்பதாக,
அன்புகொண்டு மொழிந்தார் அருந்தவர் வியாசர்.

வியாசர் உரைத்ததும் வேதியராய் மாறிவந்த,
மாமனிதர் முனிவரிம் மொழிந்தார் பணிவாக,
அருளினீர் எனக்கு அச்செயலின் பலனாக,
ஏற்றினீர் என்னை அடுத்தடுத்து மேன்மையாக.

மேன்மையாக நிலைகளை முனிவர் வழங்கினீர்,
அடுத்தடுத்தாக எனக்கு ஏற்றமே உண்டானது,
அரிதாக இருக்கும் அந்தணனான பிறப்பெடுத்தேன்,
பூமியாக இருப்பதில் பதித்தேன் வேள்விக்கால்கள்.

வேள்விக்கால்கள் பலவற்றை வைத்து வேள்விசெய்தேன்,
கணக்கில் பல்லாயிரமெனக் கூறலாம் அவற்றையென,
முனியிடத்தில் பதிலளித்த மாண்புமிகு வேதியர்,
பிரமத்தில் கலந்து பெற்றார் பெருமேன்மை.

பெருமேன்மை அடைந்தது புழுவான சிற்றுயிரும்,
த்வைபாயனரைப் பணிந்து தக்கவிதம் நடந்ததால்,
பிரமத்தை அடைந்து புனிதத்துவத்தைப் பெற்றது,
குருக்ஷேத்திரத்தை அண்டியக் கோமான்களும் அவ்விதமே.

அவ்விதமே குருழேத்திரத்தில் தம்முயிரை நீத்தவர்,
மேன்மையே பெற்று மிகநலத்தை அடைந்தனர்,
இறந்தனரே என்று அவர்களுக்கு வருந்தாதே,
அடைந்தனரே மேன்மையென அகமகிழ்வே அடைவாய்.

(120)**அனுசாசன பர்வம்**, **பகுதி** 120

அடைவாய் மகிழ்வென அன்புடன் பீஷ்மர்,
ஆறுதலாய் சொன்னதும் அரசனான யுதிஷ்டிரன்,
தவமாய் அறிவாய் தானமாய் மூன்றுண்டு,
பெரியதாய் இம்மூன்றில் பகருவது எதனை?

எதனை மேன்மையென இயம்பலாம் என்பதாக,
சந்தேகத்தை எழுப்பினான் சாந்தமிக்க யுதிஷ்டிரன்,
பேரனை நோக்கிப் பகர்ந்தார் பீஷ்மர்,
இதனை விளக்கிட இருக்கிறது நிகழ்வொன்று.

நிகழ்வொன்று இருக்கிறது நிகரிலார் வியாசருடன்,
மைத்ரேயரென்ற மாமுனிவர் மாண்புடன் உரையாடியது,
மைத்ரேயாரது ஆசிரமத்துக்கு மாமுனிவர் வியாசர்,
வந்ததுகண்டு மைத்ரேயர் வழங்கினார் ஆசனத்தை.

ஆசனத்தை அளித்து அமரவைத்த பின்னதாக,
நீரினை அளித்து நன்கு வணங்கினார்,
நல்லுணவை வழங்கினார் நிகரிலார் மைத்ரேயர்,
வெகுமகிழ்வை அடைந்தார் வேதமுனி வியாசர்.

வியாசர் சிரித்ததால் வினவினார் மைத்ரேயர்,
மாமுனிவர் வியாசரே மனதில் எதையெண்ணி,
நகைத்தீர் என்பதை நவிலுவீர் எனக்கு,
அடக்கினீர் மனத்தை அடைந்திடீர் சுகதுக்கம்.

சுகதுக்கம் கட்டியச் சாந்தமுனி வியாசரே,
மகிழ்வாகும் மனநிலை மிகைத்தது இப்போது,
தலைசாயும் நிலையிலே தங்களிடம் பணிகிறேன்,
உங்களிடம் வினவுகிறேன் எனது தவபலத்தை.

தவபலத்தை உடையத் தகைமைமிகு முனிவரே,
உம்செயலைக் காண்கிறேன் என்செயலில் மாறுபட்டு,
வித்தியசமாய்த் தெரிகிறது வேதமுனியின் செயல்கள்,
உடலைத் தாங்கினாலும் உற்றீர் பிரமநிலை.

பிரமநிலை பெற்றப் பெருமுனியே வியாசரே,
விடுதலையைப் பெறுதற்கு வெகுவாக முயன்றும்,
அந்நிலையைப் பெறுவதற்கு ஆகவில்லை எனக்கு,
உம்செயலைக் கண்டால் வேறுபாடு தெரியவில்லை.

தெரியவில்லை வேற்றுமை தவமுனிவர் இருவரிலே,
விடுதலை அடைந்த வேதமுனிக்கும் தமக்குமென,
கருத்தை உரைத்தார் கனத்தவர் மைத்ரேயர்,
என்மனதை நிறைக்கிறது ஆழமான கருத்தொன்று.

கருத்தொன்று உரைத்தனர் கொஞ்சம் முரண்பாடுபோல்,
உதாரணத்தொடு சொன்னதை உள்வாங்கிக் கருதினேன்,
மனிதரது இயல்புகளை முழுதாகப் புரிந்துகொள்ள,
சொன்னது அக்கருத்து சற்று முரண்பாடாக.

முரண்பாடாக இருப்பதுபோல் மொழியப்பட்ட அக்கருத்தால்,

வேதமாக இருப்பது விளம்புகிறது பொய்யென,
முரணாக ஒருகருத்து மனதிலே எழுகிறது,
வேதமான நீதிநூல் விளம்புமோ பொய்யை?

பொய்யை உரைக்காது பாங்குமிக்க வேதங்கள்,
கருத்தை உரைத்தால் கூறுகின்றன இவ்விதம்,
விரதங்களைப் பொறுத்தவரை வெகுநல்லவை மூன்றாகும்,
அஹிம்சை சத்தியம் அளவிலா தானம்.

தானம் சத்தியம் தூயதாம் அஹிம்சையென,
மூன்றும் மேன்மையென மொழிந்தனர் ரிஷிகள்,
நெறிகள் அறிந்தவர் நவின்ற வார்த்தைகளை,
இந்நாளில் கூட அனைவரும் பின்பற்றவேண்டும்.

பின்பற்றவேண்டும் முன்னோர் பகர்ந்ததாகும் கருத்தினை,
உங்களுக்கேதும் நீரின்றியும் வழங்கினீர் நீரை,
உணவேதும் உமக்கின்றியும் உணவெனக்கு அளித்தீர்,
சொர்க்கலோகம் தன்னிலே சேர்த்தீர் மண்டலங்களை.

மண்டலங்களை சேர்த்தீர் மைத்ரேய மாமுனியே,
பலவிதமாய் வேள்விகளைப் புரிந்தவர் அடைந்திடும்,
உறைவிடமாய்ப் பலவும் உமதாகின வானுலகில்,
தானமாய் எனக்குத் தந்தீர் மகிழ்ந்தேன்.

மகிழ்ந்தேன் உமது மாதவத்தின் திறத்தாலும்,
உங்களின் தவமோ உயர்ந்தது நெறிவழியில்,
நெறிகளின் வாடைதான் நினதருகில் கமழ்கிறது,
உங்களின் தோற்றமே வடிவாகிறது நெறிகளுக்கு.

நெறிகளுக்கு உட்பட்டுதான் நடக்கிறீர் எப்போதும்,
தானத்துக்கு இருக்கிறது தீர்த்தத்தினும் மகிமை,
வேதத்துக்கு விரதங்களுக்கு வலிமையில்லை தானத்தளவு,
பிராமணருக்கு தானமீந்தால் புண்ணியம் பலமடங்கு.

பலமடங்கு பலமுண்டு புனிதமிகும் தானத்துக்கு,
மனமடங்க தவமிருந்து மறைகளை நன்குணர்ந்து,
துறவறத்து மார்க்கத்தில் தூயவராய் வாழுவது,

தானத்துக்கு ஈடில்லை தானமே மிகப்பெரிது.

மிகப்பெரிது தவத்துக்கு மதிப்பும் மேன்மையும்,
தானமீந்து அதன்மூலம் தழைத்ததான புண்ணியத்தால்,
மகிழ்விலிருந்து மகிழ்வுக்கு மேன்மேலும் வளருவாய்,
இக்கருத்துக்கு ஆதரவாக இருக்கின்றன நிகழ்வுகள்.

நிகழ்வுகள் பலவும் நேரிட்டன் இதற்குமுன்,
பொன்பொருட்கள் வளமைகள் பெற்றவர்கள் இவ்வுலகில்,
தானங்கள் அளித்துத் தகைமைகள் பெறுவார்,
உலகில் மாறாதது வருத்தம்வரும் சுகத்தின்பின்.

சுகத்தின்பின் துக்கமும் சலிப்பின்பின் மகிழ்வும்,
சக்கரத்தின் ஓட்டமென சுற்றிசுற்றி வந்துவிடும்,
மானிடரின் நடத்தைகள் மூன்றுதான் கணக்கிலே,
நல்லவருடன் தீயவர் நலந்தீமை கடந்தவர்.

கடந்தவர் ஞானியர் கெட்டதை நல்லதை,
எவரொருவர் ஞானம் அடைந்தவர் அன்னவர்,
புரிகிறார் பாவமெனினும் பாவமேதும் அவர்க்கில்லை,
கடமையொருவர் செய்தாலும் கிடையாது பாவபுண்ணியம்.

பாவபுண்ணியம் இரண்டும் பற்றாது ஞானியரை,
வேள்விகளும் தானமும் விளைப்பவர் நல்லவர்,
பிறரதிரும் கொடுஞ்செயல் புரிபவர் கெட்டவர்,
மற்றவர்தம் பொருள்கவரும் மாண்பிலார் பாவியரே.

பாவியரே வீழுவார் பாங்கிலாக் கொடுநரகில்,
இவையிரண்டிமே இல்லாமல் இயற்றும் செயல்களெலாம்,
பாவமென்றே புண்ணியமென்றே பகுப்புகளை அடையாது,
வெகுமகிழ்வே கொண்டு வாழுவாய் மகிழ்வில்.

மகிழ்வில் மிகவும் மேன்மைகள் பெற்றவனாய்,
வேள்விகள் செய்து வழங்குவாய் தானங்களை,
அறிவாற்றல் மிக்கவரும் அருந்தவம் செய்தவரும்,
உனைப்போல் புண்ணியம் உற்றிடார் வாழ்வில்.

(121)அனுசாசன பர்வம், பகுதி 121

வாழ்வில் புண்ணியம் வாய்த்தவர் நீவிரென,
மகிழ்வில் வியாசர் மொழிந்தவை கேட்டதும்,
செயல்கள் செய்வதில் சிரத்தை கொண்டவர்,
குலத்தில் பெருவளம் கொண்டவர் பதிலளித்தார்.

பதிலளித்தார் மைத்ரேயர் பாங்குமிக்கார் வியாசருக்கு,
ஞானமிக்கார் நீவிர் நவின்றதை ஏற்கிறேன்,
அனுமதிப்பீர் என்றால் இயம்புவேன் சிலவார்த்தையென,
தவமிகுந்தார் வியாசரிடம் தெரிவித்தார் பணிவுடன்.

பணிவுடன் மைத்ரேயர் பகர்ந்த மொழிகேட்டு,
ஞானத்துடன் இருக்கும் நிகரிலாரே மைத்ரேயரே,
என்னவானும் விவரத்தை இயம்புவீர் என்னிடம்,
கேட்கதான் என்மனதில் கொண்டேன் ஆர்வம்.

ஆர்வம் மிகுந்ததென அறிவித்த வியாசரிடம்,
தானம் குறித்தத் தங்களின் வார்த்தைகள்,
யாவும் சரிதான் ஏதும் பிழையில்லை,
சந்தேகம் ஏதுமில்லை சித்தசுத்தி உடையவரே.

உடையவரே நீவிர்தான் உன்னதமிகு அறிவாற்றல்,
ஆத்மசுத்தியே உடையவரே உங்களின் வார்த்தைகளில்,
அனைத்துமே சிறந்தவை அருந்தவ மாமுனியே,
உம்மிடத்திலே தவவலிமை உள்ளதே மலைபோல.

மலைபோல தவபலம் மன்றிய மாமுனியே,
எமைப்போல ஈனர்களை ஆசிகளால் வாழ்த்துவதால்,
குறைவிலா வளமைகள் கிடைக்கின்றன எமக்கும்,
இவையெலாம் உண்டாவது உங்களின் கருணையால்.

கருணையால் எம்மைக் காக்கும் மாமுனியே,
தவத்தினால் ஞானத்தால் தூயதான குலத்தினால்,
உலகினில் பெருமைகள் உண்டாகின்றன பிராமணருக்கு,
இம்முன்றினால் ஒருவரை அழைக்கிறார் மேலோனென.

மேலோனென அழைக்கப்படும் மாண்புடைய பிராமணர்,
மனநிறைவென அடைந்தால் மகிழுவார் தேவர்களும்,
பித்ருவான முன்னோர்களும் பெறுவார் வெகுமேன்மை,
வேதஞான பிராமணரினும் உயர்வானது வேறில்லை.

வேறில்லை இருளை விரட்டுவது பிராமணரன்றி,
அறிவாற்றலை அளிப்பதும் அந்தணர்தான் இவ்வுலகில்,
எப்பொருளை அறியவும் இயலாதே பிராமணரின்றி,
நால்வகை வருணங்கள் நிலைப்பது பிராமணரால்.

பிராமணரால் உண்டாகிறது பகுத்தறியும் நுண்ணறிவு,
தவறுகள் சரிகளெனத் தக்கவிதம் பிரித்தறிய,
உண்மைகள் பொய்களை உணர்ந்து தரம்பிரிக்க,
இயலுதல் பிராமணர்கள் இருக்கும் காரணத்தால்.

காரணத்தால் பிராமணரைக் கூறலாம் விளைநிலமென,
உழுதபின்னால் நிலைத்தில் விதைத்தவை வளர்ந்து,
விளைச்சல்கள் பெருக்கி வழங்குதல் போலதான்,
தானங்கள் பிராமணருக்குத் தந்திடும் நற்செயல்.

நற்செயல் புரிந்திட நினைக்கும் வளமிக்கார்,
தகுதிகள் உடையவராய் தன்னை அடக்கியோராய்,
வேதங்கள் அறிந்தோராய் விழுப்பம் மிக்கவராய்,
பிராமணர்கள் கிடைக்காவிடில் பொருளளித்தல் இயலாதே.

இயலாதே பிராமணரில் அறிவீனராய் இருப்பவர்,
வேதத்தையே அறியாதவர் வீணாகவே தானமேற்று,
உணவையே உண்டால் ஒருபலனும் கிடைக்காதே,
உண்பவரையே அவ்வுணவு அழிப்பதே திண்ணம்.

திண்ணம் நல்லுணவத் தகுதிமிக்க பிராமணருக்கு,
தானம் கொடுத்தால் திரளும் புண்ணியமெனல்,
அவ்விதம் செய்யாத அன்னதானம் அனைத்துமே,
வீணாகும் அத்துடன் உண்பவரை அழித்துவிடும்.

அழித்துவிடும் அன்னதானம் ஏற்பவர் அறிவீனரெனில்,
தகுதிமிகும் பிராமணர் தாமேற்கும் உணவினை,

அடக்கியாளும் திறத்தை அடைந்தவர் ஆதலால்,
அதற்குமேலும் உண்ணுதற்கும் அடைவார் ஆன்மபலம்.

ஆன்மபலம் இல்லாதவர் அறிவீனம் கொண்டவர்,
அன்னதானம் பெற்றால் அவ்வுணவை உண்டபின்னர்,
பிறந்திடும் குழந்தைகட்கு பெற்றவரெனும் உரிமையை,
இழந்திடும் நிலைபட்டு இழிவாக வாழுவார்.

வாழுவார் வேதத்தில் விற்பன்னர் உன்னதராய்,
அன்னமொருவர் இடுவதால் அடையும் புண்ணியத்தை,
உண்ணுபவர் தவபலத்தால் வழங்கிடும் அளவாகும்,
கொடுப்பவர் பெறுபவர் கணக்கிலே சமமாகிறார்.

சமமாகிறார் அன்னத்தை சாப்பிட்டவர் அளித்தவர்,
கொடுக்கிறார் பெறுகிறார் குற்றமிலாப் புண்ணியத்தை,
உரைக்கிறார் இக்கருத்தை உன்னதமிகு ரிஷிகள்,
பிராமணர் இருந்தால் பிறர்பெறுவார் புண்ணியம்.

புண்ணியம் அடைந்து பூமியிலும் வானத்திலும்,
நன்னலம் பெறுவார் நலமிக்க மாந்தர்கள்,
குலநலம் உடையார் குற்றமிலா தவசீலர்,
தானமீனும் மேலோர் தகுந்தவர் தொழுவதற்கு.

தொழுவதற்கு உகந்தவர் தகைமைமிக்க வேதஞானி,
பழங்காலத்து முனிவர்கள் பகர்ந்ததான இவ்வழியில்,
நடந்துசென்று ஒருவர் நலங்களை அடையலாம்,
பிராமணரது உதவியால் பொன்னுலகு கிடைக்கிறது.

கிடைக்கிறது சொர்க்கமும் குழப்பமிலா நல்லறிவும்,
வேள்விகளது பெருஞ்சுமையை வேதமோதும் அந்தணர்,
சுமப்பது செய்வதால் சுகிக்கிறது இவ்வுலகு,
பிராமணரது கருணையால் பெருகுகிறது வளமை.

(122)**அனுசாசன பர்வம், பகுதி 122**

வளமை அடைவதற்கு வழியாய் இருப்பவர்,

வலிமை மிகுந்த வேதியர் என்பதை,
தெளிவாய் உரைத்தார் தூயவர் மைத்ரேயரென,
தொடர்ச்சியாய் நிகழ்ந்ததைத் தொழுத்தார் பீஷ்மர்.

பீஷ்மர் உரைத்தார் பெருமுனிவர் வார்த்தைகளை,
வியாசர் மைத்ரேயரிடம் விளம்பினார் பதிலை,
உடையீர் நல்லறிவை உன்னத மாமுனியே,
பெற்றீர் அனைத்தையும் புரிந்துகொள்ளும் திறத்தை.

திறத்தை உடையத் தூயவரே கேளீர்,
நெறிகளைக் கடைப்பிடிக்கும் நல்லவர் ஒருவரை,
உலகத்தைச் சார்ந்தோர் உவந்து ஏற்பார்,
இளமை அழகிலே ஈர்ப்புகள் அடையவில்லை.

அடையவில்லை பாவத்தை அடைந்தீர் நல்வழியை,
உம்மை வாழ்விக்க உம்பர்கள் உளங்கொண்டு,
இவ்வழியை தேவர்களே அளித்தனர் உங்களுக்கு,
தானத்தை மிஞ்சியதைத் தெரிவிக்கிறேன் உமக்கு.

உமக்கு உரைக்கிறேன் உண்மைகளில் மேலானதை,
எவ்விடத்து எவ்விதத்து எந்தவொரு நீதிநூல்,
ஏற்பட்டு இருந்தாலும் அதற்கு ஆதாரமென,
இருப்பது வேதமெனும் ஈடிலா வழிகாட்டி.

வழிகாட்டி வேதமே வையத்தின் நன்னெறிக்கு,
ஒன்றையொட்டி மற்றதென உண்டாகின நெறிகள்,
தானத்தை மேன்மையெனத் தெரிவிக்கும் அவையெலாம்,
அவற்றை ஒட்டியே இயம்புகிறேன் நானும்.

நானும் தானத்தை நிகரற்றது என்கீறேன்,
தவமும் புனிதமானது தவத்தின் வாயிலாக,
வேதமும் சொர்க்கமும் வாய்க்கும் ஒருவருக்கு,
ஞானமெனும் ஒன்றுதால் நிகரிலாத உன்னதம்.

உன்னதம் மிகுந்த உயர்வான தவத்தினால்,
பாவமெனும் தீங்குகளைப் போக்குவார் தவசீலர்,
தவமியற்றும் ஒருவர் தம்முளத்தில் எதனை,

நோக்கமெனும் விதத்தில் நினைத்தாலும் நிறைவேறும்.

நிறைவேறும் தவத்தால் நினைத்தவை அனைத்தும்,
அதேவிதம் ஞானமும் அளிக்கும் நினைத்ததை,
தடையையும் தவிப்பையும் தாண்டலாம் தவத்தால்,
அனைத்திலும் மேன்மையை அளிப்பது தவபலம்.

தவபலம் இருந்தால் தகர்க்கலாம் பாவங்களை,
குடிகாரனும் திருடனும் கயமைகள் உடையானும்,
சிசுகொலையெனும் ஈனச்செயல் செய்தவனாம் கேடனும்,
குருமனையுடன் புணர்ந்தானும் கடக்கலாம் பாவத்தை.

பாவத்தை அழிக்கப் புரியவேண்டும் தவத்தை,
ஞானத்தை உடையவர் நிதர்சனத்தைக் காண்பவர்,
இவ்விருவரைக் கண்டால் எல்லோரும் வணங்கவேண்டும்,
வேதத்தை மட்டுமே வளமென உரைக்கவேண்டும்.

உரைக்கவேண்டும் வேதத்தை உன்னத வளமென்று,
வணங்கவேண்டும் வேதத்தை வழங்குகிறது நலமென்று,
தவமிக்கவரிடம் அனைவரும் தணிந்து வணங்கவேண்டும்,
தானமளிப்பவரின் வாழ்வில் தழைக்கும் வளமைகள்.

வளமைகள் இவ்வுலகில் வானுலகில் கிடைப்பதற்கு,
தானங்கள் அளித்தலே தகுந்ததோர் வழியாகும்,
வணக்கங்கள் பெறுவோரும் வணங்குவார் தானவானை,
மதிப்புகள் பெற்றவரும் மதிப்பது தானவானை.

தானவானைப் புகழுவார் தருமசிந்தை உடையவரென,
எவ்விடத்தை அடைந்தாலும் அவ்விடத்தில் அனைவரும்,
தருமத்தைச் செய்தவரென தக்கவிதம் புகழுவார்,
சொர்க்கத்தை நரகத்தைச் சார்ந்தாலும் வினைதொடரும்.

வினைதொரும் ஒருவர் வானுலகம் சென்றாலும்,
அந்தவிதம் நோக்கினால் அன்னமாகும் உணவுகள்,
என்னவிதம் நினைத்தாலும் எல்லாமும் கிடைத்துவிடும்,
பானங்களும் விரும்பியபடிப் பருகவீர் எப்போதும்.

எப்போதும் உம்மை அண்டிவரும் புண்ணியம்,
ஞானமும் நற்பிறப்பும் நான்மறையின் நல்லறிவும்,
கருணையும் உடையீர் கனத்தவ மாமுனியே,
இளமையும் உம்மிடம் இருக்கிறது குன்றாமல்.

குன்றாமல் வளைமைகள் கொண்டுளீர் நீவிர்,
விரதங்கள் அனைத்திலும் உடையீர் மிகவுறுதி,
விலக்கங்கள் இல்லாமல் வாழுவீர் நெறிவழியில்,
கடமைகள் குறித்துக் கூறுவதைக் கேட்பீர்.

கேட்பீர் குடும்பத்தார் கடமைகள் என்னென்னவென,
கணவர் மனைவியோடு களித்து நிறைவுற்று,
மனைவியார் கணவனன்றி மற்றவருடன் உறவுறாமல்,
இருவர் இருந்தால் ஏற்படும் நலமெலாம்.

நலமெலாம் கிடைக்கும் நிகரிலா ஒழுக்கத்தால்,
அழுக்கெலாம் நீரினால் அலம்பப்பட்டு தூயதாகும்,
இருளெலாம் ஒளிபட்டு இல்லாமல் மறைந்துவிடும்,
பாவமெலாம் அழியும் பெருந்தவத்தால் தானத்தால்.

தானத்தால் தவத்தால் தூய்மை மிகைத்திடும்,
மாளிகைகள் வீடுகள் மிகைக்கட்டும் உனக்கு,
இவ்விடத்தில் இருந்து அகமகிழ்வில் செல்லுகிறேன்,
என்வார்த்தைகள் அனைத்தையும் எண்ணிச் செயல்படு.

செயல்படு நானுனக்கு சொன்னவிதம் மாறாமல்,
நலமென்று பலவும் நாடிவந்து சேருமென்று,
மைத்ரேயருக்கு உரைத்தார் மாமுனிவர் வியாசர்,
வலம்வந்து மைத்ரேயர் வணங்கினார் வியாசரை.

வியாசரை சிரந்தாழ்த்தி வணங்கினார் மைத்ரேயர்,
கரங்களைக் குவித்துக் கூறினார் வேண்டுதலை,
உங்களை நலமெலாம் வந்து வாழ்விக்கட்டுமென,
புனிதத்தை உடையவர் பகர்ந்தார் வியாசரிடம்.

(123)அனுசாசன பர்வம், பகுதி 123

வியாசரிடம் மைத்ரேயர் உரையாடிய விவரத்தை,
பேரனிடம் உரைத்தார் பிதாமகராம் பீஷ்மர்,
பிதாமகரிடம் யுதிஷ்டிரன் பகர்ந்தான் வினாவை,
தேவர்தம் வழியெலாம் தெரிந்தவர் நீவிர்தான்.

நீவிர்தான் நெறிகளை நன்கு அறிந்தவர்,
கற்புதான் பிறழாத காரிகையர் நடத்தையை,
விளக்கிதான் எனக்கு விளம்பவேண்டும் பிதாமகரே,
இதுதான் எனக்கு இப்போதைய சந்தேகம்.

சந்தேகம் தீர்க்கவே சொன்னார் பீஷ்மர்,
இதேவிவரம் வேண்டுமென இதற்கு முன்னதாக,
கேகேயர்தம் குலத்துக் காரிகை சுமனா,
சண்டிலியெனும் தவமாதிடம் தெரிவித்தார் சந்தேகத்தை.

சந்தேகத்தை எழுப்பினார் சுமனா சண்டிலியிடம்,
பாவங்களைக் களைந்து புனிதத்துவத்தை அடைந்து,
சொர்க்கத்தை பெற்றீர் சண்டிலியாம் மாதரசியே,
எனன்வகை செயல்பாட்டால் இயன்றது இச்செயல்?

இச்செயல் குறித்து இயம்புதல் கடினமே,
நட்சத்திங்கள் போலவே நிகரிலாத் தன்னொளியில்,
மிளிருதல் செய்கிறீர் மாதரசியே நீவிர்,
வெள்ளாடையில் மிளிருகிறீர் வந்துளீர் பெருந்தேரில்.

பெருந்தேரில் அமர்ந்திடும் பாவையே உமதுநிலை,
வெகுதவங்கள் செய்வோர் வெகுதானம் அளிப்போர்க்கும்,
வாய்த்தல் வெகுகடினம் உணருகிறேன் அன்னையே,
வெகுதவத்தால் நீவிர் வரவில்லை இவ்விடத்துக்கு.

இவ்விடத்துக்கு வருவதற்கென இடர்படுத்தும் தவமேதும்,
செய்யாதது குறித்துச் சிந்தித்து அறிந்தேன்,
உங்களது வெற்றிக்கு உள்ளிருக்கும்ர கசியத்தை,
இயம்புவது வேண்டும் அன்னையே எனக்கு.

எனக்கு இந்நிலை ஏற்பட்டது எவ்விதமென,
உனக்குச் சொல்வேனென விளம்பினார் சண்டிலி,
கடினப்பட்டுத் தலைமழித்துக் காஷாயமணிந்து சடைதரித்து,
மரிவுரிதரித்து இந்த மாண்பினை அடையவில்லை.

அடையவில்லை இந்நிலையை அதிகமான தவத்தினால்,
என்செய்கை என்னவென இயம்புகிறேன் மாதே,
கணவனை நோக்கிக் கூறியதில்லை கடுஞ்சொல்,
தேவர்களை பித்துக்களைத் தொழுதேன் அனுதினம்.

அனுதினம் பிராமணரை அடிபணிந்து தொழுதேன்,
மாமியாரிடம் மாமனாரிடமும் மனமுவந்து பணியேற்றேன்,
ஏமாற்றும் செயலேதும் எப்போது செய்யேனென,
முடிவெடுத்தேன் அதனை முடிவரைக் கடைப்பிடித்தேன்.

கடைப்பிடித்தேன் எவரிடமும் கொஞ்சமான பேச்சினை,
நிற்கமாட்டேன் வாயிலில் நிகழ்த்திடேன் கொடுஞ்செயல்,
சிரிக்கமாட்டேன் சப்தமாக செய்யமாட்டேன் காயப்படுத்தல்,
மற்றவரின் ரகசியங்களை மொழிந்திடேன் பிறரிடம்.

பிறரிடம் அலவுடன் பேசியே முடித்துவிடுவேன்,
ஏதேனும் வேலையாக எந்தன் கணவர்,
வெளியேறியும் அதன்பின் வேலைமுடித்து வந்தாரெனில்,
ஆசனம் அளித்து அன்புடன் வரவேற்பேன்.

வரவேற்பேன் கணவனை உண்ணமாட்டேன் தனியாக,
என்கணவன் அனுமதியை அளிக்காத உணவினை,
உண்டிடேன் எவ்வளவு உயர்ந்தது ஆகினும்,
எழுவேன் அதிகாலையில் எந்தன் பணிமுடிப்பேன்.

பணிமுடிப்பேன் உறவினர்கள் பலருக்கும் உகந்தவிதம்,
என்கணவன் பணிநிமித்தம் எங்கேனும் சென்றாரெனில்,
கணவரின் பணிக்குக் கிடைக்கவேண்டும் வெற்றியென,
கடவுள்களின் பூசையில் கழிப்பேன் காலத்தை.

காலத்தை சாதாரணமாகக் கடத்துவேன் என்வீட்டில்,
பணிகளை முடிப்பதற்கென பதியான கணவன்,

அகத்தை விட்டு அகன்று இருக்கையில்,
ஆபரணங்களை அணிமணிகளை அலங்காரமாய்
அணிந்திடேன்.

அணிந்திடேன் அஞ்சனமும் அழகுதரும் பொருட்களையும்,
வைத்திடேன் பூமாலைகளை வாசனை திரவியங்களை,
கணவரின் உறக்கத்தைக் கலைத்திடேன் பாதியில்,
பதியின் அருகிலேயே பக்தியுடன் அமர்ந்திருப்பேன்.

அமர்ந்திருப்பேன் கணவர் உறங்கினால் அருகாமையிலே,
கணவரின் வருமானத்தைக் கூட்டவேண்டும் என்பதாக,
அவரின் உழைப்பை அதிகரிக்க வைத்திடேன்,
பிறரின் ரகசியத்தை பாதுகாப்பேன் எனதுபோல.

எனதுபோல மற்றவரின் ஆழ்மன ரகசிங்களை,
ஊமைபோல இருந்து உள்மனதில் காப்பேன்,
தூய்மையுள இடமாகத் தன்னகத்தை வைப்பேன்,
இதுபோல நடந்தால் அருந்ததிபோல சொர்க்கமுண்டு.

சொர்க்கமுண்டு கற்பிலே சிறந்தவர் அருந்ததிபோன்று,
கணவருக்கு குடும்பத்துக்கு கடமையென்று இருப்பவற்றை,
இதுபோன்று முடித்தால் எளிதிலே சொர்க்கத்தில்,
அரசிபோல வாழலாம் அருந்ததியின் மறுதோன்றியென.

மறுதோன்றியென வானுலகில் மாண்புடன் வாழலாமென,
சுமனாவான மாதிடம் சொல்லியபின் சண்டிலி,
வேறிடமெனச் சென்றிட உடனே மறைந்தார்,
இவ்விதமான உடையாடலை எல்லோரும் ஓதவேண்டும்.

ஓதவேண்டும் பௌர்ணமியில் அமாவாசையில் இக்கதையை,
அந்தவிதம் ஓதினால் அமராவதியாம் நகரத்தில்,
நந்தனமெனும் தோட்டத்தில் நலமுற்று வாழுவார்,
குறைவேதும் இல்லாதக் களிப்புறுவார் வானுலகில்.

(124)அனுசாசன பர்வம், பகுதி 124

வானுலகில் மேன்மைகள் வாய்க்கும் மாதருக்கென,
நல்லுரைகள் செய்த நங்கையின் கருத்தினை,
பேரனிடத்தில் உரைத்த பிதாமகர் பீஷ்மரிடம்,
சமாதானத்தில் தானத்தில் சொல்லுவீர் மேலானதை.

மேலானதை உரைப்பீர் மாந்தர் கடைப்பிடிக்கும்,
நடைமுறையைப் பொறுத்தவரை நலமிக்கது ஏதென,
கேள்வியை எழுப்பினான் கௌரவரின் வேந்தன்,
பதிலை அளித்தார் பீடுமிக்கார் பீஷ்மர்.

பீஷ்மர் உரைததர் பார்வேந்தன் யுதிஷ்டிரனிடம்,
ஒருசிலர் சமாதான உடன்படிக்கையை ஏற்பர்,
வேறுசிலர் தானத்தால் வெகுமகிழ்வை அடைவர்,
அவரவர் இயல்பின்படி அவரவர் செயல்படுவார்.

செயல்படுவார் அவரவர் சிந்தனைக்கு உகந்தபடி,
சமாதானமென்றோர் நல்வழியில் செல்லுபவர் எவ்விதம்,
நலமானதோர் முடிவை நண்ணுவார் என்பதை,
நிகழ்வானதோர் கதையினால் நவிலுகிறேன் வேந்தனே.

வேந்தனே மிகவும் வெறிபிடித்த உயிர்களும்,
மகிழ்வே அடைந்திடும் மாண்புகிக்க இவ்வழியால்,
இதுகுறித்தே இருக்கிறது அடர்வனத்திலே வேதியர்,
ராட்சதனிடத்திலே சிக்கியும் அழியாமலே தப்பியது.

தப்பியது எப்படியெனத் தெரிவிக்கிறேன் வேந்தனே,
வனத்துக்கு உள்ளாக வேதியர் நடக்கையில்,
அரக்கனது கரத்திலே அகப்பட்டுத் துடித்தார்,
அறிவாற்றலது பெற்றவர் அழகாய்ப் பேசுபவர்.

பேசுபவர் அறிவாளர் பிடிபட்ட நிலையிலும்,
மனதிலோர் அதிர்ச்சியின்றி மான்புடன் சிந்தித்து,
மானிடர் உடலுண்டு மிகக்கொழுத்த ராட்சதனிடம்,
முடிவெடுத்தார் சமாதானமாய் முடிக்கவேண்டும் செயலென.

செயலென முடிப்பதற்கு சிந்தித்தார் வேதியர்,
உண்பதென முடிவெடுத்து வந்தான் ராட்சதன்,
வார்த்தையென மரியாதைக்கு விளம்பினான் வணக்கம்,
சரியான பதில்சொன்னால் செல்லலாம் தப்பித்தென்றான்.

தப்பித்தென்றான் அரக்கன் ஒப்பிக்கொண்டார் வேதியர்,
என்னத்தான் காணுவீர் என்னுடல் இவ்விதத்தில்,
வெளிறிதான் பலமின்றி வாடிக் கிடக்கிறது,
மெலிந்துநான் கிடப்பதற்கு மொழியவேண்டும் காரணம்.

காரணம் என்னவெனக் கேட்டது அரக்கனுக்கு,
பதிலளிக்கும் முன்னதாகப் பார்த்தார் உன்னிப்பாக,
அவனிடம் பதிலை அளித்தார் அதன்பின்,
சொந்தமாகும் இடம்விட்டு சென்றாய் நெடுந்தூரம்.

நெடுந்தூரம் கடந்து நல்லதொரு வீடமைத்து,
புதிதாகும் இடத்திலே பந்துக்கள் எவருமின்றி,
துணைதரும் நட்பின்றித் தனியனாக இருக்கிறாய்,
மெலிவாகும் உடலுக்கு முதலாகும் இக்காரணம்.

இக்காரணம் மட்டுமில்லை இன்னும் இருக்கிறது,
நல்லவிதம் நடத்துகிறாய் நண்பர்களை நீதான்,
ஆகினும் உன்னை அன்னியமாய் நினைத்து,
தம்மியல்பாம் கெடுசிந்தையால் தள்ளுகிறார் நட்புறவை.

நட்புறவை மதியாத நீசர்களை நினைத்துதான்,
உடமெலிவை அடைந்து வெளுத்துக் கிடக்கிறாய்,
புண்ணியத்தை உடையவன் புலன்களை அடைக்கியவன்,
உன்மனத்தைக் கட்டியவன் உயர்வானவன் நீதான்.

நீதான் மேலோனென நன்கு அறிந்தாலும்,
அறிவீனம் உடையாரையே அனைவரும் மைத்க்கிறார்,
இதைக்காணும் உனக்கு ஏற்படும் வருத்ததால்,
உடலிளைப்பும் வெளிறலும் உண்டாகின ராட்சதனே.

ராட்சதனே உன்னைவிட ஆற்றலிலே குறைந்தவர்கள்,
பொன்பொருளே வைத்திருந்து பணத்திமிரிலே தலைநிமிர்ந்து,

உன்னையே மதிக்காமல் விலக்கியே வைக்கிறார்,
அதனாலே வெளிறினாய் உடலளவிலே மெலிந்தாய்.

மெலிந்தாய் அதற்கு மேலும் காரணமுண்டு,
தேவைகளாய்ப் பலவும் தீராமல் இருந்தாலும்,
இழிந்ததாய் எவ்வழியும் ஏற்றிடாய் வாழுதற்கு,
தேவைகளைக் கருதியே தேய்ந்து வெளிறினாய்.

வெளிறினாய் ஏனெனில் உதவினாய் ஒருவனுக்கு,
உனதுதேவை குறைத்து உதவியைச் செய்தபோதும்,
உன்னை ஏமாற்றியதாய் அன்னவன் நினைப்பதால்,
மெலிந்தாய் வெளிறினாய் மனதளவில் தவித்தாய்.

தவித்தாய் இந்தத் தரணியில் வாழ்வோருக்கென,
காமத்தை கோபத்தைக் கடைப்பிடிக்கும் அன்னவர்,
பாவத்தைச் சேர்த்து பீடிழந்து கெடுவதால்,
சோகத்தை அடைந்து சுருங்கி வெளிறினாய்.

வெளிறினாய் ஏனெனில் உன்னிடம் ஞானமிருந்தும்,
பதர்களாய் இருப்போரெலாம் பரிச்கசித்து ஏசுகிறார்,
கெடுதியாய் வாழ்பவரின் கேடுமிக்க சொல்கேட்டு,
மெலிகிறாய் உடலளவில் மருகினாய் வெளிறினாய்.

வெளிறினாய் ஏனெனில் உன்னிடம் நயந்துவந்து,
நல்லவனாய் நடித்தவன் நீசமனம் படைத்தவன்,
உன்னை விட்டு விலகியே சென்றுவிட்டான்,
அன்னவனை நினைந்து அடைந்தாய் வருத்தம்.

வருத்தம் காரணமாய் வெளிறியே மெலிந்தாய்,
உலகியக்கம் அறிந்தவன் வாழ்வினை உணர்ந்தவன்,
ரகசியமெனும் நல்வழிகளை அனுதினம் கடைப்பிடிப்பவன்,
திறமிகும் உன்னைத் தூற்றுகிறார் நன்கறிந்தோர்.

நன்கறிந்தோர் உன்னை நலமிக்கான் என்னாது,
தூற்றுகிறார் வருத்துகிறார் துச்சமாய் நினைக்கிறார்,
அன்னவர் செயலால் அகத்தில் மருவிதான்,
இருக்கிறீர் வெளிறியும் இளைத்து மெலிந்தும்.

மெலிந்தும் இருப்பதற்கு மேலும் காரணமுண்டு,
குழுவாகும் பலபேர் கூடியே திட்டமிட்டு,
செயல்முடிக்கும் ஆலோசனைக்கு சொன்னீர் வழிமுறைகள்,
கேடுமிகும் அன்னவர்கள் கேட்காததால் மெலிந்தீர்.

மெலிந்தீர் வெளிறினீர் மதியூகி நீவிர்,
நல்லதோர் வழியை நவின்று அன்னவரின்,
சந்தேகத்துக்கோர் முடிவை சொன்னாலும் அன்னவர்,
மறுத்தார் உம்முயர்வை மருவினீர் இளைத்தீர்.

இளைத்தீர் ஏனெனில் அருமறையை அறியாமலும்,
பொருளிலீர் ஆகினும் புத்திகூர்மை இல்லாமலும்,
செய்கிறீர் பெருஞ்செயல்கள் சொந்த முயற்சியால்,
வெளிறினீர் மெலிந்தீர் உரைத்தேன் காரணத்தை.

காரணத்தை உரக்கிறேன் கானகத்தை அடைந்து,
வெகுதவத்தை நோற்பதற்கு விரும்புகிறீர் நீவிர்,
விருப்பத்தை அறிந்தாலும் உறவினர்கள் தடுக்கிறார்,
இந்நிலை காரணமாய் இளைத்து வெளிறினீர்.

வெளிறினீர் ஏனெனில் உங்களின் அண்டைவீட்டார்,
இருக்கிறார் அழகுடன் ஆற்றலுடன் பொருளுடன்,
அன்னவர் உமது அகத்திருக்கும் மனைவியை,
இச்சிக்கிறார் ஆதலால் இளைத்துவிட்டீர் மெலிந்தீர்.

மெலிந்தீர் ஏனெனில் மிகப்பொருள் வாய்த்தவரிடம்,
உரைத்தீர் நல்லவற்றை உம்முடைய பேச்சினை,
அன்னவர் மதிக்கவில்லை அதனை ஏற்கவில்லை,
வெளிறினீர் மெலிந்தீர் விளம்பினேன் காரணத்தை.

காரணத்தை மேலும் கூறுகிறேன் ராட்சதனே,
அறிவாற்றலை இழந்தவர் உங்களின் உறவினருக்கு,
நெறிகளை நல்வழியை நவின்று போதித்தீர்,
அன்னவர் கோபித்ததால் அடைந்தீர் வருத்தம்.

வருத்தம் மேலிட விளம்பினீர் சமாதானம்,

கோபம் சிறிதளவும் குறையவில்லை அவர்மனதில்,
நேரம் சரியில்லையென நெகிழ்ந்து வருந்தியதால்,
தேகம் மெலிந்தீர் தெம்பின்றி வெளிர்த்தீர்.

வெளிர்த்தீர் ஏனெனில் உங்களின் விருப்பத்தை,
அடைவீர் என்பதாக அருகிருந்து ஊக்குவித்தவர்,
வந்தார் பலனை உம்மிடம் பறிப்பதற்கு,
கொண்டீர் வருத்தம் களைத்து இளைத்தீர்.

இளைத்தீர் ஏனெனில் அடைந்தீர் வெகுமேன்மை,
மேலானவர் நீவிரென மற்றவர் பூசித்தாலும்,
உறவினத் தம்பொருட்டாய் உம்மை பூசிப்பதாக,
நினைகிறார் ஆதலால் நலிந்து வெளுத்தீர்.

வெளுத்தீர் ஏனெனீர் உளத்திலே ஏக்கமுற்று,
செய்வதற்கோர் தருணத்தை சீர்தூக்கி ஆராய்கிறீர்,
சொல்லுதற்கோர் வெட்கத்தால் சொல்லாமல் மருவுகிறீர்,
மனத்திலோர் உருக்கமுற்று மெலிந்து இளைத்தீர்.

இளைத்தீர் ஏனெனில் ஏனைய நபர்களை,
பலவிதத்தார் பலமனத்தாரைப் பாங்குடன் அடக்கியே,
உமக்கவர் பணிந்தவராய் உருவாக்க நினைக்கிறீர்,
முடியாததோர் நிலைமையால் மெலிந்து வெளிறினீர்.

வெளிறினீர் ஏனெனில் உம்மிடம் அறிவில்லை,
பொருளிலீர் தைரியமிலீர் பீடிலீர் ஆகினும்,
ஏங்குகிறீர் பெருமைகள் அடைந்திட எண்ணமுற்று,
விரும்புகிறீர் அறிவாற்றலால் வந்துசேரும் புகழை.

புகழை விரும்புகிறீர் பேராற்றலை உடையவரென,
தானத்தை அளித்திடும் தூயவர் என்பதாயும்,
பெயரை எடுக்கவே பெரிதும் ஆசையுற்று,
இளைக்கிறீர் மெலிகிறீர் என்ணம் நிறைவேறாமல்.

நிறைவேறாமல் வெகுகாலமாய் நிலுவையில் இருக்கிறது,
உமதுமனதில் செய்வதற்கு உறுத்தும் செயலொன்று,
எதிரிகள் பலரும் அச்செயலை மறிக்கிறார்,

ஆதலால் நீவிர் அடைந்தீர் வருத்தம்.

வருத்தம் உம்மை வெளிறவைத்து மெலித்தது,
உம்மிடம் கூறையேதும் உரைத்திட முடியாவிடினும்,
வெறுக்கும் ஒருவர் விளம்பினார் கடுஞ்சொல்லை,
கேட்டதும் உம்முடல் களைந்த்து மெலிந்தீர்.

மெலிந்தீர் ஏனெனில் மிகப்பொருள் இல்லாமல்,
செயலிலோர் தெளிவின்றி செய்தீர் முயற்சிகள்,
மற்றவர் துயரத்தை மாற்றி நலஞ்செய்ய,
அற்றீர் நம்பிக்கை இளைத்தீர் மெலிந்தீர்.

மெலிந்தீர் ஏனெனில் மாண்புமிக்க நல்லவர்,
இருக்கிறார் குடும்பத்தில் இதற்கும் மேலாக,
ஆசைமிக்கார் வனவாசத்திலும் துறவுற்றார் குடும்பத்திலும்,
ஏகிவிட்டார் அதைக்கண்டு இளைத்து மெலிந்தீர்.

மெலிந்தீர் ஏனெனில் மனதில் விருப்பமுற்று,
முயலுகிறீர் காமார்த்த மோட்சத்து வழிகளில்,
பேசுகிறீர் நற்சொல்லைப் பொருத்தமான நேரத்தில்,
அடைந்திநிலீர் காமார்த்தத்தை அறவழியின் புண்ணியத்தை.

புண்ணியத்தை அடையாமல் பிடித்ததை அனுபவிக்காமல்,
பொன்பொருளைச் சேர்க்காமல் பீடிழந்து கிடக்கிறீர்,
மனக்கிடக்கை காரணமாய் மருவுகிறீர் உள்ளுக்குள்,
இளைப்பை அடைந்தீர் இடர்பட்டு வெளிறினீர்.

வெளிறினீர் ஏனெனில் வெகுஞானம் இருந்தாலும்,
பொருளிலோர் தேவையைப் பூர்த்தி செய்வதற்காக,
பெற்றீர் பொருளை பாவமிக்கக் கேடரிடம்,
உற்றீர் பெருவருத்தம் வெளிறினீர் இளைத்தீர்.

இளைத்தீர் கண்முன்னே அறநெறிகள் வீழ்ந்ததால்,
மெலிந்தீர் நெறியற்ற மிடிமைகள் சூழ்ந்ததால்,
நண்பர் அனைவரும் நாலாதிக்கிலும் சண்டையிட,
முயலுகிறீர் அமைதிசெய்ய முடியாமல் மெலிந்தீர்.

மெலிந்தீர் மறையோதுவோரின் முறையற்ற செயல்கண்டு,
அறிவுடையார் புலனாசைகளை அடக்காமல் திரிவதை,
கண்டீர் அதனால் கொண்டீர் பெருவருத்தம்,
மெலிந்தீர் இளைத்தீர் மனமுற்ற பாரத்தால்.

பாரத்தால் இளைத்துப் பார்வைக்கு வெளிறினீரென,
ஞானத்தால் மிக்கவர் நல்லுரை கொடுத்தார்,
பிராமணர்பால் பரிவுற்ற பக்தியாய்த் தொழுதபின்,
பொன்பொருட்கள் கொடுத்து போகவிட்டான் ராட்சதன்.

(125)அனுசாசன பர்வம், பகுதி 125

ராட்சதன் குறித்த பிராமணரின் உரைமூலம்,
சமாதானத்தின் மேன்மையை சொன்னார் பீஷ்மர்,
அடுத்துதான் சந்தேகத்தை எழுப்பினான் யுதிஷ்டிரன்,
வறியவன் இவ்வுலகில் வெற்றிபெரும் வழியென்ன?

வழியென்ன கடைப்பிடித்தால் விளையும் நன்னலம்?
அரிதான மனிதப்பிறப்பை அடைந்தவனான மனிதன்,
வறுமையான நிலைவந்தால் வாழ்வதற்கான வழியென்ன?
சூழலுக்கான விதத்திலே சிறந்ததான தானமென்ன?

தானமென்ன மேலானதாகும் தமக்குற்ற சூழலிலென,
தெளிவான கருத்தை தெரிவிப்பீர் பிதமகரே,
கங்கையான அன்னையில் குழந்தையான நீவிர்,
ஞானமான மார்க்கத்தில் நிகரிலா உன்னதர்.

உன்னதர் நீவிர் உம்பரிலும் மேலானவர்,
அனைவர் வணக்கத்துக்கும் ஏற்றவர் நீவிர்தான்,
உரைப்பீர் எனக்கு வெளிப்படா ரகசியங்களை,
ஞானியர் நடுவிலே நிகரிலாப் பெருஞானியே.

பெருஞானியே என்று பகர்ந்த பேரனுக்கு,
ரகசியங்களே மிகைத்ததான அறிவுமிக்க பதிலினை,
அளிக்கவே செய்தார் எட்டுதிக்கைக் காப்பவரென,
தொடரவே செய்தார் தூயமுனி வைசம்பாயனர்.

வைசம்பாயனர் சொன்னார் வேகவதி மைந்தர்,
பாண்டுமைந்தர் யுதிஷ்டிரனுக்குப் பகர்ந்ததான பதிலை,
கௌரவர் வேந்தனே கேட்டுக்கொள் உனக்கு,
ரகசியமானதோர் பதிலை அளிக்கிறேன் இப்போது.

இப்போது சொல்லும் எல்லாவித வார்த்தைகளும்,
எனக்கு வியாசர் இயம்பிய சொற்களாகும்,
அதேவிதத்து உனக்கு அளிக்கிறேன் பதிலை,
தேவருக்குக் கூடத் தெரியாத விவரமிது.

விவரமிது உரைக்கிறேன் வேந்தனே கேட்டுக்கொள்,
விரதமிருந்து யோகஞ்செய்து உற்ற ஞானத்தினால்,
எமனுக்கு ஏற்பட்டது எல்லாவிதத்து நல்லறிவும்,
தேவருக்கு உகந்ததைத் தெரிந்துகொண்டான் எமதர்மன்.

எமதர்மன் அறிந்தான் எச்செயலைச் செய்தால்,
தேவர்களின் பித்ருக்களின் பரமேசனின் அருகிருக்கும்,
பரமதரின் ரிஷிகளின் புனிதமிக்கார் ஸ்ரீயின்,
எட்டுதிக்கின் வேழங்களின் அருளைப் பெறலாமென.

பெறலாமென நினைத்தவற்றைப் பெறவைக்கும் மார்க்கமாக,
தானமென வேள்வியெனத் தக்கவிதம் புரிவதை,
அறிந்ததான நல்லவர் அடைவார் பாவநிவர்த்தி,
பலவிதமான நன்மைகள் பெருகிவந்து மகிழ்விக்கும்.

மகிழ்வளிக்கும் விவரத்தை மொழிகிறேன் கேளாய்,
பத்தாகும் கொலையாளிகளுக்குப் பொருந்துவான்
எண்ணைவிற்பவன்,
பாவமிகும் கொலைத்தொழிலுனும் பெரும்பாவம்
எண்ணைவிற்றால்,
எண்ணைவிற்கும் பத்துபேர் ஈடாவார் குடிகாரனுக்கு.

குடிகாரனுக்கு இருக்கும் கேடுகள் அதிகமெனினும்,
சபைமாந்தருக்கு ஈடாவது குடிகாரரில் பத்துபேர்,
மண்டலத்து அதிபதியோ மாண்பிலாச் சபைமாந்தர்,
பத்துபேருக்கு ஈடானவர் பெரும்பாவம் உடையவர்.

உடையவர் ஒருவேந்தர் வெகுபாவம் அனைத்தையும்,
அன்னவர் இவரனைருக்கும் ஈடாவார் பாதியளவு,
மேற்சொன்னவர் எவரிடம் மாண்புடையார் எவரும்,
பெற்றிடார் தானத்தைப் பீடிக்கும் பாவமென.

பாவமென இருப்பதைப் பற்றாதவராக இருக்கவேண்டும்,
தருமமென இருப்பதைத் தப்பாமல் காக்கவேண்டும்,
நெறியென இருப்பதில் நழுவாமல் வாழவேண்டும்,
முத்திரட்டென இருப்பதை மாண்புடன் தேடவேண்டும்.

தேடவேண்டும் முத்திரட்டைத் தேடும் இம்மூன்றிலே,
சுகமும் பொருளும் சேர்ப்பதற்கு அனைவரும்,
வருத்தம் அடைந்திடார் விரும்புவார் முதலிரண்டை,
மோட்சமெனும் நல்வழியை மனமுவந்து கேட்கவேண்டும்.

கேட்கவேண்டும் புண்ணியத்தைக் கொடுக்கும் நல்வழியை,
அந்தவிதம் கேட்பதால் அண்டிவரும் புண்ணியம்,
அதிகமாகும் என்பதுதான் அனைத்திலும் ரகசியம்,
அறியவேண்டும் நெறிகளை அமரர்தம் முறைக்கேற்ப.

முறைக்கேற்ப ஸ்ரத்தத்தை முடிக்கும் வழிமுறையை,
தேவர்க்கேற்ற ரகசியத் துதிகளை உள்ளடக்கி,
ரிஷிகளுக்கேற்ற துதிமுறைகளும் இருக்கின்றன அதற்குள்ளே,
வேள்விக்கேற்ற தானத்துக்கேற்ற வழிமுறைகளும் உண்டு.

உண்டு நெறிகளை உள்வாங்குதலால் புண்ணியம்,
கேட்டு நினைத்து கடைப்பிடித்து வாழ்ந்தால்,
நாரணனுக்கு நிகரானவரென நானிலத்தார் போற்றுவார்,
புண்ணியத்து மிகுதிகள் பெற்றிடுவார் பெரிதாக.

பெரிதாகக் கோதானம் புண்ணியமான தீர்த்தயாத்திரை,
சிறப்பான வேள்விகளைச் செய்ததன் பலனனைத்தும்,
திரட்டாகக் கிடைக்கும் தம்மில்லம் வந்துசேர்ந்த,
விருந்தினரான மாந்தரை விழுப்பத்துடன் கவனித்தால்.

கவனித்தால் நலம்பெருகும் கூறும் நற்கருத்தை,

நம்பிக்கைகள் இருப்பவர் நல்லிதயம் படைத்தவர்,
ஆத்மனில் மகிழ்வை அடைவார் திண்ணமாக,
தூய்மைகள் உடையாரைத் தீண்டாது பாவங்கள்.

பாவங்கள் விலகிப் போகுன் நெடுந்தூரம்,
வானுலகில் சுமபெற்று வாழுவார்கள் நெடுங்காலம்,
ஒருகாலத்தில் வானவரின் வேந்தனது சபைக்கு,
இறைவர்கள் தூதுவர் ஏகினார் உருவமின்றி.

உருவமின்றி வந்தவர் உரைத்தார் இந்திரனிடம்,
இங்குவந்த காரணம் இரட்டை மருத்துவர்கள்,
விளக்கமென்று வேண்டுகிறேன் வானவரின் சபையிலே,
தேவரென்று பித்ரிக்களென்று மாந்தரென்று குழுமினீர்.

குழுமினீர் அனைவரும் கூறுவீர் பதிலை,
எவரொருவர் ஸ்ரத்தத்தை இயற்றினாலும் உண்டாலும்,
அன்னவர் அத்தினத்தில் அண்டலாகாது மாதரையென,
புணர்ச்சிக்கோர் தடையைப் பகருவது எதற்காக?

எதற்காக பிண்டத்தை அளிக்கிறார் தனித்தனியாக?
மூன்றாக அளிப்பதில் முதல்பங்கு எவருக்காகும்?
எவருக்காக பிண்டத்தில் இரண்டாவதை அளிக்கிறார்?
மூன்றாவதாக இருப்பது முறைப்படி எவருக்கு?

எவருக்கு பிண்டங்கள் அளிக்கிறார் என்பதாயும்,
கேட்டபின்பு அச்சபையில் கிழக்குநோக்கி அமர்ந்திருந்த,
தேவரொடு பித்ரிக்கள் தகுந்ததோர் கேள்வியென,
கேட்டவருக்கு பாராட்டைக் கொடுத்துப் பேசினர்.

பேசினர் பித்ரிக்கள் பகர்ந்த வினாகுறித்து,
உமக்கோர் வரவேற்பு வழங்குகிறோம் அரூபியே,
பெறுவீர் எங்களின் பாங்குமிக்க ஆசிகளை,
எழுப்பினீர் வினாவை அதுவோ வெகுரகசியம்.

வெகுரகசியம் உமக்கு விளம்புகிறோம் கேளீர்,
ஸ்ரத்தபியற்றும் ஒருவரும் ஸ்ரத்தத்தில் உண்பவரும்,
அந்ததினும் முழுவதும் அண்டலாகாது மாதரை,

அந்தவிதம் செய்தவர் உயிர்நீரிலே கிடப்பார்.

கிடப்பார் ஒருமாதம் கேடியற்றியதால் உயிர்நீரில்,
எழுப்பினீர் சந்தேகம் எவரெவருக்கு ஸ்ரத்தத்தில்,
அளிக்கிறார் பிண்டத்தை அதுகுறித்து உரைக்கிறோம்,
பிண்டத்தை முதலாவதாகப் பெறுவது நீராகும்.

நீராகும் முதற்பிண்டம் நல்கினால் பெறுவது,
இரண்டாவதாகும் பிண்டத்தை ஏற்பவர் மனைவியர்,
மூன்றாதாம் பிண்டம் மூண்டெழும் அக்கினிக்கு,
உணவாகும் என்பதை உரைத்தனர் மூத்தோர்.

மூத்தோர் உரைத்த முறைகளை உரைத்தோம்,
நல்லவர் பின்பற்றும் நடைமுறை இதுதான்,
எவரொருவர் இவ்விதம் இருக்கும் விதிப்படி,
ஸ்ரத்தமியற்றுவார் ஆகினும் சிறப்பாகும் பித்ரிக்களுக்கு.

பித்ரிக்களுக்கு மனநிறைவு பெருகும் மகிழ்வுடன்,
குட்ம்பத்து வளர்ச்சியும் கிடைக்கும் பெரிதாக,
வளத்துக்குக் குறைவின்றி வந்துசேரும் பொன்பொருள்,
கேட்டதற்கு விளக்கம் கொடுத்தோமென உரைத்தனர்.

உரைத்தனர் பதிலை வானுறையும் பித்ரிக்கள்,
அன்னவர் சொன்னதற்கு அசரீரி பதிலளித்தது,
சொன்னீர் பிண்டத்தைச் சரியாக மூன்றாக்கி,
எவரெவர் பெறுவாரென ஏற்ற காரணத்துடன்.

காரணத்துடன் உரைத்ததில் கூறவேண்டும் பதிலை,
நீரிலிடும் பிண்டம் நாடுவது எவரை?
எவ்விதம் அப்பிண்டம் அடைகிறது பித்ரிக்களை?
பித்ரிக்களும் அப்பிண்டத்தால் பாவநிவர்த்தி பெறுவதெப்படி?

பெறுவதெப்படி ஸ்ரத்தம் புரிந்தவனின் மனைவியார்,
முறைப்படி இரண்டாவதாக மறையோதி அளித்ததான,
பிண்டத்தை உண்ணும் பெண்ணின் வழியாக,
எந்தவிதமாய் பித்ரிக்கள் அடைகிறார் அவ்வுணவை?

அவ்வுணவை நீவிர் அடைகிறீரா அல்லது,
வேறொருவரை அடையுமா வழங்கப்பட்ட இரண்டாம்பிண்டம்?
இறுதியாய் மூன்றாம்பிண்டத்தை அளிக்கிறீர் அக்கினிக்கு,
எவ்விதமாய் அப்பிண்டம் அடையும் பித்ரிக்களை?

பித்ரிக்களை அடையுமா போகுமே வேறெவர்க்கும்,
விவரங்களை எனக்கு விளக்கி உரைப்பீரென,
வினாவை முடித்தது வந்திருந்த அசரீரி,
பதிலை உரைத்தனர் பித்ரியான முன்னோர்கள்.

முன்னோர்கள் வரவேற்றனர் மிகச்சிறந்த வினாவை,
வானத்தில் மிதப்போரில் வெகுசிறந்த உன்னதரே,
ரகசியங்கள் அதிசயங்கள் இருக்கின்றன வினாவிலே,
உம்சொல் எங்களுக்கு வழங்கியது மனநிறைவை.

மனநிறைவை அளித்தன மிகச்சிறந்த வினாக்கள்,
இக்கருத்தை விளம்பவல்லார் ஈடிலாதார் மார்க்கண்டேயரே,
அன்னவரைத் தவிர்த்து எவருக்கும் இதற்கேற்ற,
பதிலை உரைத்திடும் பக்குவம் கிடையாது.

கிடையாது அறிந்தவரெனக் கூறினர் பித்ரிக்கள்,
பித்ரிக்களது வார்த்தைகளைப் பெருமுனிவர் வியாசர்,
எனக்கு உரைத்தபடி இயம்புகிறேன் கேளாய்,
ஸ்ரத்தத்து விதிமுறைகளைச் சொல்லுகிறேன் இப்போது.

இப்போது உரைக்கிறேன் என்னவாகும் பிண்டத்துக்கென,
முதலாவது பிண்டம் மதியாகிய சந்திரனுக்கு,
உரித்தாகிறது அதனால் வெண்மதி மகிழ்வுறும்,
இரண்டாவது பிண்டத்தை ஏற்பது மனைவி.

மனைவி உண்ணுவதால் மகிழுவார் பித்ரிக்கள்,
குழந்தை பலபிறந்து குலவழி வளருதற்கு,
எண்ணி இருப்பதால் அந்த மாதுக்கு,
பிள்ளை பாக்கியம் பித்ரிக்களால் கிடைக்கும்.

கிடைக்கும் நினைத்ததெலாம் கொடுக்கும்
மூன்றாம்பிண்டத்தால்,

அக்கினியாகும் இறைவருக்கு அளிக்கும் பிண்டத்தால்,
ஸ்ரத்தமியற்றும் ஒருவரின் சிந்தித்து விரும்பும்,
தேவையனைத்தும் பித்ரிக்கள் தந்து நிறைவேற்றவார்.

நிறைவேற்றுவார் பித்ரிக்கள் நினைத்ததை நினைத்தவிதம்,
ஸ்ரத்தமியற்றுவோர் ஒருவருக்கு செய்துவைக்கும் ரித்விகர்,
பித்ரியாவார் ஸ்ரத்தம் புரிகின்ற மாந்தருக்கு,
செய்துவைப்பவர் மனைவியுடன் சேரலாகாது அத்தினத்தில்.

அத்தினத்தில் ஸ்ரத்தத்தின் அன்னத்தை உண்டவர்,
தூயவிதத்தில் வாழவேண்டும் தவறினால் வெகுபாவம்,
மாற்றுதல்கள் இல்லை மொழிந்த சொற்களிலே,
உணவுகள் உண்டவர்கள் அதன்பின் குளிக்கவேண்டும்.

குளிக்கவேண்டும் தியானிக்கவேண்டும் கேடேதும்
செய்ய்லாகாது,
அந்தவிதம் செய்பவர்க்கு அனைத்து நலங்களுடன்,
பெருகிடும் குடும்பம் புண்ணியம் மிகைக்கும்,
குலநலம் உண்டாகிக் கிடைக்கும் நினைத்தவை.

நினைத்தவை நடந்தேறும் நினைத்தவிதமே ஒருவருக்கு,
ஸ்ரத்தத்தை சிரத்தையுடன் செய்தவரை பித்ரிக்கள்,
ஆசிகளைக் கொடுத்து அன்புடன் காப்பதால்,
ரித்விகெனும் பிராமணர் ஆகிறார் பித்ரியாக.

பித்ரியாக ரித்விகர் பெறுகிறார் உயர்நிலை,
புணர்ச்சியாக அத்தினத்தில் பெண்ணுடன் கலத்தலை,
தவித்தாக வேண்டும் தவிர்ப்பது அவசியம்,
மனைவியாக இருந்தாலும் முயங்குதல் கூடாது.

கூடாது உண்டவரும் கலவியில் ஈடுபடுதல்,
ரித்விகரது நிலைதான் ஏற்படுகிறது உண்டவருக்கும்,
காரணமிது கருதிதான் கலவிசெய்வது கூடாதென,
ஸ்ரத்தத்து உணவுண்டோர் செல்லலாகாது கலவிக்கு.

கலவிக்கு ஸ்ரத்ததினதில் கிடையாது அனுமதிகள்,
எவ்விதத்துத் தவறுகளும் இயற்றாது தவிர்க்கவேண்டும்,

அவ்விதத்து செய்பவருக்கு ஏற்படும் குலவிருத்தி,
செய்தவருக்கு உண்டவருக்கு செய்வித்தவருக்கு நலமுண்டு.

நலமுண்டு என்று நவின்றனர் பித்ரிக்கள்,
அவ்வதத்து உரைத்ததும் அவ்விடத்துத் தோன்றினார்,
வித்யுத்ப்ரபாவென்று பெயருடைய வேதமுனி மகாஞானி,
இந்திரனிடத்து வினவினார் எனக்களிப்பாய் விளக்கம்.

விளக்கம் வேண்டும் வாசவனே எனக்கு,
இடைநிலையாம் பிறப்புற்ற ஏனைய உயிரினங்கள்,
மூடராம் மானிடரால் மரணத்தை அடைகின்றன,
புழுபூச்சிகளும் எறும்புகளும் பாம்புகளும் ஆடுகளும்.

ஆடுகளும் பறவைகளும் அழிகின்றன மானிடரால்,
கேடுகளும் பாவங்களும் கிடைக்கும் இதனாலென,
அறிந்திருந்தும் மாந்தர் அடாதனவே செய்கிறார்?
எந்தவிதம் இதற்கு ஏற்படும் தீர்வு?

தீர்வு என்னவென தேவேந்திரனை வினவியதும்,
கருத்து ஆழத்துடன் கூறினார் முனிவரென,
அனைத்து சபையோரும் அகமகிழ்ந்து பாராட்டினர்,
முனிக்கு பதிலை மொழிந்தான் இந்திரன்.

இந்திரன் மொழிந்தான் இந்தப் பாவங்களை,
தீர்க்கதான் நினைத்தால் தூஅதாம் குருக்ஷேத்திரத்தை,
அதனுடன் கயாவை ஆறாகும் கங்கையை,
நினைத்துதான் ஒருவர் நீரில் மூழ்கவேண்டும்.

மூழ்கவேண்டும் நீரிலே மனதில் பக்தியுடன்,
அந்தவிதம் செய்தால் அம்புலியாம் நிலவானவர்,
ராகுவிடம் விடுபட்டதாய் ஏற்படும் விடுதலை,
மூன்றுதினம் இவ்விதத்தில் மூழ்கவேண்டும் நீரில்.

நீரில் மூழ்கவேண்டும் நாள்முழுதும் உண்ணாமல்,
உபவாசத்தில் இருக்கவேண்டும் வரிசையாக மூன்றுதினம்,
பசுவிடத்தில் வணங்கிப் பின்புறத்தில் தொட்டு,
வாலிடத்தில் தலைகுனிந்து வணங்குதல் வேண்டும்.

வேண்டும் பசுவை வணங்குதல் என்பதாக,
கொடுத்ததாகும் பதில்கேட்டு கூறினார் வித்ய்ப்ரபா,
எளிதாகும் வழியை இயம்புகிறேன் இந்திரனே,
ஆலாகும் மரத்திலே எடுக்கவேண்டும் விழுதினை.

விழுதினைப் பொடியாக்கி உடலிலே பூசியபின்,
சொக்கிலை எண்ணையால் செய்யவேண்டும் குளியல்,
கார்நெல்லை அரிசியாக்கிக் கிடைக்கும் உணவினை,
உண்ணவேண்டும் அதனால் விலகிவிடும் பாவமெலாம்.

பாவமெலாம் போக்கிட பிரிதொரு முறையுண்டு,
ரகசியமாகும் அம்மூறை அற்றுவிட்டதாம் நிலையிலே,
ரிஷிகளாகும் மகான்கள் அறிந்தனர் தியானத்தாலே,
வ்ருஹஸ்பதியாம் தேவகுரு உரைத்தார் இக்கருத்தை.

இக்கருத்தை மகாதேவர் இருந்ததான பெருஞ்சபையில்,
உரைத்ததைக் கேட்டேன் வாசவனே அதேகருத்தை,
உருத்திரரைத் துணையாக்கி உள்வாங்கு இந்திரனே,
மலையுச்சியை அடைந்து மடக்கவேண்டும் ஒருகாலை.

ஒருகாலை ஊன்றி உச்சியிலே நின்று,
இருகரத்தைக் குவித்தி அக்கினியை நோக்கினால்,
வெகுதவத்தை செய்ததாக விரங்களை நோற்றதாக,
பலன்களைப் பெறுவார் பெருந்தீயின் சக்தியால்.

சக்தியால் சூரியன் சூடேற்றும் உடலை,
அவ்விதத்தில் வேனிலிலும் அதேவிதத்தில் மாரியிலும்,
வணங்குதல் செய்வார்க்கு விலகியோடும் பாவங்கள்,
அழகில் மிகைத்து அடைவார் பேரொளியை.

பேரொளியை அடைந்து பரிதியை ஒத்தவராய்,
பேரழகை அடைந்து பானுவாம் நிலவைப்போல்,
நன்னிலையை அடைவாரென நவின்றார் மாமுனிவர்,
நூறுவேள்விகளைச் செய்தவன் நவின்றான் வ்ருஹஸ்பதியிடம்.

வ்ருஹஸ்பதியிடம் இந்திரன் வினவினான் கனிவாக,

ரகசியம் ஆனதாம் அதிசயமிகு நெறிமுறையை,
மனிதர்தம் நலத்தை மல்கவைக்கும் வழிமுறையை,
அதிலிருக்கும் ரகசியத்துடன் இயம்பவேண்டும் எனக்கு.

எனக்கு உரைப்பீரென இந்திரன் வேண்டியதும்,
தேவருக்கு குருவானவர் ததியவர் வ்ருஹஸ்பதி,
பதிலளித்து புரந்தரனுக்கி பகர்ந்தார் கருத்தை,
சூரியனுக்கு எதிராக சிறுநீர்கழித்தால் வெகுபாவம்.

வெகுபாவம் அக்கினியை வளர்த்து வணங்கி,
ஆகுதியேதும் அளிக்காத ஈனர்தம்சோம்பல்,
வளியிடம் வணக்கம் வழங்காமியும் பாவமே,
கன்றுக்கும் பாலின்றிக் கறத்தல் பாவம்.

பாவம் க்ன்றுக்குப் பாலேதும் மீதமின்றி,
முழுவதும் கறந்தெடுக்கும் மூடரின்ன்கொடுஞ்செயல்,
பாவம் என்ன்வெனப் பகருவேன் உனக்கு,
ஆதவனும் வாயுவும் அக்கினியும் புனிதம்.

புனிதம் மிகுந்த பசுக்களே இவ்வுலகின்,
அனைத்துயிரும் வாழ்விக்கும் அன்னையர் ஆனதால்,
இம்மூன்றும் மனிதருக்கு அளிக்கின்றன வாழ்வை,
வாழ்விக்கும் தெய்வங்களை வணங்காது விடலாமோ?

விடலாமோ நன்னெறியை வீணானத் திமிரினால்,
ஆடவனோ பெண்டிரோ ஆதவனை நோக்கியபடி,
சிறுநீரோ மலமோ சீரின்றி கழித்தால்,
கீழானதோர் நிலையிலே கிடப்பார் எண்பத்தாறாண்டு.

எண்பத்தாறாண்டு சீர்கெட்டு இடர்பட்டு வாழுவர்,
வாயுதேவருக்கு வணக்கத்தை வழங்காது விட்டால்,
அன்னவரது குழந்தை அழிந்துவிடும் கருவிலேயே,
அக்கினிக்கு ஆகுதிகளை அளிக்காவிடில் பலனில்லை.

பலனில்லை அக்கினியைப் பார்த்தும் அதற்கு,
ஆகுதியை அளிக்காதவர் எந்நிலையை அடைந்தாலும்,
ஆகுதியை அளித்தால் அக்கினியார் ஏற்றிடார்,

முழுப்பாலைக் கறந்தவருக்கு மிகக்கேடு குலநாசம்.

குலநாசம் உண்டாகிக் கெட்டுவிடும் வாழ்க்கை,
மீதாமேதும் வைக்காமல் மமுப்பாலும் கறந்தபின்பு,
கன்றுபடும் வருத்தத்தின் காரணமாய் இருப்போர்க்கு,
அன்னவர்தம் குழந்தைகள் அழிவதைக் காண்பார்.

காண்பார் வருத்தமிகும் காட்சிகளைப் பாவியர்,
அன்னவர் குலங்கள் அழிந்து வீழ்ந்துவிடும்,
மூத்தோர் சொன்ன முத்தான வார்த்தையிது,
அனைவர் மனத்திலும் ஏற்கவேண்டும் உண்மையென.

உண்மையென அறியவேண்டும் உரைத்த நற்சொல்லை,
கீழ்மையென இருப்பவற்றைக் களையவேண்டும் மானிடர்,
தவறெனச் சொன்னவற்றைத் தவிர்ப்பது நலந்தரும்,
வளமெனக் கிடைக்க வாழவேண்டும் நெறிப்படி.

நெறிப்படி வாழ்ந்தால் நல்லவை நடக்கும்,
இவ்வழி உண்மையென அறிந்துகொள் வேந்தேயென,
சொல்லி முடித்தார் சீர்மிக்க வ்ருஹஸ்பதி,
கேள்வி எழுப்பினர் குழுமிநின்ற தேவர்கள்.

தேவர்கள் மருதர்கள் தங்களின் சந்தேகத்தை,
பித்ரிக்கள் தீர்க்கவே பகர்ந்தனர் வினாவை,
எவ்விதத்தில் ஈனமான எண்ணங்கள் உடையராம்,
மானிடர்கள் செயலாலே மகிழுகிறீர் நீங்கள்?

நீங்கள் மகிழவே நல்கப்படும் தானங்கள்,
எவற்றால் நீவிர் அடைகிறீர் மனநிறைவை?
எச்செயல் செய்தால் ஏற்புடைத்து உமக்கு?
எதனால் மாந்தர் அடைவார் நிறைவு?

நிறைவு ஏற்பட நடத்தவேண்டும் செயலென்ன?
அறிந்து கொள்வதற்கு எழுந்தது ஆர்வமென,
நயந்து வேண்டியதும் நவின்றனர் பித்ரிக்கள்,
வினவியது மிகவும் வலுமிகும் சந்தேகம்.

சந்தேகம் எழுப்பியது சிறப்பிலும் சிறப்பாகும்,
எமதுமனம் நிறைவுபெற ஏற்றவிதம் நல்லவர்,
என்னவெலாம் செய்தால் ஏற்படும் மகிழ்வென்று,
சொல்லுகிறோம் நாங்கள் சொல்லுவதைக் கேளீர்.

கேளீர் நீலநிறக் காளைகளை விடுவிக்கவேண்டும்,
அளிப்பீர் அமாவாசையில் எள்ளையும் நீரையும்,
ஏற்றுவீர் மழைக்காலத்தில் அழகுமிகும் தீபங்களை,
அத்தகையோர் செயல்களால் அடைவார் மேன்மை.

மேன்மை கொடுக்கும் மிகநல்ல செயல்களால்,
பித்ருக்கடனைத் தீர்த்து பெறுநலனை பெறுவார்,
மேற்சொன்னவை வீணாகாது மிகநன்மை கொடுக்கும்,
நற்பலனை மேன்மேலும் நல்கிவிடும் இச்செயல்கள்.

இச்செயல்கள் எங்களுக்கு அளிக்கும் மனநிறைவு,
முடிவுகள் இல்லாத மிகச்சிறந்த மகிழ்வாகும்,
குழந்தைகள் பெற்றிடும் கனிவுமிக்க நல்லவரால்,
பித்ரிக்கள் மகிழ்ந்து புண்ணியமுற்று விடுபடுவார்.

விடுபடுவார் நரகத்தின் வாட்டம் தாக்காமல்,
அன்னவர் சொற்களால் அகத்தில் மகிழ்வுற்றார்,
வ்ரித்தகார்க்யர் என்று விளம்பப்படும் மகரிஷி,
உடலில் மயிர்க்கூச்சம் உற்றார் மனநிறைவால்.

மனநிறைவால் வ்ரித்தகார்க்யர் மொழிந்தார் கருத்தை,
நீலநிறத்தில் பசுவை அதன்போக்கில் விடுவதும்,
மாரிக்காலத்தில் விளக்குகளும் மதியிலாததாம்
அமாவாசையில்,
எள்ளில் நீர்விட்டால் என்னநலம் கிடைக்கும்?

கிடைக்கும் மேன்மைகளெனக் காரணத்தையும் கூறியே,
முனிவரிடம் பதிலை மொழிந்தனர் பித்ரிக்கள்,
நீலநிறத்தில் காளையானது நீரில் வால்நனைத்து,
விசிறுதல் செய்தநீர் வந்துசேரும் பிதிர்க்களுக்கு.

பித்ரிக்களுக்கு அந்நீர் பெற்றுத்தரும் சாந்தியை,

மண்ணுக்குள் கொம்பைவிட்டு மாடானது தோண்டினால்,
நதிக்கரையைல் காளை நடத்தும் அச்செயல்,
பித்ரிக்கள் சோமமண்டலம் போகவைக்கும் அம்மண்.

அம்மண் பித்ரிக்களை அம்புலியிடம் சேர்க்கும்,
மழைக்காலத்தின் விளக்கு மிகநலத்தை அளித்திடும்,
சோமனின் அழகுபெற்று சீருடன் மிளிருவார்,
இருளின் தாக்கத்தால் எப்போதும் வருந்திடார்.

வருந்திடார் அமாவாசையில் வழங்கிடும் எள்ளுடன்,
தேனொருவர் கலந்து தாரைவார்த்து நீர்விட்டு,
தாமிரத்திலோர் பாத்திரத்தில் தந்திடும் ஆகுதியால்,
ஸ்ரத்தமெனும் கடமையைச் செய்ததற்கு சமமாகும்.

சமமாகும் ஸ்ரத்தத்துக்கு செய்திடும் எள்தானம்,
பெற்றிடும் பிள்ளைகள் பெருவாழ்வு வாழுவார்,
உடல்நலம் மனவமைதி உற்று மகிழுவார்,
பிண்டம் அளிப்பவரின் பரம்பரை நீளும்.

நீளும் பரம்பரை நல்கிடும் பித்ரிக்கடனால்,
ஸ்ரத்தம் செய்வதற்கு சரியான நேரத்தை,
வேதம் நெறிகள் விளம்பியபடி தேர்ந்தெடுத்து,
உணவேற்கும் மாந்தரையும் வைக்கவேண்டும் தகுந்தவராய்.

தகுந்தவராய் ரித்விகரைத் தேர்ந்தெடுத்து ஸ்ரத்தத்தை,
சிரத்தையாய் செய்யவேண்டும் சிறிதளவும் குறையின்றி,
வேண்டியவை அனைத்தையும் விளம்பினோம் என்பதாக,
உரையை முடித்தனர் உயர்வுமிக்க பித்ரிக்கள்.

(126)**அனுசாசன பர்வம்**, **பகுதி 126**

பித்ரிக்கள் தமது பேச்சினை முடித்ததும்,
வானவர்கள் அரசன் வாசவன் ஹரியிடத்தில்,
அகிலாண்டங்கள் அனைத்தையும் ஆளும் பேரிறையே,
உன்மனதில் நிறைவுவர என்னென்ன செய்யவேண்டும்?

செய்யவேண்டும் உமக்குச் சரியான செயலையெனில்,
என்னவிதம் நடக்கவேண்டும் இவ்வுலகில் மானிடர்கள்?
சொல்லவேண்டும் விவரமென ஸ்ரீதரனை வினவினான்,
உன்னதமிகும் திருமால் உரைத்தார் பதிலை.

பதிலை அளிக்கிறேன் பெரியோரின் சபையிலே,
வழியை விட்டு வழுவியே சென்றுவிடும்,
பிராமணரை வெறுக்கிறேன் பிழைசெய்த கேடரென,
வேதியரைத் தொழுபவர் விஷ்ணுவையே தொழுகிறார்.

தொழுகிறார் பிராமணரைத் திருமாலின் வடிவமென,
பிராமணர் வந்தால் பணிவுடன் வரவேற்று,
அன்னவர் மகிழ ஆசனம் அர்க்கியமளித்து,
நல்லதோர் உணவை நல்கி வணங்கவேண்டும்.

வணங்கவேண்டும் தன்பாதத்தை ஒவ்வொருவரும் மாலையில்,
பசுஞ்சாணம் போடும்போது பிறக்கும் சுழல்களை,
வணங்கும் மனிதருக்கு வழங்குவேன் நலத்தை,
தீங்கேதும் தீண்டாது தூயவராம் பக்தரை.

பக்தரைக் காக்கும் பீடுமிகு சகுனங்கள்,
குள்ளராய் பிராமணரைக் கண்டால் வெகுபுனிதம்,
குளத்தை விட்டெழும் காளையின் கொம்பிலே,
மணலைக் கண்டால் மிகநலம் உண்டாகும்.

உண்டாகும் பாவநிவர்த்தி அஸ்வத்தமெனும் மரத்தை,
அனுதினம் தொழுதிடும் அறமிக்க நல்லாருக்கு,
கோரோசனமெனும் பொருளைக் கண்டால் நலமுண்டு,
பசுவாகும் அன்னையைப் பார்த்தால் புனிதமுண்டு.

புனிதமுண்டு இவர்க்கெலாம் பாருலகம் முழுவதையும்,
தேவரொடு அசுரரொடு மானிடரொடு தொழுததாக,
அவற்றுக்கு உள்ளிருந்து அனைத்து வேண்டுதலையும்,
ஏற்பது நானாவேன் என்னையே தொழுகிறார்.

தொழுகிறார் மற்றவரெலாம் தவறான வடிவங்களை,

அன்னவர் தொழுகைகள் என்னிடம் வாராது,
அத்தகையோர் தொழுகையால் ஏற்படாது நிறைவென,
உரைத்தார் மகாவிஷ்ணு வாசவன் வினாவுக்கு.

வினாவுக்கு அடுத்ததொரு வினாவை எழுப்பியே,
தேவர்க்கு அரசன் தெரிவித்தான் கருத்தை,
எதற்கு சாணத்தில் ஏற்படும் சுழல்களையும்,
பாதத்து வடிவத்தையும் பிராமணரையும் பெரிதென்றீர்.

பெரிதென்றீர் வராகமாகும் பன்றியின் வடிவத்தை,
புனிதமென்றீர் குளத்தில் புகுந்தெழும் காளையின்,
நீண்டதோர் கொம்பிலே நிற்கும் மணல்துகளை,
உரைப்பீர் இதற்கெலாம் உரித்தான காரணத்தை.

காரணத்தை உரைப்பீர் கருணைமிக்க இறைவரே,
உலகத்தை படைத்தழித்து வழிநடத்தும் நாரணரே,
பிறப்பவை இறப்பவை பலவகை உயிரினங்கள்,
உம்மை ஆதாரமாக்கி உண்டாகின்றன இவ்வுலகில்.

இவ்வுலகில் உண்டாவன எல்லாம் உண்டாக்கினீர்,
காரணங்கள் கூறும் கருத்தென உரைத்ததற்கென,
தேவர்கள் இந்திரன் திருமாலை வேண்டினான்,
முகத்தில் புன்னகையுடன் மாலவன் பதிலளித்தார்.

பதிலளித்தார் திருமால் புன்னகை முகத்துடன்,
வட்டமானதோர் சக்கரத்தால் வதைத்தேன் தைத்தியரை,
வாமனென்றோர் வடிவெடுத்து வையமிரண்டை பாதங்களால்,
அளந்ததோர் நிகழ்வினால் அவ்விரண்டும் புனிதம்.

புனிதம் மிக்கவை பாதங்கள் இரண்டும்,
பலியாம் அசுரனைப் பாதாளத்தில் அழுத்தியதால்,
இருபாதம் வணங்குவோர் என்னை வணங்குகிறார்,
இவ்விதம் வணங்குவோர்க்கு எக்குறையும் நேராது.

நேராது வருத்தங்கள் பாதங்களை வணங்கினால்,
தன்னகத்து பிரமசாரியாய் தவமிகுந்த பிராமணர்,
வந்துநின்று வேண்டினால் உணவிலிருந்து முதல்பங்கை,

வழங்கிவிட்டு உண்ணுவோர் உண்ணுவது அமுதத்தை.

அமுதத்தை உண்ணுகிறார் அந்தணருக்கு அளித்தபின்,
மிகுந்ததை உண்ணும் மாண்புமிக்க நல்லவர்,
காலைமாலை இருவேளையும் கடவுளரைத் தொழுதபின்,
சூரியனை நோக்கினால் சேரும் புண்ணியம்.

புண்ணியம் அனைத்துப் புனிதத் தீர்த்தத்திலும்,
குளித்ததாகும் காலைமாலை கதிரவனை வணங்கினால்,
ரகசியம் என்னவென ரிஷிகளுக்கு இயம்பினேன்,
வேறெதற்கும் விளக்கம் வேண்டுமெனில் தருகிறேன்.

தருகிறேன் என்றதும் தூயவர் வலதேவர்,
உரைக்கிறேன் மேலும் உன்னதக் கருத்தையென,
அனைவரின் நலத்துக்கும் ஆனதைச் சொல்கிறேன்,
அனுதினம் காலையில் ஆவினத்தைத் தொடவேண்டும்.

தொடவேண்டும் நெய்யை தயிரை கடுகை,
ப்ரியங்குவெனும் பழத்தில் பெரிதாய் பழுத்ததை,
தொட்டுவிடும் ஒருவரைத் தொடராது பாவமேதும்,
ரிஷிகளும் ஸ்ரத்ததினத்தில் விலங்குகளை வணங்கிடார்.

வணங்கிடார் ஸ்ரத்ததினத்தில் விலங்குகளை ரிஷிகளென,
வழங்கினார் கருத்தை வலதேவர் அச்சபையில்,
தேவரானோர் உரைத்தனர் தூயதான மனத்துடன்,
தாமிரத்திலோர் பாத்திரத்தில் தண்ணீருடன் துதிக்கவேண்டும்.

துதிக்கவேண்டும் தேவர்களை திசையில் கிழக்காக,
அவ்விதம் தண்ணீருடன் அமரர்களைத் துதித்தால்,
அன்னவரின் விருப்பங்கள் அனைத்தும் நிறைவேறும்,
வேறுவிதம் விரதமிருந்தால் வாராது ஒருபலனும்.

ஒருபலனும் இல்லை விரதநோன்பு நோற்பதற்கு,
கிழக்கெனும் திசையன்றி கொடுக்கும் தொழுகையால்,
விரதமேதும் நோற்றாலும் வழங்குவது தானமெனினும்,
பாத்திரம் தாமிரத்தில் பயன்படுத்துதல் நலந்தரும்.

நலந்தரும் தாமிரப்பாத்திரம் நல்கும் தானத்துக்கு,
நிவேதனம் கொடுக்கவும் நீர்விட்டு எள்ளிறைக்கவும்,
உஞ்சம் ஏற்கவும் அர்க்கியம் அளிக்கவும்,
உகந்ததாம் பாத்திரம் உலோகமாம் தாமிரத்தில்.

தாமிரத்தில் பாத்திரமின்றி தரப்படுவதும் பெறப்படுவதும்,
புண்ணியத்தின் சேர்வுக்குப் பலனேதும் நல்காதென,
தேவர்களின் கருத்தினைத் தெரிவித்து முடித்ததும்,
தர்மதேவன் உரைத்தார் தானங்களின் மேன்மையை.

மேன்மையை உடையதான மதிப்புமிகு தானங்களை,
தேவரைப் பித்ரிக்களைத் துதித்து நிவேதித்ததை,
அரசசேவை செய்யும் அந்தணருக்கு அளிக்கலாகாது,
மணியை அடித்து மறையோதுவோர்க்கும் அளிக்கலாது.

அளிக்கலாகாது பூசைகளை அளிக்க உதவுவோர்க்கு,
ஸ்ரத்தத்து காரியம் செய்விக்க உதவுவோர்க்கும்,
மாடுகன்று வளப்போருக்கும் மற்றவித வணிகருக்கும்,
தொழில்செய்து சம்பாதிப்போர்க்கும் தருவது தவறாகும்.

தவறாகும் நடிகருக்குத் தருகிண்ற தானம்,
நண்பரிடம் சண்டையிடும் நீசருக்கும் தரலாகாது,
வேதஞானம் இல்லாருக்கு வழங்கலாகாது தானமேதும்,
திருமணம் சூத்திரமாதோடெனில் தவறாகும் தானமீனல்.

தானமீனல் ஈனருக்கெனில் தரித்திரமே மிகைக்கும்,
குலத்தில் வளர்ச்சியின்றி குன்றும் குலநலம்,
பிதிர்க்கள் அன்னவரிடம் பிரியம் கொண்டிடார்,
விருந்தினர்கள் வருந்தினால் வெளியேறுவார் தேவர்கள்.

தேவர்கள் அக்கினியுடன் திரும்பியே செல்லுவர்,
விருந்தினர்கள் முகத்தில் வாட்டம் விளைந்தால்,
அவ்விதத்தில் விருந்தினரை அகங்கதற விடுபவர்கள்,
பாவத்தில் சமமாவார் பாவையரைக் கொன்றாருக்கு.

கொன்றாருக்கு சமமாவார் கன்றொடு பசுவை,
உதவிகொன்று கேடுசெய்த வீணருக்கும் சமமாவார்,

பிரமஹத்தி செய்த பேயருக்கும் சமமாவார்,
குருபத்தினி உறவுற்றக் கேடருக்கு சமமாவார்.

சமமாவார் குருபத்தினியுடன் சல்லாபம் செய்தாருக்கென,
தருமதேவர் சொன்னதும் தெரிவித்தார் அக்கினி,
கேட்பீர் என்கருத்தைக் கவனம் சிதறாமல்,
மானிடர் ஒருசிலர் மிகக்கேட்டை அடைவார்.

அடைவார் மிகக்கேட்டை அன்னவர் காலினால்,
பிராமணர் பசுகன்று பழுதிலா அக்கினியை,
தீண்டுவர் ஆகினால் தீமைதான் அன்னவருக்கு,
வெகுகேடர் அவரென்பது வானுலகிலும் பேசப்படும்.

பேசப்படும் அன்னவரின் பீடின்மை மூவுலகிலும்,
பித்ரிக்களும் அம்மனிதரால் பதறியே அஞ்சுவர்,
தேவர்களும் வெறுத்துத் தூற்றுவர் அம்மனிதரை,
ஆகுதியேதும் அளித்தாலும் அக்கினி ஏற்காது.

ஏற்காது அக்கினி ஈனரது ஆகுதிகளை,
நூறுபிறப்பு அளவுக்கு நசிவார் நரகத்தில்,
அன்னவருக்கு நரகம் அளிக்காது விடுதலை,
ஆவினத்துமீது பிராமணர்மீது அக்கினிமீது கால்படலாகாது.

கால்படலாகாது மேற்சொன்னவற்றில் கவனம் மிகத்தேவை,
அவரவரது நலத்தை அவரவர் காத்திட,
காக்கவேண்டியது இந்தக் களங்கமிலா விதியென்று,
அக்கினியாரது உரையை அவையிலே முடித்தார்.

முடித்தார் அக்கினி மொழிந்தார் விஸ்வாமித்ரர்,
மானிடர் அறியாத மிகப்பெரும் ரகசியத்தை,
கேட்பீர் அதனால் கிடைக்கும் வெகுநலம்,
பித்ரியானோர் மகிழப் பால்பொங்கள் அளிக்கவேண்டும்.

அளிக்கவேண்டும் பாலுடன் அரிசியை சர்க்கரையை,
சேர்த்ததாகும் பொங்கலை சந்திரனின் ஒளியிலே,
நிற்கவேண்டும் தெற்குநோக்கி நட்சத்திரம் மகத்தில்,
பத்ரபாதம் என்று பகரப்படும் மாதத்தில்.

மாதத்தில் பத்ரபாதம் மகநட்சத்திரம் சேருகையில்,
பொங்கள் சர்க்கரையுடன் பாலிட்டதை நிவேதித்தால்,
ஆண்டுகள் பதின்மூன்றளவு ஆண்டுதோறும் ஸ்ரத்தம்,
இயற்றியதால் விளையத்தகும் எல்லாநலமும் உண்டு.

உண்டு நலமென்று உரைத்தன ஆவினங்கள்,
எங்களுக்கு இந்த மந்திரத்தை இயம்பியே,
தொழுபவர்க்குக் கிடைக்கும் தொய்விலா நலங்கள்,
மந்திரத்துத் துவக்கம் மாண்புமிக்க வஹுலாவென்று.

வஹுலாவென்று சமாங்காவென்று வழங்கப்படும் ஆவினமே,
அச்சமென்று ஏதுமில்லை அகிலமுழுதும் உங்களுக்கு,
மன்னிப்பது உமதுகுணம் மிகவும் புனிதமுடையீர்,
வளத்துக்கு உறைவிடமே உறைகிறீர் பிரமலோகத்தில்.

பிரமலோகத்தில் உறைகிறீர் பாங்குடன் இந்திரரது,
வேள்வியில் பங்கேற்க வந்தீர் கன்றுகளுடன்,
வானுலகில் அக்கிக்கு ஒப்பானதோர் இடம்பெற்றீர்,
வானவர்கள் நாரதருடன் வாழ்த்தினர் உம்மை.

உம்மை சர்வாம்சஹரென வாழ்த்தினர் வானவர்கள்,
அவ்விதமாய் உரைப்போர் அடைவார் புரந்தரலோகம்,
கோலோகத்தை சந்திரமண்டலத்தைக் காணும் தகுதியும்,
அவ்விதமாய் வாழ்த்துவோர்க்கு ஏற்படும் உறுதியாக.

உறுதியாக நடந்தேறும் உளத்தின் கிடக்கையெலாம்,
பாவியாக இருந்தாலும் பாவநிவர்த்தி உண்டாகும்,
அச்சமாக வருத்தமாக இருக்கும் கலக்கங்கள்,
அகன்றுபோக வழிகோலும் அமரலோகம் வரவேற்கும்.

வரவேற்கும் ஆயிரங்கண் வாசவனார் நல்லுலகென,
ஆவினம் அனைத்தும் இயம்பி முடித்ததும்,
வசிஷ்டரும் சப்தரிஷிகளும் வலம்வந்தார் பிரமரை,
இருகரம் குவித்து அமைதியாக நின்றனர்.

நின்றனர் சப்தரிஷிகள் நிகரிலார் பிரமர்முன்பு,

வினவினார் வசிஷ்டர் வையத்தில் மானிடருக்கும்,
பிராமணர் க்ஷத்ரியருக்கும் பெருநலம் கொடுப்பதை,
பொருளிலார் ஆகினும் பெறுவதெப்படி புண்ணியத்தை?

புண்ணியத்தை பொருளிலார் பெறுவதற்கு வழிமுறையை,
சப்தரிஷிகளை நோக்கி சொன்னார் பிரமதேவர்,
கேள்வியை எழுப்பினாய் கருத்து மிகச்சிறப்பு,
ரகசியத்தை வெளிக்கொணர எழுப்பிவிட்டாய் வினாவை.

வினாவை எழுப்பினாய் வெகுநலத்தை அளிப்பதாக,
தவபலத்தை உடையத் தூய்மைமிக்க ரிஷிகளே,
விவரங்களை முழுதாக வழங்குகிறேன் உங்களுக்கு,
வேள்வியைச் செய்வதற்கு ஒப்பானதை உரைக்கிறேன்.

உரைக்கிறேன் பௌஷமாதம் ஒளிமிக்க சுக்லபட்சத்தில்,
இரவின் காலத்தில் இரோஹிணியின் நட்சத்திரத்தில்,
குளித்துதான் முடித்தபின் கிடக்கவேண்டும் நிலவொளியில்,
உடலில்தான் ஒருதுணிமட்டும் உடுத்திடல் வேண்டும்.

வேண்டும் மனதிலே ஒருமைமிக்க பக்தி,
அவ்விதம் செய்பவர் அடைந்திடும் புண்ணியம்,
பலவிதம் வேள்விகள் புரிந்ததற்கு சமமாகும்,
ரகசியம் அனைத்திலும் அதிரகசிய்ம் இக்கருத்து.

இக்கருத்து வெகுபுனிதம் இயம்பினேன் உங்களுக்கு,
கேட்டதற்கு பதிலாக குறிப்பிட்டேன் பதிலையென,
பொருளற்று இருப்போரும் புண்ணியம் பெறுதற்கு,
ரகசியத்து மார்க்கத்தை இயம்பினார் பிரமதேவர்.

(127)அனுசாசன பர்வம், பகுதி 128

பிரமதேவர் உரைத்ததும் பேசினார் விபாவசு,
சூரியனார் என்றும் சொல்லப்படும் பேரிறைவர்,
ஈடற்றதோர் நிவேதனமாய் அளிப்பவை இரண்டாகும்,
அட்சதையென்பதோர் அரிசியுடன் உள்ளங்கை நீராகும்.

நீராகும் அர்க்கியத்தை நெய்விட்ட அரிசியாகும்,
அட்சதையெனும் நிவேதனத்துடன் அம்புலி முழுமைபெறும்,
பௌர்ணமியாகும் தினத்திலே பூரண மதியை,
நோக்கும் விதத்திலே நல்கவேண்டும் இரண்டையும்.

இரண்டையும் குறிப்பிட்டால் அட்சதையும் நீருந்தான்,
அவ்விதம் கொடுப்பவர் அக்கினியில் ஆகுதியாக,
இரண்டையும் அளித்ததற்கு ஈடாகும் இச்செயல்,
மூன்றாகும் அக்கினிகளை மாண்புடன் தொழுததாகும்.

தொழுததாகும் மூன்றக்கினியைத் தந்திடும் அட்சதையே,
மரம்வெட்டும் ஒருவர் மதியின் அமாவாசையில்,
மரத்தை வெட்டினால் மன்றும் பிரமஹத்தி,
அத்தினம் ஓரிலையை உடைத்தாலும் வெகுபாவம்.

வெகுபாவம் உண்டாகும் அமாவாசையில் ஒருவர்,
குச்சியேதும் வேண்டுமெனக் கிளைதனை உடைத்து,
பல்துலக்கம் செய்தாலும் பெரும்பாவமே அண்டும்,
அவ்விதம் செய்தவர் அம்புலியைத் தாக்குகிறார்.

தாக்குகிறார் அம்புலியைத் தழைகிளையை மரத்தை,
அம்புலிக்கோர் மறைவுதினமாம் அமாவாசையில் உடைப்பவர்,
பித்ரியானோர் அவரிடம் பிரியமற்று வெறுப்பர்,
அன்னவர் ஆகுதிகள் ஏற்பாகாது பௌர்ணமியில்.

பௌர்ணமியில் அமாவாசையில் புரியும் அக்னிகாரியத்தில்,
ஆகுதிகள் இட்டாலும் அக்கினி ஏற்றிடார்,
குலவழிகள் குட்ம்பவழிகள் கேடுற்று அழிந்துவிடும்,
அமாவாசையில் மரந்தழைக்கு எத்தீங்கும் செய்யலாகாது.

செய்யலாகாது தவற்றையென ஸ்ரீதேவி தொடர்ந்தார்,
எவரது இல்லத்தில் அல்லாவிதப் பாத்திரங்களும்,
ஆசனத்தொடு படுக்கைகளும் அங்கங்கே இறைந்தவிதம்,
கேட்பாரற்று கிடந்தாலும் கடுப்பார் தேவர்கள்.

தேவர்கள் அவ்வீட்டில் தங்காது அகலுவார்கள்,
மாதர்கள் தாக்குறும் மாண்பிலா அகத்திலும்,

விருந்தினர்கள் வந்தபின் வருந்தும் வீட்டிலும்,
அமரர்கள் பித்ரிக்கள் இருந்திடார் ஒருபோதும்.

ஒருபோதும் அன்னவர் வழங்கும் ஆகுதிகளை,
அக்கினியும் ஏற்றிடாமல் அகலுவார் அங்கிருந்து,
தேவர்களும் பித்ரிக்களும் தங்காமல் விலகுவரென,
ஸ்ரீதேவியாம் அன்னை சொன்னார் சபையிலே.

சபையிலே ஆங்கிரஸ் சொன்னார் கருத்தை,
இரவிலே கரஞ்சகம் எனப்படும் மரத்தடியில்,
விளக்குடனே ஓராண்டு விடாமல் அனுதினம்,
நின்றாலே அன்னவர்க்கு நிரம்பும் குழந்தைநலம்.

குழந்தைநலம் கிடைக்கும் குலவளர்ச்சி உண்டாகும்,
சுவேசலம் என்று சொல்லப்படும் செடியின்,
வேர்களையும் கரத்தில் வைத்தபடி நிற்பவருக்கு,
குலநலம் உண்டாகும் குடும்பம் தழைக்கும்.

தழைக்கும் குடும்பமெனத் தெரிவித்தார் ஆங்கிரஸ்,
கார்க்யராகும் மகரிஷி கூறினார் கருத்தினை,
கடமையாகும் விருந்தினரை கவனித்து ஓம்புதல்,
வேள்விக்கூடம் தன்னிலே வழங்கவேண்டும் விளக்குகளை.

விளக்குகளை வழங்கவேண்டும் வேள்விசெய்யும் இடத்தில்,
பகல்வேளை உறங்குதல் பாங்கில்லை மாந்தருக்கு,
புலாலுணவை உண்ணாமல் புசிக்கவேண்டும் நல்லுணவை,
பிராமணரை பசுவை பாதிப்பில் தள்ளலாகாது.

தள்ளலாகாது பிராமணரை தாக்குதலில் பாதிப்பில்,
புஷ்கரத்து ஏரிமுதல் பலப்பல தீர்த்தங்களின்,
பெயருரைத்து எப்போதும் பக்தியுடன் வணங்கவேண்டும்,
அவ்விதத்து செய்தல் அனைத்திலும் முதலாவது.

முதலாவது வழியாகும் மான்புமிக்க மார்க்கத்தை,
கைக்கொள்வது வேண்டும் கீழ்மையிலா நல்லவர்,
இவ்வழியானது கொடுக்கும் அழிவிலாத புண்ணியத்தை,
வேள்விநூறு செய்ததன் வெகுபுண்ணியமும் முடிவுறும்.

முடிவுறும் நிலைவறாது மொழிந்ததாகும் கடமைகளை,
அனுதினம் இயற்றுவோரின் அளவிலாத நற்பலன்,
இவையனத்தையும் மிஞ்சும் இன்னோர் ரகசியம்,
ஆகுதியளித்தாலும் தேவர்கள் ஏற்றிடார் சிலநேரம்.

சிலநேரம் ஆகுதிகளை சொரிந்தாலுமவ்விடத்தில்,
ஸ்ரத்தத்திலும் பூசையிலும் சந்திரனின் திதிகளிலும்,
அமாவாசையிலும் பௌர்ணமியிலும் அளிக்கும் பூசைகளை,
தேவரும் பித்ரிக்களும் தள்ளியே நிராகரிப்பார்.

நிராகரிப்பார் பூசைகள் நடத்தினாலும் வானவர்,
மாதரார் விலக்குற்று மாதவிடாயில் இருந்தாலும்,
அன்னையார் தொழுநோயை உடையவர் ஆகினும்,
அத்தகையோர் உடனிருந்தால் ஏற்பில்லை ஆகுதிகள்.

ஆகுதிகள் ஏற்பில்லை ஆண்டுகள் பதின்மூன்றுவரை,
ஸ்ரத்தத்தில் வெள்ளாடை சார்த்தவேண்டும் செய்பவர்,
பிராமணர்கள் அவருக்கு பகரவேண்டும் வாத்துக்களை,
ஓதுதல் வேண்டும் வரலாறான பாரதத்தை.

பாரதத்தை ஓதவேண்டும் புரியும் ஸ்ரத்தத்தில்,
அந்தவகை ஸ்ரத்தத்தால் அடையப்படும் புண்ணியங்கள்,
அழிவினை அடைவதில்லை ஆண்டுகள் பல்லாயிரத்திலுமென,
உரையை முடித்தார் உன்னதர் கார்கியர்.

கார்கியர் கருத்தைக் கூறி முடித்ததும்,
தௌமியர் அவ்விடத்தில் தெரிவித்தார் தம்கருத்தை,
உடைந்ததோர் பொருளும் உடைந்த படுக்கைகளும்,
பறவையிலோர் சேவலும் புனிதமில்லை உறைவிடத்தில்.

உறைவிடத்தில் நாயை வளர்ப்பதும் புனிதமில்லை,
வீட்டுக்குள் மரம்வளர்த்தல் வெகுபாவம் உண்டாக்கும்,
பாத்திரங்கள் உடைந்திருந்தால் புகுந்திருப்பான் கலி,
படுக்கைகள் உடைந்திருந்தால் பொருளிழப்பு நிச்சயம்.

நிச்சயம் தேவர்கள் நெருங்கிடார் பூசைப்பொருளை,

அவ்விடம் அருகிலே இருக்கும் நாயென்றால்,
சேவலையும் தேவர்கள் சற்றும் விரும்பிடார்,
மரத்திலிருக்கும் வேரில் மற்றும் அரவங்கள்.

அரவங்கள் தேள்கள் அண்டும் மரவேர்களை,
வீட்டுக்குள் மரங்களை வளர்த்தல் தவறாகுமென,
கருத்துக்கள் உரைத்தார் கனிவுமிக்க தௌமியர்,
நிறுத்துதல் செய்ததும் நவின்றார் ஜமதக்னி.

ஜமதக்னி சொன்னார் இதயத்தின் தூய்மைகுறித்து,
இதயத்தில் நலமிலார் அஸ்வமேதிகம் செய்தாலும்,
பெருவேள்வி வாஜபேயம் புரிதல் ஒதுநூறெனினும்,
தலைகீழில் தொங்கியே தவமிருந்தாலும் உய்திடார்.

உய்திடார் தூயதான உளப்பாங்கு இல்லாதார்,
தூயதோர் மனமுளார் தக்கவிதம் வேள்விசெய்து,
சத்தியத்திலோர் உறுதியை சாதித்ததற்கு ஈடாகும்,
அன்னவர் உளமானது அழுக்கிலாத் தூயதெனில்.

தூயதெனில் அவ்வுளம் தந்திடும் செயல்வெற்றி,
வறுமையில் வாடிநின்ற வேதியர் ஒருவர்,
தன்மனதில் நல்லெண்ணத்துடன் தந்ததான எளியபொருள்,
பார்லிமாவினால் கிடைத்தது பிரமருலகில் இருப்பிடம்.

இருப்பிடம் பிரமருலகில் ஏற்படும் என்பதை,
உரைத்திடும் காரணத்தால் விளங்கிவிடும் எவ்விதத்தில்,
தூயதாகும் உளநலம் தந்துவிடும் நன்மையென்று,
மாமுனியாகும் ஜமதக்னி மொழிந்தார் சபையோருக்கு

(128)அனுசாசன பர்வம், பகுதி 128

சபையோருக்கு வாயுதேவர் சொன்னார் கருத்துக்களை,
சிலவிதத்துக் கடமைகளைச் செய்பவர்க்கு எப்போதும்,
வருகிறது மகிழ்வெனும் உண்மையை உங்களுக்கு,

உரைப்பது செய்கிறேன் உன்னித்து கவனியும்.

கவனியும் எவரொருவர் கார்காலமாம்ம் நான்குமாதம்,
எள்ளைஒயும் நீரையும் அந்தணருக்கு அளித்து,
இனிப்புமிகும் பாலிலே அரிசியைக் கொதிக்கவைத்து,
பித்ரியாகும் முன்னோருக்கு படைத்தாலும் புண்ணியம்.

புண்ணியம் எவ்வளவெனில் பெரிதான வேள்விகளில்,
விலங்கினம் ஆகுதியாக்கி ஒருநூற்றை இயற்றி,
முடித்திடும் வேள்விகளின் மாபெரும் புண்ணியம்,
கிடைத்திடும் ஒருவரது கார்கால பூசையால்.

பூசையால் துதித்தால் பெருநலம் கிடைத்திடும்,
மாசுகள் உடையவற்றை மொழிகிறேன் உமக்கு,
சூத்திரர்கள் வேள்வியைச் செய்வதைக் காணுதல்,
மாதர்கள் ஸ்ரத்தத்தில் மந்திரம் ஓதுதல்.

ஓதுதல் கூடாது அணங்குகள் ஸ்ரத்தத்தில்,
அவ்விதத்தில் செய்தால் அக்கினிகள் மூன்றும்,
இயற்றுபவர்கள் மீது ஆத்திரத்தை அடைந்துவிடும்,
அன்னவர்கள் அளிக்கும் ஆகுதிகளை ஏற்காது.

ஏற்காது விடுவார் அன்னவரை தேவர்கள்,
இறந்து மீண்டும் எடுக்கும் பிறப்பிலே,
சூத்திரரது குடும்பத்தில் சாரும் பிறப்பு,
நீவர்த்திசெய்வது குறித்து நவிலுகிறேன் பாவத்துக்கு.

பாவத்துக்கு ஆட்பட்டவர் பெறலாம் நிவர்த்தியை,
அக்கினிக்கு மூன்றுதினங்கள் ஆகுதியாய் கோமியத்தை,
சாணத்தொடு நெய்யொடு சுவைமிகுந்த பாலொடு,
முடித்து வைத்தால் முடிவுண்டு பாவத்துக்கு.

பாவத்துக்கு நிவர்த்தி புரிந்தபின் ஓராண்டில்,
அம்மனிதரது ஆகுதிகளை அமரர்கள் ஏற்பார்,
ஸ்ரத்தத்து காரியத்தையும் சரியென்று பித்ரிக்கள்,
ஏற்பது செய்வார் அடுத்த ஆண்டிலே.

ஆண்டில் ஒன்றளவு அண்டும் பாவமென்று,
சொர்க்கத்தில் வாழ்ந்து சுகம்பெற விரும்பும்,
மனிதர்கள் நலத்தினை மனதினில் வைத்தவராய்,
விவரங்கள் உரைத்தார் வாய்தேவர் சபையோருக்கு.

சபையோருக்கு விவரித்தார் சிக்கிய பாவத்தினின்று,
விடுபடுதற்கு உண்டான வழிமுறை என்னவென்று,
இவ்வுலகு விடுத்தபின் எவ்விதத்தில் அவ்வுலகில்,
உயர்வுபெற்று வாழ்வதென உரைத்தார் வாயுதேவர்.

(129)அனுசாசன பர்வம், பகுதி 129

வாயுதேவர் முடித்ததும் விளம்பினார் லோமசர்,
மணஞ்செய்யாதவர் மகிழுதற்கு மாற்றாரின் மனைவியுடன்,
உறவுறுபவர் ஒருவர் வீழ்வுற்றவர் ஆனதால்,
பித்ரியானவர் அவர்தடும் பிண்டத்தை ஏற்றிடார்.

ஏற்றிடார் ஸ்ரத்தத்தில் அளிப்பவர் களவாணியெனில்,
மாற்றார் மனைவியை முயங்கும் ஒருவர்,
நோற்றார் ஸ்ரத்தமெனினும் நலமில்லை அச்செயலால்,
குழந்தையிலார் வெற்றுக் கலவிசெய்தல் வெகுபாவம்.

வெகுபாவம் குழந்தையற்று வெறுங்கலவி புரிதல்,
பிராமணர்தம் பொருட்களைப் பறித்தல் பெரும்பாவம்,
அன்னவரிடம் பித்ரிக்கள் அடைந்திடார் மனநிறைவு,
ஸ்ரத்தமேதும் செய்தாலும் செல்லாது பித்ரிக்களிடம்.

பித்ரிக்களிடம் பரிவினைப் பெற்றிடும் விருப்பமுளார்,
மற்றவர்தம் மனைவியரை மலட்டுத்தனம் உடையவரை,
முயங்கிடும் தவற்றை முழுதாக விலக்கவேண்டும்,
பிராமணர்தம் பொருளைப் பறிப்பது கூடாது.

கூடாது நெறிவழுவல் கூறுகிறேன் நல்வழியை,
குருநாதரது பேரியோரது கட்டளைகளை ஏற்று,
நடப்பது வேண்டும் நம்பிக்கை மிகக்கொண்டு,
த்வாதசியன்று பௌர்ணமியன்று தானங்கள் அளிக்கவேண்டும்.

அளிகக்வேண்டும் நெய்யுடன் அட்சதையை அந்தணருக்கு,
அவ்விதத்து செய்தால் ஆழியாகப் பெருகும்,
சோமத்து நன்னலம் சீருடன் கிடைக்கும்,
அஸ்வமேதிகத்து புண்ணியத்தில் அடைவார் நான்கிலொன்றை.

நான்கிலொன்றை பலனாக நல்குவார் தேவேந்திரர்,
மேற்சொன்னவகை வாழ்விலே மாற்றமின்றி வாழ்பவருக்கு,
அன்னவருக்கு சோமன் அளிப்பார் விரும்பியதை,
இவற்றுக்கு அடுத்ததாக இன்னொரு கடமையுண்டு.

கடமையுண்டு கலியுகத்தில் கடைப்பிடிக்க வேண்டியது,
குளித்துவிட்டு வெள்ளாடையை உடுத்திவிட்டு அன்னவர்,
வேதியருக்கு தானமாக வழங்கவேண்டும் எள்ளினை,
பத்திரத்து அளவுக்கு பிராமணருக்கு வழங்கவேண்டும்.

வழங்கவேண்டும் எள்ளினை வைத்திருக்கும் பாத்திரத்துடன்,
தண்ணீரும் தேனும் தீபங்களும் கொடுக்கவேண்டும்,
க்ரிசரமெனும் உணவினைக் கொடுத்தால் நலம்பிறக்கும்,
இந்திரரும் இதனை இயம்பினார் புண்ணியமென.

புண்ணியமென உரைத்ததன் பெரிதான அளவாவது,
தாமிரமென வெண்கலமெனத் தூயதான பாத்திரங்களில்,
எள்ளினை நிறைத்து அளித்ததற்கு ஈடாகும்,
கோதானமென பூதானமெனக் கொடுத்தால் வெகுபலன்.

வெகுபலன் கிடக்கும் வருடங்கள் அனந்தமாக,
அகினிஷ்டோமத்தின் முடிவிலே அனேக தானங்களை,
பிராமணரின் தட்சணையுடன் பொன்பொருளை அளித்தால்,
பாத்திரத்தொடு எள்ளை பிராமணருக்கு அளித்ததாகும்.

அளித்ததாகும் எள்தானம் அனைத்து பித்ரிக்களுக்கும்,
விளக்குதானம் க்ரசிரம் வழங்கியதன் பலனளிக்கும்,
இதுவாகும் முற்காலத்து இரகசியமான வழிமுறை,
பித்ரிக்களுக்கும் தேவர்களுக்கும் பிடித்ததாகும் இச்செயல்.

(130)அனுசாசன பர்வம், பகுதி 130

இச்செயல் சரியென்று இயம்புவார் வானவரென,
விளம்புதல் செய்தார் வேதமுனி லோமசரென,
நிகழ்வுகள் மேலும் நவின்றார் பீஷ்மர்,
தேவர்கள் பித்ரிக்கள் தெரிவித்தனர் சந்தேகத்தை.

சந்தேகத்தை எழுப்பினர் சிந்தனையை ஒருமுகமாக்கி,
விளக்கத்தை அளிக்கவேண்டும் வசிஷ்டரின் மனைவியென,
கணவரை ஒத்ததான கனத்தத்துடன் விரதபலமும்,
ஞானத்தைப் பெற்றவர் நாரியான அருந்ததி.

அருந்ததி அன்னையார் அனைத்து விதத்திலுமே,
வசிஷ்டரின் சமத்தார் வலுமிக்க தவசீலர்,
ஞானத்தில் முழுமைநிலையை நிறைந்த அன்னையிடம்,
கரங்கூப்பி சந்தேகத்தைக் கூறினர் வானவர்.

வானவர் விளம்பினர் விளம்புவீர் எங்களுக்கு,
நல்லவர் கடைப்பிடிக்கும் நெறிகளைக் கடமைகளை,
உயர்வானவர் நீவிர் விளம்புவீர் எங்களுக்கு,
இரகசியமானதோர் வழிகள் என்னென்ன உண்டென்று.

உண்டென்று கடமைகளை உரைத்தார் அருந்ததி,
தவமென்று இருப்பதில் தலைப்பட்ட வெற்றிகளுக்கு,
எளியாளென்று என்மீது அமரரும் பித்ரிக்களும்,
கருணைவைத்து இவ்விதத்தில் காப்பதுதான் காரணம்.

காரணம் உங்களின் கருணைதான் என்வெற்றிக்கு,
உம்மிடம் அனுமதியை வாங்கியே உரைக்கிறேன்,
இரகசியம் மிகுந்ததான அறத்தையும் கடமையையும்,
ஆதாரம் அவற்றுக்கு என்னவென்றும் கூறுகிறேன்.

கூறுகிறேன் கருத்தைக் கேளீர் சபையோர்களே,
நம்பிக்கையுடன் நன்மனம் நன்னடத்தை உடையாருக்கே,
இக்கருத்தின் உண்மைகளை இயம்புதல் சரியாகும்,
இதயத்தின் தூய்மையிலார்க்கு இயம்புதல் கூடாது.

கூடாது நாத்திகரிடம் கூறிடும் பாவச்செயல்,
கர்வமுற்று தற்பெருமை கொண்டாருக்கும் கூறலாகாது,
பிரமஹத்தி செய்தாருக்கும் பகருதல் கூடாது,
குருமனையொடு குலவியோர்க்கும் கூறுதல் தவறாகும்.

தவறாகும் இக்கருத்தைத் தீயவராம் நால்விதத்தார்,
கேட்கும் விதத்திலே கூறும் கொடுஞ்செயல்,
இரகசியம் அனைத்திலும் ஈடிலாத ரகசியம்,
ஓம்பவேண்டும் விருந்தினரை உளக்குறை நேராமல்.

நேராமல் குறைகளை நிவர்த்தி செய்தபடி,
விருந்தினர்கள் மகிழ்ந்திட ஓம்பும் ஒருவருக்கு,
புண்ணியத்தில் அளவுகள் பெரிதினும் மிகப்பெரிது,
கபிலப்பசுக்கள் அனுதினம் கொடுத்ததாகும் பனிரண்டாண்டு.

பனிரண்டாண்டு கபிலவகை பசுக்களை கொடுத்ததும்,
வேள்விசெய்து மாதந்தோறும் வானவரை வழுத்துவதும்,
புஷ்கரத்து தீர்த்தத்தில் பலலட்சம் பசுக்களை,
அளித்ததற்கு மேலாகும் அன்புடன் விருந்தோம்பல்.

விருந்தோம்பல் போலவே வேறொரு ரகசியமுண்டு,
அதிகாலையில் எழுந்து அள்ளியெடுத்த நீருடன்,
அருகம்புல் எடுத்துசென்று ஆவினங்கள் பட்டியிலே,
பசுக்கொம்பில் அருகம்புல்லால் பூசிக்கவேண்டும் நீர்தெளித்து.

நீர்தெளித்து பசுக்கொம்பில் நம்பிக்கையொடு பூசித்து,
அதன்பின்பு அந்நீரை அவர்தம் தலையிலே,
தெளித்துக் கொள்பவருக்கு தீர்த்தமென மூவுலகில்,
இருப்பது அனைத்திலும் குளித்ததளவு புண்ணியம்.

புண்ணியம் எவ்வளவெனில் பூமியிலும் வானுலகிலும்,
பாதாளத்திலும் இருக்கும் புண்ணிய தீர்த்தங்கள்,
சித்தர்களும் சரணர்களும் சென்றுவரும் தலங்களில்,
குளிக்கும் புண்ணியத்தளவு கிடைக்கும் நிச்சயம்.

நிச்சயம் புண்ணியம் நிலைக்குமென அருந்ததி,
இரகசியம் உரைத்ததும் அனைவரும் அக்கருத்தை,

சிறப்பாகும் என்று சொல்லியே பாராட்டினர்,
அனைவரும் அருந்ததியை அன்புடன் துதித்தனர்.

துதித்தனர் அருந்ததியை திரண்டிருந்த சபையோர்கள்,
பிரமதேவர் அப்போது பகர்ந்தார் கருத்தினை,
புனிதமானதோர் தேவியே பகர்ந்தாய் கடமைகளை,
ரகசியமானதோர் சடங்குடன் ஏற்றமானது அக்கடமை.

அக்கடமை குறித்து அறிவித்த அருந்ததியே,
உன்பெருமை பெருகட்டும் உன்னத தவசியே,
வரத்தினை அளிக்கிறேன் வஞ்சியே உனக்கு,
வளர்ச்சியை அடையும் உந்தன் தவபலம்.

தவபலம் எப்போதும் தக்கவிதம் பெருகுமென,
பிரமர்தம் பாராட்டைப் பேசி முடித்ததும்,
எமதர்மன் பாராட்டுகளை அளித்தான் அருந்ததிக்கு,
உன்னதமும் இணக்கமும் உடையது உம்முறை.

உம்முறை முடித்தபின் உரைக்கிறேன் சிலக்கருத்தை,
என்மனதை நிறைவுசெய்ய இயம்பினான் சித்ரகுப்தன்,
கடமைகளை ரகசியமிகு சடங்குகளுடன் கூறினான்,
அவற்றைக் கேட்பது இனிதாகும் ரிஷிகளுக்கும்.

ரிஷிகளுக்கும் மாந்தருக்கு அளிக்கும் மிகநலத்தை,
நம்பிடும் அனைவருக்கும் நல்கும் மேன்மையை,
அனைவரும் செய்திடும் அத்தனை பாவபுண்ணியமும்,
எப்போதும் அழியாமல் இருக்கும் நிரந்தரமாக.

நிரந்தரமாக பாவபுண்ணியங்கள் நிலைத்து இருப்பதற்கு,
அமாவாசையாக பௌர்ணமியாக இரண்டு தினங்களிலும்,
வினைகளாக இருப்பதெலாம் வந்துசேரும் சூரியனிடம்,
இறுதியாக அம்மனிதர் இறந்து மாளுவார்.

மாளுவார் அம்மனிதர் ஏகுவார் பித்ரிலோகம்,
அன்னவர் செய்ததற்கு ஆதவனே சாட்சியாகி,
மானிடர் செயல்களை முழுதாக வெளிப்படுத்தும்,
நல்லவர் செயல்களுக்கு நலங்கள் பலனாகும்.

பலனாகும் நன்னலத்தைப் பெருக்கும் விருப்பமுளார்,
தரவேண்டும் தண்ணீரை தீபங்களை குடைகளை,
கபிலமெனும் பசுவையும் கொடுக்கவேண்டும் தானமாக,
கபிலத்தையும் புஷ்கரத்தில் கொடுப்பது வெகுநலம்.

வெகுநலம் கபிலப்பசுவை வேதியர்க்கு தானமீனல்,
தனதாகும் அக்னிஷ்டோமத்தைத் தக்கவிதம் இயற்றவேண்டும்,
இன்னொன்றும் கடமை இருக்கிறது அக்கடமையும்,
மேன்மையெனும் கருத்தை மொழிந்தது சித்ரகுப்தன்.

சித்ரகுப்தன் சொன்னான் சிறப்பான கடமையை,
அக்கடமையின் மேன்மையை அனேக உயிர்களும்,
தனித்துதான் கேட்கலாம் தக்கவிதம் நோற்கலாம்,
காலத்தின் ஓட்டத்தால் கரைந்தோடும் அனைத்துயிரும்.

அனைத்துயிரும் இறந்தபின்னர் அண்டிவரும் வானுலகை,
பாவமிகும் கேடருக்குப் பசிதாகம் உண்டாகும்,
அழுகவேண்டும் பாவியர்கள் அவதிமிகும் வலிபட்டு,
பாவமிகும் மானிடர்கள் பாடுபட்டு கிடக்கவேண்டும்.

கிடக்கவேண்டும் காரிருளில் கிடையாது மாற்றேதும்,
அவ்விதம் துயர்களில் அகப்படாமல் நலம்பெற,
இவையெலாம் கடைப்பிடிக்க எளிதானவை ஆகினும்,
பலனெலாம் கிடைக்கும் பெரிதினும் பெரிதாக.

பெரிதாக பலன்வரும் பொன்னுலகில் அவர்களுக்கு,
தானமாக நீரைத் தருதல் பெரும்புண்ணியம்,
வானுலகாக இருப்பதில் வாய்த்திடும் பெருநதிகள்,
அமுதமாக அந்நதியில் எப்போதும் நீரிருக்கும்.

நீரிருக்கும் வானுலகில் நிகரிலா சுவையுடன்,
குளுமையும் உடையதாக கிடைக்கும் நதிநீர்,
எப்போதும் வற்றாமல் இருக்கும் அன்னவருக்கு,
இவ்வுலகம் தன்னிலே அளிக்கவேண்டும் நீரை.

நீரை அளிப்பதுபோல் நலத்தைப் பெற்றிட,

விளக்கை இவ்வுலகில் வழங்குதல் வேண்டும்,
அவ்வுலகை அடைந்தபின் அடர்த்தியான் காரிருளில்,
கலக்கத்தை அடைவேண்டாம் கொடுத்தது தீபமெனில்.

தீபமெனில் அந்த தானத்தால் அவ்வுலகில்,
சோமனால் அக்கினியால் சூரியனால் ஒளிபெற்று,
தம்மருகில் காரிருள் தங்காத நிலைபெற்று,
ஒளியில் மிளிருவார் உன்னதமிகு வடிவத்தில்.

வடிவத்தில் சூரியனென வானுலகில் மின்னிவார்,
ஆதலால் இவ்வுலகில் அளிக்கவேண்டும் தீபங்களை,
நீரினால் தீபங்களால் நிறைய நலம்பெருகும்,
இவ்வுலகில் புஷ்கரத்தில் அளிக்கவேண்டும் கபிலப்பசுவை.

கபிலப்பசுவை புஷ்கரத்தில் கொடுக்கும் தானத்தால்,
நூறுவகை ஆவினங்களை நல்லதொரு காளையுடன்,
தானமாய்க் கொடுத்ததான தருமப்பலன் கிடக்கும்,
ஒருகபிலத்தைக் கொடுத்தால் விலகியோடும் பாவமெலாம்.

பாவமெலாம் விலகியோடும் பிரமஹத்தி தோஷத்துடன்,
புஷ்கரமெனும் தீர்த்தத்தில் பாங்குமிக்க முதலாவதில்,
பௌர்ணமியாம் திதியில் பாங்குமிக்க கார்த்திகைமாதம்,
கொடுக்கும் ஒருவருக்குக் கிடையாது பாவமேதும்.

பாவமேதும் இல்லை பிராமணருக்கு பாதரட்சை,
அளித்திடும் ஒருவருக்கும் அவ்வுலகிலும் இவ்வுலகிலும்,
குடைதரும் ஒருவருக்குக் கிடைக்கும் மரநிழல்,
அவ்வுலகிலும் வெம்மையால் அவதிப்படத் தேவையில்லை.

தேவையில்லை வருத்தமேதும் தக்கவிதம் தானமீந்தால்,
தக்கவரைக் கண்டறிந்து தானத்தை அளித்தால்,
அப்பலனை இழப்பதில்லை அளித்தவராம் நல்லவரென,
சித்ரகுப்தனை ஒட்டி சொன்னான் எமதர்மன்.

எமதர்மன் அவ்விதம் இயம்பி முடித்ததும்,
சூரியன் மயிர்க்கூச்சில் நிலிர்த்து நின்றான்,
சபையோரிடம் கருத்தை சொன்னான் சூரியன்,

கடமைகளின் ரகசியத்தைக் கேட்டீர் சபையோரே.

சபையோரே உமக்கு சித்ரகுப்தன் கருத்துப்படி,
சொன்னதையே ஏற்று செய்யவேண்டும் தானங்களை,
பிராமணருக்கு அளிப்பவை புண்ணியத்தை ஈனும்,
பாவங்களே விலகிப் பெருகும் புண்ணியம்.

புண்ணியம் என்னதான் புரிந்தாலும் மானிடரில்,
ஐந்தாகும் பாவியருக்கு எப்போதும் நலமில்லை,
அவர்களிடம் பழகாமல் அப்பாலே இருக்கவேண்டும்,
பசுஹத்தியும் காமவேட்கையும் பெரும்பாவம் இவ்வுலகில்.

இவ்வுலகில் பிறர்மனையை அணைத்து சுகித்திடும்,
கேடர்கள் பாவத்துக்குக் கிடையாது விடிவேதும்,
வேதத்தில் நம்பிக்கை வைக்காதவர்க்கு விடிவில்லை,
பிறரிடத்தில் தன்மனைவியைப் புணரவிட்டவனுக்கு
விமோசனமில்லை.

விமோசனமில்லை மனைவியை விலைபேசி பிறருடன்,
புணர்ச்சியை அடையவைத்துப் பொருள்பெறும் கேடனுக்கு,
இந்தவகை ஐந்துபேரும் அடாத கொடுநரகில்,
சீழினை புசுபூச்சிகளைச் சார்ந்து வாழுவார்.

வாழுவார் இந்த வீணர்கள் ஐந்துவிதம்,
அன்னவர் நட்புறவை ஏற்றல் கூடாது,
தேவர் பித்ரிக்களும் தள்ளுவார் அம்மனிதரை,
ஸ்நதகர் எனப்படும் சுத்தமிக்கார் அண்டமாட்டார்.

அண்டமாட்டார் மேற்சொன்ன ஐந்துவகை பாவியரை,
தவமிக்கார் ஸ்நதகர் தக்கவிதம் வாழுபவர்,
கேடுமிக்கார் என்பதால் காணாமலே விடவேண்டும்,
வெகுபாவியர் ஐவரையும் விலக்குதலே நலந்தரும்.

(131)அனுசாசன பர்வம், பகுதி 131

நலந்தரும் என்று நவின்றார் எமதர்மனென,
பிதாமகராம் பீஷ்மர் பகர்ந்தார் நிகழ்வுகளை,
பித்ரிக்களும் தேவர்களும் பிரமஞான ரிஷிகளும்,
அவ்விடம் தன்னிலே எழுப்பினர் வினாவை.

வினாவை எழுப்பினர் விளக்கம் வேண்டுமென,
ப்ரமதரை நோக்கிப் பகர்ந்தனர் சந்தேகத்தை,
மிகமேன்மை உடையோரே மறைந்து இரவுநேரம்,
மண்ணுலகை வலம்வரும் மதிப்புமிக்கார் நீவிர்.

நீவிர் எதற்காக நீசரான அழுக்குளாரை,
கீழோர் என்றுக் கண்டும் அங்குசென்று,
தாக்குகிறீர் என்பதற்குத் தருவீர் காரணத்தை,
உமக்கோர் தடையை உண்டாக்குவது ஏதாகும்?

ஏதாகும் தங்களின் ஆற்றலைத் தடுப்பது?
எவ்விதம் மனிதர்கள் இருந்தால் அவர்களை,
தாக்கும் வல்லமையைத் தாங்கள் இழப்பீர்?
ராட்சதர்தம் அழிவை ஏற்படுத்துவன எச்செயல்கள்?

எச்செயல்கள் வாயிலாக இவ்வுலகில் மனிதர்களை,
தாக்காமல் விடுவீர் தெரிவித்தல் வேண்டும்,
இரவில் சுற்றிவரும் யாவரும் எங்களுக்கு,
பதில்கள் அளித்தால் பெருமகிழ்வு உண்டாகும்.

உண்டாகும் மகிழ்வென உரைத்த தேவர்களிடம்,
ப்ரமதரெனும் குழுவினர் பகர்ந்தனர் பதில்களை,
மானிடர்தம் தூய்மை முயங்கினால் பாழ்படும்,
புணர்ந்ததும் மானிடர்கள் புரியவேண்டும் சுத்திகள்.

சுத்திகள் கலவிக்குப்பின் செய்யாமல் விடுவோரை,
பெரியோர்கள் வருந்திடப் பேசும் நீசர்களை,
அறிவிலாமல் பலவித இறைச்சிகளை உண்போரை,
மரத்தடியில் இறங்கும் மாந்தரை அழுக்கரென்போம்.

அழுக்கரென்போம் தலையணைக்கு அடியிலே ஏதேனும்,
விலங்கினம் கழித்ததை விலங்கின் உடல்பகுதிகளை,
வைத்துறங்கும் ஒருவரையும் அடிமுடி மாற்றியே,
தலைகாலும் மாற்றிவைத்துத் தூங்கும் மனிதரையும்.

மனிதரையும் அழுக்கரென மாண்பிலாரென அறிவோம்,
உடல்முழுதும் துளைகளை உடையவர்தான் மானிடர்,
கேடரெனும் வகையில்தான் கூறுவோம் ஒருவரை,
சளியும் கழிவுகளும் சிந்துவார் நீரிலெனில்.

நீரிலெனில் அதற்கான நன்மதிப்பை அளிக்காதவர்,
இவ்வுலகில் வாழ்ந்திட அருகதைகள் இல்லாதவரே,
மேற்சொன்னதில் அடங்கும் மானிடர்கள் அனைவரையும்,
கொல்லுதல் உண்ணுதலில் கிடையாது பாவமேதும்.

பாவமேதும் இல்லையே பாவியரைத் தாக்குவதால்,
அவ்விதம் தவறிழைக்கு அனைத்து மனிதரையும்,
கிருமியெனும் பெயரிலே கொல்லுவோம் நாங்கள்,
எங்களிடம் தப்பிக்கவும் இருக்கின்றன வழிமுறைகள்.

வழிமுறைகள் சரிசெய்து வாழ்பவர்கள் எவரெனினும்,
எங்கள் தாக்குதலில் எப்போதும் சிக்கிடார்,
உடலில் கோரோசனையால் வரைந்த கோடுடையாரை,
கரத்தில் வாசங்கள் கொண்டாரைத் தாக்கிடோம்.

தாக்கிடோம் நெய்யில் துவைத்த அரிசியை,
அக்ஷதையெனும் பெயரில் அளிக்கும் நல்லாரை,
மாமிசம் உண்ணாதவரை மிடிமையில் தள்ளமாட்டோம்,
அனுதினம் அக்னிகார்யம் இயற்றினால் தாக்கமாட்டோம்.

தாக்கமாட்டோம் வீட்டிலே தமது நலத்துக்கென,
நரியின் அல்லது நிலத்திலே அடவிவாழும்,
ஆமையின் உடல்களில் எடுத்த பொருட்களாகும்,
தோலும் பல்லும் தம்மகதில் வைத்திருந்தால்.

வைத்திருந்தால் நலமே வேள்விக்கென அக்கினியை,
எவரகத்தில் வேள்விப்புகை எப்போதும் எழும்புமோ,

அவர்கள் எங்களிடம் எப்போதும் அகப்படார்,
எங்களுக்குமேல் இருப்போர்கூட அவர்களிடம் வந்திடார்.

வந்திடார் முன்னெச்சரிக்கை இருப்போரிடம் நோய்தருவோர்,
மானிடர் இல்லத்தில் மதிப்புமிக்க இப்பொருட்கள்,
வைத்திருப்பார் ஆகினால் வாராது நோய்நொடிகள்,
ராட்சதர் அழிந்துவிட ஏற்றவை இப்பொருட்கள்.

இப்பொருட்கள் குறித்து இயம்பிதைக் கேட்டு,
மானிடர்கள் நடந்தால் மிடிமைகள் வாராதென,
உள்ளவைகள் அனைத்தையும் உள்ளவிதம் உரைத்தோம்,
சந்தேகங்கள் எழுப்பியதற்கு சொன்னோம் பதிலை.

(132)அனுசாசன பர்வம், பகுதி 132

பதிலை உரைத்தனர் ப்ரமதர்கள் குழுவினர்,
தாமரை மலரிலே தோன்றிய பிரமதேவர்,
குணத்தைத் தாமரைபோல் குளுமையாய் உடையவர்,
சபையினரை நோக்கி சொன்னார் கருத்தை.

கருத்தை உரைத்தார் கமலமலரில் அமருபவர்,
சசியைத் துணைகொண்ட சக்ரன் வாசவனும்,
முழுச்சபை நிறைந்திட முனிவர்களும் தேவர்களும்,
நாகரைக் குறித்த நிகழ்வொன்றை உரைத்தார்.

உரைத்தார் பிரமதேவர் வானவர்கள் சபையிலே,
அங்கிருக்கிறார் தொலைவிலே அரவமான நாகர்,
அன்னவர் ரேணுகாவென இயம்பப்படும் உன்னதர்,
அவருக்கோர் பணியுண்டு அதனை இயம்புகிறேன்.

இயம்புகிறேன் ரேணுகா இங்கிருந்து கிளம்பவேண்டும்,
பூமியின் மீதிருக்கும் பெருமலைகள் வவனங்களை,
தாங்கிதான் நின்றிருக்கும் திடமிக்க வேழங்களிடம்,
சென்றுதான் அறியவேண்டும் சகலவித இரகசியங்களை.

இரகசியங்களை அறிந்து இயம்பவேண்டும் என்றதும்,

ரேணுகாவை தேவர்கள் அனுப்பினர் வேழங்களிடம்,
பாதாளத்தை அடைந்து பலமிகுந்த யானைகளிடம்,
தன்கருத்தை உரைத்தார் தூய்மைமிக்க ரேணுகா.

ரேணுகா யானைகளிடம் இயம்பியது நோக்கத்தை,
அனுப்பினார் பிரமதேவர் அமரர்களின் சார்பாக,
விளக்குவீர் எனக்கு வாழ்வியில் வழிகளில்,
இரகசியமாய் இருக்கும் அனைத்து கடமைகளை.

கடமைகளைக் குறித்து கூறுவீரே விவரமாக,
தெரிந்தவரை எனக்குத் தயங்காமல் விளக்குவீர்,
இரகசியமாய் இருக்கும் எல்லாவிதக் கடமைகளை,
விளக்கத்தை உரைத்தால் உளத்துக்குள் ஏற்பேன்.

ஏற்பேன் என்றது இயம்பின யானைகள்,
கணக்குதான் எட்டெனக் கூறப்படும் யானைகள்,
தானந்தான் கொடுக்கவேண்டும் தூயதான கிருஷ்பட்சத்தில்,
திதிதான் அஷ்டமியான தினத்தில் நல்கவேண்டும்.

நல்கவேண்டும் சோற்றுடன் நற்சுவைப் பாகினை,
மாதந்தான் கார்த்திகையாக மேல்நோக்கி அஸ்லேஷமிருக்க,
கோபந்தான் அகற்றி குறைக்கவேண்டும் உணவினை,
மந்திரந்தான் அப்போது மொழியவேண்டும் நாகருக்கு.

நாகருக்குத் வலிமைதரும் நல்லவன் வலதேவனே,
எங்களுக்கு பலியாக ஆகுதிகளைத் தரவேண்டும்,
அவ்விதத்து நாகர்கள் அனைவரும் எனக்கு,
தருவது வேண்டும் திடந்தரும் ஆகுதிகளை.

ஆகுதிகளைப் பெற்று அடையும் பெரும்பலத்தால்,
நாராயணனை ஒத்தவராக நிரம்பவும் பலம்பெற்று,
வளர்ச்சியை அடையவேண்டும் வேண்டுதல் இதுதானென,
ஆகுதிகள் அனைத்தையும் அளிக்கவேண்டும் எரும்புப்புற்றில்.

எரும்புப்புற்றில் இதற்குமுன்பே இரைக்கவேண்டும்
கஜேந்திரமலரை,
நீலநிறத்தில் துணியுடன் நற்கந்தம் உடையதான,

திரவியங்கள் பலவற்றைத் தெளிக்கவேண்டும் தரையில்,
மலர்கள் திரவியங்களை மண்ணில் தெளிக்கவேண்டும்.

தெளிக்கவேண்டும் கஜேந்திரமலரை தரவேண்டும் ஆகுதிகளை,
அவ்விதம் செய்தால் அகிலமுழுதும் தம்முடைய,
தலையிலும் தோளிலும் தாங்கும் வேழங்கள்,
மகிழ்வடையும் அதனால் மிகநலம் உண்டாகும்.

உண்டாகும் பெரும்பலம் உலகத்தைத் தாங்கிடும்,
வேழங்களாம் எங்களுக்கு வேண்டியவை கிடைத்ததென,
அவ்விதம் செய்தால் அகிலத்தின் பாரத்தை,
சுமக்கும் செயல்கூட சுமையாகத் தெரியாது.

தெரியாது சுமைகூடத் தரப்படும் தானத்தால்,
சுமப்பது பெரும்பாரம் சுமையோ வெகுபெரிது,
எங்களது கருத்திலே இருப்பது இதுதான்,
சுயநலமற்று உங்களுக்கு சொன்னோம் வழிமுறையை.

வழிமுறையை ஓராண்டுவரை விடாமல் கடைப்பிடித்தால்,
நால்வகை வருணங்களென நவிலப்படும் மாந்தராகும்,
பிராமணரை க்ஷத்ரியரை வைசியரை சூத்திரரை,
நல்லவகைப் பலனெலாம் நாடி அடைந்துவிடும்.

அடைந்துவிடும் நற்பலன்கள் உபவாசத்துடன் தானமீந்தால்,
உலகம் அனைத்தையும் உரத்துடன் தாங்கும்,
எம்மிடம் வந்துசேரும் இந்தவகை தானங்கள்,
செய்யும் மாந்தருக்கு சேரும் நன்னலங்கள்.

நன்னலங்கள் இவ்விதம் நல்கும் தானத்தினை,
செய்பவர்கள் நூறாண்டுகாலம் சிறப்புடன் பூசித்து,
உலகங்கள் தாங்கும் உரமிக்க யானைகளுக்கு,
உணவுகள் அளித்து ஓம்பியதாய் பலனுண்டு.

பலனுண்டு என்று பகர்ந்தன வேழங்கள்,
அதைக்கேட்டு சபையிலே அனைத்து தேவர்களும்,
ரிஷிகளொடு பித்ரிக்களொடு எழுப்பினர் கரவொலிகள்,
சிறப்பென்று பாராட்டினர் சீர்மிக்க ரேணுகாவை.

(133)அனுசாசன பர்வம், பகுதி 133

ரேணுகாவை பாராட்டினர் தேவசபை உறுப்பினர்கள்,
அதனை அடுத்ததாக அகிலாண்டத்தின் முதலிறைவர்,
உலகங்களை அமைத்தாளும் உன்னதர் மகாதேவர்,
சபையோரை பாராட்டினார் சொன்னவை சிறப்பென்று.

சிறப்பென்று கடமைகளைச் சொன்னீர் சபையோரே,
உங்களது நினைவிலே உள்ளவை அனைத்திலும்,
நிலைபெற்று நின்ற நிகரிலாக் கடமைகளை,
உரைத்தது கேட்டு உவகை உண்டானது.

உண்டானது கடமைகள் உலகை வாழ்விப்பதற்கு,
அதுகுறித்து உங்களுக்கு இயம்புகிறேன் சிலவற்றை,
நெறிகளென்று கடமையென்று நவிலப்படும் இரண்டிலும்,
இரகசியமென்று இருப்பவற்றை இயம்புகிறேன் உங்களுக்கு.

உங்களுக்கு இயம்புவதை உள்வாங்குவீர் சபையோரே,
எவரது மனத்திலே அறவழிச் சிந்தனைகள்,
மிகைத்து இருந்து மாண்புடன் நடந்து,
நம்பிக்கையொடு இருந்தாலும் நவிலலாம் இக்கருத்தை.

இக்கருத்தை இரகசியமென அறிவீர் சபையோரே,
மிகமேன்மை உடைய மதிப்புமிக்க கருத்துக்களை,
என்னவகை செயல்களால் என்னவகை பலனென்று,
கருத்தினை உங்களுக்கு கூறுகிறேன் கேளீர்.

கேளீர் மனதிலே கலக்கம் இல்லாமல்,
எவரொருவர் அனுதினமும் ஒருமாத காலத்துக்கு,
உணவிடுவார் பசுகன்றுகளுக்கு உண்ணுவார்
ஒருவேளைமட்டும்,
அன்னவர் புண்ணியம் அளவிலே மேலானது.

மேலானது பசுகன்றுகள் மிகவும் புனிதமானது,
மூவுலகு முழுவதையும் மானிடரொடு தேவரையும்,

அசுரரொடு தாங்குவது ஆவினங்கள் ஆனதால்,
ஆவினத்துக்கு மரியாதையொடு அளிக்கவேண்டும் பூசைகள்.

பூசைகள் செந்து பரிவுடன் கவனித்தால்,
புண்ணியங்கள் நன்னலங்கள் பெருகிவரும் சிறப்பாக,
அவ்விதத்தில் ஆவினத்துக்கு அனுதினம் உணவளித்தால்,
மேன்மைகள் தினந்தோறும் மிகைத்துப் பெருகும்.

பெருகும் நன்னலங்கள் பசுக்களால் என்பதை,
கிருதயுகம் நடக்கையில் கூறினேன் உலகிற்கு,
அதன்பின் கமலத்தில் அவதரித்தவர் பிரமதேவர்,
ஆவினங்களின் மீது அன்புவைக்க வேண்டினார்.

வேண்டினார் பிரமதேவர் வழங்கினேன் வேண்டுதலை,
கொடியிலோர் சின்னமாக காளையை பொறித்து,
மதிப்பானதோர் நிலையிலே மாடுகன்றை வைத்தேன்,
எனக்கோர் மகிழ்வளிப்பது ஏற்படுத்துவன ஆவினங்கள்.

ஆவினங்கள் மிகவும் ஏற்றங்கள் உடையன,
ஆதலால் ஆவினங்களை அனைவரும் வணங்கவேண்டும்,
சக்தியில் மிகுந்தவை சாந்தமிக்க ஆவினங்கள்,
வணங்குதல் செய்தால் வழங்கும் வரங்களை.

வரங்களை அளிக்கவும் வல்லமை உடையவை,
ஆவினத்தை கவனித்து அவற்றுக்கு உணவினை,
ஒருவேளை மட்டுங்கூட ஒருவர் வழங்கினாலும்,
வாழ்நாளைப் புண்ணியத்தில் விளையும் கால்பங்கு.

கால்பங்கு புண்ணியம் கிடைக்கும் ஒருவர்,
வாழ்வு முழுவதும் விளைத்திடும் நற்செயலால்,
அவரிடத்து சேரும் அத்தனை புண்ணியத்திலும்,
ஆவினத்துக்கு உணவிட்டால் அவ்வளவு புண்ணியம்.

(134)**அனுசாசன பர்வம், பகுதி 134**

புண்ணியம் கிடைப்பதைப் பகர்ந்தார் ஸ்கந்தன்,

குளிக்கும் நீலநிறக் காளையின் கொம்பிலே,
ஒட்டிநிற்கும் மண்ணெடுத்து உடலிலே பூசியே,
மூன்றுதினம் குளித்தால் மிகநலம் உண்டாகும்.

உண்டாகும் புண்ணியம் விலகியோடும் பாவமெலாம்,
எத்தனைதரம் இவ்வுலகில் ஏற்பட்டது பிறப்பெனினும்,
அத்தனைதரம் அன்னவர் அடைவார் பெரும்புகழை,
வீரமிகும் மனிதரென வாழ்த்துவார் வையத்தார்.

வையத்தார் உயர்வுபெற லம்புகிறேன் இன்னொருவழி,
சந்திரனார் பௌர்ணமிதினம் சிறப்பாக மின்னுகையில்,
உணவையோர் பாத்திரத்திலிட்டு உணவுடன் தேன்சேர்த்து,
மாலையிலொருவர் தானமீந்தால் மிகைக்கும் புண்ணியம்.

புண்ணியம் கிடைக்கும் புரியும் நற்செயலால்,
உருத்திரரும் சாத்யரும் விஸ்வதேவரும் ஆதித்யரும்,
இரட்டையராம் அஸ்வினியரும் அஷ்டவசுக்களும் மருதரும்,
அவ்விதம் அளிக்கும் உணவினை ஏற்பார்.

ஏற்பார் அவ்வுணவை அதிகரிக்கும் சோமபலம்,
சமுத்திரமோர் உயர்வுற்று சேர்க்கும் வெகுநீரை,
இரகசியமானதோர் கடமையை இயம்பினேன் உங்களுக்கு,
இயற்றுபவர் எவரெனினும் ஏற்படும் வெகுநலம்.

வெகுநலம் கிடைக்கும் வழிகளில் இன்னொன்றை,
விஷ்ணுவாகும் இறைவர் விளம்பினார் அப்போது,
நம்பிக்கையும் நல்லெண்ணமும் நன்னடத்தையும் உடையவர்,
கேடேதும் எண்ணாதவர் கேட்கவேண்டும் நெறிகளை.

நெறிகளை தருமத்தை நவிலும் நன்னூல்களில்,
கடமையாய் நவின்றவற்றைக் கேட்கவேண்டும் அனுதினம்,
இச்செயலை அனுதினம் இயற்றும் ஒருவருக்கு,
காவலை அளிப்பார் கனிவுமிக்க தேவர்கள்.

தேவர்கள் காப்பார் தூயமனம் உடையாரை,
ரிஷிகள் மனதிலிருக்கும் ரகசியங்கள் இவையெலாம்,
அறிந்தவர்கள் எவருக்கும் ஏற்படாது துயரேதும்,

அச்சங்கள் கேடுகள் அண்டாது நல்லவரை.

நல்லவரை அண்டாது நீசமிக்கக் கேடுகள்,
இப்பகுதியை மனசுத்தியுடன் ஓதியே அறிபவரும்,
கடமைகளை செய்தவருக்கு கிடைக்கும் அளவுக்கு,
புண்ணியத்தை அடைவார் பாவமேதும் மிஞ்சாது.

மிஞ்சாது பாவமேதும் மிகைக்கும் நன்னலங்கள்,
இவ்விதத்து உரைத்ததான அனைத்துவித ரகசியங்களை,
கேட்பது உரைப்பது கொடுத்துவிடும் புண்ணீயத்தை,
அத்தகையோரது ஹவ்யகவ்யங்களை ஏற்பார் பித்ரிக்கள்.

பித்ரிக்கள் மகிழ்ந்திடும் பொருட்களாக இருந்திடும்,
ஹவ்யங்கள் கவ்யங்கள் எப்போதும் அன்னவரிடம்,
குன்றுதல் இல்லாமல் கிடைக்கும் தாராளமாக,
அன்னவர்கள் புண்ணியங்கள் எந்நாளும் முடிவுறாது.

முடிவுறாது புண்ணியங்கள் மாண்புடைய நல்லவர்,
அமாவாசையன்று பௌர்ணமியன்று இவ்விவரத்தை ஓதினால்,
அனைத்து கடமைகளிலும் ஏற்றங்கள் அடைவார்,
அழகு மிகைத்திடும் அம்புலியின் பௌர்ணமியென.

பௌர்ணமியென அழகு பெருகும் அன்னவருக்கு,
பொன்பொருளென வளமையென பெறுவார் நன்னலங்கள்,
தேவரென ரிஷிகளென பித்ரியென அனைவரும்,
பிடித்தவரென ஏற்பார் புண்ணியமிகும் அன்னவரை.

அன்னவரை பாவங்களும் அண்டவே செய்யாது,
கொடும்பாவங்களைத் தவிர்த்து கணக்கிலா சிறுபாவங்களை,
செய்தவராய் இருந்தாலும் சேர்ந்த பாவமெலாம்,
இக்கடமைகளை கேட்டாலோ ஓதினாலோ அகலும்.

அகலும் பாவங்கள் அறமிகும் இக்கருத்துக்களை,
கேட்டும் ஓதியும் கற்கும் ஒருவருகெனில்,
கடைப்பிடிக்கும் ஒருவருக்குக் கிடைக்கும் நன்னலங்கள்,
மிகவும் மேன்மையென மனதில் அறியலாம்.

அறியலாம் நலத்தை அளிக்கும் வழியையென,
அகிலமெலாம் படைத்தாளும் ஹரியான திருமால்,
சபையெலாம் கேட்க சொல்லி முடித்தார்,
இரகசியமெலாம் உனக்கு இயம்பினேன் யுதிஷ்டிரா.

யுதிஷ்டிரா இவைதான் ஈடிலா நெறிமுறைகள்,
வானவராம் தேவர்களின் உளத்திலே இருப்பதாகும்,
மதிக்கிறார் தேவரெலாம் மிகவுயர்ந்த கடமைகளை,
இயம்பினார் வியாசர் எனக்கு இவற்றை.

இவற்றை உனக்கு அளித்தேன் யுதிஷ்டிரா,
உன்னை மேன்மைக்கு உயர்த்தவேண்டும் என்பதற்கு,
கடமை அனைத்தையும் கூறினேன் உனக்கு,
புவிமுழுதை விடவும் பெரிதாகும் இவ்விவரம்.

இவ்விவரம் தன்னை இயம்புதற்கு விதிகளுண்டு,
நம்பிக்கை இல்லாருக்கும் நாத்திகமனம் உடையோர்க்கும்,
கடமை விட்டாருக்கும் கருணை இல்லாருக்கும்,
விவாதத்தை விரும்புவோருக்கும் விளம்புதல் கூடாது.

கூடாது இதனை கேடருக்கு உரைப்பது,
குருவுக்கு எதிராக கிளம்பும் ஒருவருக்கும்,
உயிருற்று வாழ்வதெலாம் உண்மையில் தானேயெனும்,
அறிவற்று வாழுவோருக்கும் இயம்பலாகாது நற்கருத்தை.

(135)**அனுசாசன பர்வம்**, **பகுதி** 135

நற்கருத்தை பீஷ்மர் நவின்றார் யுதிஷ்டிரனுக்கு,
சந்தேகத்தை அடுத்ததாக சொன்னான் யுதிஷ்டிரன்,
பிராமணராய் வாழுபவர் புசிப்பதற்கு உணவுபெற,
எவர்களை நாடலாமென இயம்புவீர் பிதாமகரே.

பிதாமகரே மேலும் பகருவீர் எனக்கு,
க்ஷத்ரியருடனே வைசியரும் சூத்திரரும் எவரிடத்தில்,
உணவையே வேண்டி வரலாம் என்பதையும்,
விளக்கமே வேண்டுமென வினவினான் யுதிஷ்டிரன்.

யுதிஷ்டிரன் உரைத்ததும் உத்தமர் பீஷ்மர்,
பிராமணரின் உணவைப் பெறலாம் பிராமணரிடம்,
க்ஷத்ரியரிடம் வைசியரிடமும் செல்லலாம் பிராமணர்,
ஒருபோதும் சூத்திரரிடம் உணவேற்றல் கூடாது.

கூடாது சூத்திரரிடம் க்ஷத்ரியர் உணவேற்பது,
பிராமணரிடத்து க்ஷத்ரியரிடத்து வைசியரிடத்து செல்லலாம்,
சூத்திரரிடது உணவேற்றால் சீர்மையேதும் கிடையாது,
சரிதவறு கருதாமல் சமைத்துண்பார் சூத்திரர்.

சூத்திரர் உணவை க்ஷத்ரியர் ஏற்கலாகாது,
பிராமணர் க்ஷத்ரியர் புசிக்கும் உணவினை,
வைசியர் சதுர்மாசிய விரதம் இருப்பவராக,
குற்றமிலார் நலமிக்காரெனில் கொடுப்பதை ஏற்கலாம்.

ஏற்கலாம் வைசியர் அனுதினமும் அக்னிகார்யம்,
குறைவேதும் நேராமல் கருத்துடன் செய்வாரெனில்,
அன்னவரிடம் உணவை ஏற்கலாம் மேலோர்,
பிராமணரும் க்ஷத்ரியரும் பெறலாம் வைசியரிடம்.

வைசியரிடம் அல்லாது உண்ணலாகாது சூத்திரரிடம்,
அவ்விதம் உண்ணுபவர் அருந்துகிறார் கழிவுகளை,
கழிவாகும் நீரைக் குடிப்பவராய் ஆகிறார்,
உண்ணுவதும் உடலிலே உகுத்த கழிவையே.

கழிவையே உண்ணுகிறார் கிடைத்தது போதுமென,
உணவையே சூத்திரரிடம் வாங்கும் வேதியர்,
சூத்திரரிடத்திலே பணியேற்பவரின் சாவிற்குப் பின்னர்,
சடங்குகளே செய்தாலும் செல்லுவார் கொடுநரகம்.

கொடுநரகம் கிடைக்கும் க்ஷத்ரியருக்கும் பிராமணருக்கும்,
வைசியருக்கும் அதேவிதம் வாய்க்கும் நரகவாழ்வு,
சூத்திரரிடம் பணியேற்போர் சரியான விதத்திலே,
வேதகாரியம் செய்தாலும் வீழுவது நரகத்திலே.

நரகத்திலே வீழுவார் நீச்மாக பணியேற்போர்,

பிராமணருக்கே கடமை புவிநலத்துக்கு வேதமோதல்,
க்ஷத்ரியருக்கே கடமை சகமனிதரைக் காத்தல்,
வைசியருக்கே கடமை வெகுபொருளை பராமரித்தல்.

பராமரித்தல் வைசியருக்கு பசுகன்றுகளை நிலத்தை,
அவ்விதத்தில் பொருளீட்டினால் ஏதும் குற்றமில்லை,
கடமைகள் விடுத்து கீழ்மைஅகள் அடைந்து,
சூத்திரர்போல் வாழ்பவரை சூத்திரரென கருதவேண்டும்.

கருதவேண்டும் சூத்திரர்போல் கருத்துடையார் சூத்திரரென,
அவர்களிடம் உணவேதும் ஏற்கலாகாது மற்றவர்,
வைத்தியம் செய்பவரை ஒதுக்கவேண்டும் சூத்திரரென,
ஆலயம் பூசிப்போர் அகத்திலிருந்தால் சூத்திரரே.

சூத்திரரே வேதத்தை சொல்லும் ஒருவர்,
ஆண்டுமுழுதுமே பொருளேதும் ஈட்டாமலே இருந்தால்,
பூசைகளே செய்து புசிப்பீரென சூத்திரர்கள்,
அளிப்பதையே ஏற்றால் அடைவார் துயரத்தை.

துயரத்தை அடைவார் தீங்குநேரும் குடும்பத்துக்கு,
ஆற்றலை பலத்தை இழந்து அல்லாடுவார்,
விலங்கினத்தைப் போலவே வையத்தில் திரிவார்,
நாய்களை ஒத்தாரென நானிலத்தில் தாழுவார்.

தாழுவார் உலகிலே தமது உணவினை,
மருத்துவர் ஒருவரிடம் மறுக்காது உண்ணுபவர்,
அன்னவர் உணவென ஏற்பது மலத்தையே,
விலைமாதர் தருமுணவு ஒப்பாகும் சிறுநீருக்கு.

சிறுநீருக்கு ஒப்பாகச் சொல்லப்படும் அவ்வுணவு,
விலைமாதரிடத்து இருந்து உணவென பெறப்பட்டால்,
பழுதுநீக்குவது செய்வோர் புசிக்கக் கொடுத்தால்,
மனிதரது குருதியென மறுத்தல் நலந்தரும்.

நலந்தரும் உணவினை நீசரிடம் பெறாமை,
அறிவாகும் மதிநுட்பத்தால் எவரொருவர் பொருளீட்டி,
வாழ்ந்தாலும் அன்னவர் வழங்கும் உணவானது,

சூத்திரர்தம் உணவெனச் செய்யவேண்டும் மறுப்பு.

மறுப்பு செய்யவேண்டும் மாண்புடையார் அவ்வுணவை,
எல்லோரது மனதுக்கும் ஏற்பிலாதன செய்பவரிடம்,
அனைவரது ஏச்சுக்கும் ஆளாகும் மனிதரிடம்,
ஏறப்து குருதியென எல்லோரும் மறுக்கவேண்டும்.

மறுக்கவேண்டும் உணவை மாண்பிலாதவர் கொடுத்தால்,
அன்னவரிடம் உணவேற்றால் அதுதான் பிரமஹத்திக்கு,
சமமாகும் என்பதால் சாப்பிடுதல் கூடாது,
கொடுப்பவரிடம் திமிரிருந்தால் கொடுப்பதை பெறலாகாது.

பெறலாகாது உணவை பணிவிலார் கொடுத்தால்,
பெறுபவரது நிலைகுறித்து பரிகசித்துக் கொடுத்தாலும்,
பெறுவது கூடாது பாங்கிலார் உணவினை,
உண்பது செய்தால் உண்டாகும் நோய்நொடிகள்.

நோய்நொடிகள் உண்டாகி நசிந்து அழிவுறுவார்,
நகர்க்காவலர்கள் உணவிட்டால் நீசராவார் உண்ணுபவர்,
பசுஹத்திகள் பிரமஹத்திகள் பெற்றவராம் பாவிகளும்,
குருமனையிடத்தில் புணர்ந்தாரும் கொடுப்பதை
உண்ணலாகாது.

உண்ணலாகாது குடிகாரர்கள் வழங்கும் உணவுகளையும்,
இவர்களிடத்து இணவேற்றால் இராட்சதருக்கு நலம்பெருகும்,
அலியிடத்து நன்றியிலாரிடத்து ஏற்கலாகாது உணவினை,
நம்பிக்கைக்கு துரோகமிழைத்தார் நல்குவதை ஏற்கலாகாது.

ஏற்கலாகாது உணவை அளிப்பவர் சவரதேசரெனில்,
எவரெவரிடத்து உணவுகளை ஏற்கலாகாது என்பதை,
விவரத்தொடு உனக்கு விளக்கினேன் குந்திமைந்தா,
சந்தேகமென்று தோன்றுவதை சொன்னால் விடையளிப்பேன்.

(136)**அனுசாசன பர்வம், பகுதி 136**

விடையளிப்பேன் என்று விளம்பினார் பிதாமகர்,

எவரிடந்தான் உணவை ஏற்கலாம் என்பதற்கும்,
எவரளிக்கும் உணவுப்பொருள் ஏற்பில்லை என்பதற்கும்,
விவரந்தான் முழுதாக வழங்கினீர் பிதாமகரே.

பிதாமகரே எனக்கு பிறந்ததொரு சந்தேகம்,
பித்ருக்களுக்கே படைத்ததை தேவருக்கே நிவேதித்ததை,
உண்டபின்னே பிராமணர் உற்றதான பாவத்தை,
தீர்ப்பதற்கே பரிகாரத்தைத் தெரிவிப்பீர் விவரமாக.

விவரமாக உரைப்பேனென விளம்பினார் பிதாமகர்,
தகுதியாக இல்லாதவர் தரப்படும் உணவினை,
ஏற்பதான செயலால் ஏற்படும் பாவத்தை,
பிராமணராக இருப்போர் போக்கும் வழிகுறித்து.

வழிகுறித்து உரைக்கிறேன் வேதியரது பரிகாரத்துக்கு,
நெய்பெற்று வந்தவர் நெய்யினை அக்கினியில்,
சாவித்ரியது மந்திரத்தை சொல்லியே விடவேண்டும்,
எள்பெற்று வருபவர்க்கும் இதேவிதத்தில் பரிகாரம்.

பரிகாரம் மேலும் பகருகிறேன் வேந்தனே,
இறைச்சியும் தேனும் உப்பும் பெற்றால்,
காலைநேரம் சூரியனில் கதிர்பட நிற்கவேண்டும்,
எவரிடமும் தங்கத்தை ஏற்றாலும் பாவமுண்டு.

பாவமுண்டு தங்கத்தைப் பெற்றிடும் பிராமணருக்கு,
போக்குதற்கு வேதத்தின் பெருமந்திரம் காயத்ரியை,
இருபிலொரு பொருளை ஏந்திய கரத்துடன்,
பொதுவிடத்து நடுவிலே பகருவதால் நிவர்த்தி.

நிவர்த்தி உரைக்கிறேன் நேரிடும் பாவத்துக்கு,
பணத்தை உணவை பால்பொங்கலை கரும்புச்சாற்றை,
கரும்பை எண்ணையை கீழோரிடம் பெற்றால்,
காலைமாலை மதியத்தில் குளிக்கவேண்டும் மும்முறை.

மும்முறை குளித்தால் மிகப்பாவம் விலகிவிடும்,
நெல்லை மலர்களை நீரை கனிகளை,
அரைகுறை வளர்ச்சி அடைந்த பார்லியை,

தயிரறை மாவைத் தாமேற்றால் பாவமுண்டு.

பாவமுண்டு மேற்சொன்ன பொருட்களை பெற்றவருக்கு,
போக்குதற்கு காயத்ரியெனும் புனிதமிக்க மந்திரத்தை,
உடல்மனது தூய்மையாக்கி ஒருமுகமான சிந்தையுடன்,
ஓதுவது வேண்டும் ஒருநூறு முறைகள்.

முறைகள் நூறளவு மொழியவேண்டும் காயத்ரிமந்திரம்,
சடங்கில் கொடுக்கப்படும் ஆடைகள் காலணிகளை,
பெறுதல் செய்ததன் பாவத்தைப் போக்குதற்கு,
கிரகணத்தில் தோஷத்தில் கொள்ளலாகாது பூதானம்.

பூதானம் தோஷத்திலோ பாங்கிலா கிரகணத்திலோ,
பெற்றிடும் ஒருவர் போக்கிடும் வழியாவது,
மூன்றுதினம் இரவுவேளை மறுக்கவேண்டும் உணவை,
கிருஷ்ணபட்சம் ஸ்ரத்தத்தில் கொள்ளலாகாது உணவை.

உணவை கிருஷ்ணபட்சத்தில் உண்டார் ஸ்ரத்தத்திலெனில்,
பகலிரவை உணவின்றி போக்கவேண்டும் உபவாசத்தில்,
பூசைகளை செய்யாமல் பவித்ரமானவை தவிர்த்து,
மனதை தியாந்த்திலே முழுதாக நிறுத்தவேண்டும்.

நிறுத்தவேண்டும் அவரிடத்தில் நிறையவே உணவேற்பதை,
அத்தினம் அவரிடத்தில் ஒருமுறைதான் உண்ணவேண்டும்,
ஆதலால் அன்னவருக்கு அதிகாலையில் உணவிடாமல்,
அளிக்கவேந்டும் உணவை அந்தணருக்கு மதியத்தில்.

மதியத்தில் உணவேற்பதிலும் மரணத்தின் மூன்றாந்தினம்,
சடங்கில் உண்டவர் சரியாக பன்னிருதினம்,
நீராடுதல் வேண்டும் நடுவேளை காலைமாலை,
அவ்விதத்தில் பன்னிருதினம் ஆனபின்பு நிவர்த்தி.

நிவர்த்தி பெறுவதற்கு நடத்தவேண்டும் புண்ணியதானம்,
அவ்விதத்தில் பதின்மூன்றாந்தினம் அன்னவர் செய்தபின்,
தானங்கள் அளிக்கவேண்டும் தூயவராம் பிராமணருக்கு,
அவ்விதத்தில் நெய்யை அளித்தால் நிவர்த்தி.

நிவர்த்தி பிராமணருய்க்கு நேரிடும் அன்னவர்,
ஸ்ரத்தத்தில் பத்தாந்தினத்துக்குள் சாப்பிட்ட நேர்ந்தால்,
முற்சொன்னவைகள் அனைத்தும் முடிக்கவேண்டும் அதன்பின்,
ஜபத்தில் அமரவேண்டும் சாவித்ரிமந்திரம் ஓதியபடி.

ஓதியபடி நோற்கவேண்டும் வேறுசில விரதங்களை,
இஷ்டி குஷ்மண்டமெனும் இரண்டு சடங்குகளை,
இயற்றி அன்னவர் அடையலாம் பாவநிவர்த்தி,
ஈமச்சடங்கில் மூன்றிரவுகள் உணவேற்றால் பாவம்.

பாவம் நீங்குதற்கு வாரம் ஏழுதினமும்,
மூன்றுவேளையும் குளித்து முடிக்கவேண்டும் வந்தனங்கள்,
துயரங்களும் பாவங்களும் தாக்காது அன்னவரை,
சூத்திரருடன் உணவுண்டால் செய்யவேண்டும் சுத்திகள்.

சுத்திகள் செய்யவேண்டும் சாப்பாட்டை வைசியருடன்,
சாப்பிடுதல் செய்யும் சீரிலாத பிராமணரும்,
மூன்றிரவுகள் அன்னவர் மற்றவரிடம் உஞ்சமேற்று,
உண்ணுதல் செய்தால் உண்டாகும் நிவர்த்தி.

நிவர்த்தி பிராமணருக்கு நேரிடும் அன்னவர்,
உணவை க்ஷத்ரியருடன் உண்டால் அதற்கு,
நீராடலை செய்யவேண்டும் நனையும் ஆடைகளுடன்,
உணவை சூத்திரருடன் ஒரேதட்டில் உண்ணலாகாது.

உண்ணலாகாது சூத்திரருடன் ஒரேதட்டில் உணவை,
அவ்விதத்து உண்டால் அந்த சூத்திரரின்,
குடும்பத்துக்கு அழிவும் கேடுகளும் நேரிடும்,
வைசியரொடு ஒரேதட்டில் உண்ணலாகாது பிராமணர்.

பிராமணர் வைசியர் புசித்தல் ஒரேதட்டிலெனில்,
வைசியர் மாடுகன்றுகள் வீணாக அழிந்துவிடும்,
க்ஷத்ரியர் ஒருவருடன் சேர்ந்து பிராமணர்,
உண்ணுவார் எனினும் அரசருக்கு பலவீனம்.

பலவீனம் க்ஷத்ரியருக்கும் பொலிவிழப்பு பிராமணருக்கும்,
உண்டாகும் ஒரேதட்டில் உண்ணும் செயலினால்,

அவ்வ்தம் செய்தால் அதற்கான நிவர்த்திகளை,
செய்யவேண்டும் சரியான சடங்குகளை இயற்றி.

இயற்றி முடிக்கவேண்டும் அதற்கேற்ற சடங்குகளை,
ஓதி முடிக்கவேண்டும் உன்னத சாவித்ரியை,
ரேவதி நட்சத்திரத்தில் இயற்றும் குஷ்மந்தத்தால்,
பாவத்தில் இருந்து பெறலாம் விடுதலை.

விடுதலை பாவத்தினின்று விளையும் நால்வருணத்தார்,
உணவினை மற்றவர்கள் உண்டபின் ஏற்றால்,
உடலினை ரோசனத்தால் அல்லது துருவப்புல்லால்,
பூசுவதைச் செய்தால் போகும் பாவங்கள்.

பாவங்கள் போக்கிட பூசவேண்டும் மஞ்சளை,
அவ்விதத்தில் பூசுவதால் அயலாரிடம் உண்டதால்,
எவ்விதத்தில் பாவங்கள் ஏற்பட்டாலும் விலகிவிடும்,
உணவுகள் பிறரிடம் உண்பதுபற்றி உரைத்தேன்.

உரைத்தேன் பிறரிடம் உணவேற்கும் ஒருவர்,
பாவத்தின் தாக்கத்தைப் போக்கும் நிவர்த்திகளை,
உந்தன் மனதிலே வேறேதும் சந்தேகமென,
எழும்பிதான் நின்றால் இயம்புவாய் யுதிஷ்டிரா.

(137)அனுசாசன பர்வம், பகுதி 137

யுதிஷ்டிரா என்றதும் இயம்பினான் யுதிஷ்டிரன்,
இருவிதமாய் நற்குணங்கள் இருக்கின்றன இவ்வுலகில்,
கருணையாய் பக்தியாய் கூறப்படும் இரண்டிலே,
மேன்மையாய் இருப்பதை மொழிவீர் பிதாமகரே.

பிதாமகரே என்மனதில் பிறந்த சந்தேகம்,
மிகவே பெரிதாக மனதை உருத்துகிறது,
தெளிவே பிறக்க தருவீரே விளக்கமென,
பணிந்தே வினவியதும் பகர்ந்தார் பீஷ்மர்.

பீஷ்மர் உரைத்தார் ப்ரீதாவின் மைந்தனுக்கு,

மானிடர் உலகிலே மிகச்சிறந்த நெறியாளராய்,
மாந்தர் ஒருசிலர் மிகத்தவம் புரிந்ததாலும்,
ஈந்ததோர் தானத்தாலும் ஏகினர் பொன்னுலகம்.

பொன்னுலகம் சென்றனர் புனிதமிகும் மனத்தினால்,
அந்தவிதம் அடைந்ததற்கு அடிப்படைக் காரணம்,
சீலமிகும் நற்செயல்கள் சிந்தையில் தூய்மை,
இதயமும் உயிரும் இருந்தன நல்வழியில்.

நல்வழியில் நடந்தவர் நிகரிலாதார் ஆத்ரேயர்,
வானுலகில் இடம்பெற்றார் உன்னத நற்செயலால்,
சீடர்கள் அனைவருக்கும் சொன்னார் ஆத்மஞானம்,
ஆதலால் அவர்நிலை அமரரிலும் மேலானது.

மேலானது செய்த மன்னவன் சிவி,
உசிநரனது மைந்தன் உற்றமகன் உயிரையே,
பிராமணருக்கு பிழைசெய்ததால் போக்கினான் ஆதலால்,
வானுலகு அவனை வரவேற்றது மகிழ்வுடன்.

மகிழ்வுடன் தனது மைந்தனை பிராமணருக்கு,
காசிவேந்தன் ப்ரதர்தனன் கொடுத்தான் தானமாக,
அச்செயலின் புண்ணியத்தால் அடைந்தான் பொன்னுலகை,
பெரும்புகழின் உச்சியில் பரிதியென மிளிர்ந்தான்.

மிளிர்ந்தான் ரந்திதேவன் மிகவும் புண்ணியத்துடன்,
ஏனெனின் அவ்வேந்தன் ஈடிலார் வசிஷ்டருக்கு,
அளித்தான் தானங்கள் அச்செயலின் புண்ணியத்தால்,
அடைந்தான் வானுலகில் ஆனந்த நல்வாழ்வு.

நல்வாழ்வு வாழ்ந்து நாடாண்டவன் தேவவிரதன்,
வேள்விக்கு தானமாக வழங்கினான் தங்கக்குடை,
கணக்கு நூறாகும் கனகத்து குடைகளுக்கு,
அதற்கு ஈடாக அடைந்தான் பொன்னுலகை.

பொன்னுலகை அடைந்தான் பெருவேந்தன் அம்வரீஷன்,
நாட்டினை முழுவதாக நல்லதொரு பிராமணருக்கு,
தானமாய் அளித்ததால் தரணிவேந்தன் அம்வரீஷன்,

வானுலகை அடைந்து வெகுமேன்மை பெற்றான்.

பெற்றான் வெகுமேன்மை பெருவேந்தன் ஜனமேஜெயன்,
சூரியனின் வம்சத்து சக்ரவர்த்தி அவனாவான்,
கொடுத்தான் தேர்களை காதணிகளை ஆவினங்களை,
தானத்தின் மேன்மையால் தங்கினான் பொன்னுலகில்.

பொன்னுலகில் இடம்பெற்றான் பார்வேந்தன் வ்ருஷதர்பி,
நகைகள் வீடுகளை நல்கினான் பிராமணருக்கு,
ஆதலால் பொன்னுலகில் அடைந்தான் மேன்மைகள்,
அதேபோல் விதர்வாவின் அரசனும் மேன்மன்மையுற்றான்.

மேன்மையுற்றான் நிமியென மொழியப்படும் வேந்தன்,
விதர்வாவின் வேந்தன் வென்றான் பொன்னுலகை,
அன்னவன் மகளை அகத்திய மாமுனிக்கு,
மணஞ்செய்தான் ஆதலால் மிகமேன்மை குலத்துக்கே.

குலத்துக்கே மேன்மை கிடைத்தது நிமிக்கு,
மைந்தருடனே நண்பருடனே மாடுகன்று ஆவினத்துடனே,
வானுலகிலே மேன்மையாக வாழ்வுற்றான் நிமி,
அதுபோலவே ராமனென அழைக்கப்படும் பரசுராமன்.

பரசுராமன் ஜமதக்னி பெற்றெடுத்த மைந்தன்,
பாருலகின் பகுதிகளை பிராமணருக்கு அளித்ததால்,
பெற்றான் வானுலகில் பெருத்த மேன்மையை,
அதேவிதந்தான் வசிஷ்டர் அடைந்தார் ஞானானந்தம்.

ஞானானந்தம் வசிஷ்டருக்கு நல்கினர் வானவர்,
ப்ரஜ்ஜன்யனாம் மழைக்கடவுள் பொழியாது நிறுத்துகையில்,
உயிரனைத்தும் வாழ்ந்திருக்க உளக்கருணை காட்டியதால்,
முழுஞானம் அடைந்தார் மாதவர் வசிஷ்டர்.

வசிஷ்டர் குருவாக வழிநடத்திய வேந்தர்,
தசரதர் மைந்தர் திடமிக்கார் ராமன்,
புரிந்தார் வேள்விகளை பலவித தானங்களுடன்,
அடைந்தார் அமரருலகில் அதீத மேன்மையை.

மேன்மையை உடைய மன்னவர் காக்ஷசேனர்,
பொன்பொருளை அனைத்தையும் பகிர்ந்தார் வசிஷ்டருடன்,
அச்செயலை ஒட்டி அடைந்த புண்ணியத்தால்,
பொன்னுலகை பெருமைகளை பெற்றார் ராஜரிஷி.

ராஜரிஷி பரிக்ஷித்தர் ஈன்றெடுத்த மைந்தர்,
பேரனாய் ஆகியவர் பெருமைமிகு கரந்தமருக்கு,
பெயரை மருத்தரென பெற்றதோர் உன்னதர்,
தன்மகளை ஆங்கிரசுக்குத் தந்ததால் புண்ணியமுற்றார்.

புண்ணியமுற்றார் அதனால் பொன்னுலகில் வாழ்வுபெற்றார்,
பிரமதத்தர் என்பார் பஞ்சலாலின் வேந்தர்,
தானமளித்தார் அரிதான தூயதான வெண்சங்கை,
வென்றுவிட்டார் புண்ணியத்தை வழங்கிய தானத்தால்.

தானத்தால் மித்ரசாகர் தானடைந்தார் பொன்னுலகை,
வாழ்வில் துணையாக வாய்த்த மதயந்தியை,
அளித்தல் செய்தார் அருந்தவர் வசிஷ்டருக்கு,
ஆதலால் சொர்க்கத்தில் அடைந்தார் மிகமேன்மை.

மிகமேன்மை அடைந்தார் மன்னவர் சுத்யும்னர்,
மனுவை அடுத்ததாக மண்ணாண்ட அவர்மைந்தர்,
தண்டனையை அளித்தார் தவமிக்கார் லிகிதருக்கு,
வெகுமேன்மை பெற்றார் வானவரின் சொர்க்கத்தில்.

சொர்க்கத்தில் இடம்பெற்றார் சக்ரவர்த்தி சஹரசித்தர்,
ஆபத்தில் இருந்த அந்தணரைக் காப்பதற்கு,
முயற்சிகள் செய்து மாண்டதன் புண்ணியத்தால்,
வானுலகில் பெற்றார் வெகுமேன்மை பெரும்புகழ்.

பெரும்புகழ் உடைய பார்வேந்தன் சத்யத்யும்னன்,
மௌத்கயர் என்று மொழியப்படும் முனிவருக்கு,
வான்புகழ் மாளிகையை வசதிகளுடன் வழங்கினார்,
தங்கத்தில் அழகுடன் தகதகத்தது மாளிகை.

மாளிகையை மௌத்கல்யருக்கு மாண்புடன் வழங்கியதால்,
வெகுமேன்மை அடைந்தார் வானுலகில் தயத்யும்னர்,

உணவுவகை மலைபோல வெகுபெரிதாய் சாண்டில்யருக்கு,
வழங்கியதை செய்ததால் வானேகினார் சமன்யு.

சமன்யு வானுலக சொர்க்கத்தில் மேன்மையுற்று,
மகிழ்வு அடைந்தது மாண்புமிக்க தானத்தால்,
சொர்க்கத்துக்கு சென்றார் சக்ரவர்த்தி த்யுதிமத்,
ரிசிகருக்கு தனது அரசாட்சியை வழங்கியதால்.

வழங்கியதால் மேன்மையை வென்றார் மதிரஸ்வர்,
அழகில் மிகைத்த அணங்காகும் தன்மகளை,
ஹிரண்யஹஸ்தரிடத்தில் தானமாக அளித்த காரணத்தால்,
சொர்க்கத்தில் மேன்மையும் சிறப்பும் பெற்றார்.

பெற்றார் லோமபாதர் பெருத்த புண்ணியத்தை,
தவமிக்கார் ரிஷ்யஸ்ரிங்கர் தகுந்த இளைஞரென,
அளித்தார் சாந்தாவெனும் அழகுமிக்க தன்மகளை,
அடைந்தார் வானுலகில் ஏற்றமும் புகழும்.

புகழும் பெருமைகளும் பெற்றவர் பகீரதர்,
மகளாம் ஹன்சியை மணமுடித்தார் கௌத்சருக்கு,
புண்ணியம் பெற்று பொன்னுலகம் ஏகினார்,
பகீரதராம் வேந்தர் பசுகன்றுகளை தானமீந்தார்.

தானமீந்தார் பசுகன்றுகள் தொகையாக பல்லாயிரத்தை,
அடைந்தார் வானுலகில் ஆனந்த நன்னிலையை,
வெகுப்பலர் புண்ணியத்தால் வென்றனர் வானுலகை,
அளித்தனர் தானங்கள் இயற்றினர் தவத்தை.

தவத்தை தானத்தை தூயவராய் இயற்றி,
வானுலகை அடைந்து வெகுமகிழ்வை பெற்றவர்கள்,
வரிசையாய் மண்ணுலகுக்கு வந்துவந்து சென்றனர்,
பெரும்புகழை அடைந்தனர் பாருலகம் இருக்கும்வரை.

இருக்கும்வரை நல்லதையே எப்போதும் செய்தவர்கள்,
பெரும்புகழை சொர்க்கத்தை பெற்றாரென நவின்றேன்,
வேள்விகளை தானத்தை வழங்கிய புண்ணியத்தாலும்,
வானுலகை அடைந்து வெகுமேன்மை பெற்றனர்.

பெற்றனர் சந்ததிகளை பெற்றதாலும் உயர்வினை,
கௌரவர் வேந்தனே கேடிலா மேலோனே,
எவரொருவர் எப்போதும் எல்லோருக்கும் நலமானதை,
எண்ணுபவர் அவருக்கு ஏற்படும் வெகுமேன்மை.

வெகுமேன்மை உடைய வேந்தனே இப்போது,
இரவுவேளை வந்ததால் இத்துடன் முடித்துக்கொள்,
நாளைகாலை வந்து நவிலுவாய் சந்தேகங்களை,
பதில்களை உனக்கு பகருகிறேன் தெளிவாக.

(138)அனுசாசன பர்வம், பகுதி 138

தெளிவாக பீஷ்மர் தெரிவித்த கருத்தினை,
மகிழ்வாக உள்வாங்கிய மன்னவன் யுதிஷ்டிரன்,
புதிதாக சந்தேகத்தை பகர்ந்தான் பீஷ்மரிடம்,
வரிசையாக உரைத்தீர் வேந்தரில் மேலோரை.

மேலோரை வானுலகம் மகிழ்ந்து வரவேற்றதென,
கருத்துகளை உரைத்தீர் கங்கையின் மைந்தரே,
உண்மையை பேசுபவர் வெகுதவத்தை உடையவர்,
தானங்களை அளிப்பவர் தூயவர் நீவிர்.

நீவிர் உரைப்பீர் நலமிக்க தானங்களாக,
சிறப்பானதோர் பொருளை சரியானவர் ஒருவருக்கு,
தருவதோர் செயலுக்கு தருவீர் வழிமுறைகள்,
தானமீனுவோர் பெருநலம் தாமடையும் வழியென்ன?

வழியென்ன தானத்தை வழங்கியே மேன்மியுற?
தானமென எவருக்கு தருதல் சிறப்பாகும்?
எவருக்கு எவ்வளவு அளிக்கலாம் தானமாக?
எதற்கெதற்கு தானத்தை எத்தனைமுறை அளிக்கலாம்?

அளிக்கலாம் தானமென ஆரம்பித்தார் பீஷ்மர்,
ப்ரீதாவாம் குந்தியின் பிள்ளையே கேளாய்,
எவ்விதம் எவருக்கெலாம் அளிக்கலாம் தானமென்றும்,

என்னவாகும் சூழல்களில் எவ்விதம் அளிப்பதென்றும்.

அளிப்பதென்றும் தானத்தை இயம்பலாம் சூழலுக்காக,
அச்சமென்றும் நற்பலனென்றும் அவரவர்தம் விருப்பமென்றும்,
கருணையென்றும் கூறலாம்காரணங்கள் பலவிதம்,
ஆகமொத்தம் தானங்கள் ஐந்துவிதம் யுதிஷ்டிரா.

யுதிஷ்டிரா மனத்தை அதிர்விலா ஒருநிலையில்,
அமைதியாய் வைத்தபின் அளிக்கவேண்டும் தானத்தை,
தகுதியாய் இருக்கும் தூயதோர் பிராமணருக்கு,
தானமாய் பொருட்கள் தருவதால் புண்ணியம்.

புண்ணியம் அவ்வுலகிலும் புகழ்ச்சி இவ்வுலகிலும்,
நிச்சயம் கிடைக்கும் நலமிக்க தானத்தால்,
வெகுதானம் கிடைக்குமென்றும் வந்துசேர்ந்தது தானமென்றும்,
தன்னிடம் வருவோர்க்கெலாம் தானமளிப்பார் தாமாகவே.

தாமாகவே அளிக்காமல் தருக்கன் ஒருவனை,
கண்டதுமே இந்தக் கேடனால் தமக்கு,
தீங்கேதுமே நேரலாமெனத் தவிப்பான மனத்துடன்,
கெட்டவருக்கே தரப்படுவதைக் கூறலாம் மூன்றாவதாக.

மூன்றாவதாக தானத்தை மித்ரராகும் நட்புறவுக்கு,
இணக்கமாக எனக்கு இருப்பவர் இவரென்று,
தாமாக அன்பினால் தரப்படும் தானத்தை,
வரிசையாக உரைப்பதில் வைக்கலாம் நான்காவதாக.

நான்காவதாக உளத்தில் நெகிழ்ந்தளிக்கும் தானம்போல,
ஐந்தாவதாக தானத்தை அளிக்கலாம் வறியோருக்கு,
வறுமையாக நிலையடைந்து வாடியவர் நலம்பெற,
சிறிதாக அளிப்பதையும் சொல்லலாம் தானமென்று.

தானமென்று அளிப்பதைத் தரவாரியாய் ஐந்தாக,
பிரிப்பது இயலும் பார்வேந்தே யுதிஷ்டிரா,
உயிராக இருப்பவற்றை உண்டாக்கிய பேரிறைவர்,
தானமாக இயன்றவரை தரவேண்டுமென வழிகாட்டினார்.

(139)அனுசாசன பர்வம், பகுதி 139

வழிகாட்டினார் பிரமரென விளம்பினார் பீஷ்மர்,
பரதகுலத்தார் வேந்தன் பகர்ந்தான் சந்தேகத்தை,
ஞானமிக்கார் நடுவிலே நிகரிலாரே பிதாமகரே,
அறிந்துளீர் அறியத்தகும் அனைத்தையும் முழுதாக.

முழுதாக ஞானம் மிகைத்தவராக நீவிர்,
பரதராக இருப்போரில் பரிதியாக மிளிருகிறீர்,
சமமாக நம்குலத்தில் சொல்லத்தக்கார் எவருமில்லை,
ஈடாக எவருமிலா அறிவுக்கடல் நீவிர்தான்.

நீவிர்தான் எனக்கு நவிலவேண்டும் தருமத்தை,
தருமத்துடன் பொருள்வளம் தாமடையும் வழிமுறையை,
வானத்திலும் புண்ணியம் வெகுபெரிதாய் அடைவதை,
அனைத்துயிரும் மகிழ்ந்திட இயம்புவீர் பிதாமகரே.

பிதாமகரே இக்காலம் பாதிப்புகள் மிகைத்தது,
இவ்விதமே நட்புறவோர் அழிந்துவிடும் சூழ்நிலை,
எப்போதுமே நேர்ந்ததில்லை இதுவே முதன்முறை,
உமையன்றியே எங்களுக்கு ஒருவருமில்லை வழிகாட்ட.

வழிகாட்டத் தகுந்தவர் வேறெவரும் இல்லையே,
பாவமற்ற நல்லவரே பரதகுல வேங்கையே,
அன்புற்றத் தம்பியருடன் அண்டினேன் உங்களை,
இங்குவந்த இம்மனிதர் இறைவர் நாராயணரே.

நாராயணரே உம்மிடம் நயந்துவந்தார் பிதாமகரே,
வளமென்றே வலிமையென்றே உளதான அனைத்தையும்,
தன்னிடத்திலே உடையவர் தூயவர் மிகமேலோர்,
இறைவரிங்கே இருக்கிறார் உங்களிடத்திலே பாடமேற்க.

பாடமேற்க வந்துளோம் பிரியமிக்க பிதாமகரே,
அன்புமிக்க வார்த்தைகளை ஐவருக்கும் வழங்குவீர்,
நலமிக்க பதிலை நவிலுவீர் எங்களுக்கு,
ஆறாவதாக எங்களுடன் இருக்கிறார் வாசுதேவன்.

வாசுதேவன் நாராயணனே வந்துளார் உங்களிடம்,
அவருடன் வேந்தர்கள் அனேகரும் இருக்கிறார்,
அறிவின் ஊற்றாக அமைந்த ஞானியே,
எந்தன் சந்தேகத்துக்கு இயம்புவீர் பதிலை.

பதிலை வேண்டினான் பரதகுல வேந்தனென,
நிகழ்வை தொடர்ச்சியாக நவின்றார் வைசம்பாயனர்,
பாகீரதியை அன்னபியாகப் பெற்றவர் பீஷ்மர்,
பேரன்களை நோக்கி பகர்ந்தார் அன்புடன்.

அன்புடன் உங்களுக்கு அளிக்கிறேன் விவரங்களை,
மகிழ்வை அளிக்கும் மிகநல்ல விவரங்களை,
முதன்மையாய் விஷ்ணுவெனும் மாதவரின் பெருமைகளை,
கேட்டவிதமாய் உங்களுக்குக் கூறுகிறேன் முதலில்.

முதலில் உண்டான மாதவரின் பெருமைகளை,
காளைமேல் வந்திடும் கருணைமிக்கார் மேன்மைகளை,
விளம்புதல் செய்கிறேன் உள்வாங்குவீர் கவனமாக,
என்மனதில் சந்தேகம் எழுந்ததையும் உரைக்கிறேன்.

உரைக்கிறேன் என்மனதில் உண்டான சந்தேகத்தை,
உமையம்மையின் உருத்திரரின் உண்மைநிலை குறித்து,
அடைந்தேன் சந்தேகத்தை அதுகுறித்தும் கூறுகிறேன்,
கண்ணன் ஒருமுறை கடைப்பிடித்தான் நெடுந்தவத்தை.

நெடுந்தவத்தை இயற்றினான் நீண்டதான பனிரண்டாண்டு,
மாதவனைக் காணுதற்கு மாண்புமிக்க ரிஷிகள்,
அவ்விடத்தை அடைந்தனர் அவர்கள் பெயர்களை,
உரைத்தல் செய்கிறேன் உன்னதர் நாரதர்.

நாரதர் பர்வதர் நலமிக்கார் த்வைபாயனர்,
தௌமியர் காஸ்யபர் தேவலர் ஹஸ்திகயபர்,
ரிஷிமுனிவர் பலபேர் உடையவர் தீட்சை,
திரண்டனர் அவ்விடத்தில் தவமிக்க சித்தருடன்.

சித்தருடன் முனிவருடன் சீடர்களுடன் வந்தனர்,
தேவகியின் மைந்தன் தந்தான் வணக்கங்கள்,

அனைவரின் வருகைக்கு அளித்தான் வரவேற்புகளை,
கடவுளானவன் கண்ணன் களிப்புடன் கவனித்தான்.

கவனித்தான் தேவகிமைந்தன் குறைவேதும் வைக்காமல்,
கடவுளரின் வரவுக்குக் கொடுக்கத்தகும் வரவேற்பை,
ரிஷிகளின் வரவிற்கு அளித்தான் கேசவன்,
அவர்களின் ஆசனங்கள் அமைந்தன பலவிதத்தில்.

பலவிதத்தில் ஆசனங்கள் பச்சையென தங்கநிறமென,
சிலவற்றில் மயிலிறகுகள் செருகியே வைத்திருந்தனர்,
மற்றவைகள் இருந்தன மிகவும் புதிதாக,
அவ்விடத்தில் ரிஷிகள் அளவளாவினர் நெறிகுறித்து.

நெறிகுறித்து கடமைகுறித்து நவின்றனர் ராஜரிஷிகளும்,
முனிவரொடு தேவர்களும் மகிழ்வொடு உரையாடினர்,
அக்களத்தில் அவ்விடத்தில் அக்கினி கிளம்பியது,
கண்ணனிடத்தில் வாயினின்று கனன்றபடி வெளியானது.

வெளியானது வேறேதுமல்ல விஷ்ணுவின் தவவலிமை,
மலைமுகடு சிகரமென மரங்களென செடிகளென,
அரவங்களொடு விலங்கினமென அனைத்தையும் அழித்தது,
அவ்விடத்துத் தோற்றம் ஆகியது கோரமாக.

கோரமாக தோன்றியது கருகிவிட்ட மலைச்சிகரம்,
விலங்காக மரமாக வாழவில்லை ஏதொன்றும்,
பறவையாக பூச்சிகளாக புல்லாகப் பூண்டாக,
மிகுதியாக ஏதுமில்லை மடிந்தன அனைத்தும்.

அனைத்தும் அழிந்தபின் அக்கினியாகும் உக்கிரம்,
சாந்தமிகும் சீடனென ஸ்ரீதரனாம் கண்ணனிடம்,
திருப்பாதம் பணிந்து தன்னடக்கமாய் நின்றது,
அக்கணம் கண்ணன் அடைந்தான் கருணை.

கருணை கொண்டான் கண்ணனாம் பேரிறைவன்,
மலையை அன்புடன் மனமுருகி நோக்கினான்,
இறந்தவை அனைத்தும் எழுந்தன உயிருடன்,
நிலைமை முன்போல நலம்பெற்று தோன்றியது.

தோன்றியது செடிகொடிகள் தாவரங்கள் விலங்குகள்,
பலவிதத்து ஓசைகளும் பரவின மலைமுழுதும்,
பறவைகளொடு விலங்குகள் பாம்புகளொடு புழுபூச்சிகள்,
உயிருற்று அவ்விடத்தில் உண்டாக்கின ஓசைகளை.

ஓசைகளை உண்டாக்கி ஓடின மானினங்கள்,
மலர்களை மலர்வித்து மணமெழுப்பின மரஞ்செடிகள்,
காட்சிகளை கண்டதும் களித்தனர் ரிஷிகள்,
மயிர்கூச்சத்தை அடைந்து மாதவனை நோக்கினர்.

நோக்கினர் கண்ணனை நாரதரும் மற்றோரும்,
நாராயணர் ரிஷிகளிடம் நயந்து வினவினார்,
இங்கிருப்போர் துறவிகள் இவர்களுக்கு பந்தமில்லை,
அத்தகையோர் மனதிலும் எழுகிறதே மகிழ்வு.

மகிழ்வு ஏற்பட்ட மாயம் என்னவாகும்?
எனது இப்பொருளெனும் எண்ணமேதும் இலாதார்,
அனைத்து அறிவியலும் அறிந்துணர்ந்த ஞானியர்,
எதற்கு உங்களிடம் ஏற்பட்டது மகிழ்வு?

மகிழ்வு உண்டாக முதலாவது காரணத்தை,
நாரணருக்கு பதிலாக நவின்றனர் ரிஷிகள்,
உலகத்துப் பொருளெலாம் உண்டாக்குவது நீதானே,
யுகாந்தத்து காலத்தில் அழிப்பவனும் நீதானே!

நீதானே பனிக்காலம் நீதானே வேனிற்காலம்,
நீதானே மாரிக்காலம் நீதானே உயிர்வகைகள்,
நீதானே நகருவன நீதானே நகராதன,
பூமியிலே இருப்பதெலாம் பரந்தாமன் நீயே!

நீயே அன்னைதந்தை நீயே குருநாதர்,
நீயே அனைத்துக்கும் நிற்கிறாய் ஆதியாக,
இஃதே எங்களுக்கு அதிசயமும் சந்தேகமும்,
இதனையே விளக்கினால் ஏற்படும் மனநிறைவு.

மனநிறைவு ஏற்படும் மாதவனே எங்களுக்கு,

விளக்குவது வேண்டும் வாயிலிருந்து கிளம்பிய,
அக்கினிக்கு காரணமென்ன அதையுரைப்பாய் முதலிலே,
அச்சமற்று அதன்பின் இயம்புகிறோம் எம்கருத்தை.

எம்கருத்தை அதன்பின் இயம்புகிறோம் என்பதாக,
தம்கருத்தை உரைத்த தவமிக்க ரிஷிகளிடம்,
பேராற்றலைக் காட்டிய பெருந்தீயாம் அக்கினி,
வேறில்லை அதுதான் விஷ்ணுவின் ஆற்றலாகும்.

ஆற்றலாகும் அக்கினியால் அழித்தது சிகரத்தை,
யுகாந்தம் தன்னிலே எழும்பும் அக்கினியென,
அனைத்தையும் அழித்தது அரைக்கண நேரத்திலே,
கோபமும் அச்சமும் கடந்தவர் நீவிரெலாம்.

நீவிரெலாம் புலன்களை நன்கு அடக்கியவர்,
தவபலம் மிகைத்தவர்கள் தூயதாம் மனத்தினர்கள்,
கடவுளர்தாம் நீவிரெலாம் கொண்டுளீர் பேராற்றல்,
ஆகினும் இந்த அக்கினியால் அதிர்வுற்றீர்.

அதிர்வுற்றீர் நீங்கள் அக்கினி பிறந்ததாலே,
கண்டீர் என்வாயில் கனன்ற அக்கினியை,
கேளீர் காரணம் கூறுகிறேன் உங்களுக்கு,
அக்கினிக்கோர் காரணம் எந்தன் விரதமாகும்.

விரதமாகும் தவத்தை வெகுகடிதாய் இயற்றினேன்,
அவ்விதம் தவத்திலே ஆழ்ந்து கிடந்ததால்,
என்னிடம் எழுந்தது யுகாந்தமெனும் அக்கினி,
அச்சமேதும் வேண்டாம் அக்கினி என்னாற்றலே.

என்னாற்றலே உம்மெதிரில் எழுந்தது அக்கினியாக,
இவ்விடத்திலே வந்து இயற்றியதான தவத்துக்கு,
காரணத்தையே உங்களுக்கு கூறுகிறேன் ரிஷிகளே,
எனக்கிணையே ஆனவனாய் எனக்கொரு மகன்வேண்டி.

மகன்வேண்டி நானிருந்து மிகக்கடும் தவத்தினால்,
என்னிடத்தில் இருந்த ஆத்மனின் சக்தியானது,
பிதாமகரிடத்தில் சென்று பணிந்து வணங்கியது,

அதனிடத்தில் பிதாமகர் இயம்பினார் வரத்தை.

வரத்தை அளித்தார் வையத்தின் பிதாமகர்,
காளையை சின்னமாக கொண்ட மகாதேவரின்,
ஆற்றலை பாதியாக்கி அவ்வளவு ஆற்றலும்,
என்மகனாய் பிறக்குமென இயம்பினார் வரத்தை.

வரத்தை பெற்று வந்தது மீண்டும்,
சீடனை போலவே செய்தது வணக்கங்கள்,
காலடியை அண்டி கனிந்து வணங்கியது,
வேகத்தை விடுத்து வந்தது என்னிடம்.

என்னிடம் அக்கினி அண்டியே வந்தது,
கோபமேதும் இல்லாமல் கனிவைப் பெற்றது,
இவ்விதம் உங்களுக்கு இயம்பினேன் ரகசியத்தை,
எவ்விதம் கமலமலரார் அளித்தார் வரமென்று.

வரமென்று அளித்தவர் வையத்தின் முதலிறைவர்,
ஞானத்து சிகரத்தில் நிற்கும் பிதாமகர்,
எனக்கு வரமளித்ததை இயம்பினேன் ரிஷிகளே,
அச்சமற்று நீவிரெலாம் இருப்பீர் அமைதியாக.

அமைதியாக இருப்பீர் அறிவாற்றல் மிக்கவரே,
தொலைவாக வருவதையும் தெளிவாக அறிவீரே,
உலகாக இருப்பவற்றில் வலவம்வருவீர் தடையின்றி,
தடையாக ஏதுமில்லை தங்களின் பாதைகளில்.

பாதைகளில் தாங்கள் போவீர் விருப்பம்போல,
அவ்விதத்தில் நீங்கள் அகிலங்கள் முழுவதிலும்,
செல்லுகையில் அதிசயமாய் செய்திகள் காட்சிகள்,
இருந்திருந்தால் அவற்றை இயம்புவீர் எனக்கு.

எனக்கு உங்களின் அமுதொத்த வார்த்தைகளை,
கேட்பதற்கு மனதிலே கனிந்தது ஆர்வம்,
இனிப்பு கொண்டதாக இயம்பும் வார்த்தைகள்,
தேனுக்கு ஒப்பாகித் தந்திடும் நற்சுவை.

நற்சுவை கொண்டதாக நவிலுபவை அனைத்தும்,
அமுதத்தை ஒத்ததாக அளிக்கும் மனமகிழ்வை,
உலகத்து உன்னதங்கள் உண்டாவது என்னால்தான்,
அதுகுறித்து நானே எண்ணினால் மகிழ்வில்லை.

மகிழ்வில்லை நானாகவே மேன்மைகளை நினைவதில்,
அவைகளை நீவிரெலாம் அமுதொத்த மொழிகளால்,
இயம்புவதை செய்தால் ஏற்படும் மனமகிழ்வு,
அந்தவகை வார்த்தைகள் ஆணித்தரமாய் நிற்கும்.

நிற்கும் கல்வெட்டென நீர்விளம்பும் கருத்துக்கள்,
பேசும் சொற்களெலாம் புண்ணியத்தை அளிப்பதான,
தவமிகும் ரிஷிகள் தந்திடும் வார்த்தைகளை,
கேட்கும் ஆர்வமுற்றேன் கூறுவீர் விவரங்களை.

விவரங்களை உரைப்பீரென வேண்டினான் கண்ணன்,
சொன்னவை கேட்டதும் சக்திமிக்க மாமுனிகள்,
கண்ணனை போற்றி கானங்கள் இசைத்தனர்,
கண்களை மூடாமல் கண்ணனை கண்டனர்.

கண்டனர் கண்ணனை கூறினர் மந்திரங்களை,
மிகமேன்மை உடையவனை மனமார போற்றினர்,
மாதவனை போற்றி மொழிந்தனர் ரிக்குகளை,
நாரதரை அவர்கள் நியமித்தனர் பிரதிநிதியாக.

பிரதிநிதியாக தாங்கள் பார்த்ததை கேட்டதை,
தொகுதியாக உரைப்பதற்கு தவமிகுந்த நாரதரை,
நியமனமாக வைத்து நாரதரிடம் இயம்பினர்,
விவரமாக ஹ்ரிஷிகேசனுக்கு விளம்புவீர் நடந்ததை.

நடந்ததை உரைக்கவேண்டும் நாமெலாம் யாத்திரையாக,
ஹிமவத்தை அடைந்து அவ்விடத்தில் இருக்கும்,
தீர்த்தங்களை ஒவ்வொன்றாய் தொழுது வருகையிலே,
நடந்ததை நவின்றால் நலமாகும் அனைவருக்கும்.

அனைவருக்கும் மகிழ்வளிக்கும் அற்புத நிகழ்வினை,
நிகழ்ந்தவிதம் விளம்புமென நவின்றனர் ரிஷிகளெலாம்,

அவ்விதம் உரைத்ததும் அமரரிஷி நாரதர்,
ஹிமவத்தாம் மலையிலே ஏற்பட்டதை இயம்பினார்.

(140)அனுசாசன பர்வம், பகுதி 140

இயம்பினார் பீஷ்மர் அவ்விடத்தில் நடந்ததை,
தொடர்ந்தார் நாரதர் தொகுத்தளித்த உரையை,
நாராயணர் நண்பரான நாரதமுனி உரைத்தார்,
சங்கரர் உமையிடம் சொன்னதான நிகழ்வினை.

நிகழ்வினை உரைத்தார் நாரதர் அனைவருக்கும்,
காளைதனை சின்னமாக கொடியிலே பதித்தவர்,
புண்ணியத்தை உடையவர் பேரிறைவர் மகாதேவர்,
வெகுதவத்தை இயற்றினார் உன்னதமலை ஹிமவத்தில்.

ஹிமவத்தில் வெகுதவம் இயற்றினர் மகரிஷிகள்,
சித்தர்கள் சரணர்கள் செய்தார்கள் பெருந்தவம்,
அவ்விடத்தில் செடிகொடிகளும் அனேகவித மரங்களும்,
மலர்கள் கொழிக்கவே மிகைத்தன எழிலில்.

எழிலில் மிகைத்த இமயத்தின் சிகரத்தில்,
அப்ஸரஸ்கள் பூதகணங்கள் அருகில் சூழ்ந்திருக்க,
மகிழ்வில் அமர்ந்திருந்தார் மகாதேவராம் இறைவர்,
அழகில் மிகைத்தோரும் அருவருப்போரும் இருந்தனர்.

இருந்தனர் அழகிலே ஈடிலாரும் அவ்விடத்தில்,
ஒருசிலர் வடிவமோ வியப்பினை விளைத்தது,
வேறுசிலர் முகங்கள் வேங்கையென சிம்மமென,
தோற்றத்திலோர் வேழமென தோன்றினர் கோரமாக.

கோரமாக விலங்குபோல காணப்பட்டன முகங்கள்,
நரியாக சிறுத்தையாக நரவடிவக் குரங்காக,
காளையாக ஆந்தையாக கொத்தும் வல்லூறாக,
மானாக இன்னும்பல மிருகமாக முகங்கள்.

முகங்கள் பலவித மிருகங்கள் பறவைபோல,

கணங்கள் கொண்டிருந்தன கணங்களுடன் அவ்விடத்தில்,
கின்னரர்கள் யக்ஷர்கள் கந்தர்வர்கள் குழுமினர்,
ராட்சதர்கள் பலரும் அவ்விடத்தில் இருந்தனர்.

இருந்தனர் வையத்தின் எல்லாவித உயிர்களும்,
மஹாதேவர் அமர்ந்திருந்த மலைப்பகுதி முழுதுமே,
தெய்வீகமானதோர் ஒளியில் துலங்கியது அழகாக,
வானவர் சந்தனத்துடன் வாசனை கமழ்ந்தது.

கமழ்ந்தது நறுமணம் கிளம்பிய அகிற்புகையால்,
எழும்பியது கருவிகளின் இசையொலி பெரிதாக,
மிருதங்கத்து ஓசையும் முரசொலியும் சங்கொலியும்,
பனவத்தொடு சேர்ந்து புனிதமிக்க இசையானது.

இசையானது ஈர்த்ததால் அங்கிருந்த பூதகணங்கள்,
நடனமிட்டு ஆடினர் நீலவண்ண மயில்களுடன்,
தோகைவிரித்து மயில்களும் திடத்துடன் நடமிட்டன,
ரிஷிகளது குழாத்தின்முன் அப்ஸரஸ்கள் நடமாடினர்.

நடமாடினர் அஸரசெனும் நங்கையரும் அவ்விடத்தில்,
காண்பவர் மகிழ்ந்து களிக்கவே அவ்விடத்தில்,
அழகானதோர் சூழல் அமைவுற்று இருந்தது,
வானவர் சொர்க்கமென விளம்பலாம் அவ்விடத்தை.

அவ்விடத்தைக் கண்டால் அழகுடன் இனிமை,
மலைமுகட்டை படுக்கையாக்கும் மஹாதேவர் இருந்ததால்,
பேரழகைக் காட்டியது புண்ணியமிகும் மாஅலை,
வேதமந்திரங்களை ஓதினர் வெகுப்பல வேதியர்கள்.

வேதியர்கள் பலரும் ஓதினார்கள் வேதங்களை,
தேனீக்கள் ரீங்காரமிட்டு தந்தன பின்னிசையை,
அவ்விடத்தில் இருந்த அழகுக்கு நிகரில்லை,
தோற்றத்தில் மகாதேவரை தொகுத்துரைத்தல் எளிதில்லை.

எளிதில்லை உக்கிரமிகும் இறைவரை இயம்புதல்,
சொல்வகை கடந்த சிறப்புமிகும் வடிவத்துடன்,
மகாதேவரை கண்டதும் மகரிஷிகள் மகிழ்ந்தனர்,

அவ்விடததை சார்ந்தனர் அனேகவித தவசிகள்.

தவசிகள் உயிராற்றலை தம்முள் இழுத்தவராக,
சித்தர்கள் சரணர்கள் சாத்யர்கள் மருதர்கள்,
விஸ்வதேவர்கள் நாகர்கள் வாசவன் யக்ஷர்கள்,
பைசாசர்கள் உலகை பாதுகாக்கும் திக்பாலகர்கள்.

திக்பாலகர்கள் வாயுக்கள் தொகையான அக்கினிகள்,
யோகத்தில் மனதை இறுத்தியே இருந்தார்கள்,
அழகில் மிகைத்ததான எத்தனையோ மலர்கள்,
அவ்விடத்தில் இருந்தன அனைத்தும் பேரழகு.

பேரழகு காட்டின பூத்திருந்த புதுமலர்கள்,
அனைத்து பருவங்களும் அவ்விடத்தில் இருந்தன,
பலவிதத்து மூலிகைகள் பெருக்கின பேரொளியை,
குதித்தெழுந்து பறவைகள் கூச்சலிட்டு பறந்தன.

பறந்தன பறவைகள் பாடின இன்னிசையை,
இனிதான சூழல் இருந்தது அவ்விடத்தில்,
வளமான தாதுக்குள் உடையதான சிகரத்தில்,
அழகான வடிவத்துடன் அமர்ந்திருந்தார் மகாதேவர்.

மகாதேவர் அமர்ந்திருந்த மாண்புமிக்க சிகரமே,
அன்னவர் ஓய்வெடுக்க அமைந்ததோர் படுக்கையென,
இருந்தார் ஓய்விலே அன்னவர் இடையிலே,
உடுத்திருந்தார் புலித்தோலை உடலின்மீது சிங்கத்தோலை.

சிங்கத்தோலை உடல்மீது சுற்றியிருந்தார் உடையாக,
பூணூலாய் அணிந்ததோ பாம்புகளில் ஒன்றாகும்,
செந்நிறத்தை உடையதான சிறந்த அங்கதங்கள்,
கரங்களை அழகாக்கின காட்சி பேரழகு.

பேரழகு மகாதேவரின் பச்சைநிற தாடியும்,
தலைமீது சடைமுடியை தரித்திருந்தார் முடிச்சிட்டு,
அச்சமுற்று நடுங்கும்படி அமைந்தது அவருருவம்,
தேவரது எதிரிகளைத் தவிக்கவைத்தது அவ்வடிவம்.

அவ்வடிவம் அனைத்துயிருக்கும் அளித்தது அபயத்தை,
காளையாகும் வாகனத்தைக் கொண்டவரென மகேசரை,
வணக்கம் அளித்து வழுத்தினர் மகிழ்வுடன்,
திருப்பாதம் பணிந்தனர் தூயவராம் ரிஷிகள்.

ரிஷிகள் தலையைத் தரைமேல் வைத்து,
பக்தியில் திளைத்து பரமனை வணங்கினர்,
மனதில் மன்னிக்கும் மாண்புகள் மிகைத்தவர்கள்,
பாவங்கள் அற்றவராய் புனிதத்தில் மிளிர்ந்தனர்.

மிளிர்ந்தனர் புனிதத்தில் மாதவமிக்க ரிஷிகள்,
அவ்விடத்தில் பலவித அகோரமான வடிவங்கள்,
தனிவிதத்தில் அழகுபெற்றுத் தெரிந்தன மிடுக்குடன்,
பாம்புகள் இருந்ததால் பாதைகள் தடைபட்டன.

தடைபட்டன பாதைகள் தாங்கொணா கோரத்தினால்,
அழகான தோற்றம் அரைக்கணத்திலே உண்டானது,
ஈசரான தேவரின் அன்பான மனைவி,
உமையான தேவி வந்தார் அருகாக.

அருகாக உமையுடன் இருந்தனர் பலபேர்,
பூதமான கணங்களின் பத்தினியரான மனைவியர்,
தொகையாக அன்னையுடன் தொடர்ந்து வந்தனர்,
மலையான ஹிமவத்தின் மகளான உமாதேவியை.

உமாதேவியை அலங்கரித்த உடைகளின் தோற்றம்,
ஈசரை ஒத்ததாக இருந்தது அழகுடன்,
விரதங்களை கடைப்பிடித்தார் விமலரைப் போலவே,
இடுப்பை ஒட்டியதாய் இருந்தது நீர்க்குடுவை.

நீர்க்குடுவை முழுவதும் நானிலத்தில் இருக்கும்,
தீர்த்தங்களை குறிக்கும் தண்ணீர்கள் நிரம்பியது,
அன்னையை தொடர்ந்தன அனைத்து தீர்த்தங்களும்,
வடிவைப் பெற்றிருந்தன வனப்புமிகும் வஞ்சியராய்.

வஞ்சியராய் பலபேர் வந்தனர் அன்னையுடன்,
உமையம்மை வருகையில் வழியெலாம் மலர்தூவி,

பலவகை நற்கந்தங்களை பொழிந்தனர் வானவர்,
ஹிமவத்தை உறைவிடமாய் ஏற்ற உமையம்மை.

உமையம்மை வந்தார் உன்னதர் மகேசரிடம்,
உலகத்தை படைத்தாளும் உருத்திர தேவரிடம்,
இளநகை பூத்து எண்ணத்தில் குறும்புற்று,
விளையாட்டை செய்வதற்கு வந்தார் பின்புறமாய்.

பின்புறமாய் வந்த பார்வதி தேவியார்,
அழகுமிக்கதாய் இருக்கும் அன்புக் கரங்களால்,
இருகண்களை மூடினார் இறைவர் மகாதேவருக்கு,
உலகத்தை காரிருள் வெளிச்சமின்றி மூடியது.

மூடியது வையத்தை முழுதான காரிருள்,
வேள்விகளை செய்யவும் வாய்ப்பில்லை எங்குமே,
வஷட்டை சொல்லவும் வழியில்லை எங்குமே,
மகிழ்வை இழந்து மருண்டன உயிர்கள்.

உயிர்கள் ஒளிபெற வரவில்லை சூரியன்,
விரைவில் அந்தகாரம் விலகியது உலகத்தில்,
நெற்றியில் ஒருகண் நெருப்புடன் உண்டாகியது,
ஆதலால் உலகத்தில் ஏற்பட்டது வெளிச்சம்.

வெளிச்சம் உண்டாக்கிய வானத்தின் பரிதியென,
ஒளிதரும் நெருப்பு வெளியேறியது கண்களில்,
யுகாந்தம் தன்னிலே எழும்பும் சம்வர்த்தகமென,
ஹிமவத்தாம் மாமலையை அழித்தது அக்கினி.

அக்கினி உண்டாக்கிய அழிவினைக் கண்டதும்,
தலைதனை தாழ்த்தித் தனது மணாளனை,
குழப்பமாய் நோக்கினார் காரிகை உமாதேவி,
ஹிமவத்தை நாற்புறத்திலும் எரித்தது பெருந்தீ.

பெருந்தீ எழும்பியதால் பெருமலை ஹிமவத்துடன்,
அத்தனை மரங்களும் அழகுமிகும் வனங்களும்,
மூலிகை செடிகளுடன் மிகப்பெரும் மரங்களுடன்,
சந்தனமரம் செடிகொடிகளுடன் சகலமும் எரிந்தன.

எரிந்தன மரங்கள் அடர்ந்த வனங்கள்,
வந்தன விலங்குகள் உளத்தில் பதட்டத்துடன்,
நின்றன மகாதேவரிடம் நெருப்பினின்று விடுபட்டிட,
பலவிதமான விலங்குகளுடன் பொலிவுற்றது அவ்விடம்.

அவ்விடம் தோன்றி அதீதப் பேரொளி,
வலுமிகும் சூரியன்கள் வந்தன பனிரண்டென,
சம்வர்த்தகம் எழுந்து சம்ஹரிக்கும் யுகாந்தமென,
வேகமிகும் தோற்றத்தில் ஒளியை உகுத்தது.

உகுத்தது பேரொளியை உன்னதமிகு அக்கினி,
மின்னலொடு அக்கினி மிளிர்ந்தது வானத்தில்,
இயமத்து சிகரங்களும் அடவிகளும் மூலிகைகளும்,
இல்லாது மறைந்தன ஆற்றல்மிகு அக்கினியால்.

அக்கினியால் தந்தைக்கு அழிவு உண்டாகிட,
வருத்தத்தால் உமாதேவி வந்தார் கணவரிடம்,
இருகரங்கள் கூப்பி அடைக்கலத்தை வேண்டினாள்,
உலகங்கள் படைத்தாளும் உமாசுதர் நோக்கினார்.

நோக்கினார் உமாதேவி நெகிழ்ந்து நின்றதை,
தந்தையார் அழிந்ததால் துக்கமுற்ற மனைவியை,
இறைவர் அன்புடன் ஏறிட்டு நோக்கியபின்,
மனதிலோர் கருணையுடன் மலையை நோக்கினார்.

நோக்கினார் ஹிமவத்தை நானிலத்தின் முதலிறைவர்,
மீண்டார் ஹிமவத் மாண்புமிக்க நன்னிலைக்கு,
முன்பிருந்ததோர் அழகுடன் மரங்களுடன் வனங்களுடன்,
தனக்கானதோர் இயல்புடன் தோன்றினார் ஹிமவத்.

ஹிமவத் இவ்விதம் அடைந்தார் மறுபிறப்பென,
மனதைத் தேற்றிய மகாதேவரின் மனைவி,
உலகத் தோற்றமும் உயிர்த்தொகை அனைத்துமான,
இதயத் தேவரிடம் எழுப்பினார் வினாவை.

வினாவை எழுப்பினார் உமாவான மகாதேவி,

புனிதத்தை உடையவரே பசுபதியான தேவரே,
திரிசூலத்தை ஏந்தும் திடமிக்க வீரரே,
சந்தேகத்தை அடைந்தேன் சொல்லவேண்டும் விடையை.

விடையை வாகனமாக உடையவரே சங்கரரே,
மூன்றாவதாய் ஒருகண் முகத்தில் உண்டானதேன்?
மலையை செடிகொடிகளுடன் மரங்களுடன் எரித்ததேன்?
வடிவத்தை மீண்டும் வழங்கியதேன் ஹிமவத்துக்கு.

ஹிமவத்துக்கு ஆபத்து ஏற்படுத்தி அழித்தபின்,
எதற்கு அம்மலைக்கு அளித்தீர் புனர்வாழ்வு?
விளக்குவது வேண்டுமென வினவினார் உமாதேவி,
வினாவுக்கு விடையை விளம்பினார் மகாதேவர்.

மகாதேவர் இயம்பினார் மாண்புமிக்க பார்வதியே,
புனிதமிக்கதோர் தேவியே பாவமேதும் அற்றவளே,
விளைவிலோர் கருத்தின்றி விளையாட்டாய் கண்களை,
மூடியதோர் செயலால் மறைந்தது வெளிச்சம்.

வெளிச்சம் அகன்றது வையங்கள் முழுவதிலும்,
அவ்விதம் உலகங்கள் அந்தகாரத்தில் தவித்ததால்,
ஒளிதரும் பொருட்டாக உண்டாக்கினேன் நடுக்கண்ணை,
ஆற்றல்மிகும் அக்கண்ணில் எழுந்தது செந்தீ.

செந்தீ தாக்கியதால் சாம்பலாகியது ஹிமவத்,
உன்னை மகிழ்விக்க உளத்தில் எண்ணியதால்,
ஹிமவத்தை மீண்டும் எழுப்பினேன் முன்போல,
தாக்கத்தை மாற்றி தந்தேன் புதுவடிவம்.

புதுவடிவம் பெற்றார் பெருமலையாம் ஹிமவத்தென,
விளக்கம் அளித்தார் வையத்தின் முதலிறைவர்,
அவரிடம் உமாதேவி எழுப்பினார் வினாவை,
புனிதமிகும் இறைவரே பகரவேண்டும் பதிலை.

பதிலை உரைப்போர் பாருலகின் வேந்தரே,
கிழக்கை வடக்கை கீழ்மையிலா மேற்கை,
நோக்குவதாய் முகங்கள் நீவிர் உடையீர்,

பேரழகாய் அம்முகங்கள் பொலிவுடன் உள்ளன.

உள்ளன மும்முகங்கள் ஒளிமிகும் சந்திரனென,
தெற்கான திசைநோக்கும் தங்களின் முகமானது,
கோரமான தோற்றத்தில் கொடுப்பதேன் அச்சத்தை?
சடைமுடியென உயர்ந்தது சிவந்ததன் காரணமென்ன?

காரணமென்ன நீவிர் கொண்டிருக்கும் பிரமசரியத்துக்கு?
சடைதாரியென நீவிர் சற்றும் தளர்த்தாமல்,
பிரமசாரியான விரதத்தை பிசகாமல் நோற்பதேன்,
பிநாகமான் பெருவில்லை பிடித்ததேன் கரத்தில்?

கரத்தில் பிநாகம் கொண்டதன் காரணமென்ன?
மிடற்றில் நீலநிறம் மன்றியது எதனால்?
மயிலில் தோகைபோல மிகவும் அடர்நீலமாக,
கண்டத்தில் தோன்றும் கருநீலம் எதற்காக?

எதற்காக சடைமுடியை பெரிதாக வைத்துளீர்?
விளக்கமாக இதற்கெலாம் வழங்கவேண்டும் பதிலை,
மனைவியாக உம்முடன் மனமுவந்து வாழுகிறேன்,
உமைப்போல கடமைகளை உடையேன் எனக்கும்.

எனக்கும் உம்மீது இருக்கிறது பெரும்பக்தி,
காளையாகும் சின்னத்தை கொண்டவராம் மகாதேவா,
எனக்கியம்பும் விளக்கமென எழுப்பினார் வினாவை,
நாரதரும் அதையடுத்து நவின்றார் நடந்ததை.

நடந்ததை கண்டதும் நங்கை பார்வதிதேவி,
கணவனை நோக்கிக் கேட்டவை அனைத்துக்கும்,
பிநாகத்தை தாங்கும் பேரிறைவர் மகாயோகி,
மகிழ்வை மிகக்காட்டி மொழிந்தார் பதிலை.

பதிலை உரைக்கிறேன் பார்வதி தேவியே,
கேட்டவை அனைத்துக்கும் கொடுக்கிறேன் காரணங்கள்,
தோற்றத்தைக் குறித்துத் தொடுத்தாய் வினாக்களை,
தொகுப்பாய் பதில்களைத் தருகிறேன் உனக்கு.

(141)அனுசாசன பர்வம், பகுதி 141

உனக்கு உரைப்பேனென விமலர் தொடர்ந்தார்,
புனிதத்து வடிவானவர் பரமேசர் சம்பு,
உமைக்கு பதிலை உரைத்தார் கனிவாக,
முன்னொரு காலத்தில் மாதொருத்தி பிறந்தாள்.

பிறந்தாள் அம்மாது பெயருற்றாள் திலோத்தமையென,
அகிலத்தில் இருக்கும் அழகுமிகும் பொருட்களின்,
அழகுகள் அனைத்தையும் அமைத்திருந்தார் அவளுடலில்,
ஒருநாள் அம்மாது வந்தாள் எனைவணங்க.

எனைவணங்க வந்தவள் என்னை வலம்வந்தாள்,
மனதுள்ளாக அந்த மாதரசியின் உட்கருத்து,
தூண்டுதலாக எனக்குத் தரவேண்டும் இச்சையென,
பல்வரிசையாக அமைந்ததும் பேரழகு அம்மாதுக்கு.

அம்மாதுக்கு நிகரான அழகுடையார் எவருமில்லை,
சுற்றுதற்கு அம்மாது சென்றதான திசைகளெலாம்,
காண்பதற்கு ஆர்வமுற்று கிளம்பின முகங்கள்,
நான்குதிக்கு நோக்கின நான்குவித முகங்களும்.

முகங்களும் நான்காக்கி மாதைக் கண்டேன்,
யோகமெனும் பலத்தினால் இவ்விதம் நிகழ்ந்தது,
கிழக்குநோக்கும் முகத்தால் கோனாக ஆளுகிறேன்,
வடக்குநோக்கும் முகத்தால் உன்னுடன் மகிழுகிறேன்.

மகிழுகிறேன் உன்னுடன் முகங்களில் வடக்கிருப்பதால்,
மேற்குநோக்கும் முகத்தால் மகிழ்விக்கிறேன் உயிர்களை,
கோரமுகம் ஒன்றினைக் கொண்டுளேன் தெற்கிலே,
அழிக்கும் காலத்தில் அம்முகம் பயன்படும்.

பயன்படும் நான்முகமும் பகுக்கப்பட்ட பணிகளுக்கு,
பிரமசரியம் கடைப்பிடித்து பெரிதான சடையுடன்,
நான்வாழும் காரணம் நானிலத்தின் அனைத்துயிரும்,

பெறவேண்டும் நன்னலமெனும் பரிவான நோக்கமே.

நோக்கமே தேவருக்கு நலஞ்செய்யக் கொண்டதால்,
கரத்திலே பிநாத்தைக் கொண்டுளேன் எப்போதும்,
பொறாமையே கொண்டதால் புரந்தரன் என்மீது,
வஜ்ரத்தையே ஏவியதால் விளைந்தது பெருவெம்மை.

பெருவெம்மை கண்டத்தில் பாதிப்பை உண்டாக்கியதால்,
நீலகண்டத்தை அடைந்தேன் நீலலோகிதனென
பெயருற்றேனென,
விடைகளை உரைத்தார் விமலர் உமைக்கு,
சந்தேகத்தை மேலும் சொன்னார் உமையம்மை.

உமையம்மை வினவினார் உலகத்தின் முதல்வரே,
பலவகை வாகனங்கள் பெரிதாகவும் சிறப்பாகவும்,
இருபப்தை அறிந்தும் எதற்காக நீவிர்,
காளைமாட்டைத் தேர்ந்தெடுத்து கொண்டீர் வாகனமாக?

வாகனமாக காளையை வைத்ததற்குக் காரணத்தை,
தெளிவாக உரைக்கிறேன் தூயவர் உனக்கென்று,
விரிவாக பதிலை வழங்கினார் மகாதேவர்,
பிதமகரான பிரமதேவர் படைத்தார் சுரபியை.

சுரபியைப் படைத்தார் சொரியவேண்டும் பாலையென,
பாலைப் பெருக்கு பாருலகை வளர்த்திட,
பலவகை பசுக்கள் பெருகின வையத்தில்,
இனிமை மிகுந்ததாக அளித்தன பசும்பாலை.

பசும்பாலை உண்டதொரு பசுமாட்டின் சிறுகன்று,
அன்னையை ஊட்டிவிட்டு ஆட்டியது தலையை,
பால்நுரை என்மீது பட்டதால் வெகுண்டேன்,
பசுக்கள் அனைத்தையும் பொசுக்கினேன் கோபத்தால்.

கோபத்தால் கொதித்தவனை கனிவித்தார் பிரமதேவர்,
கொம்புகள் பெருத்த காளையை எனக்கு,
வழங்குதல் செய்தார் வாகனம் ஆகட்டுமென,
கொடியில் பொறிக்கவும் கொண்டேன் காளைசின்னம்.

காளைசின்னம் கொண்டேன் கொடுத்தவர் பிரமரென,
காரணம் உரைத்ததும் கேட்டார் உமையம்மை,
அகிலாண்டம் முழுவதும் அனேகவித உறைவிடங்கள்,
இருந்தாலும் தாங்கள் இருப்பதேன் சுடுகாட்டில்?

சுடுகாட்டில் முடியும் சக்கை எலும்புகளும்,
நாய்நரிகள் வல்லூறுகளும் நிரம்பி இருக்கின்றன,
எரிகுழிகள் பலவற்றில் எரிகின்றன சவங்கள்,
தரையில் கொழுப்புடன் தெளித்திருக்கும் குருதி.

குருதி சிதறிய கருஞ்செம்மை தரைமீது,
நாய்நரி ஊளையிட்டு நாராசமாய் ஒலியெழுப்பும்,
தூய்மை இல்லாத தகைமையிலா சுடுகாட்டில்,
விரும்பி அமருதற்கு விளம்புவீர் காரணத்தை.

காரணத்தை உரைப்பேனனெக் கூறினார் மகாதேவர்,
உலகத்தை சுற்றுகிறேன் உகந்ததோர் புனிதத்தலம்,
ஏற்பாய் எனக்கு இருக்கும் இவ்வுலகிலென,
காணவில்லை சுடுகாட்டிலும் கேடற்றதோர் நற்றலத்தை.

நற்றலத்தைக் கண்டேன் நடுங்கவைக்கும் சுடுகாட்டில்,
எத்தலத்தைக் கண்டாலும் அத்தலத்தினும் மேலாக,
என்மனத்தை ஈர்க்கும் இருப்பிடம் சுடுகாடுதான்,
ஆலமரத்தைக் கொண்டிருப்பதால் அவ்விடத்தில் நிழலிருக்கும்.

நிழலிருக்கும் அவ்விடத்தில் நசிந்திருக்கும் மலர்மாலைகள்,
என்னுடனிருக்கும் பூதகணங்கள் எண்ணிக்கை மிகவதிகம்,
அவரனைவருக்கும் பிடித்ததாக இருக்கிறது அவ்விடந்தான்,
இனிமைமிகும் நகையாளே இதுதான் காரணம்.

காரணம் யாதெனில் கடுமைமிகும் பூதகணங்கள்,
என்னுடன் இல்லாமல் இருப்பதை விரும்பிடேன்,
இதுவாகும் சுடுகாட்டை இனிமைமிகும் இடமென்று,
ஏற்றிடும் தன்மை ஏற்பட்டதன் உட்பொருள்.

உட்பொருள் என்னவென உரைத்தேன் தேவியே,

அவ்விடத்தில் இருந்தால் அமரருலகிலும் மேலாக,
மகிழ்வில் இருக்கிறேன் மாதே ஆதலால்,
ஆதலால் அவ்விடத்தை அண்டி வாழுகிறேன்.

வாழுகிறேன் சுடுகாட்டில் வானவரின் சொர்க்கமென,
புனிதத்தின் உறைவிடமென பகருவேன் அவ்விடத்தை,
அதனால்தான் புனிதமிக்க அகத்தை விரும்புவோர்,
சுடுகாட்டின் சூழலை சொல்லுவார் மேன்மையென.

மேன்மையென சுடுகாட்டில் மகிழ்ந்துறையும் இறைவர்,
தெளிவான பதிலைத் தந்ததும் உமாதேவி,
அடுத்ததான கேள்வியை அடுக்கினார் மகேசரிடம்,
கடமையென இருப்பவற்றைக் கடைப்பிடிக்கிறீர் வழுவாமல்.

வழுவாமல் நெறிப்படி வாழுகிறீர் மகேசரே,
பிநாகவில் ஏந்தும் பெருவீரரே உம்மிடம்,
கேட்டால் சந்தேகத்துக்கு கிடைக்கும் நிவர்த்தியென,
உம்மிடத்தில் வினவுகிறேன் வழங்குங்கள் பதிலை.

பதிலை வேண்டுகிறேன் பாருலகின் வேந்தரே,
உலகில் துறவிகள் உன்னதத் தவசிகள்,
ரிஷிகள் முனிவர்கள் இருக்கிறார்கள் பல்லாயிரம்பேர்,
அவர்கள் நலத்துக்கும் என்நலத்துக்கும் கேட்கிறேன்.

கேட்கிறேன் உம்மிடம் கூறவேண்டும் பதிலை,
தவத்தின் சீலத்தின் தூயதான கடமைகளின்,
நெறிகளின் அடையாளத்தை நவிலவேண்டும் விவரமாக,
என்னதான் நெறியாளரின் அடையாளம் இவ்வுலகில்?

இவ்வுலகில் கடமைகளை இயற்றுவோர் அடையாளமென்ன?
தவத்தில் ஆழ்ந்திருக்கும் தூயவரின் அடையாளமென்ன?
நெறியேதும் அறியாராக நிற்கதியாய் இருப்போரும்,
சரியாகும் மார்க்கத்தில் சாருதற்கு வழியுண்டோ?

வழியுண்டோ நன்னெறியில் வாழுவோரைக் கண்டறிய?
மார்க்கமுண்டோ அறியாதவரும் மாண்புடன் பலனடைய?
பதிலுண்டோ இந்த பாவையின் சந்தேகத்துக்கென,

அகிலத்தோர் நலத்துக்கென எழுப்பினார் வினாவை.

வினாவை எழுப்பிய உமாதேவி மகிழவே,
விடையை அளித்தார் விமலரென நிகழ்வுகளை,
தொடர்ச்சியாய் நவின்றார் தேவரிஷி நாரதர்,
இவ்வினாவை எழுப்பியதும் அனைவரும் மகிழ்ந்தனர்.

மகிழ்ந்தனர் ரிஷிமுனிவர் மிகச்சிறந்த வினாவென,
போற்றினர் ஹிமவத்தின் பாங்குமிக்க மகளை,
வாழ்த்தினர் ரிக்குகளால் வேதமுதல் தேவியை,
மகாதேவர் மனமுவந்து மொழிந்தார் பதிலை.

பதிலை உரைக்கிறேன் பார்வதியே கேளாய்,
அஹிம்சை உண்மை அனைத்துயிரிடம் கருணை,
மனநிலை அமைதியாதல் மற்றவருக்கு ஈகை,
இவற்றை கடமைகளின் அடிப்படையாய் ஏற்கவேண்டும்.

ஏற்கவேண்டும் நெறிவிட்டு எப்போதும் விலகாவிரதம்,
மற்றவர்தம் மனைவியருடன் முயங்குதல் கூடாது,
தன்னிடம் காவலுக்குத் தரப்பட்ட மாதரையும்,
பொன்னொடு பொருளையும் பாதுகாக்கவேண்டும் தக்கவிதம்.

தக்கவிதம் தனக்குத் தரப்படாத பொருளை,
எப்படியேனும் பெறவேண்டுமெனும் ஈனமனம் கூடாது,
தேனையும் இறைச்சியையும் தொடுதலும் கூடாது,
இவ்வைந்தும் ஒருவரின் அடிப்படைக் கடமைகள்.

கடமைகள் அல்லது கடைப்பிடிக்கும் மார்க்கமென,
சமயங்கள் என்று சொல்லப்படும் வழிகளில்,
பலவகைகள் உண்டு பாதகமில்லை ஏதொன்றிலும்,
அவைகள் அனைத்தும் அளிக்கும் மகிழ்வை.

மகிழ்வை அளிக்கும் மிகநல்ல மார்க்கங்களை,
கடமை என்று கடைப்பிடித்தல் அவசியம்,
இவற்றை புண்ணியத்துக்கு ஏற்றவித வழிகளென,
கருத்தை உரைத்தேன் கேட்டுக்கொள் விவரத்தை.

விவரத்தை உரைத்த விமலரிடம் அடுத்ததாக,
சந்தேகத்தை உரைத்தார் சக்தியெனும் உமாதேவி,
வேறொன்றை குறித்தும் உண்டானது சந்தேகம்,
பதிலை அளித்து போக்கவேண்டும் சந்தேகத்தை.

சந்தேகத்தை உரைக்கிறேன் சொல்லுவீர் பதிலை,
நால்வருணத்தை சார்ந்தவர்கள் நானிலத்தில் வாழுதற்கு,
கடமை என்னென்ன கூறுவீர் விளக்கமாக,
பிராமணரை சார்ந்த பெருங்கடமை என்ன?

என்ன கடமைகள் இருக்கின்றன க்ஷத்ரியருக்கு?
வைசியரென இருப்போருக்கு வாய்த்த கடமையென்ன?
சூத்திரரான வருணத்தார் செயத்தக்க கடமையென்ன?
விளக்கமான பதிலை வழங்கவேண்டும் மகாதேவா.

மகாதேவா என்றதும் மொழிந்தார் பதிலை,
சரியானதாய் சொன்னாய் சந்தேகத்தின் விவரத்தை,
வினாவாய் எழுப்பியது வெகுமேன்மை கருத்தாகும்,
கடமையாய் இருப்பவற்றை கூறுவேன் வருணப்படி.

வருணப்படி வேதியர் வெகுபுண்ணியம் உடையோர்,
தேவரென்று பூமியில் தகைமையொடு வாழுவோர்,
விரதப்படி வாழுவது வேதியரின் கடமையாகும்,
கடமைப்படி வாழ்ந்தால் கிடைக்கும் பிரமஞானம்.

பிரமஞானம் கிடைக்க பிரமசரியம் கடைப்பிடித்து,
உடுக்கவேண்டும் முப்புரிநூலை வாழவேண்டும் புலனடக்கி,
இவையாகும் வையத்தில் இருபிறப்பாளர் வாழ்வுவழி,
பிரமணராகும் ஒருவர் பெரியோரை தொழவேண்டும்.

தொழவேண்டும் குருவை தரவேண்டும் மரியாதை,
வணங்கவேண்டும் தேவர்களை வாழ்வவேண்டும் நெறிப்படி,
அனைத்துயிரும் வாழுதற்கு உகந்தவழி இஃதென்று,
உமையிடம் மகாதேவர் உரைத்தார் கனிவாக.

கனிவாக உமாதேவி கூறினார் மீண்டும்,
முழுதாக சந்தேகங்கள் மனம்விட்டு விலகவில்லை,

கடமையாக இருப்பவற்றைக் கூறவேண்டும் விளக்கமாக,
தெளிவாக என்மனம் தெரிந்துகொள்ள ஏற்றவிதம்.

ஏற்றவிதம் பதிலை அளிப்பீரென வேண்டியதும்,
உமையிடம் அன்புற்றவர் உமாசுதர் மகேஸ்வரர்,
நெறிகளும் கடமைகளும் நுண்மையான ரகசியங்கள்,
வழுவாவிதம் நெறிப்படி வாழவேண்டும் கடமையாற்றி.

கடமையாற்றி வாழவேண்டும் காக்கவேண்டும் அக்கினியை,
வேதத்தில் உள்ளதான விரதங்களை நோற்கவேண்டும்,
குருமார்கள் கட்டளையை கருத்துடன் முடிக்கவேண்டும்,
துறவிபோல் பற்றின்றித் தூயராக வாழவேண்டும்.

வாழவேண்டும் எப்போதும் வேதமந்திரம் ஜபித்தபடி,
அணியவேண்டும் முப்புரிநூல் இருக்கவேண்டும்
பிரமசாரியாய்,
இவையாகும் பிராமணருக்கு இருக்கும் கடமைகள்,
குருவிடம் கட்டளைபெற்று குடும்பவாழ்வை துவக்கவேண்டும்.

துவக்கவேண்டும் குடும்பவாழ்வை தந்தையின் சொற்படி,
மணக்கவேண்டும் நலமிக்க மாதினை மனைவியாக,
சூத்திரர்தம் உணவை சுவைப்பதைத் தவிர்க்கவேண்டும்,
நெறியாகும் நல்வழியில் நடக்கவேண்டும் தளர்வின்றி.

தளர்வின்றி நோற்கவேண்டும் தூயதான பிரமசரியம்,
பிராமணருக்கு கடமைகளைப் பகர்ந்தேன் அடுக்காக,
குடும்பத்தில் இருப்பவர்கள் காக்கவேண்டும் அக்கினியை,
வேதத்து மந்திரங்களை ஓதுவது அவசியம்.

அவசியம் பித்ரிக்களுக்கும் அமரருக்கும் தொழுகைகள்,
புலனைந்தையும் அடக்கி புத்தியைக் கட்டவேண்டும்,
தேவருக்கும் விருந்தினருக்கும் தந்தபின் மிகுந்ததை,
உண்ணவேண்டும் உணவுகளை அதிகம் உண்ணலாகாது.

உண்ணலாகாது ஆசைப்பட்டு அதிகமான உணவுகளை,
பேசுவது ஏதெனினும் பேசவேண்டும் உண்மையையே,
அகம்புறத்துத் தூய்மை அவசியமாகும் பிராமணருக்கு,

விருந்தினருக்கு உணவளித்தல் ஒவ்வொருவருக்கும் கடமை.

கடமை வேள்விக்கென கூறப்படும் அக்கினிகள்,
மூன்றினை அகத்தில் முறையாகக் காப்பது,
எளிமை மிகுந்ததான இஷ்டியெனும் வேள்விசெய்து,
விலங்குகளை ஆகுதியாக வழங்கவேண்டும் தேவருக்கு.

தேவருக்கு வேள்விசெய்தல் தலையாயதொரு கடமை,
பிறருவுருக்கு ஊறுகள் புரியாமையும் கடமை,
தேவருக்கு விருந்தினருக்கு தனைச்சார்ந்து வாழ்வோருக்கு,
உணவிட்டு அதன்பின்னர் உண்ணவேண்டும் கடைசியாக.

கடைசியாக உண்ணுதல் கடமையாகும் குடும்பத்தாருக்கு,
தேவருக்கு விருந்தினருக்கு தன்னைச் சார்ந்தோருக்கு,
கொடுத்தபின்பு மிகுந்ததை கூறுவார் விகசமென்று,
குடும்பத்து வாழ்வுடையார் கொள்ளவேண்டும் விகசத்தை.

விகசத்தை உண்ணுவது வெகுமேன்மையை கொடுக்கும்,
குடும்பத்தை சேர்ந்தவரும் குடும்பத்தின் பணியாளரும்,
உணவினை உண்டபின்பு உண்ணவேண்டும் இறுதியாக,
வேதத்தை அறிந்தவராய் அனுதினம் ஓதவேண்டும்.

ஓதவேண்டும் வேதத்தை வாழவேண்டும் தூயவராய்,
கணவனும் மனைவியும் கடைப்பிடிக்கும் நெறிமுறைகள்,
சிறிதளவும் மாற்றமின்றி சீர்மிக்கதாய் இருக்கவேண்டும்,
வீட்டிலிருக்கும் தெயவங்களை வணங்கவேண்டும் மலர்தூவி.

மலர்தூவி இறைவரை மனதார வணங்கவேண்டும்,
தூய்மையாய் சாணமிட்டு தரையை மெழுகவேண்டும்,
உபவாசத்தை கடைப்பிடித்து வேள்விப்புகை எழுப்பவேண்டும்,
வீட்டினை சுத்தமாக்கி வணங்கவேண்டும் பித்ரிக்களை.

பித்ரிக்களை வணங்கிப் பாங்குடன் வாழவேண்டும்,
இவைகளை குடும்பத்தில் இருப்போரின் கடமைகளென,
இருமுறை பிறப்புடையார் எல்லோரும் இயற்றவேண்டும்,
இவைகளை இயற்றுவதால் இவ்வுலகம் நிலைபெறும்.

நிலைபெறும் உலகமே நல்லவிதம் குடும்பத்தார்,
அனுதினம் பொறுப்புடன் இயற்றும் கடமைகளால்,
குடும்பமெனும் வாழ்வுவழி கடைப்பிடிக்கும் பிராமணருக்கு,
இவையாகும் கடமைகள் இயம்பினேன் தொகுப்பாக.

தொகுப்பாக அடுத்துத் தருகிறேன் கடமைகளை,
எவ்விதமாக க்ஷத்ரியர்கள் இவ்வுலகில் வாழ்வதென,
கவனமாக அவற்றைக் கேட்பாய் தேவியே,
க்ஷத்ரியராக பிறந்தவர்கள் செய்யவேண்டும் காவல்.

காவல் செய்யவேண்டும் கருணையுடன் ஆளவேண்டும்,
உயிர்கள் அனைத்துக்கும் வழங்கவேண்டும் காவலை,
மக்கள் சம்பாதிப்பதில் மன்னனுக்கும் பங்குண்டு,
அவர்கள் நல்வாழ்வுதான் அரசனது நெறியாகும்.

நெறியாகும் முறையிலே நல்லாட்சி செய்வதும்,
தனதாகும் மக்களைத் தக்கவிதம் காப்பதும்,
அரசர்தம் கடமைகள் அரசர்கள் மக்களை,
காத்திடும் நற்செயலால் கிடைக்கும் சொர்க்கவாழ்வு.

சொர்க்கவாழ்வு கிடைக்கும் சரியாக ஆளுபவோர்க்கு,
அதையடுத்து வேந்தர்களிடம் இருக்கவேண்டும் தன்னடக்கம்,
ஓதுவது வேண்டும் வேதங்களை க்ஷத்ரியர்கள்,
வேள்விசெய்து ஆகுதிகள் வழங்குதல் கடமை.

கடமை தானங்கள் கொடுப்பதும் வேந்தருக்கு,
பூணூலை அணிவதும் பார்வேந்தரின் கடமையாகும்,
பணியாட்களை சார்ந்தோரை பாதுகாப்பதும் கடமை,
துவக்கியதை முடிக்கவேண்டும் தமது மனவுறுதியால்.

மனவுறுதியால் செயலனைத்தும் முடிக்கவேண்டும் வேந்தர்கள்,
தவறுகள் செய்தோருக்கு தவற்றுக்கு ஏற்றவிதம்,
தண்டனைகள் வழங்குவதும் தரணிவேந்தர் கடமைதான்,
வேதத்தில் சொன்னவிதம் வேள்விகள் செய்யவேண்டும்.

செய்யவேண்டும் வழக்குகளுக்கு சரியான விசாரணை,
கேட்கவேண்டும் இருபுறத்தார் கூறும் வாதங்களை,

வழங்கவேண்டும் தீர்ப்புகளை ஒருபுறமாய் சாயாமல்,
பேசவேண்டும் உண்மையை பரிதவிப்போர்க்கு
உதவவேண்டும்.

உதவவேண்டும் தவிப்போர்க்கு வேந்தராக ஆளுபவர்,
இந்தவிதம் வாழுவதால் இவ்வுலகிலும் அவ்வுலகிலும்,
மிகப்பெரும் நற்பலனை மன்னர்கள் பெறுவார்,
தருமயுத்தம் செய்துத் தம்முயிரை இழக்கவேண்டும்.

அழக்கவேண்டும் தம்முயிரை ஆவினத்துக்கென
பிராமணருக்கென,
அவ்விதம் செய்தவர்கள் அஸ்வமேதிகங்கள் இயற்றியதால்,
கிடைக்கும் பலனை கொள்ளுவார் எளிதாக,
இவையாகும் வேந்தருக்கு ஏற்றவித கடமைகள்.

கடமைகள் வைசியருக்கு கூறுகிறேன் தேவியே,
மாடுகணுகள் காத்தல் மண்ணை உழுதுண்ணுதல்,
வேள்வியில் ஆகுதிகள் வழங்கி தொழுதல்,
தானங்கள் வழங்குதல் தொழில்செய்தல் ஓதுதல்.

ஓதுதல் வணிகம் வேதவழியில் நடத்தல்,
மனதளவில் அமைதிகாத்தல் மாண்புடன் வாழுதல்,
புலன்களில் அடக்கம் பிராமணர்களை வரவேற்றல்,
பொருட்களில் பற்றின்மை பெருங்கடமை வைசியருக்கு.

வைசியருக்கு கடமைகள் வணிகமும் நெறிவாழ்வும்,
வணிகத்து தொழிலிலும் விற்கலாகாது எள்ளினை,
வாசனைமிகு திரவியங்களை வேறேதும் திரவங்களை,
பழச்சாறு முதலானவற்றை பிறருக்கு விற்கலாகாது.

விற்கலாகாது பழச்சாற்றறை வாழவேண்டும் நல்வழியில்,
நாடிவந்து கேட்போருக்கு நல்கவேண்டும் ஆதரவை,
முத்திரட்டு எனப்படும் மோட்சத்தொடு காமார்த்தம்,
திரட்டுவது வேண்டும் தன்னால் இயன்றவரை.

இயன்றவரை பணிகளை ஏற்கவேண்டும் சூத்திரர்கள்,
இருபிறப்பை உடையவரை அண்டியே பணிசெய்து,

உண்மையை பேசி உளத்தில் நுண்ணியராகி,
புலன்களை அடக்கியவர் பெருந்தவம் நோற்றவர்.

நோற்றவர் ஆவார் நலமிக்க சூத்திரரும்,
அன்னவர் தமக்கு ஆகின்ற கடமையென,
விருந்தினர் வந்தால் உபசரித்து கவனித்தால்,
பெறுகிறார் பெருந்தவம் புரிந்ததன் புண்ணியத்தை.

புண்ணியத்தை பெறுகிறார் பணிபுரியும் சூத்திரரும்,
அறிவாற்றலை உடையவராக அறவழியை மீறாதவராக,
தேவர்களை பிராமணரை பக்தியுடன் தொழுபவர்,
நெறிகளை மீறாத நற்பண்பை அடைகிறார்.

அடைகிறார் நால்வருணத்தார் அதிகமான நன்னலத்தை,
அவரவர் கடமைகளை அவரவர் இயற்றுவதால்,
பெறுகிறார் மேன்மையென பகர்ந்தேன் மாதே,
கேள்விக்கோர் பதிலை கொடுத்தேன் விளக்கமாக.

விளக்கமாக உனக்கு வழங்கினேன் பதிலை,
அடுத்ததாக எதுகுறித்து இயம்புதல் வேண்டுமென,
சந்தேகமாக இருப்பதை சொல்லுவாய் என்றதும்,
இணக்கமாக உமாதேவி இயம்பினார் பதிலை.

பதிலை முழுதாக பகர்ந்தீர் மகேசரே,
நால்வகை வருணத்தார் நயந்து புரியத்தகும்,
கடமைகளை தனித்தனியாய் கூறினீர் விவரமாக,
பொதுவானவகை கடமைகளை பகருவீர் நால்வருணத்துக்கும்.

நால்வருணத்துக்கும் பொருவானதை நவிலுகிறேன் என்பதாக,
பதிலை துவக்கினார் பாருலகின் இறைவர்,
அகிலத்தை உருவாக்கிய அயனாராம் பிரமதேவர்,
நெறிவழியை மட்டுமே நினைபவர் மனத்தில்.

மனத்தில் தூயவரான மாண்புமிக்க பிரமதேவர்,
பிராமணர்கள் என்போரை படைத்தார் முதலிலே,
உலகங்கள் உய்வதற்கு உகந்தவகை நெறிகளை,
நிலைநாட்டுதல் வேண்டுமென நியமித்தார் பிராமணரை.

பிராமணரை அறியவேண்டும் பூமியிலே தேவரென,
எந்தவகை செயல்களை இயற்றவேண்டும் பிராமணரென,
மார்க்கத்தை உரைக்கிறேன் மிகவும் உயர்ந்ததாக,
மூன்றுவகை மார்க்கங்கள் மாந்தருக்கு உரித்தாகும்.

உரித்தாகும் மூன்றுமார்க்கம் உன்னதர் பிரமருக்கே,
இவைமூன்றும் படைத்தவர் ஈடிலார் பிரமர்தான்,
மீண்டுமீண்டும் அகிலங்கள் முடிந்து அடங்கியபின்,
துவங்கும் காலத்திலே தருகிறார் இம்மூன்றை.

இம்மூன்றை உரைக்கிறேன் இம்மார்க்கங்கள் அழியாதவை,
இவற்றை சீர்தூக்கினால் அருமறையாம் ஸ்ருதிகளின்,
மார்க்கத்தை அனைத்திலும் மேலென்று உரைப்பேன்,
அடுத்தவகை மார்க்கம் ஏற்பதாகும் ஸ்ம்ருதிகளை.

ஸ்ம்ருதிகளை சார்ந்து செல்லுவது இரண்டாம்வழி,
நெறிகளை மீறாத நல்லவர் வாழ்ந்தவிதம்,
அவர்களை பின்பற்றுதல் ஆகும் மூன்றாவதாக,
அறிவாற்றலை உடையவரான அந்தணர் ஓதவேண்டும்.

ஓதவேண்டும் மூன்றுவேதம் உரைப்பவை அனைத்தையும்,
அவ்விதம் ஓதுவதை ஆக்கலாகாது தொழிலாக,
தானதருமம் வேள்விகளையும் தூயதான வேதத்தையும்,
கடைப்பிடிப்பதாகும் வேதியரின் கடமைகள் மூன்று.

மூன்று கேடுகளை முழுதாக விலக்கவேண்டும்,
அனைத்து உயிருக்கும் அன்புற்ற நண்பனாக,
இருப்பது பிராமணருக்கு அமைந்த கடமையாகும்,
இவ்விதத்து வாழுவோரை அறியவேண்டும் பிராமணரென.

பிராமணரென இருப்போர் புரிவதற்கு உகந்ததென,
ஆறுவிதமான செயல்களை இயம்பினார் பிரமதேவர்,
வேள்வியென தான்செய்தல் வேள்விகளி ஹோத்ரியாதல்,
தானமென வழங்குதல் தானங்களை பெறுதல்.

பெறுதல் தானத்தை புரிதல் தானத்தை,

வேதங்கள் கற்பித்தல் வேதங்களை ஓதுதலென,
கடமைகள் ஆறினை கடைப்பிடிக்கும் பிராமணர்,
மேன்மைகள் புண்ணியங்கள் மன்றிடப் பெறுவார்.

பெறுவார் புண்ணியத்தை பிராமணர் கடமைகளால்,
வேதத்தையவர் ஓதுவது வெகுச்சிறந்த கடமை,
வேள்வியவர் புரிவதும் உயர்வான கடமை,
தானத்தையவர் தன்னாலானவரை தருவதும் கடமை.

கடமை இம்மூன்றெனக் கூறினேன் வரிசையாக,
முதன்மை இரண்டாவது மூன்றாவதென இம்மூன்றை,
ஆறுவகை கடமைகளில் ஏற்கலாம் ஒருவர்,
அனைத்துவகை மனிதருக்கும் இருக்கிறது பொதுக்கடமை.

பொதுக்கடமை உள்ளது புவனத்தில் அனைவருக்கும்,
நெறிவழியை நாடும் நல்லவர் அனைவரும்,
முதற்கடமை என்பதாக மனதுக்குள் எப்போதும்,
தியானத்தை புரிவது தூயதான கடமையாகும்.

கடமையாகும் மனவமைதியை கடைப்பிடித்தல் அவசியம்,
நெறியாகும் வழியிலே நடக்க விரும்பிடும்,
அனைவரும் தியானத்தால் அமைதியான மனத்துடன்,
வாழவேண்டும் இதுதான் வையத்தில் முதற்கடமை.

முதற்கடமை அனைவரும் மனவமைதியை கடைப்பிடித்தல்,
குடும்பத்தை நடத்துவோர்க்கு கிடைக்கத்தகும் புண்ணியங்கள்,
மிகமேன்மை உடையன மண்ணுலகில் மாந்தருக்கு,
ஐந்துவகை வேள்விகளை இயற்றவேண்டும் மானிடர்.

மானிடர் உண்மையையே மொழிவதால் நலம்வரும்,
வெறுப்பிலார் தானமீனுவோர் வெகுமேன்மை அடைவார்,
இருபிறப்பாளர் தனது இல்லத்துக்கு ஏகினால்,
அத்தகையோர் மகிழ அளிக்கவேண்டும் உபசரிப்பு.

உபசரிப்பு வழங்கவேண்டும் வீடுதேடி வந்தோருக்கு,
இருப்பிடத்து சூழலை அமைக்கவேண்டும் தூய்மையாக,
கர்வமற்று வாழுவதும் குறைவற்ற சிரத்தையும்,

அனைவருக்கும் நல்வார்த்தையும் அகத்தினர் கடமைகள்.

கடமைகள் அதிதிகளை கவனிப்பதும் மதிப்பதும்,
வீட்டில் இருப்பவர்கள் வேலையாட்கள் உண்டபின்னர்,
மீதத்தில் இருப்பதை மனமுவந்து உண்ணுதல்,
புண்ணியங்கள் அனைத்தையும் பெருக்கும் குடும்பத்தாருக்கு.

குடும்பதாருக்கு கடமை கவனிப்பதாகும் விருந்தினரை,
வந்தவருக்கு நீரை வழங்கவேண்டும் சுத்திகரிக்க,
கைகால்களுக்கு சுத்தமளிக்க கனிவுடன் நீர்கொடுத்து,
அளிப்பது வேண்டும் அர்க்கியத்தை விருந்தினருக்கு.

விருந்தினருக்கு ஆசனம் வழங்கி அமர்விக்கவேண்டும்,
ஓய்வெடுத்து உறங்குதற்கு வழங்கவேண்டும் படுக்கை,
விளக்களித்து இருள்போக்கி வழங்கவேண்டும் தங்குமிடம்,
அவ்விதத்து செய்பவர் அறவழியில் மேலானவர்.

மேலானவர் குடும்பத்தை மாண்புடன் நடத்துபவர்,
விழித்தெழுவார் அதிகாலையில் வாய்முகம் கழுவுவார்,
விருந்தினர் மகிழ வழங்குவார் உணவுகளை,
அன்னவர் செல்லுகையில் அவர்பின் நடப்பார்.

நடப்பார் சிறிதுதூரம் நயந்த மனத்துடன்,
அத்தகையோர் புண்ணியம் எப்போதும் நிலைக்கும்,
வீடுவந்தோர் அனைவருக்கும் வரவேற்பு அளிக்கவேண்டும்,
முத்திரட்டானதோர் காமார்த்த மோட்சத்தை நாடவேண்டும்.

நாடவேண்டும் சூத்திரர் நலமிக்க முத்திரட்டை,
அன்னவர் வாழ்வுக்கு அளிக்கப்பட்ட மார்க்கத்தை,
இயம்புவர் ப்ரவிருத்தியென இந்த மார்க்கத்தை,
உனக்கோர் தொகுப்பாக உரைக்கிறேன் கேளாய்.

கேளாய் குடும்பத்தார் கடமைகள் தொகுப்பினை,
தானத்தை அளித்தல் தகுந்தசெயல் குடும்பத்தார்க்கு,
வேள்விகளை அவ்வப்போது வேதமுறையில் நடத்தவேண்டும்,
தனதுநலத்தை விரும்புவோர் தருமவழியில் நடக்கவேண்டும்.

நடக்கவேண்டும் தருமவழியில் நெறிகளை மீறலாகாது,
சம்பாதிக்கும் பொருட்களை சரியாக மூன்றுபாகமாய்,
பகுக்கவேண்டும் அவ்விதம் பகுத்துப் பிரித்ததில்,
ஒருபாகம் கொண்டு வழங்கவேண்டும் தானதருமம்.

தானதரும் செய்திட தரவேண்டும் முதற்பாகத்தை,
இரண்டாவதாகும் பங்கினால் அனைத்துவிதத் தேவைகளை,
தீர்க்கவேண்டும் குடும்பத்துக்கும் தனக்கும் உகந்தவிதம்,
மூன்றாம்பாகம் முழுதையும் மாண்புடன் சேமிக்கவேண்டும்.

சேமிக்கவேண்டும் மூன்றிலொன்றை செலவிடவேண்டும் மூன்றிலொன்றை,
தானதரும் மூன்றிலொன்றால் தரவேண்டும் ஆகமொத்தம்,
மூன்றுபாகம் ஆக்கவேண்டும் முறையாய் சம்பாதித்ததை,
இந்தவிதம் வாழுதல் ஏற்றதாகும் குடும்பத்தாருக்கு.

குடும்பத்தருக்கு வாழும்வழி கூறினேன் இதுவரை,
இதையடுத்து நிவ்ருத்தியென இருக்கிறது வேறுமார்க்கம்,
ஞானமுற்று விடுபடுதல் ந்விருத்தியின் நோக்கமாகும்,
எவ்விதத்து நிவ்ருத்தியை இயற்றுவதென உரைப்பேன்.

உரைப்பேன் நிவ்ருத்தியான உன்னத மார்க்கத்தை,
நிவ்ருத்தியின் முதல்தேவை நானிலத்து உயிர்களிடம்,
கருணையுடன் நடக்கும் கனிவான குணமாகும்,
ஒருதிந்தான் ஓரிடத்தில் வாழவேண்டும் அத்தகையோர்.

அத்தகையோர் மனதில் அடையலாகாது பந்தங்களை,
எதற்குமோர் எதிர்பார்ப்பு இல்லாத மனத்துடன்,
வாழுதற்கோர் இடமென விரும்பிடார் எவ்விடத்தையும்,
கரத்திலிக்குமோர் கமண்டலத்துக்கும் கவலையில்லை அவர்மனதில்.

அவர்மனதில் பற்றில்லை ஆடைக்கும் கமண்டலத்துக்கும்,
ஆசனத்தை ஓய்விடத்தை ஏந்தும் முக்கொம்பை,
சுமையாய் மட்டுமே சிந்திப்பார் அன்னவர்,
வேண்டுவதாய் எதனையும் விரும்பிடார் மனதில்.

மனதில் பற்றிலார் மண்ணில் உறங்குவார்,
இவ்விடத்தில் உறங்குதல் ஏற்றதென நினைத்திடார்,
அக்கினியில் அதனை ஏந்தும் கூட்டில்,
பற்றுகள் அற்றவர் புண்ணியமிகு நிவ்ருத்தியர்.

நிவ்ருத்தியர் ஆத்மனை நினைவார் மனத்திலே,
ஆத்மனானதோர் உயிராற்றலில் ஏற்படும் மாற்றங்களை,
அன்னவர் அகத்தினால் அறிந்து செயல்படுவார்,
அத்தகையோர் மனதிலே இருப்பது பிரமம்.

பிரமம் என்னும் பேரறிவு நிலையை,
அடையும் விதத்திலே அகத்தை செலுத்தி,
யோகம் சாங்கியம் என்னும் வழிகளில்,
பயணம் செய்வார் பற்றேதும் கிடையாது.

கிடையாது ஆசைகள் கைவல்யம் தேடுவோர்க்கு,
கூரையென்று வேண்டுவது கிளைகொண்ட மரத்தடிதான்,
தங்குவது மனிதரற்ற தனித்த வீடுகளில்,
உறங்குவது ஆற்றங்கரையில் ஒருதுளியும் பற்றில்லை.

பற்றில்லை விருப்பமில்லை பாருலகில் எதண்மீதும்,
தன்மனதை பிரமத்தின் தூய்மையில் இணைப்பார்,
மரத்தைப் போலவே மண்ணிலே அசையாதிருந்து,
உணவை விலக்கி விடுதலையை விரும்புவார்.

விரும்புவார் யோகத்தில் வேண்டும் முழுமையென,
சுற்றுவார் உலகத்தை செய்வார் யோகதவம்,
அத்தகையோர் நிவ்ருத்தியெனும் இனிதான வழியிலே,
செல்லுபவர் என்பதை சீர்தூக்கி அறியலாம்.

அறியலாம் நிவ்ருத்தியை அகத்தில் உடையவரை,
பிறரிடம் தொடர்பின்றி பற்றின்றி வாழுவார்,
தொடர்பேதும் கிடையாது தனைப்போன்ற மாந்தருடன்,
பொருளுக்கும் இடத்துக்கும் புந்தியில் இடமில்லை.

இடமில்லை பற்றுக்கு ஆசையில்லை எதற்கும்,
ஓரிடத்தை அடைந்து ஒருநாள்தான் தங்குவார்,

பந்தத்தை விலக்கி பாருலகில் திரிவார்,
நதிக்கரையை அடைந்தாலும் நாளொன்றுதான் தங்குவார்.

தங்குவார் நதிக்கரையிலும் தங்குதல் ஒருதினமே,
விடுதலைக்கோர் விருப்பமுளார் வழியாகும் நிவ்ருத்தி,
அன்னவர் செல்லுவது அறமிக்க வேதவழியே,
நேர்மையாளர் வழியென நவிலப்படும் பாதையிது.

பாதையிதும் நேர்மையென பலபேர்கள் நடந்தனர்,
அன்னவர்தம் பாதையின் அடித்தடமும் மிஞ்சாது,
பிக்ஷுவாகும் மாந்தரை பகுக்கலாம் நான்குவிதம்,
குடிசகரும் வஹூடகரும் அன்ஸரும் பரமஹன்ஸரும்.

பரமஹன்ஸரும் அனைத்திலும் பெருத்த நிறைஞானி,
முதலாகும் பிக்ஷுவினும் மேலானவர் இரண்டாமவர்,
இரண்டாவதாம் பிக்ஷுவினும் ஏற்றமுளார் மூன்றாமவர்,
மூன்றாமவரினும் மிகமேன்மை மாண்புமிக்க பரமஹன்ஸர்.

பரமஹன்ஸர் என்று பகரப்படும் பிக்ஷுக்களே,
மிகப்பெரியார் ஞானமெனும் பெருநிலை பெற்றோரில்,
அதற்கோர் பின்பின்னென அடுத்ததென ஏதுமில்லை,
வருத்தமிலார் மகிழ்விலார் உயர்வுடையார் விடுபட்டவர்.

விடுபட்டவர் புனிதமிக்கார் வயோதிகத்தில் வாடாதவர்,
அடைந்திடார் இறப்பினை அவரிடம் மாற்றமில்லை,
பரமஹன்ஸர் என்னும் புனிதமிக்கார் நிலைதனை,
உனக்கோர் தொகுப்பாக்கி உரைத்தேன் உமையே.

உமையே என்றதும் உமையம்மை விளம்பினார்,
குடும்பத்திலே இருப்பவர் கடைப்பிடிக்கும் மார்க்கமும்,
விடுபடவே விரும்புவோர் வாழும் மார்க்கமும்,
நெறியிலே உள்ளதும் நவின்றீர் தெளிவாக.

தெளிவாக உரைத்தவை தரணிக்கு நலமளிக்கும்,
ரிஷியாக இருப்போரின் ஈடிலாத மார்க்கத்தை,
விரிவாக உரைத்தால் வெகுமகிழ்வு அடைவேன்,
ஆசிரமமாக இருப்பதில் இருப்போரின் வழியென்ன?

வழியென்ன ரிஷிகள் வாழ்ந்து மேன்மையுற,
அக்கினியான இறைவருக்கு அளிக்கும் நெய்யினால்,
வெண்மையான புகைவந்து உண்டாகிறது நறுமணம்,
அவ்விதமான வாழ்வுக்கு அமைந்த மார்க்கமென்ன?

மார்க்கமென்ன என்பதை மனமுவந்து உரைப்பீர்,
இருப்பன அனைத்திலும் இரண்டற்று கலந்தவரே,
வெண்புகையினை கிளப்பும் வேதவழி வேள்விகளை,
காண்டாலே மனது களிப்பினை அடையும்.

அடையும் ரிஷிமார்க்கம் அனந்தராம் பிரமரை,
தவமார்க்கம் என்னும் தூயதான வழிகுறித்து,
அறிந்திடும் ஆர்வம் எழுந்தது என்மனதில்,
அனைத்தும் அறிந்தவரே அளிக்கவேண்டும் விளக்கம்.

விளக்கம் அளித்து வழங்குவீர் விடையை,
சந்தேகம் உண்டானது சொல்லவேண்டும் பதிலென,
ஈசரிடம் உமாதேவி இயம்பி முடித்ததும்,
புனிதமிகும் இறைவர் பகர்ந்தார் பதிலை.

பதிலை உரைத்தார் பரமனார் பார்வதிக்கு,
தவத்தை மார்க்கமாக்கும் தவசீலராம் ரிஷிகளின்,
மார்க்கத்தை உனக்கு மொழிகிறேன் தேவியே,
இவ்வழியை கடைப்பிடித்தால் ஏற்படும் விடுதலை.

விடுதலை கிடைத்திட வெகுதவத்தை இயற்றி,
வாவினை நடத்தும் வழிமுறை என்னவென,
முழுவதாய் உனக்கு மொழிகிறேன் விவரங்களை,
அவ்விதமாய் வாழ்வோரை இயம்புவார் ஃபெனபரென.

ஃபெனபரென வாழுவோர் பெருந்தவத்தை உடையார்,
பிரமரான பேரிறைவர் பருகினார் அமுதத்தை,
வானுலகான சொர்க்கத்தில் வேள்வியிலே வழிந்துவந்த,
நீரான அமுதத்திலே நுரையானது வழிந்தது.

வழிந்தது பிரமரிடத்தில் வெண்மை நுரையானது,

பிரமரிடத்து வழிந்துவந்த பால்நிறத்து நுரையினை,
உண்டோருக்கு பெயரை உரைத்தனர் ஃபெனபரென,
நுரைகுடித்து வாழ்பரென நவிலுவது இப்பெயர்.

இப்பெயர் ஃபெனப்ருக்கு ஏற்பட்ட காரணம்,
பிரமதேவர் வாயிலே பிறந்த நுரையால்தான்,
இருக்கிறார் ரிஷிகளில் இன்னொரு வகையினர்,
வாலகில்யர் என்று வழங்கும் அவர்பெயர்.

அவர்பெயர் வாலகில்யர் அடைந்தவர் விடுதலையை,
வாழுகிறார் சூரியனின் வளையத்தின் உட்புறத்தில்,
அன்னவர் பறவைபோல் அன்றன்றைக்கு வாழுபவர்,
ஏற்பார் உஞ்சத்தை அணிவார் மான்தோலை.

மான்தோலை மரவுரியை மகிழ்வுடன் அணிவார்,
இருமைகளை கடந்தோர் அருந்தவத்தை உடையோர்,
நேர்மையை வழியாக்கி நடக்கிறார் நல்வழியில்,
உயரத்தை கட்டைவிரல் அளவுக்கே உடையார்.

உடையார் இனப்பகுப்பு இருப்பார் நெறிப்படி,
அவரவர் இனத்துக்கு உகந்ததாம் வழியிலே,
வாழுவார் அதனால் வாய்க்கும் புண்ணியம்,
எண்ணுவார் தவத்தை இயற்றுவதே விருப்பமென.

விருப்பமென வாலகில்யர் உடையார் தவத்தையே,
சரியான வழியிலே செல்லும் காரணத்தால்,
பெரிதான புண்ணியத்தை பெற்றவர் வாலகில்யர்,
தேவரான மேலோருக்கு தரத்தில் நிகர்த்தவர்.

நிகர்த்தவர் தேவருக்கு நலத்தை செய்வதிலும்,
இருக்கிறார் தேவருக்கு ஏற்றதை செயலாக்கிட,
அழித்தவர் பாவங்களை அடைந்தவர் பேரொளியை,
அளிக்கிறார் ஒளியை ஆதவனுக்கு நிகராக.

நிகராக எவருமில்லை நல்கிக்க சக்ரசரருக்கு,
கருணையான மனத்துடன் கனிவாக நடப்பவர்,
சோமனான நிலவின் சக்கர மண்டலத்தில்,

புனிதமான சக்ரசரர் பித்ரிக்களுடன் வாழுகிறார்.

வாழுகிறார் ஆகுதிகளை வேள்வியில் கொடுத்து,
வணங்குகிறார் பித்ரிக்களை வடிவத்துடன் தரிசித்து,
செய்கிறார் வேதத்தில் சொல்லப்பட்ட வேள்விகளை,
சக்ரசரர் பின்பற்றும் சக்திமிக்க மார்க்கமிது.

மார்க்கமிது பொருந்தும் மாண்புமிகு ரிஷிகளுக்கு,
வீடற்று திரிவோர்க்கும் உகந்தது இவ்வழிதான்,
ரிஷிகளென்று இருப்போர் இருக்கிறார் பலவகையில்,
சம்பர்க்ஷலரென்று அஸ்ம்குடரென்று தந்தோலுகரென்று ரிஷிகள்.

ரிஷிகள் சோமனது ஆற்றலை உண்டும்,
அக்கினியில் உண்டாகி எழும்பும் கங்குகளை,
உண்ணுதல் செய்தும் வாழ்கிறார் இவ்வுலகில்,
ஆசிரமத்தில் மனைவியுடன் இருப்பார் சிலபேர்.

சிலபேர் வீடின்று சுற்றுவார் அகிலமுழுதும்,
எங்கவர் சென்றாலும் இல்லை தடையேதும்,
அன்னவர் அமரரென அமரருக்கு ஆதரவாக,
வாழுகிறார் இந்த வாழுகிறார் மனிதராக.

மனிதராக இருந்தாலும் மாண்புமிக்க ரிஷிகளுக்கு,
பொதுவாக இருக்கும் பண்பினை உரைக்கிறேன்,
எவ்விதமாக வாழ்ந்தாலும் அடக்கவேண்டும் புலன்களை,
ஆத்மனாக இருப்பதை அறிவதுதான் நோக்கம்.

நோக்கம் ஆத்மனின் ஞானத்தை அடைவதென,
காமம் குரோதத்தைக் களைவார் ரிஷிகள்,
உஞ்சமெனும் முறையில் வாழுவார் தவமியற்றி,
தர்மராத்ரியெனும் வேள்வியில் தாமளிப்பார் ஆகுதிகள்.

ஆகுதிகள் அளிப்பார் அகலமாட்டார் ஆசனம்விட்டு,
புரிதல் தர்மராத்ரி புண்ணியமிகு சோமயாகம்,
அடைதல் ஆத்மனின் அதீத ஞானத்தை,
புரிந்தல் தானதருமம் பட்டியலில் ஐந்தாவதாக.

ஐந்தாவதாக தானருமம் அதற்கு முன்னதாக,
தினசரியாக அக்னிகார்யம் தேவரை வணங்குதல்,
பித்ரியாக இருப்போர்க்கு பூசையுடன் வணக்கம்,
விருந்தினராக வந்தோரை ஓம்புதல்வரை நான்காகும்.

நான்காகும் கடமைகளுடன் நவின்றேன் தானத்தை,
ஐந்தாகும் இவற்றை அனுதினமும் இயற்றவேண்டும்,
ஒதுக்கவேண்டும் விலையுயர்ந்த உற்சாக பானங்களை,
பால்பொருளும் ஒதுக்கி புத்தியை நிலையாக்கவேண்டும்.

நிலையாக்கவேண்டும் மனத்தை காக்கவேண்டும்
மனவமைதியை,
படுக்கவேண்டும் வெற்றுப் பாறைகளின் மீதாக,
உண்ணவேண்டும் கீரைகளை வேர்களை தழைகளை,
கிடக்கவேண்டும் தரையிலோ கல்லிலோ பாறையிலோ.

பாரையிலோ தரையிலோ படுத்து உறங்கவேண்டும்,
மனதிலோ யோகமே மன்றி நிலைக்கவேண்டும்,
காற்றிலோ நீரிலோ கிடைக்கும் பாசியிலோ,
பசியுளோர் பசியாறி பெறலாம் ஆற்றலை.

ஆற்றலை அளிப்பதற்கு ஏதேனும் உணவுண்டு,
புலன்களை அடக்காத பாருலக மாந்தருடன்,
சுழற்சியாய் சம்சாரத்தில் சுற்றியே திரியாமல்,
விடுதலை பெறுவார் வையத்தின் பற்றுகளில்.

பற்றுகளில் சிக்காத பாங்குமிகும் ரிஷிகள்,
கடுந்தவத்தில் அமர்ந்து காணுவார் பிரமத்தை,
உணவுகள் உண்பதற்கும் உள்ளது வரைமுறை,
அகத்தில் தலைவர் அருந்தவேண்டும் இறுதியாக.

இறுதியாக உண்ணுமுன்னர் அகத்தில் அனைவரும்,
நிம்மதியாக உண்டு நிறைவு பெற்றபின்,
வேள்வியாக வெண்புகை வீட்டில் அடங்கியபின்,
அதிதியாக எவரேனும் அண்டிவரக் காத்திருப்பார்.

காத்திருப்பார் உலக்கை குத்துமொலி நிற்கும்வரை,
பார்த்திருப்பார் வேறெவரும் புசிக்க வருவாரென,
ஏமாறுவார் நெடுநேரம் எவரும் வாராததால்,
உணவுண்ணுவார் எவரும் வரவில்லை இனிமேலென.

இனிமேலென உணவை எவரும் ஏற்பதற்கு,
உணவினை அறைகள் ஒன்றிலிருந்து மற்றதற்கு,
கொண்டுசெல்வதான செயலெலாம் கிடையாது இனிமேலென,
உறுதியான பிறகுதான் உண்ணுவார் தம்முணவை.

தம்முணவை உண்ணுமுன் தனக்கு உற்றோருடன்,
பணிகளை செய்பவரும் புசித்தனரா என்பதை,
உறுதியை செய்தபின்னே உண்ணுவார் தமக்காக,
இவ்வழியே ரிஷிகளுக்கு ஏற்றதொரு வழியாகும்.

வழியாகும் இவ்விதத்தில் வாழ்ந்திடும் முனிவர்,
திமிரேதும் இல்லாதம் தற்பெருமையும் கொள்ளாமல்,
மனத்தளர்வும் இல்லாமல் மனக்குறை ஏதுமின்றி,
அதிசயமும் அடையாமல் இருப்பார் அமைதியாக.

அமைதியாக நோக்குவார் அனைத்து மாந்தரையும்,
நட்பாக பகையாக நடப்பவர் இருவரிடமும்,
சமமாக நடந்து சாந்தமாக இருப்பார்,
ரிஷியாக இருப்போர் அனைத்துயிர்க்கும் கருணையுளார்.

(142)அனுசாசன பர்வம், பகுதி 142

கருணையுளார் ரிஷிகளெனக் கூறினார் மகாதேவர்,
தேவியார் உமையம்மை தெரிவித்தார் சந்தேகத்தை,
வாழுகிறார் வனப்ரஸ்தர் வளமைமிக்க இடங்களில்,
தங்குகிறார் ஊற்றுருகில் திரண்டோடும் நதிக்கரையில்.

நதிக்கரையில் ஓடையருகில் நன்குவளர்ந்த கானகத்தில்,
மலைச்சரிவில் குன்றுகளில் மிகப்புனித இடங்களில்,
கனிகள் கிழங்குகள் கிடைக்கும் இடங்களில்,
தங்குதல் செய்வார் தியானத்தை புரிவார்.

புரிவார் தியானத்தை நோற்பார் விரதங்களை,
நடப்பார் தமக்கென நவிலப்படும் முறைப்படி,
அன்னவர் பின்றபற்றும் அறவழி என்னவென்று,
இயம்புவீர் மகாதேவா இவர்கள் தனித்தவர்.

தனித்தவர் இவர்களுக்கு தமையன்றி வேறெவரும்,
பாதுகாவலர் இல்லை பரமேசரே ஆதலால்,
இத்தகையோர் வாழ்வுக்கு இருக்கும் விதிகளை,
இயம்புவீர் என்பதாக எழுப்பினார் வினாவை.

வினாவை கேட்டதும் விளம்பினார் மஹேஸ்வரர்,
மனதை அடக்கி முழுதான கவனத்துடன்,
வனத்தை இடமாக்கி வாழும் யோகியரின்,
கடமை குறித்து கூறுகிறேன் கேட்டுக்கொள்.

கேட்டுக்கொள் உனக்கு கூறும் கருத்துக்களை,
கவனத்தில் இருத்தியபின் கடைப்பிடிப்பாய் நெறிகளை,
தவசிகள் வனத்தில் தங்கியே யோகமியற்றி,
வெற்றிகள் பெற்றிடும் வழிகளை உரைக்கிறேன்.

உரைக்கிறேன் நெறிவழியில் வாழும் தவசீலர்,
யோகத்தின் வாயிலாக அடைவார் வெற்றியை,
விரதங்களின் நோன்புகளின் விதிமுறைகளின் வழியிலே,
வனத்தின் பகுதிகளில் வாழுவார் தவசீலர்.

தவசீலர் அனுதினம் தொழுவார் மூன்றுமுறை,
வணங்குவார் பித்ரிக்களை வானுலகின் தேவர்களை,
புரிவார் இஷ்டியென பகரப்படும் ஹோமத்தை,
எடுப்பார் நிவரமென இயம்பப்படும் நெல்லினை.

நெல்லினை கனிகிழங்கை நலந்தரும் விளக்கெண்ணையை,
இங்குடத்தை கடைந்து எடுத்ததான எண்ணையை,
உணவாய் ஏற்று வாழுவார் யோகவழியில்,
வெற்றியை அடைந்து வெல்லுவார் காமத்தை.

காமத்தை கோபத்தை கடந்த மகாவீரர்,

வீராசனத்தை இட்டு உரத்துடன் அமரவேண்டும்,
ஆசைகளை கொண்டவர்கள் அடைந்திட முடியாததான,
தனியிடத்தை நாடி தங்கவேண்டும் யோகியர்.

யோகியர் மனதை இறுத்தவேண்டும் யோகத்தில்,
பாறையோர் படுக்கையென படுத்து உறங்கவேண்டும்,
அன்னவர் அமரவேண்டும் எப்போதும் வீராசனத்தில்,
இயற்றுவதோர் யோகம் ஈடிலாததாம் மண்டூகம்.

மண்டூகம் எனப்படும் மிகச்சிறந்த யோகத்தில்,
வேனிற்காலம் வந்தால் வெம்மைதரும் சூரியனில்,
நாற்புறமும் அக்கினி நன்கு கொழுந்துவிட,
அமரவேண்டும் யோகத்தில் அறத்திலே மனம்வைத்து.

மனம்வைத்து இருப்பது மாறலாகாது ஆத்மனிலிருந்து,
உடலுக்கு வெம்மைகுளிர் வாட்டத்தை அளித்தாலும்,
அதுகுறித்து வருந்தாமல் அமரவேண்டும் வீராசனத்தில்,
உண்ணுவது தண்ணீரை வாயுவை பாசியை.

பாசியை உண்டு பசிதீர்த்து வாழுவார்,
இருகல்லை உடைய இயந்திரத்தை பயன்படுத்துவது,
தானியத்தை தோல்நீக்கி தாமாக உண்ணுதற்கே,
தானியத்தை பல்லாலும் தோல்நீக்குவார் ஒருசிலர்.

ஒருசிலர் கற்களால் உரிப்பார் தானியத்தோலை,
அன்னவர் பாத்திரங்கள் ஏதும் வைத்திடார்,
ஏந்திடார் கருவிகளை எந்த வேலைக்கும்,
அணிவார் கந்தையை அல்லது மரவுரியை.

மரவுரியை அல்லது மான்தோலை அணிந்துகொண்டு,
வாழ்நாலை போக்குவார் வருத்தம் ஏதுமின்றி,
வேதமுறை நெறிகள் விளம்பியதை மதிப்பார்,
வனத்தை அண்டி வாழுவார் சுதந்தரராய்.

சுதந்தரராய் வனத்தில் சுற்றுவார் தம்போக்கில்,
வனப்பகுதிகளை விட்டு வெளியிலே வரமாட்டார்,
குருவை வணங்கி கேட்பார் உபதேசம்,

ஹோமத்தை செய்வது அவர்களின் கடமை.

கடமை வேள்விகளாய் கூறப்படும் ஐந்தையும்,
முறையாய் இயற்றும் மாண்புமிக்க பணியாகும்,
வேதமுறை விலகாமல் விளைக்கவேண்டும் ஐந்துவேள்வி,
வேறுவகை வேள்விகளை விளம்புவார் எட்டென.

எட்டென வேள்விகளை இயற்றுவதும் கடமையே,
சதுர்மாஸ்யமென பௌர்ணமாஸ்யமென செய்வார் நோற்புகள்,
தினசரியான அக்னிகார்யம் தவறாமல் இயற்றுவார்,
மனைவியென இல்லாருக்கு மாண்பாகுக் இக்கடமை.

இக்கடமை செய்வார் எவ்விதத்திலும் பந்தமின்றி,
பாவங்களை அகற்றிய புன்பிதராக வாழுவார்,
வனத்தை விட்டு வெளியேறி வரமாட்டார்,
சொத்துமதிப்பை கணக்கிட்டால் சொல்லலாம் குடத்தை.

குடத்தை கரண்டியை கொண்டிருப்பார் சொத்துகளாக,
அவற்றை கொண்டிருப்பதும் இயற்றவேண்டும் வேள்வியென,
மூன்றுவகை அக்கினிகளை மாண்புடன் தொழுவார்,
தருமத்தை மீறாது தூயவராய் வாழுவார்.

வாழுவார் விடுதலை வாய்த்த முக்தராக,
உடையார் பேசுவது உண்மையெனும் விரதத்தை,
பிரமர் மண்டலத்தில் புகுவார் அல்லது,
ஏகுவார் சோமனின் ஈடிலா மண்டலத்துக்கு.

மண்டலத்துக்கு ரிஷிகள் முறையாகப் புகுவது,
இரண்டுண்டு பிரமலோகம் அல்லது சோமமண்டலம்,
வனத்துக்கு உள்ளிருக்கும் உன்னதராம் ரிஷிகள்,
வாழுதற்கு கடமைகளை விளம்பினேன் மகாதேவி.

மகாதேவி ஈசரிடம் மொழிந்தார் மேலும்,
உயிராகி வருவன அனைத்தின் இறைவரே,
புனிதமிகு தெய்வமே பகரவேண்டும் எனக்கு,
தவமிற்றி வெல்வோரின் தருமவழி என்ன?

என்ன செய்கிறார் அடவியிலே வாழுவோர்,
புதிரான ஒருசிலர் பலவிதமான செயல்களில்,
சரியென தவறென சிந்தியாது ஈடுபட்டும்,
பிரமமான பெருநிலையை பெறுதல் எப்படி?

எப்படி ஒருசிலர் இருக்கிறார் குடும்பத்திலும்,
மனைவி மக்களுடன் மண்ணுலகில் மற்றவர்போல்,
குடும்பி ஆகினும் கடைப்பிடிக்கும் நெறியென்ன?
ரிஷிக்கு மார்க்கமென இருப்பவை என்னென்ன?

என்னென்ன வழிகளில் இருக்கிறார்கள் ரிஷிகளென,
விளக்கமான பதிலை வழங்கினார் மகாதேவர்,
காவியான உடைதரித்தல் காட்டிலே வசிக்கும்,
ரிஷியான முனிகளுக்கு அடையாளமென அமையும்.

அமையும் தலைமழித்தல் இன்னொரு அடையாளமாக,
திருமணம் செய்த தூயவராம் ரிஷிகள்,
இரவுநேரம் வீட்டிலே இருப்பார் மனைவியுடன்,
ரிஷியெனும் வகையினர் இயற்றவேண்டும் தொழுகை.

தொழுகை மூன்றுமுறை தவறாமல் நடத்தவேண்டும்,
கனியை கிழங்குகளை கொண்டு நடத்திடும்,
ஹோமத்தை செய்வதும் அகமுடையார் கடமைதான்,
பொதுவாய் ரிஷிகளெலாம் புரியலாம் வேள்விகளை.

வேள்விகளை செய்வதுடன் வேறுசில கடமைகளும்,
அகத்தைக் கட்டுதற்கு இருக்கின்றன ரிஷிகளுக்கு,
தாரணையை யோகவழி தியானத்தை கடைப்பிடித்து,
அஹிம்சை கடைப்பிடித்தல் அறமாகும் ரிஷிகளுக்கு.

ரிஷிகளுக்கு நெறிகளென அறநூல்கள் இயம்புவது,
மேற்சொன்னது மட்டுமல்ல முன்னரே உனக்கு,
வீடற்று திரியும் வாழ்வுடையார் வழியென,
உரைத்தது அனைத்தும் ஒப்பும் வீடுடையார்க்கும்.

வீடுடையார்க்கும் வீடிலார்க்கும் வகுக்கப்பட்ட நெறிப்படி,
தியானமார்க்கம் யோகமார்க்கம் தவறாமல் கடைப்பிடித்தால்,

இரண்டுவிதம் வாழும் ஈடிலா ரிஷிகளுக்கும்,
கிடைக்கும் தவத்தின் கனத்த நற்பலன்.

நற்பலன் வேண்டுமென நினைக்கும் ரிஷிகள்,
பெண்சுகம் பெறலாகாது பிறரது மனைவியருடன்,
திருமணத்தின் வாயிலாகத் துணையான மாதைமட்டும்,
புணருவதுடன் மனதையும் புலன்களையும் அடக்கவேண்டும்.

அடக்கவேண்டும் புலன்களை அருந்தவ மகரிஷிகள்,
மனையிடம் புணருதற்கும் முறையான விதத்திலே,
இருவருக்கும் இணக்கம் இருக்கும் காலத்தையே,
தேர்ந்தெடுக்கும் குணத்தினால் தவவழியில் வாழுகிறார்.

வாழுகிறார் ரிஷிகள் வேதமுறை வழிகளிலே,
அன்னவர் நோக்கமாக இருக்கும் பிரமத்தையன்றி,
வேறோர் நோக்கத்தை உளத்தில் வைக்காமல்,
அனைத்துயிர் நலத்துக்கென அபயத்தை அளிப்பார்.

அளிப்பார் பிறவுஇருக்கு அன்பையும் அமைதியையும்,
அன்னவர் மனதிலே ஆத்திரமும் கோபமும்,
அற்றவர் ஆதலால் எவருக்கும் தீங்கின்றி,
நல்லதோர் நெறியாளராக நலத்துடன் வாழுவார்.

வாழுவார் எவரிடமும் வெறுப்பின்றி கோபமின்றி,
பிறவுயிர் நலம்பெற புந்தியில் விரும்புவார்,
அனைத்துயிர் உள்ளாக அமைந்திருக்கும் ஆத்மன்,
தனதுயிர் என்பதை தாமறிவார் ரிஷிகள்.

ரிஷிகள் கடைப்பிடிப்பது அன்பின் வழியாகும்,
வேதங்கள் அனைத்தையும் ஓதி உணருவதும்,
உயிர்கள் அனைத்திடும் அன்புடன் நடப்பதும்,
சமத்தில் கணக்கிட்டாலும் சிறப்பு இரண்டாவது.

இரண்டாவது வழியென இயம்பப்படும் அன்புவழி,
நெறியென்று கொள்ளவேண்டும் நலமிக்க ரிஷிகள்,
உயிர்களிடத்து அன்பழிந்தால் உண்டாவது அதர்மம்,
அன்புற்று வாழுபவர் அடைகிறார் நெறிவழியை.

நெறிவழியை கடைப்பிடித்து நானிலத்து உயிர்களுக்கு,
நலத்தை நினைப்பவர் நிகரானவர் தேவருக்கு,
புண்ணியத்தை சேர்த்து புகுவார் அமரருலகில்,
மன்னிப்பை வழங்குவதும் மனவடக்கமும் தேவை.

தேவை புலனடக்கம் தியானம் கோபமின்மை,
தன்னை ஒருவர் தூயவராய் மாற்றி,
நெறிகளை கடைப்பிடித்து நடக்கவேண்டும் வெறுப்பின்றி,
கடமைகளை செய்வதிலும் கருத்தை செலுத்தவேண்டும்.

செலுத்தவேண்டும் கருத்தையும் செயலையும் நல்வழியில்,
சோம்பலும் வேலையை செய்யாமல் இழுத்தடித்தலும்,
எள்ளளவும் இல்லாமல் இயங்கவேண்டும் கடமைசெய்ய,
அவ்விதம் வாழுவோர்க்கு ஏற்படும் அகத்தூய்மை.

அகத்துய்மை உடையவராக அகவையில் மூத்தவராக,
புலனைந்தை அடைக்கிய புண்ணிய சீலராக,
தம்வாழ்வை நடத்துபவர் தூயதான மேல்நிலையில்,
பிரமரை ஒத்தவர் புனிதத்திலும் தவத்திலும்.

தவத்திலும் புனிதத்திலும் தூயவரைக் குறித்து,
முழுவிவரம் உரைத்த மஹாதேவர் ஈசரிடம்,
அடுத்ததாகும் வினாவை எழுப்பினார் உமாதேவி,
என்னவிதம் கடமைகளை இயற்றவேண்டும் ரிஷிகள்?

ரிஷிகள் அகத்தில் இருந்தாகும் அன்னவர்,
பிரமத்தில் புகுந்து பேரொளியை அடைந்திட,
எவ்விதத்தில் வாழவேண்டும் எச்செயலை செய்யவேண்டும்?
அரசர்கள் பொருள்பல அடைவதன் காரணமென்ன?

காரணமென்ன ஒருசிலர் கஞ்சிக்கே வழியின்றியும்,
பிரமமான நிலைபெற்று புனிதராக விளங்குதற்கு?
என்னென்ன செய்வதால் அமரர்களின் நிலபெற்று,
சந்தனமென தேவருலகில் சாற்றி மகிழுவார்?

மகிழுவார் ஒருசிலர் மிகவும் மேன்மையுற்று,

முக்கண்ணர் மகாதேவர் முப்புரத்தை எரித்தவரே,
தவசீலர் வாழ்வுபற்றி தவநெறியாம் வழிபற்றி,
விளக்குவீர் முழுதாக விமலராம் இறைவரே.

இறைவரே என்றதும் இயம்பினார் மகாதேவர்,
புலனைந்தையே கட்டி பலவிதத்தில் நோன்பிருந்து,
உபவாசங்களே கடைப்பிடித்து உயிரனைத்திடம் அன்புற்று,
அஹிம்சையே வழியாக்கும் உண்மையுளார் வெல்லுவார்.

வெல்லுவார் வெகுமேன்மை வாழுவார் அமரருலகில்,
கொள்ளுவார் நண்பராக கந்தர்வர் பலபேரை,
அடைந்திடார் தீங்குகளை இருப்பார் மண்டுகயோகத்தில்,
புரிவார் தருமநூல்கள் பகரும் நற்செயல்களை.

நற்செயல்களை தீட்சைபெற்று நடத்தும் உத்தமர்,
மறுபிறப்பை நாகருலகில் மாண்புடன் பெறுவார்,
மான்களை நட்பாக்கி மண்ணிலே புல்லிலே,
காய்கனிகளை உண்ணுவார் கனிந்து விழுந்தபின்.

விழுந்தபின் காய்கனியை உண்ணுவார் தீட்சைபெற்று,
அமராவதியின் பட்டினத்தை அடைவார் அத்தகையோர்,
மரத்தை விட்டு மண்ணிலே விழுந்துவிட்ட,
இலைகளை பாசியை ஏற்பார் உணவாக.

உணவாக ஒருசிலர் உண்ணுவார் நீர்மட்டும்,
காற்றாக இருப்பதையே கொள்ளுவார் உணவாக,
யக்ஷராக இருப்போருடன் அன்னவர் வாழுவார்,
அப்ஸரசான மாதர்கள் அவர்களுக்கு துணையாவார்.

துணையாவார் அப்ஸரஸ்கள் தூயவழி வாழ்ந்தோருக்கு,
எவரொருவர் இருபத்திரண்டு ஆண்டுகள் வரையிலும்,
வேனிலோர் அக்கினியின் வெம்மை நாற்புறமும்,
தாங்குபவர் அன்னவர் தரணியாள்வார் மறுபிறப்பில்.

மறுபிறப்பில் மன்னனாவார் மண்ணுலகில் வாழுகையில்,
ஆண்டுகள் பதினான்கு எவ்விதத்திலும் தளர்வின்றி,
தடைகள் செய்யப்பட்ட தகாத உணவுகளை,

உண்ணாமல் தவிர்க்கும் உத்தமர் நோன்பினர்.

நோன்பினர் தீட்சபெற்று நெஞ்சத்தில் உறுபெற்று,
வானமோர் கூறையென உணவேதும் ஏற்காமல்,
துறப்பார் உயிரை தங்குவார் வானுலகில்,
மேன்மையுறுவார் மறுபிறப்பில் மாண்புமிக்க நோன்பினர்.

நோன்பினர் வெறுந்தரையில் நீலவானம் கூரையென,
இருந்தனர் என்றால் அடுத்த பிறப்பிலே,
அடைவர் சிறப்பான ஆசனங்கள் படுக்கைகளை,
பெறுவர் மாளிகைகள் பொன்னொளி நிலவென.

நிலவென ஒளிரும் நலமிக்க மாளிகைகள்,
தமதென பெறுவார் தவமிக்க உன்னதர்,
விரதமென பலநோற்று உண்டியை சுருக்கி,
தனியென வாழுபவர் தானடைவார் சொர்க்கத்தை.

சொர்க்கத்தை அடைவதற்கு சீர்மிக்க விரதத்தில்,
விலக்கத்தை அடையாமல் உடல்விழும் வரையிலே,
உறுதியைக் கொண்டு வாழும் விரதமுளார்,
வானுலகை அடைந்து வெகுமேன்மை பெறுவார்.

பெறுவார் வருணருலகை பெருந்தவம் நோற்பவர்,
வேறெவர் துணையின்றி ஒருவராக வாழ்ந்து,
ஆண்டுகளோர் பனிரண்டு அருந்தவம் நோற்றபின்,
கடலிலவர் உடலைக் களைந்து துறப்பதால்.

துறப்பதால் கிடைக்கும் தூயதான நல்லுலகம்,
ஆண்டுகள் பனிரண்டு எவர்துணையும் இல்லாமல்,
தனிமையில் வாழுபவர் தனது பாதத்தை,
கல்லால் குத்தினால் குஹ்யருலகம் செல்லுவார்.

செல்லுவார் தேவலோகம் சீர்மிக்க யோகசீலர்,
ஆத்மனானதோர் உணர்வினால் ஆத்மஞானத்தை விளைத்து,
இருமையானதோர் தளைகளை அகற்றி விடுபட்டவர்,
நட்புறவேர் தேவரென நண்ணுவார் தேவருலகை.

தேவருலகை அடைந்திட தீட்சை பெற்றபின்னர்,
தவத்தை இயற்றவேண்டும் தொடர்ச்சியாய்
பன்னிரண்டாண்டுகள்,
தேவரை மித்ரராக தாமடைவார் அத்தகையோர்,
பிரமருலகை அடையவும் பகருகிறேன் மார்க்கம்.

மார்க்கம் உள்ளது மாண்புமிக்க பிரமரின்,
உலகம் தன்னிலே உவப்புடன் புகுதற்கு,
தீட்சையும் பெற்று தவமியற்றி பனிரண்டாண்டுகள்,
முடித்ததும் அக்கினிக்கு அளிக்கவேண்டும் தன்னுடலை.

தன்னுடலை வேள்விக்கு தந்திடும் அன்னவர்,
பிரமலோகத்தை அடைந்து பெருமைபல பெறுவார்,
வீரருலகை அடையவும் வழிமுறை உள்ளது,
தன்னை தன்னால் தானறிவோர் தகுந்தவர்.

தகுந்தவர் தனையறிந்து தானென்ற சிந்தையற்று,
எனதென்பதோர் எண்ணத்தை அகற்றி விலக்கிவிட்டு,
உடலிலோர் மறைப்பின்றி அவர்போக்கில் நடந்துசென்று,
தனதானதோர் அக்கினியை தாம்வைப்பார் மரத்தில்.

மரத்தில் அக்கினியை மாட்டி வைத்தபின்,
தீட்சைகள் பெற்றவர் தகுந்த நெறிப்படி,
வீரர்கள் சென்ற வழியிலே செல்லுவார்,
எவ்விடத்தில் அயர்வெனிநும் அவ்விடத்தில் படுப்பார்.

படுப்பார் தம்போக்கில் போவார் வீரரென,
அன்னவர் வீரர்கள் அடைந்திடும் உலகத்தை,
அடைவார் இறுதியில் இதுதான் திண்ணம்,
இந்திரர் உலகடைந்து அனைத்துநலம் பெறுவார்.

பெறுவார் தேவருலகில் பூமாலைகள் கந்தங்கள்,
வாழுவார் தமக்கு வானவரே நட்பென்று,
வீரமிக்கார் இயற்றும் உன்னதமிகு யோகத்தால்,
தூய்மைமிக்கார் தீட்சைபெற்று தாமடைவார் வீரருலகை.

வீரருலகை அடைந்தால் வீழ்வில்லை அதிலிருந்து,

நிரந்தரமாய் வீரருலகில் நலம்பெற்று வாழுவார்,
மனத்தை அறிந்தோடும் மாபெரும் தேரிலே,
எண்ணத்தை ஒத்து எங்கும் செல்லுவார்.

செல்லுவார் மனதில் சிந்திக்கும் இடங்களுக்கு,
இந்திரர் உலகிலே ஈடிலா சுகத்திலே,
அன்னவர் வாழுவார் எக்குறையும் இல்லாமல்,
வீரமுடையார் உலகம் வெகுமேன்மை கொண்டது.

(143)அனுசாசன பர்வம், பகுதி 143

கொண்டது வீரருலகம் கனத்த மேன்மையென,
கருத்து உரைத்தவர் காலகாலர் ஈசரிடம்,
அடுத்து உமையம்மை எழுப்பினார் வினாவை,
பகனது நேத்திரத்தைப் பிய்த்தது எதற்காக?

எதற்காக பகநேத்திரத்தை எடுத்தீர் பிய்த்து?
புஷனான தேவனின் பல்லை உடைத்ததேன்?
தக்ஷனனான ப்ரஜாபதியின் தலையெடுத்த இறைவரே,
முக்கண்ணரான இறைவரே மிகைத்தது சந்தேகம்.

சந்தேகம் என்னவென சொல்லுகிறேன் ஈசரே,
முற்காலம் தன்னிலே முதலிறைவர் தான்தோன்றி,
நால்வருணம் படைத்தார் நானிலம் நலம்பெற,
என்னவிதம் வைசியர் ஆகிறார் சூத்திரராக?

சூத்திரராக வைசியர் சரிவுறுதல் போலவே,
வைசியராக க்ஷத்ரியர் வீழுவது எதனால்?
பிராமணராக இஉர்ப்பவர் பீடிழப்பதேன் க்ஷத்ரியராக?
எவ்விதமாக மனிதர்கள் ஈனமுறுவதைத் தடுக்கலாம்?

தடுக்கலாம் வருணங்கள் தகைமை இழப்பதையெனில்,
அதற்காகும் வழியை இஅய்ம்புவீர் மகேசரே?
மாண்புமிகும் பிராமணர் மறுபிறப்பு அடைகையில்,
சூத்திரராகும் வருணத்தை சாருதல் எதனால்?

எதனால் க்ஷத்ரியர் ஆகிறார் சூத்திரராக?
எனக்குள் ஏற்பட்ட இந்த சந்தேகத்துக்கு,
விளக்கங்கள் அளிப்பீர் வேதமுதல் நாதரே,
மூவருணங்கள் சார்ந்தோறும் மாறவியலுமா பிராமணராக?

பிராமணராக மாறுதற்கு பாதையேதும் உண்டாவென,
சந்தேகமாக உமாதேவி சொல்லி முடித்ததும்,
அன்பாக பதிலை அளித்தார் மகாதேவர்,
எளிதாக இயலாது எல்லோரும் பிராமணராதல்.

பிராமணராதல் அவரவரின் பிறப்புமுதல் நடக்கிறது,
க்ஷத்ரியர்கள் வைசியர்கள் சூத்திரர்கள் உண்டாவதும்,
ஆதிமுதல் துவங்கி அதன்போக்கில் நடக்கிறது,
இவ்விதத்தில் சிந்தனை எழுந்தது என்மனதில்.

என்மனதில் மேலும் எழுகிறது சிந்தனைகள்,
பிறப்பில் பிராமணனாக பிறந்த மனிதனும்,
செயலில் சீர்கெட்டால் செல்லுவான் கீழ்நிலைக்கு,
அவ்விதத்தில் வீழுதற்கு அவர்செயலே காரணம்.

காரணம் இருக்கிறது கீழ்மையிலும் வீழ்ந்திட,
பிராமணராம் பிறப்பெடுத்து பூமியில் பிறந்தவர்,
மிகவும் கவனத்துடன் மாண்புடன் நடக்கவேண்டும்,
பிராமணர்தம் நிலையை பாதுகாத்தல் அவசியம்.

அவசியம் பிராமணர் அறவழியில் நடத்தல்,
க்ஷத்ரியரும் வைசியரும் சீர்மைமிக்க நடத்தையால்,
பிராமணர்தம் கடமைகளை பிசகாமல் புரிந்தால்,
அன்னவரும் பிராமணராக ஆகிறார் நடத்தையால்.

நடத்தையால் பிராமணரும் நீசநிலை அடையலாம்,
குலத்தால் உண்டாகும் கடமைகளை இயற்றாமல்,
விலகுதல் செய்து வளமைகள் வேண்டுமென,
க்ஷத்ரியர்போல் வாழுபவர் க்ஷத்ரியர்தான் பிராமணரல்ல.

பிராமணரல்ல வணிகத்தால் பொருளீட்டும் பிராமணர்,
மேன்மையுள்ள பிறப்பெடுத்தும் மாண்பினை உணராது,

மனதுள்ள ஆசையால் மாற்றியே வைசியரென,
மாற்றமுள்ள தொழில்செய்தால் மாறுகிறார் வைசியராக.

வைசியராக இருப்பவர் வணிகத்திலும் பொருளீட்டலிலும்,
கவனமாக இல்லாமல் கீழ்மையான மனநிலையால்,
சூத்திரராக தொழில்செய்தால் சூத்திரராக மாறுகிறார்,
பிராமணராக பிறந்தவர் பிசகுகளால் நரகுறுவார்.

நரகுறுவார் பிராமணரான நற்பிறப்பை எடுத்தும்,
அதற்கானதோர் கடமையை இயற்றாமலே விட்டவர்,
பிரமாமனதோர் பெரும்பொருளில் பொருந்தாத பாவத்தால்,
அனுபவிப்பார் நரகவாழ்வை ஆகிடுவார் சூத்திரராக.

சூத்திரராக மறுமுறை சீர்மையின்றி பிறப்பார்,
க்ஷத்ரியராக வைசியராக சீர்மையுடன் பிறந்தவரும்,
தமக்காக இருக்கும் தகைமைமிகு கடமைகளை,
இயற்றாது விடுத்தால் ஆகிறார் சூத்திரராக.

சூத்திரராக மாறுவது செயல்களால் நிர்ணயமாகும்,
பிராமணராக க்ஷத்ரியராக பொருள்மிகும் வைசியராக,
பிறந்தவராக இருந்தாலும் போவார் சூத்திரராக,
நற்பலனாக அடைவார் நல்லவிதம் கடமைசெய்வோர்.

கடமைசெய்வோர் பிறப்பின் கடமைவிட்டு வழுவாமல்,
அறிவுக்கோர் உறைவிடமாக அகத்தில் தூயவராக,
தமக்கானதோர் கடமைகளைத் துளியும் குறைவின்றி,
செயல்படுத்துவார் ஆகினால் சேரும் புண்ணியம்.

புண்ணியம் மிகைத்திட பாருலகில் மாந்தர்,
எவ்விதம் வாழ்வதென இயம்பினார் பிரமதேவர்,
உன்னிடம் அதனை உரைக்கிறேன் தேவியே,
நேர்மைமிகும் நல்லவர் நாடுவது ஆத்மனையே.

ஆத்மனையே குறியாக்கி அகத்தூய்மை அடையவேண்டும்,
கொடுமையே செய்வோரும் கேடரும் கொடுக்கும்,
உணவையே உண்ணாமல் ஒதுக்கித் தவிர்க்கவேண்டும்,
பலருக்கே சமைத்ததை புசிக்காமலே ஒதுக்கவேண்டும்.

ஓதுக்கவேண்டும் இறந்தவருக்கு ஆண்டொன்று முடிகையில்,
ஸ்ரத்தம் செய்வதற்கு சமைத்த உணவையும்,
வேறேதம் பழுதுபட்ட உணவினை தவிர்க்கவேண்டும்,
சூத்திரர்தாம் பரிமாறினாலும் சாப்பிடாமல் தவிர்க்கவேண்டும்.

தவிர்க்கவேண்டும் சூத்திரர் தந்திடும் உணவினை,
தேவருலகம் இருப்போர் தகாதவிதம் உண்ணுவோரை,
பாவமிகும் மாந்தரென பாராமல் ஓதுக்குவார்,
பிதாமகரும் இதனையே பகர்ந்தாரென நினைக்கிறேன்.

நினைக்கிறேன் பிராமணர் நீசமுறும் வழிகுறித்து,
சூத்திரரின் உணவுண்டு செரிக்கும் முன்னதாக,
இறந்திடும் பிராமணர் இழிவுபட்டு சூத்திரராகிறார்,
இதில்தான் சந்தேகம் ஏதும் கிடையாது.

கிடையாது பிராமணநிலை கேடாக வாழ்வுமுழுதும்,
சூத்திரரது உணவை சுவைத்து உண்பாருக்கு,
செரிக்காது வயிற்றில் சூத்திரரது உணவிருந்தாலும்,
சூத்திரரது நிலையிலே சேருவார் பிராமணர்.

பிராமணர் என்னும் பெரும்பிறப்பு பெற்றாலும்,
ஒருசிலர் அப்பிறப்பின் உன்னதத்தை நினையாமல்,
வீழ்கிறார் கீழ்மையில் விச்சிக்குக் காரணங்கள்,
குடிக்கிறார் திருடுகிறார் கீழ்மையாய் நடக்கிறார்.

நடக்கிறார் கேடராக நெஞ்சத்தில் பேராசையுடன்,
அடைகிறார் பிரமஹத்தியை உடைக்கிறார் விரதநோன்பை,
ஆகிறார் கசடராக அடைகீறார் காமத்தை,
கவருகிறார் பிறர்பொருளை கடைப்பிடித்திடார் விரதமேதும்.

விரதமேதும் நோற்காமல் உளம்போன போக்கிலே,
ஆசைப்படும் அனைவருக்கும் இணங்கியே வாழுவார்,
சோமமெனும் பானத்தை செய்வார் விற்பனை,
தன்னிலும் கீழானவருக்கு தொண்டுகள் புரிவார்.

புரிவார் மேற்சொன்ன பாவங்களை பிராமணரெனில்,

வீழுவார் அவரது விழுப்பமான நிலைவிட்டு,
குருவானவர் மீது கோபமுற்றவர் அல்லது,
நிந்திப்பவர் மிகவும் நீசநிலை அடைவார்.

அடைவார் பிராமணர் அடாத கிழ்நிலையை,
குருநாதர் மனைவியொடு கலவிகள் புரிந்தாலும்,
அத்தகையோர் பிரமஞானம் அடைந்தவர் என்றாலும்,
அதற்கானதோர் மேன்மைவிட்டு இழப்பார் பிரமநிலையை.

பிரமநிலையை அடையலாம் பாருலகில் சூத்திரரும்,
இனிவருபவை அனைத்தையும் இயற்றும் மானிடர்,
சூத்திரவகையை சார்ந்திருப்பினும் சீர்பெற்ற பிராமணவகை,
க்ஷத்ரியவகை வைசியவகை சார்ந்து உயருவார்.

உயருவார் சூத்திரர் உத்தமராய் கடமைசெய்தால்,
அவருக்கோர் நெறியென அளித்தவிதம் பணிசெய்து,
மனதிலோர் அடக்கத்துடன் மாண்புடன் பணிவுடம்,
மேலானவர் கட்டளையை மதித்தால் பிராமணராவார்.

பிராமணராவார் சூத்திரர் பிசகாது நெறிகாத்தால்,
அன்னவர் பிராமணரை அமரர்களை வணங்கவேண்டும்,
விருந்தினர் வந்தால் உவகையாய் கவனிக்கவேண்டும்,
உணவிலோர் ஆசையின்றி உண்ணவேண்டும் எளிமையாக.

எளிமையாக உணவுண்டு அகத்தை கட்டவேண்டும்,
மனைவியாக இருப்பவருடன் மகிழலாம் காலமறிந்து,
தூய்மையாக வாழுவோரை தொழுது வணங்கவேண்டும்,
கடைசியாக உண்ணவேண்டும் காக்கவேண்டும் உற்றவரை.

உற்றவரை கவனித்து உணவிலே இறைச்சியை,
வேள்வியிலே ஆகுதியாய் வழங்கினால் அன்றி,
உண்ணாமை நோன்பிருந்தால் வைசியராய் பிறப்பார்,
பிராமணராய் மாறவும் புலாலை ஒதுக்கவேண்டும்.

ஒதுக்கவேண்டும் பொய்மையை வாய்மைவேண்டும்
வார்த்தையில்,
தற்பெருமையும் கொடூரகுணமும் தள்ளியே வைக்கவேண்டும்,

இருமையெலாம் கடக்கவேண்டும் அமைதிமனம்
வாய்க்கவேண்டும்,
கடமையெலாம் செய்யவேண்டும் கற்கவேண்டும் வேதத்தை.

வேதத்தை கற்றோதி வேள்விகளை நோற்று,
உடல்மனதை தூயதாக்கி வேதியரை மதித்து,
புலன்களை அடக்கி பல்லுயிரின் நலங்காத்து,
குடும்பத்தை நடத்தி காக்கவேண்டும் விரதம்.

விரதம் யாதெனில் வீட்டில் இருப்போரும்,
தன்னிடம் சார்ந்தோரும் தனையண்டிய விருந்தினரும்,
உண்டதும் மிகுந்ததை உண்ணலாம் இருமுறை,
உணவுகளும் அளவுடன் உண்ணுவதே சரியாகும்.

சரியாகும் செயல்களுக்கு செயல்விளைவு வேண்டாமை,
ஆணவம் இல்லாராய் அக்னிஹோத்ரம் நோற்பவராய்,
அக்கினியாம் இறைவருக்கு ஆகுதிகள் அளிப்பவராய்,
அனைவருக்கும் நல்வரவு அளிப்பவராய் வாழவேண்டும்.

வாழவேண்டும் அனைவருக்கும் உகந்த நட்புறவாக,
அனைவருக்கும் அன்புமிக்க இன்முகம் காட்டுபவராய்,
அனைவரும் உண்டபின்னர் அவருணவை உண்ணவேண்டும்,
தொழவேண்டும் மூன்றக்கினியை தினமும் முறையாக.

முறையாக மேற்கண்ட மாண்புகளைக் கடைப்பிடித்து,
சரியாக வாழும் சீர்மிகுந்த வைசியர்,
க்ஷத்ரியராக பிறப்பார் சற்றும் மாற்றமில்லை,
க்ஷத்ரியராக இருக்கையில் செய்யவேண்டும் கடமைகளை.

கடமைகளை செய்து கனவிரதம் நோற்று,
பூணூலை அணிந்து புனிதராக வாழ்ந்தால்,
க்ஷத்ரியநிலை அடைந்தவர் சீர்பெறுவார் அடுத்ததாக,
மறுபிறப்பை எடுப்பார் மாண்புமிக்க பிராமணராக.

பிராமணராக பிறப்பதற்கு பாங்குமிக்க க்ஷத்ரியர்,
வேதமாக இருப்பதை ஓதவேண்டும் அனுதினம்,
வேள்வியாக இயற்றவேண்டும் வழங்கவேண்டும் தானம்,

சோகமாக இருப்பவர்க்கு செல்லவேண்டும் உதவிசெய்ய.

உதவிசெய்ய வேண்டும் உரத்துடன் காக்கவேண்டும்,
தன்னுடைய மக்களை தவிப்பினின்று மீட்கவேண்டும்,
உண்மையுடைய மனத்துடன் வாழவேண்டும் நல்லவராய்,
தவறுசெய்யத் துணிந்தோர்க்கு தண்டனை வழங்கவேண்டும்.

வழங்கவேண்டும் தண்டனைகளை வளர்க்கவேண்டும் நற்குணத்தை,
இருக்கவேண்டும் மார்க்கங்கள் அறிந்த செயலாளராக,
விளைச்சலாகும் பொருட்களில் வரிபெறவேண்டும் ஆறிலொன்றை,
காமசுகம் தேடாமல் களிப்புடன் வாழவேண்டும்.

வாழவேண்டும் விடுபட்ட உன்னத மனிதராக,
புணரவேண்டும் மனைவியிடம் பகரப்படும் காலத்தில்,
நோற்கவேண்டும் விரதங்களை கட்டவேண்டும் உயிராற்றலை,
ஓதவேண்டும் வேதங்களை உளத்திலே தூய்மைவேண்டும்.

தூய்மைவேண்டும் உடல்மனத்தில் தூங்கவேண்டும் தர்ப்பையில்,
உறங்கவும் செல்லவேண்டும் அக்கினிகார்ய அறைக்கு,
முத்திரட்டையும் சேர்க்கவேண்டும் மனமதிலே மகிழ்வுவேண்டும்,
உணவுவேண்டும் என்று விரும்புவோரை ஓம்பவேண்டும்.

ஓம்பவேண்டும் சூத்திரர் உணவுவேண்டி வந்தால்,
வழங்கவேண்டும் நல்லுணவை வாழவேண்டும் விடுபட்டு,
எதைச்செய்தும் அதிலிருந்து இலாபமோ மகிழ்வோ,
தேடும் நோக்கமின்றி தூயவராய் வாழவேண்டும்.

வாழவேண்டும் தன்னகத்தில் விடுபட்ட துறவிபோல,
இயற்றவேண்டும் அக்னிஹோத்ரம் அனுதினமும் மூன்றுவேளை,
காலைமதியம் மாலையென கணக்காய் மூன்றுமுறை,
அளிக்கவேண்டும் அக்கினிக்கு ஆகுதிகள் முறையாக.

முறையாக களத்திலே மோதலில் ஈடுபட்டு,
எதிரியாக இருப்பவனை எதிரிட்டு நோக்கியபடி,
பிராமணராக பசுவாக புண்ணியமிகு உயிர்களுக்கென,
தனதான உயிரை தியாகம் செய்யவேண்டும்.

செய்யவேண்டும் உயிர்துறக்க சரியான நற்செயலை,
மூன்றாகும் அக்கினிகளை மூட்டி அதற்குள்,
செல்லவேண்டும் புண்ணியமும் சீலமும் மிகுந்தவர்,
அவ்விதம் செய்தால் அடுத்தபிறப்பு பிராமணராக.

பிராமணராக பிறந்தால் பேரறிவும் ஞானமும்,
பாவமாக ஏதுமிலா புண்ணியமிகு மனிதராக,
வேதமான மறைகளை உணர்ந்து ஓதவேண்டும்,
க்ஷத்ரியராக இருப்போர் சீர்பெறுவார் பிராமணராக.

பிராமணராக மாறுதற்கு புரியவேண்டும் நற்செயல்கள்,
சூத்திரராக பிறந்தவரும் சரியான நடத்தையால்,
பிராமணராக மாறுவார் பாவங்களை நீக்குவதால்,
கேடுமிக்க பிராமணர்கள் கெடுசெயலால் சூத்திரராவார்.

சூத்திரராக இருந்தாலும் சுத்தமான மனத்துடன்,
புலன்களாக இருப்பவற்றை புத்தியால் அடக்கியவரை,
பிராமணராக எண்ணி பணியேற்கலாம் அவரிடம்,
இவ்விதமாக சொன்னவர் இறைவர் பிரமதேவர்.

பிரமதேவர் உரைத்த பாங்குமிக்க வழியிலே,
வாழுபவர் சூத்திரரெனினும் உடலுளத் தூய்மையால்,
இருபிறப்பாளர் பலரைவிட ஏற்றமானவர் அவர்தான்,
நடத்தையாலொருவர் நண்ணுவார் நலமிக்க பிரமத்தை.

பிரமத்தை அறிந்த பிராமணராய் இருப்பதற்கு,
பூணூலை சடங்குகளை புரிவது மேம்போக்கில்தான்,
அறிவாற்றலை சந்ததிகளை அடைந்தாலும் பிராமணரில்லை,
நடத்தை ஒன்றுதான் நல்கும் பிராமணநிலையை.

பிராமணநிலையை அடைந்தோரெலாம் பிராமணராதல்
நடத்தையால்தான்,

சூத்திரராய் பிறந்தவர் சுத்தமான நடத்தையால்,
பிராமணராய் ஆனவரென பகரலாம் ஏனெனில்,
பிரமத்தை அறிந்தோரெலாம் பிரமருக்கு சமமானவர்.

சமமானவர் பிரமநிலையை சார்ந்தோரெலாம் இவ்வுலகில்,
வருணமொருவர் கொண்டது வாழும் முறைக்குதான்,
பிரமத்தையவர் அறிந்துவிட்டால் பிராமணராய் ஆகிறார்,
அத்தகையோர் நிலையிலே ஏற்றத்தாழ்வு கிடையாது.

கிடையாது பிரமநிலையில் குறைவு நிறைவு,
குணமென்று ஏதுமில்லை கிடையாது பாவபுண்ணியம்,
குற்றமற்றது பிரமநிலை குலக்கணக்கு அதற்கில்லை,
நால்வருணத்து பகுப்பு நானிலத்தில் மேம்போக்கானது.

மேம்போக்கானது பிறப்பினால் மேல்கீழெனக் கணக்கிடுதல்,
எவரிடத்து பிரமநிலை இருப்பது ஆகினும்,
சமரென்று அவர்களை சொல்லவேண்டும் என்பதாக,
அகிலத்துக்கு மூத்தவர் அயனார் இயம்பினார்.

இயம்பினார் பிரமதேவர் இவ்வுலகில் பிறப்பினால்,
மனிதர் வருணங்கள் மேம்போக்காய் அமைந்ததென,
ஒருவர் நடத்தையால் அடைந்த பிரமஞானத்தால்,
பிராமணர் நிலையை பெறலாம் நால்வருணமும்.

நால்வருணமும் சமந்தான் ஞானத்தை அடைந்தாலென,
இவ்வையகம் முழுவதையும் அமைத்த பிரமதேவர்,
மேன்மையாகும் பிரமநிலையை மொழிந்தார் உலகுக்கு,
பிராமணரெனும் புண்ணியர் பாருலகில் விளைநிலம்.

விளைநிலம் நடந்து வருவதுபோல் பிராமணர்கள்,
அவர்களிடம் எதனை விதைத்தாலும் அவ்விதையை,
மறுவுலகம் நன்னிலே மடங்குகள் பல்லாயிரமாக,
அளித்திடும் திறத்தாலென அறிந்துகொள் தேவி.

தேவி பிராமணர் தனதுநலம் விரும்பினால்,
நாடி வந்தோரும் நட்பினரும் உறவினரும்,
உண்டி முடித்தபின் உண்ணுதல் வேண்டும்,

மீறி நடத்தலாகாது மாண்புமிக்க நெறிகளை.

நெறிகளை மீறி நடத்தலே தவறாகும்,
மனதை பிரமமெனும் மாண்புமிக்க பொருளில்,
பொருத்தி அன்னவர் பாருலகில் வாழவேண்டும்,
சம்ஹிதை அனைத்தையும் சீருடன் ஓதவேண்டும்.

ஓதவேண்டும் சம்ஹிதைகளை வாழவேண்டும் அகத்திலே,
எப்போதும் வேதங்களை ஆர்வத்துடன் கற்கவேண்டும்,
ஆகினும் வேதத்தை ஓதுவதை தொழிலாக்கி,
பொருளேதும் ஈட்டுதல் பாங்கில்லை பிராமணருக்கு.

பிராமணருக்கு உண்டான பாங்குமிக்க நடத்தையால்,
நெறிகளுக்கு உட்பட்டு நல்வாழ்வு வாழ்ந்திடும்,
அனுதினத்து அக்னிகார்யம் அனைத்தையும் முடித்து,
ஓதுவது வேண்டும் உன்னத வேதத்தை.

வேதத்தை ஓதவேண்டும் உள்ளத்தில் நற்சிந்தையுடன்,
பிரமநிலையை அடைந்தபின் பிசகாமல் அந்நிலையில்,
மனத்தை நிலைநிறுத்தி மாண்புடன் வாழவேண்டும்,
தானத்தை வாங்கலாகாது தீயவருடன் பழகலாகாது.

பழகலாகாது கீழ்மையான புத்தி உடையோருடன்,
வாங்கலாது எவரொருவர் வழங்கும் தானத்தையும்,
இரகசியமென்று இருப்பதில் அதிமேன்மை இஃதாகும்,
சூத்திரருக்கு பிரமநிலை சாத்தியமாவது இவ்வழியில்.

இவ்வழியில் சூத்திரரும் ஆகலாம் பிராமணராக,
பிராமணர்கள் குலத்தில் பிறந்தாலும் ஒருவர்,
நடத்தைகள் சீரழிந்து நீசமிக்க சூத்திரராக,
மாறுதல் குறித்தும் மொழிந்தேன் உமாதேவி.

(144)அனுசாசன பர்வம், பகுதி 144

உமாதேவி வினவினார் உருத்திர மகாதேவரிடம்,
புனிதமிகு இறைவரே புவனத்தைப் படைத்தவரே,

அகிலத்தின் அரசரே அனைவருக்கும் பொதுவானவரே,
இருபிரிவில் தேவாசுரர் உங்களின் பக்தரே.

பக்தரே இருபிரிவும் பரமேசர் உங்களுக்கு,
உலகிலே பிறந்தவர்கள் உற்றதான கடமைகள்,
எவையே என்பதை இயம்புவீர் எனக்கு,
சந்தேகத்தையே நீக்கவேண்டும் சாந்தமிக்க இறைவரே.

இறைவரே மனிதர்களை இவ்வுலகிலே தளைப்பவை,
சிந்தையுடனே வாக்கும் செயலுமென மூன்றாகும்,
இம்மூன்றே உலகோர்க்கு அளிக்கும் விடுதலையை,
எவ்விதமே நடப்பவர் ஏகலாம் சொர்க்கத்துக்கு?

சொர்க்கத்துக்கு செல்லுதற்கு சொல்லுவீர் வழியென்று,
ஈசரிடத்து உமாதேவி இயம்பிய வினாவுக்கு,
கடமைகுறித்து அனைத்தையும் கடைப்பிடிக்கும் தேவியே,
அனைத்துயிருக்கு நலமளிக்க எழுப்பினாய் வினாவை.

வினாவைக் கேட்டு விடையை அறிந்தால்,
அறிவாற்றலை வளர்க்கும் அனைத்து உயிருக்கும்,
பதிலை அளிக்கிறேன் பொறுமையுடன் கேட்டுக்கொள்,
உண்மையை நெறிகளை உணர்ந்தவர் மேலோர்.

மேலோர் வாழுதற்கென மானிடர் கடைப்பிடிக்கும்,
ஏதோர் ஆசிரமத்திலும் இருந்திடார் வாழ்விலே,
பொருளையவர் ஈட்டுதல் பழுதிலா நல்வழியில்,
சொர்க்கமவர் ஏகுவது சாத்தியம் எளிதில்.

எளிதில் சொர்க்கத்துக்கு ஏகுவார் ஒருவர்,
மனதில் ஆத்மஞானமும் அறிவில் தெளிவும்,
சந்தேகங்கள் இல்லாத சுத்தமனமும் உடையாரெனில்,
பாவங்கள் புண்ணியங்கள் பற்றாது அன்னவரை.

அன்னவரை பாவபுண்ணியங்கள் அண்டாது ஒருபோதும்,
செயல்களை செய்வதால் தளைகளை அடைந்திடார்,
மற்றவரை சொல்லாலும் மனதாலும் செயலாலும்,
தாக்காதவரை செயல்கள் தளைத்தல் இயலாது.

இயலாது பற்றிலாரை எவ்வினையும் தளைத்தல்,
பிறவுருக்கு தீங்குகள் புரியாது தவிர்ப்போருக்கு,
கருணைமிகும் மனத்தாருக்கு கெடுசிந்தை இல்லாருக்கு,
எதிரியும் நண்பரும் ஈடென்பார்க்கு தளையில்லை.

தளையில்லை அனைத்துயிரும் தூயவரென நம்பும்படி,
தன்மனதை அடக்கிய தவமிகுந்த நல்லாருக்கு,
சொர்க்கத்தை அடைவதில் சிக்கலில்லை அன்னவருக்கு,
பிறர்பொருளை களவாடாத புண்ணியருக்கு தளையில்லலை.

தளையில்லை பிறர்மனையைத் தீண்ட விரும்பாருக்கு,
நேர்மையையாய் பொருளீட்டி நிறைவாய் வாழுவோருக்கு,
சொர்க்கத்தை அடைந்திடல் சுலபமான செயலாகும்,
பிறர்மனையை சகோதரியென பார்ப்பவருக்கு
சொர்க்கமுண்டு.

சொர்க்கமுண்டு பிறர்மனையை சிந்தையாலும் விரும்பாது,
அன்னையென்று தங்கையென்று அன்புமிகு மகளென்று,
எண்ணமுற்று வாழும் உன்னதமிகு நல்லாருக்கு,
பிறர்பொருளுக்கு ஆசையிலாரும் புகலாம் சொர்க்கத்தில்.

சொர்க்கத்தில் இடமுண்டு சொந்தமான பொருள்மட்டும்,
வாழ்க்கையில் போதுமெனும் உளதிடம் உள்ளாருக்கு,
மற்றவர்கள் மனைவியருடன் மனதளவிலும் கலவாமல்,
கண்கள் மூடுவோருக்கு கிடைக்கும் சொர்க்கசுகம்.

சொர்க்கசுகம் உறுதிதான் சீர்மிக்கதாம் மனதுடன்,
புலனைந்தும் அடக்கி புத்திமனம் கட்டியோருக்கு,
இதுவாகும் தேவர்கள் அமைத்துவைத்த பாதை,
நெறியெலாம் அறிந்தோருக்கு நலந்தரும் இவ்வழி.

இவ்வழி ஆசைகள் அற்றதோர் நல்லவழி,
வெறுப்பின்றி விருப்பின்றி வாழுதற்கு உகந்தவழி,
மனைவி பருவகாலத்தில் முயங்கி மகிழ்ந்து,
பிறவிதத்தில் காமசுகம் பெறாதவருக்கு சொர்க்கமுண்டு.

சொர்க்கமுண்டு தருமத்துடன் சீர்மிகுந்த தவமிஞ்செய்தால்,
வழுவாது நெறிப்படி வாழுதற்கு மனங்கொண்டு,
உடல்மனத்து தூய்மையுடன் அறிவில் கூர்மையுடன்,
வாழுதற்கு தலைப்பட்டால் வாய்ப்பது சொர்க்கவாழ்வு.

சொர்க்கவாழ்வு குறித்து சிவனார் உரைத்ததும்,
தன்மனத்து சந்தேகத்தை தெரிவித்தார் உமாதேவி,
எவ்விதத்து வார்த்தையை இயம்பினால் தளைபடுவார்?
எச்சொல்லுரைத்து ஒருவர் அடையலாம் விடுதலை?

விடுதலை பெறுதற்கு வார்த்தைகளை எவ்விதம்,
பேசுதலே வேண்டுமென பகர்ந்தார் உமாசுதர்,
சிரிப்பை வரவழைக்கவோ சொந்த நலத்துக்கோ,
பிறரைப் பொருட்டோ பொய்யிலாருக்கு சொர்க்கமுண்டு.

சொர்க்கமுண்டு பொய்யை சொல்லாமல் தவிர்ப்போருக்கு,
தன்வாழ்வுக்கு தவபலத்துக்கு தனது ஆசைக்கு,
எதற்கு விரும்பியேனும் ஏதேனும் பொய்வார்த்தை,
பேசாது தவிர்ப்பவர் புகுவார் சொர்க்கத்தில்.

சொர்க்கத்தில் இடமுண்டு சொல்லினிமை உடையோருக்கு,
தவறுகள் இல்லாமல் தகுந்த சொற்களை,
இடம்பொருள் அறிந்து இதமான விதத்திலே,
விளம்புதல் செய்வோர் வருவார் சொர்க்கத்துக்கு.

சொர்க்கத்துக்கு வருவார் சொல்லில் குற்றமிலார்,
கடுமைமிகு வார்த்தைகளை கசப்புமிகு சொற்களை,
கொடுமைமிகு வசனங்களை கூறாது விடுபவர்,
தவறிழைக்கும் மனமிலார் தீங்கிலார் சொர்க்கமுறுவார்.

சொர்க்கமுறுவார் ஏமாற்றும் சொற்களை பேசாதவர்,
நட்புறவோர் பிரிந்து நாசமாகும் விதத்திலே,
பேசாதவர் நல்லதையே பேசுபவர் சொர்க்கமுறுவார்,
சண்டையிடாதார் அடைவார் சொர்க்கத்தின் நல்வாழ்வை.

நல்வாழ்வை அடைவார் நலமிகுந்த சொர்க்கத்தில்,
பிறமனிதரை வருத்தும் பேச்சினை பேசாமல்,

நடுநிலை வகித்து நல்லவிதம் பேசுபவர்,
புலன்களை அடக்கிய புண்ணியர் சொர்க்கமுறுவார்.

சொர்க்கமுறுவார் பாவமிகும் சொற்களை தவிர்ப்பவர்,
புனிதமானதோர் சொல்மட்டும் பகருவோர் நல்லவர்,
கோபமுற்றார் ஆகினும் கொடுஞ்சொல் வார்த்தையெனும்,
கணையாலொருவர் இதயத்தை கிழிக்காதவர்
சொர்க்கமுறுவார்.

சொர்க்கமுறுவார் கோபத்திலும் சீர்மையுடன் பேசுபவர்,
சுத்தமனத்தார் நல்லதான சொற்களை பேசுவதை,
தங்களுக்கோர் கடமையென தாமுற்றால் நலம்பெறுவார்,
புனிதமிக்கதோர் மார்க்கமாகும் பேச்சில் உண்மை.

உண்மை என்னும் உன்னத மார்க்கத்தை,
அறிவாற்றலை உடையவர் அகலாது பற்றுவார்,
பொய்யை தவிர்த்து பேசுவார் நல்வார்த்தை,
அவர்களை புண்ணியரென அறியலாம் மாதே.

மாதே இந்த மாண்புமிக்க மார்க்கத்தில்,
உறுதியே கொண்டு வாழவேண்டும் அனைவரும்,
உண்மையே அடிப்படையென ஒருவரையும் வருத்தாது,
இனிமையே கொண்டு இயம்பவேண்டும் வார்த்தைகளை.

வார்த்தைகளைப் பேசும் வழிமுறை என்னவென,
விவரங்களை முழுதாக விளம்பிய மகேசரிடம்,
அடுத்ததாய் உமாதேவி எழுப்பினார் வினாவை,
கடவுளரை வாழவைக்கும் கடவுளே விளம்புவீர்.

விளம்புவீர் பிநாகமெனும் வில்லை உடையவரே,
உடையீர் புண்ணியத்தை உயர்வை மேன்மையை,
ஒருவர் மனதிலே உண்டாகும் எண்ணங்கள்,
மனதிலோர் செயலாகி மனிதரை தளைக்குமா?

தளைக்குமா மனச்செயல்கள் தம்மை நினைவோரை,
சிந்தனையால் தளைகள் சாருமா ஒருவரையென,
சந்தேகமாய் இருக்கிறது சொல்லுவீர் விளக்கமென,

வணக்கமாய் மகாதேவரிடம் வேண்டினார் உமையம்மை.

உமையம்மை வேண்டியதும் உரைத்தார் மஹேஸ்வரர்,
உளச்செயலை ஒட்டி உண்டாகும் புண்ணியத்தால்,
சொர்க்கத்தை அடைகிறார் சீர்மிக்க நல்லவர்,
புண்ணியத்தை உடையவளே பகருவதைக் கேளாய்.

கேளாய் முகத்தில் கனிவை உடைவளே,
எவற்றை செய்தால் இவ்வுலகில் ஒருவர்,
தளைகளை அடைந்து தாக்குறுவார் என்பதை,
தீமைகளை நினைப்பவர் தனையடக்கார் தளைபடுவார்.

தளைபடுவார் சிந்தனையில் தகாதவற்றை விலக்காதவர்,
எவரொருவர் பிறர்பொருள் எவருமிலா வனத்திடையே,
எடுப்பவர் இல்லாமல் இருப்பினும் அப்பொருளை,
எண்ணத்திலோர் ஆசையாலும் எண்ணாதவர்
சொர்க்கமுறுவார்.

சொர்க்கமுறுவார் பிறர்பொருளை சொந்தமாக்க எண்ணாதவர்,
மற்றவர் பொருளை மற்றெவரும் இல்லாதாக,
தனித்ததோர் அகத்திலோ தனித்த கிராமத்திலோ,
காண்பவர் மனதாலும் கவராவிடில் சொர்க்கமுண்டு.

சொர்க்கமுண்டு பிறர்மனையை சிந்தையாலும் நினையாருக்கு
தனித்ததொரு இடத்திலே தையல்மீது காமத்துடன்,
முயங்குதற்கு சூழல்கள் மிகவும் ஏதுவாகினும்,
அவர்களிடத்து மனதாலும் அண்டாதவர் சொர்க்கவாசி.

சொர்க்கவாசி ஆவார் சிந்தை நடுநிலையாக்கி,
பரமவைரி வெகுநண்பரிடம் பாகுபாடு இல்லாமல்,
சமசிந்தை உடையவராய் சாந்தமாக நடப்பவர்,
வானுலகை ஏகியே உறைவார் சொர்க்கத்தில்.

சொர்க்கத்தில் இடமுண்டு செரிவான அறிவுடன்,
உயிர்களிடத்தில் கருணை உடையவராம் நல்லாருக்கு,
உடல்மனதில் சுத்தமும் உண்மையில் உறுதியும்,
இருப்பதில் மனநிறைவும் அடைந்தோர் சொர்க்கவாசி.

சொர்க்கவாசி ஆவார் சீற்றமாகி பிறவுயிரை,
வெறுப்பாகி நடத்தாது வாழ்வாதாரம் அழிக்காது,
இணக்கமாகி அனைத்துயிரை அன்புடன் நடத்துபவர்,
கருணைமிகு மனதை கொண்டவராம் உத்தமர்.

உத்தமர் நம்பிக்கை உடையவர் கருணையுளார்,
புனிதர் நட்புற்றிட புனிதரை சாருபவர்,
தெளிவானதோர் மனதுடன் தவற்றினை சரியினை,
பிரித்தறிவோர் புகுவார் பீடுமிக்க சொர்க்கத்தில்.

சொர்க்கத்தில் இடமுண்டு செயல்களின் நலந்தீதால்,
விளைவுகள் எவ்விதம் வருமென்று உணர்ந்தாருக்கு;
நீதிவழியில் நடக்கும் நெஞ்சம் உடையாருக்கும்,
சாதனைகள் பலவற்றை செய்தாருக்கும் சொர்க்கமுண்டு.

சொர்க்கமுண்டு தேவர்களை சீமிக்க பிராமணரை,
பக்திகொண்டு வணங்கிடும் புனிதமிகு மனத்தாருக்கு,
உறுதிகொண்டு செயல்களை ஊக்கத்துடன் முடிப்பாருக்கும்,
இடமுண்டு சொக்கமெனும் அமரர்களில் உலகத்தில்.

உலகத்தில் நல்லவிதம் வாழும் அனைவருக்கும்,
சொர்க்கத்தில் இடமுண்டு செயல்களில் விளைவாக,
சந்தேகள் வேறென்ன சொல்லுவாய் உமாதேவி,
விளக்கங்கள் அளிப்பேனென விளம்பினார் மஹேஸ்வரர்.

மஹேஸ்வரர் உரைத்ததும் மாதா உமையம்மை,
மானிடர் குறித்து மனதிலொரு சந்தேகம்,
பேரிடர் போலவே புந்தியைக் குழப்புகிறது,
விளம்புவீர் விளக்கத்தை வெகுவான கவனத்துடன்.

கவனத்துடன் எனக்கு கூறவேண்டும் விளக்கத்தை,
மானிடரின் வாழ்விலே மிகநீண்ட ஆயுட்காலம்,
பெறுவதன் காரணத்தை பகரவேண்டும் எனக்கு,
எத்தவத்தின் வாயிலாக அடையலாம் நெடுவாழ்வை?

நெடுவாழ்வை அடையாமல் நானிலத்தில் ஒருசிலர்,

இளமை முடியுமுன்னே இறப்பது எதனாலே?
குற்றங்களை கடந்த குணக்கடலே நீவிர்,
சந்தேகத்தை நிவர்த்திக்க சொல்லுவீர் விவரத்தை.

விவரத்தை எனக்கு விளக்குவீர் மேலும்,
ஒருசிலரை நல்லன வந்தடைந்து மகிழ்விக்க,
வேறுசிலரை தாக்குதல்கள் வாட்டி வதைக்கின்றன,
மேற்பிறப்பை ஒருசிலர் மாண்புடன் அடைகிறார்.

அடைகிறார் சிலபேர் ஈனமான பிறப்புகளை,
ஒருசிலர் தோற்றம் அருவருப்பாய் அமைந்திருக்க,
வேறுசிலர் கொண்டுளார் வடிவழகும் மிளிர்வும்,
பார்ப்பவர் முதற்பார்வையிலே பேரழகென திகைக்கும்படி.

திகைக்கும்படி அழகுடையார் தரணியில் ஒருசிலர்,
அறிவாற்றலில் சிறந்தவரென இருக்கிறார் சிலபேர்,
மூடர்களில் முழுமூடரென மற்றசிலர் வாழுகிறார்,
சிலபேர்கள் தாங்குகிறார் சிறுதுயர்களை வருத்தத்தை.

வருத்தத்தை ஒருசிலர் வெகுகுறைவாய் அடைந்திட,
ஒருசிலரை வருத்தம் உருக்கி வாட்டுகிறது,
மேன்மைகளை கீழ்மைகளை மானிடர் இருவிதமாய்,
அடைவதைக் குறித்து அளிப்பீர் விளக்கம்.

விளக்கம் வேண்டுமென உமாதேவி வினவியதும்,
தேவருக்கும் தேவர் தெரிவித்தார் கருத்தை,
செயல்களும் அவற்றை சார்ந்த விளைவுகளும்,
எவ்விதம் வெளிப்படுமென இயம்புகிறேன் தேவியே.

தேவியே உனக்கு தெரிவிக்கிறேன் ரகசியத்தை,
செயல்களே செய்ததற்கு சார்ந்துவரும் விளைவுகளின்,
பலன்களே இவ்வுலகில் பலரும் அனுபவிப்பது,
பிறரையே தாக்குவோர் போவார் நரகத்துக்கு.

நரகத்துக்கு செல்லுவார் நெறிகெட்ட வெறியுடையோர்,
பிறவுயிருக்கு தீங்குசெய்ய பல்லாயுதம் ஏந்துவோரும்,
மற்றாவர்மீது தாக்கிட மிகப்பெரும் தண்டமெடுத்தோரும்,

ஓங்கிடுத்து ஆயுதத்தை வீசியே கொல்லுவோரும்.

கொல்லுவோரும் பல்லுயிருக்கு கேடுபல செய்வோரும்,
மற்றவர்தம் மனதிலே மனக்கலக்கமும் அச்சமும்,
மிகைத்திடும் விதத்திலே மிகத்தவறு செய்பவனும்,
புழுபூச்சிக்கும் எரும்புக்குங்கூட பரிவிலானும் கெடுவான்.

கெடுவான் மனதிலே கொடூரம் மிகைத்தவன்,
அன்னவன் நரகத்திலே அடைவான் பலதுயரம்,
நீதிமான் நெறியாளன் நல்லவனென வாழுபவன்,
எடுப்பான் மறுபிறப்பை அழகுடன் பலத்துடன்.

பலத்துடன் அழகுடன் பிறப்பெடுப்பான் நல்லவன்,
எவனொருவன் இவ்வுலகில் அடாதன செய்தாலும்,
அடைவான் நரகத்தை ஆட்படுவான் தண்டனைக்கு,
நல்லவன் சொர்க்கத்தை நண்ணி நலம்பெறுவான்.

நலம்பெறுவான் எப்போதும் நல்லதை செய்பவன்,
பொல்லாதவன் இறந்து பாழ்நரகில் வருந்தியபின்,
எடுப்பான் மறுபிறப்பை அடைவான் குறையாயுள்,
கொல்லுபவன் காய்ப்படுத்துபவன் கேடுமிக்கான் அழிவான்.

அழிவான் கேடுகளை அடாதவற்றை செய்பவன்,
அத்தகையோன் அனைத்துய்ருக்கும் ஆவான் எதிரியாக,
இறப்பான் குறையாயுளில் இழிவான செயல்பாட்டால்,
நல்லவன் வெள்ளைமனம் உள்ளவன் தேவனாவான்.

தேவனாவான் ஆய்தங்கள் தரிக்காமல் விலக்கியவன்,
தண்டிக்காதவன் தாக்காதவன் தாக்கினாலும் தாங்குபவன்,
எவ்வுயிரின் மீதும் ஆயுதத்தை வீசாதவன்,
ஆயுதங்களின் தேவைகளை அறவே விடுத்தவன்.

விடுத்தவன் ஆசைகளை வேண்டாதவன் உயிர்க்கொலை,
உயிர்க்கொலையாம் கேட்டினை வேறொருவரின் மூலமாயும்,
செய்யாதவன் நல்லவன் சீர்மை உள்ளவன்,
பிறர்தான் தாக்கினாலும் பதிலுக்கு தாக்காதவன்.

தாக்காதவன் பிறரை தாக்கவைக்காதவன் பிறர்மூலம்,
கொலைகாரரின் செயலுக்கு கொடுத்திடான் ஒப்புதல்,
அனைத்துயிரின் மீதும் உடையான் கருணை,
கருதுவான் பிறரை கனிவுடன் தனைப்போல.

தனைப்போல பிறரை தன்னுளத்தில் நினைபவர்,
மிகப்பல நற்குணங்களை முழுதாக உடையவர்,
தேவருலக வாழ்விலே தேவர்நிலையை பெறுவார்,
மகிழ்வுள பல்பொருளை மனமுவந்து நுகருவார்.

நுகருவார் தேவலோக நன்மைகள் அனைத்தையும்,
நல்லவர் நற்செயல் உள்ளவர் இவ்வுலகில்,
பிறப்பார் ஆகினும் பெறுவார் நெடுவாழ்வை,
பிரமதேவர் இவ்வழையை பகர்ந்தார் மாந்தருக்கு.

மாந்தருக்கு பிரமதேவர் மொழிந்த வழியின்,
உட்கருத்து பிறவுயிரை அழிக்காது காப்பதாகும்,
கொலைமறுத்து வாழ்ந்தால் கிடக்கும் நலமெலாம்,
நெடுவாழ்வொடு நற்பலன்கள் நெருங்கிவந்து சேரும்.

(145)**அனுசாசன பர்வம்**, **பகுதி** 145

சேரும் நலங்கள் செயல்களின் விளைவாயென,
கூறும் எனக்கு கருத்தினை தெளிவாக,
எக்குணம் எச்செயல் எவ்வித நடத்தைகள்,
எத்தானம் அளித்தால் ஏகலாம் சொர்க்கத்துக்கு?

சொர்க்கத்துக்கு செல்லுதற்கு சரியான வழிமுறையை,
உமாதேவிக்கு உரைத்தார் வையத்தின் முதலிறைவர்,
தாராளத்தொடு பிறருக்கு தந்திடும் மனமுடையார்,
பிராமணருக்கு மரியாதை தந்திடும் உத்தமர்.

உத்தமர் பிராமணரை உகந்தவிதம் கவனிப்பவர்,
மற்றவர் உண்ணுதற்கு மனமார உணவுதந்து,
கொடுப்பவர் பானங்களை கண்ணிலார்க்கு உதவுபவர்,
ஆதரவற்று இருப்போரிடம் அன்புடையார் சொர்க்கவாசி.

சொர்க்கவாசி உணவிடும் சத்திரங்கள் அமைப்பவர்,
வறுமைக்கு ஆட்பட்டு வாடுவோருக்கு உடையளிப்போர்,
இல்லாருக்கு வீடுகள் அமைத்து வழங்குவோர்,
தங்குதற்குக் கூடங்களை தருவோர் கிணறமைப்போர்.

கிணறமைப்போர் நீர்ப்பந்தலில் குளிர்நீர் வழங்குவோர்,
குளமமைப்போர் பொருள்தானம் கொடுக்கும் நல்லவர்,
வேண்டுமென்போர் எதனை வேண்டினாலும் ஈனுவோர்,
ஆசனமளிப்போர் படுக்கையளிப்போர் ஆபரணமளிப்போர்
வாகனமளிப்போர்.

வாகனமளிப்போர் பொருளளிப்போர் வீடளிப்போர்
நகையளிப்போர்,
ரத்தினமளிப்போர் தானியமளிப்போர் ஆவினமளிப்போர்
நிலமளிப்போர்,
தானமளிப்போர் பெண்ணை தகுதிகள் உடையாருக்கு,
வானவர் உலகிலே உவப்புடன் இடம்பெறுவார்.

இடம்பெறுவார் வானுலகில் அனந்தகோடி ஆண்டுகள்,
மகிழ்ந்திடுவார் மிகவும் மதிப்புமிக்க பொருட்களால்,
குலவிடுவார் அப்ஸரஸ்களுடன் களிப்புறுவார் நந்தனத்தில்,
புண்ணியத்துக்கோர் முடிவுவந்தால் பூமிக்கு மீளுவார்.

மீளுவார் ஆகினும் மண்ணுலகில் அன்னவர்,
பிறப்பார் வசதிவாய்ப்பு பெருத்த குடும்பத்தில்,
அன்னவர் விரும்புவன அனைத்தும் கிடைத்துவிடும்,
அத்தகையோர் விடும்பியன அனைத்தும் கிடைக்கும்.

கிடைக்கும் பொன்பொருள் கனிகிழங்கு உணவுகள்,
அன்னவர்தம் கருவூலம் எப்போதும் நிறைந்திருக்கும்,
இவ்விதம் விளம்பினார் அனைத்துலகை படைத்தவரான,
தற்பரராம் பிரமதேவர் தரணியில் உயர்ந்தோர்குறித்து.

உயர்ந்தோர்குறித்து பிரமர் உரைத்தது இக்கருத்து,
தானமளித்து பிறர்நலத்தை தக்கவிதம் காப்பவருக்கு,
பேரழகொடு பொன்பொருள் பலத்தொடு வளங்கள்,

கிடைப்பது உறுதியெனும் கனத்த ரகசியத்தை.

ரகசியத்தை மேலும் இயம்புகிறேன் தேவியே,
வேறுவிதமாய் வாழும் வெறிகொண்ட மாந்தர்கள்,
மற்றவரை அச்சமூட்டி மதிகெட வைப்பவர்,
பயங்கரத்தை உண்டாக்கும் பேய்குணம் உடையவர்.

உடையவர் வெறித்தனம் அடிப்பவர் மற்றவரை,
அடிப்பவர் கரத்தால் அல்லது கழியால்,
எடுப்பவர் சாட்டையை அரைக்கல்லை மண்கட்டியை,
வீசுபவர் மற்றவர்கள் வதைபட்டு துடித்திட.

துடைத்திட விலங்குகளைத் தாக்குவார் அடிப்பார்,
பிடித்திடத் துரத்துவார் பயந்தோடும் விலங்குகளை,
அஞ்சிட விலங்குகள் அகன்று ஓடினாலும்,
விட்டிட மனமிலாதவர் வெறிகொண்டோர் நரகவாசி.

நரகவாசி ஆகியே நசிந்து வருந்தியபின்,
மனிதராகி பிறந்தாலும் மிகவும் ஈனமாக,
கேடராகி நோய்பட்டுக் கலங்கி வாடுவார்,
பாவியாகி வாழுதல் பிறராரல்ல தம்மால்தான்.

தம்மால்தான் அன்னவர் தாழ்வுற்று வீழுகிறார்,
தம்செயலின் விளைவுகள் தாக்கும் காரணத்தால்,
கீழ்மைகளின் வசப்பட்டு கிடக்கிறார் ஈனராக,
வேறுவிதம் வாழ்வுண்டு உயிர்களிடம் தயையுளார்க்கு.

தயையுளார்க்கு அன்புளார்க்கு தனைப்போல் பிறவுயிரும்,
கருதுவார்க்கு எதிர்ப்பேதும் கொள்ளார்க்கு நல்லார்க்கு,
புலனைந்து கட்டியோர்க்கு பேதாபேதம் கடந்தார்க்கு,
உயிர்களிடத்து அச்சத்தை ஊட்டாருக்கு சொர்க்கமுண்டு.

சொர்க்கமுண்டு கைகாலை சீருடன் கட்டியவருக்கு,
கைகொண்டு கால்கொண்டு கலங்கடித்திடார் உயிர்களை,
உயிர்களிடத்து வெறுப்பற்று வாழ்வார் அன்புடன்,
சாட்டையெடுத்து கம்பெடுத்து சுழற்றி அடித்திடார்.

அடித்திடார் எவ்வித ஆயுதத்தாலும் எவரையும்,
எறிந்திடார் கல்லை அல்லது மண்கட்டிகளை,
இருப்பார் மனதிலே ஆழந்த கருணையுடன்,
செல்லுவார் அன்னவர் சொர்க்கமெனும் நல்லுலகம்.

நல்லுலகம் என்றே நவிலப்படும் சொர்க்கத்தில்,
வெகுகாலம் வாழுவார் வசதிகள் அனைத்துடன்,
புண்ணியமெலாம் தீர்ந்தபின் பிறப்பார் மனிதராக,
அவ்விதம் பிறந்தாலும் அவருக்கில்லை கடினங்கள்.

கடினங்கள் ஏதுமிலாக் களிப்பான நிலையிலே,
மகிழ்வுகள் பலபெற்று மனம்போல வாழுவார்,
பெருமைகள் பெற்றவர் புத்தியில் கலங்காதவர்,
மேன்மைகள் உற்ற மனிதரின் நிலையிது.

நிலையிது மேன்மையாக நானிலத்தில் உண்டாவது,
செயலது முற்காலத்தில் செய்ததன் பலனாகும்,
கிடையாது தடையேதும் குற்றமிலா நல்லாருக்கென,
உமையது வினாவுக்கு உமாதேவர் பதிலளித்தார்.

பதிலளித்தார் உமாதேவர் பார்வதி அன்னைக்கு,
உமையானவர் அடுத்து விளம்பினார் ஐயத்தை,
ஒருசிலர் இவ்வுலகில் உணருகிறார் உண்மையை,
அன்னவர் செயல்விளைவால் அறிகிறார் காரணத்தை.

காரணத்தை மனதினால் கணக்கிட்டு அறியவல்ல,
ஆற்றலை உடையவர் அறிவியல் நுணுக்கத்தார்,
குழந்தைகளை பெற்று கேடின்றி வாழுகிறார்,
ஞானத்தைப் பெற்று நிறைநிலை எய்துகிறார்.

எய்துகிறார் நிறைநிலையை அறிவியலில் கல்வியில்,
உடையார் உண்மையை உணரும் ஞானத்தை,
வேறுசிலர் பெற்றிலர் விஞ்ஞானத்தை கல்வியை,
அறிவிலாதார் மூடராக அல்லலுறுவார் மதியிலார்.

மதியிலார் இவ்வுலகில் மூடராதல் எதனால்?
மதியுளார் ஞானத்தில் மிகைத்தல் எச்செயலால்?

ஒருசிலர் அரைகுறையாய் அறிவாற்றல் பெற்று,
சரியிலாததோர் பார்வையுடன் சீர்கெடுதல் எதனால்?

எதனால் அறிவாற்றலில் ஏற்றத்தாழ்வு வருகிறதென,
கூறுதல் வேண்டும் கடமைகளை அறிந்தவரே,
பிறப்பில் இருந்தே புத்திகெட்ட மூடராயும்,
உடலில் நோயுற்றும் வாடுதல் எதனால்?

எதனால் ஆண்மை இல்லாத நிலையிலே,
சந்ததிகள் இல்லாமல் சீர்கேடு அடைகிறார்?
காரணங்கள் இதற்கெலாம் கூறவேண்டும் என்பதாக,
ஈசரிடத்தில் உமாதேவி எழுப்பினார் வினாவை.

வினாவை முடித்ததும் விமலர் பதிலுரைத்தார்,
நல்லதை கெட்டதை நன்கு ஆராய்ந்து,
செயல்களை முடிக்கும் சித்ததிடம் உடையாரும்,
வேதத்தை அறிந்த உயர்வான பிராமணரும்.

பிராமணரும் வெற்றிபல பெற்றவராம் வல்லவரும்,
கடமையெலாம் அறிந்த கருத்தாழம் கொண்டவரும்,
கேடேதும் செய்யாதவரும் கடமைகளை செய்வோரும்,
நலந்தரும் செயல்களையே நிகழ்த்துவோரும் நெடுவாழி.

நெடுவாழி ஆகியே நானிலத்தில் பலகாலம்,
உயிரோடு இருந்து வானுலகம் ஏகுவார்,
இவ்வுலகில் வாழுகையில் இன்பங்கள் மகிழ்வுகள்,
குறைவுகள் இல்லாமல் கிடைக்கும் வாழ்நாள்வரை.

வாழ்நாள்வரை மகிழ்ந்திருந்து வானுலகிலும் மகிழ்வுற்று,
மறுபிறப்பை அடைவார் மானிடரின் உலகிலே,
அறிவாற்றலை உடையவராய் அன்னவர் பிறப்பார்,
வெகுபெருமை வெகுபுனிதம் உடையவராய் வாழுவார்.

வாழுவார் அறிவாற்றலுடன் வெல்லுவார் பெருமைகளை,
அன்னவர் அறிவாற்றலால் அனைத்துவித வெற்றிகளும்,
அம்மனிதர் நினைத்ததுபோல் அவர்களைச் சாரும்,
மற்றவர் மனைவிமீது மனம்வைப்போர் கேடுறுவார்.

கேடுறுவார் பிறர்மனையை காமத்துடன் நோக்குவோர்,
அம்மனிதர் மறுபிறப்பில் இருக்காது கண்பார்வை,
தவறானதோர் செயலைத் தாங்கள் செய்ததால்,
குருடாகிறார் மறுபிறப்பில் கிடையாது விலக்கேதும்.

விலக்கேதும் கிடையாது விளம்பும் கருத்துக்கு,
ஆடையேதும் இல்லாத அம்மணமான மாதரை,
காமமிகும் கண்கொண்டு கயவர்போல நோக்குபவர்,
நோய்மூலம் நசிவுற்று நலிபடுவார் மறுபிறப்பில்.

மறுபிறப்பில் ஆண்மையின்றி மிகவும் ஈனராக,
பிறப்புகள் எடுப்பதற்கும் பகருகிறேன் காரணத்தை,
தன்குலத்தில் இல்லாம தையல்களை பலகுலத்தில்,
புணருதல் செய்பவர் பேடியாகப் பிறப்பார்.

பிறப்பார் ஆண்மையிலே பேடிகளாய் இன்னுஞ்சிலர்,
தமக்கோர் தேவையென துடிதுடிக்க விலங்குகளை,
கொல்விப்போர் மறுபிறப்பில் கீழ்மையுறுவார் பேடியாக,
குருவானவர் பத்தினியுடன் களியாடுபவர் பேடியாவார்.

பேடியாவார் மறுபிறப்பில் பெண்களைக் கண்டதும்,
காமத்திலோர் ஈடுபாட்டுடன் களித்து முயங்குபவர்,
பிறப்பார் மண்ணுலகில் பேடியாக ஆண்மையற்று,
கேட்டதற்கோர் விளக்கம் கொடுத்தேன் உமையே.

உமையே என்றதும் அம்மை உமாதேவி,
தேவரிலே சிறந்தவரே தேவாதி தேவரே,
செயலிலே தவறானவையும் செயலிலே தவற்றவையும்,
எவ்வெவையே என்பதை இயம்பவேண்டும் எனக்கு.

எனக்கு மேலும் இயம்பவேண்டும் மகேசரே,
எவ்விதத்து செயல்பட்டால் இவ்வுலகில் மாந்தர்,
வெற்றிபெற்று மேன்மைகளை உற்றிடலாம் என்பதை,
விளக்குவது வேண்டுமென விளம்பினார் உமாதேவி.

உமாதேவி வினவியதும் உரைத்தார் மஹேஸ்வரர்,

சரியானதை உறுதிசெய்து செயலாக்கிட விரும்புபவர்,
புண்ணியத்தை வெற்றிகளைப் பெற்றிட மனமுடையார்,
பிராமணரை அண்டி பாதைகாட்ட வினவுபவர்.

வினவுபவர் நல்லவிதம் வாழுதற்கு வழிமுறையை,
வெல்லுவார் சொர்க்கத்தில் வாழும் பேற்றினை,
அன்னவர் புண்ணியங்கள் அனைத்தும் தீர்ந்தாலும்,
பிறப்பார் மானிடரில் பெருங்குடியில் பேரறிவுடன்.

பேரறிவுடன் ஞானத்துடன் பாருலகில் வாழுவார்,
நினைவாற்றலுடன் கல்விகேள்வியில் நிகரிலாரெனத்
திகழுவார்,
இதுதான் நெறியாளருக்கு உகந்ததான நல்லவழி,
இதனால்தான் மாந்தருக்கு ஏற்படும் நல்லறிவு.

நல்லறிவு உண்டாக நிமலர் வழியுரைத்தார்,
அடுத்தது உமாதேவி எழுப்பினார் வினாவை,
ஒருசிலரது மனதிலே வெறுக்கிறார் நன்னெறியை,
அறிவற்று வாழுவார் அண்டிடார் பிராமணரை.

பிராமணரை அண்டி பணிந்து வணங்கிடார்,
வேறுவகை மாந்தரோ விரதம்பல நோற்கிறார்,
ஸ்ரத்தங்களை முடித்து செய்கிறார் கடமைகளை,
விரதங்களே நோற்காதவரும் வாழுகிறார் இவ்வுலகில்.

இவ்வுலகில் ராட்சதர்போல் இருக்கிறார் ஒருசிலர்,
விரதங்கள் நோற்காமல் வேதவழி வாழாமல்,
சிலபேர்கள் வேள்விகளை செய்கிறார் நெறிப்படி,
ஹோமங்கள் செய்யாதவரும் இருக்கிறார் இவ்வுலகில்.

இவ்வுலகில் மானிடர்கள் எதிரெதிர் குணங்களுடன்,
இருத்தல் எதனாலென இயம்புவீர் மஹேஸ்வரரே,
குணங்கள் நடத்தைகள் கருத்துகள் இருவிதமாய்,
நலங்கள் தீமைகளில் நண்ணுதல் எதனால்?

எதனால் வேறுபாடுகள் ஏற்பட்டன இவ்வுலகிலென,
வினவுதல் செய்தல் உமாதேவி அன்னைக்கு,

பதில்கள் அளித்தார் பேரிறைவர் மஹேஸ்வரர்,
விரதங்கள் மனிதருக்கு வழங்குகின்றன செயல்வரை.

செயல்வரை வேதங்கள் சொல்லும்படி கடைப்பிடித்து,
நல்லதை செய்பவரருக்கு நேரிடும் மறுபிறப்பில்,
விரதங்களை நோற்று வாழுவார் நெறிப்படி,
தவறுகளை செய்பவர் தன்னடக்கத்தை இழப்பார்.

இழப்பார் புலனடக்கத்தை இயற்றிடார் நோன்பேதும்,
மீறுவார் செயல்களுக்கு மொழியப்படும் எல்லைகளை,
வாழுவார் பிரமராட்சதராக விளைப்பார் கேடுகளை,
விடுவார் ஹோமங்களை உரைத்திடார் வஷட்டென.

வஷட்டென உரைக்காது வேதமந்திரங்கள் ஓதாது,
வெகுகீழ்மையான விதத்திலே வாழுவார் இவ்வுலகில்,
மாக்கடலென இருக்கும் மனிதவாழ்வின் கடமைகள்,
என்னென்ன என்பதை இயம்பினேன் உமாதேவி.

உமாதேவி உனக்கு உரைத்தேன் எவ்விதத்தில்,
விதிவழுவி வேதவழி விட்டவராம் பாவியர்கள்,
செல்லும்வழி தவறானதால் சீர்கெட்டு அழிவாரென,
உன்கேள்வி குறித்து வழங்கினேன் முழுவிவரம்.

(146)**அனுசாசன பர்வம்**, **பகுதி 146**

முழுவிவரம் உரைத்த மகாதேவர் அப்பொழுது,
அன்னையிடம் ஒருவிவரம் அறிந்திட விருப்பமுற்றார்,
அருகமரும் உமையிடம் அன்புண்டன் வினவினார்,
சொன்னவிதம் செயலாற்றும் சாந்தமிக்க உமையிடம்.

உமையிடம் மகாதேவர் வினவினார் கனிவாக,
மிகவும் புனிதமானதை மனதிலே உணர்ந்துளாய்,
கடமைகளும் அறிந்தவளே கனத்தவம் நோற்பவளே,
முனிவர்தம் ஆசிரமங்களில் மகிழ்வுடன் உறைபவளே.

உறைபவளே தவசீலர்கள் உளதான இடத்திலே,

நெறிகளே அறிந்தவள் நெருக்கிய புருவமுடையாள்,
புருவத்திலே முடிகள் பாங்குடன் சுருண்டிருக்கும்,
எவ்வெவையே கடமைகளென அறிந்தவள் நீதான்.

நீதான் அறிந்தவள் நலந்தீது அனைத்தையும்,
உந்தன் செயல்களில் உள்ளன நன்னெறிகள்,
ஹிமவத்தின் திருமகளே அனைத்திலும் திறமிக்கவளே,
அடக்கத்தின் திருவடிவே அனைத்துயிரிடம் கனிபவளே.

கனிபவளே உயிர்களிடம் காண்பவளே சமமனத்துடன்,
தனக்கென்றே ஏதும் தனிப்பொருள் தேடாதவளே,
கடமைவழியே நடக்கும் கருத்து மிகைத்தவளே,
அழகுமிக்காளே என்மனதில் ஏற்பட்டது சந்தேகம்.

சந்தேகம் எழுந்தது சொல்லவேண்டும் விளக்கத்தை,
என்மனம் அறிந்திட எழுப்பிடும் சந்தேகத்தை,
சொன்னதும் எனக்கு சரியான விவரங்களை,
அளிக்கவேண்டும் என்று உன்னிடம் கேட்கிறேன்.

கேட்கிறேன் உன்னிடம் காரிகையர் குறித்து,
பிரமரின் பத்தினி புண்ணியமிகு சாவித்ரி,
இந்திரனின் மனைவி அழகுமிக்க சசி,
மார்க்கண்டேயரின் மனைவி மாண்புமிக்க தும்ரோர்ணா.

தும்ரோர்ணா மார்க்கண்டேயருடனும் ரித்தி
வைஸ்ராவணனுடனும்,
சுவர்ச்சலா சூரியனுடனும் கௌரி வருணனுடனும்,
ரோஹிணி சசினுடனும் ஸ்வாஹா விபாவசுவுடனும்,
அதிதி காஸ்யபருடனும் இருக்கிறார் துணைவர்களாய்.

துணைவர்களாய் இருக்கும் தூய்மைமிக்க மாதர்கள்,
தெய்வமாய் ஏற்பது தங்களின் கணவர்களை,
அவர்களைக் கண்டு அனுதினம் பேசுகிறாய்,
என்னவகை கடமைகள் இருக்கின்றன மாதருக்கு?

மாதருக்கு உண்டான மாண்புமிக்க கடமைகள்,
என்னவென்று துவக்கமுதல் இயம்பவேண்டும் முழுதாக,

எனக்கு இணையாக எல்லாவித கடமைகளும்,
செய்வதற்கு நீதான் சக்திபெற்ற உன்னதள்.

உன்னதள் நடத்தை உள்ளது எனைப்போல,
விரதங்கள் நோன்புகளும் உள்ளன எனைப்போல,
ஆற்றல் தவபலமும் இணையாகும் எனக்கு,
நெடுந்தவத்தில் நிலைத்தவள் நிகரிலா நன்மாது.

நன்மாது நீதான் நவிலவேண்டும் பதிலை,
உலகுக்கு வழிகாட்டும் உயர்வுபெறும் உன்கருத்து,
உனது வார்த்தைகளால் உரைத்தாயெனில் அக்கருத்து,
பெறுவது மேன்மையை பெருமதிப்பை போற்றுதலை.

போற்றுதலை உடைய பூவையராம் மாதர்தாம்,
மாதர்களை ஆதரித்து மாண்புடன் புகல்தருவார்,
இடையழகை உடையவளே இப்போது நீசொல்வன,
சந்ததிகள் வாயிலாக சொல்லப்படும் அடுத்தடுத்து.

அடுத்தடுத்து இவ்வுலகில் ஏற்படும் சந்ததிகள்,
இக்கருத்து மேன்மையென ஏற்று செயலாக்குவார்,
என்னுடலது ஒருபாதி உன்னுடையது உமையே,
தேவரது துணையாகி தருகிறாய் நலங்களை.

நலங்களை தேவருக்கு நல்கும் தேவியே,
உயிர்களை பூமியில் உண்டாக்கி வாழ்விக்கிறாய்,
மாதர்களை சார்ந்த மாண்புமிக்க கடமைகள்,
நித்தியமாய் இருப்பவற்றை நவிலவேண்டும் விவரமாக.

விவரமாக உமாதேவி வழங்கினார் பதிலை,
மாதராக இருப்போரின் மாண்புமிக்க கடமைகளை,
முழுவதாக உரைத்திட மகாதேவர் வினவுகிறார்,
உறுதுணையாக எனக்கு உதவவேண்டும் நதிகளே.

நதிகளே பூமியிலே நிகரிலா வானுலகிலோ,
ஒருவரே அனைத்துவித அறிவையும் பெற்றதில்லை,
கடலையே தேடிச்செல்லும் காரிகையரே எனக்கு,
கருத்துகளே உரைக்கவேண்டும் காரிகையர் கடமைபற்றி.

கடமைபற்றி விளக்கத்தை கேட்ட உமாவை,
தேவநதி கங்கை துதித்து வணங்கினார்,
கேள்விக்கு பதிலை கொடுப்பதற்கு இணங்கினார்,
புன்னகை பூத்தவராய் பொலிவுடன் மிளிர்ந்தார்.

மிளிர்ந்தார் கங்காதேவி மதிநுட்பம் மிக்கவராய்,
அறிந்திருந்தார் மாதரின் அனைத்துவித கடமைகளை,
பாவமானதோர் தளையை போக்கும் கங்காதேவி,
அறிவானவர் ஆதலால் அடக்கத்துடன் இருந்தார்.

இருந்தார் அறிவாற்றல் அனைத்தின் உறைவிடமாக,
இனிதானதோர் முறுவலுடன் இயம்புனார் பதிலை,
தேவியார் நீவிர்தான் தளர்வின்றி கடமைசெய்து,
மேலானவர் அனைவரிலும் மேன்மைமிகப் பெற்றவர்.

பெற்றவர் நீவிரே பேரறிவும் பெருந்தவமும்,
வழங்கினீர் எனக்கு விடைதரும் வாய்ப்பினை,
உலகோர் அனைவரும் வணங்குகிறார் உம்மை,
அத்தகையதோர் மகாதேவி அழைத்தீர் நதியை.

நதியை நோக்கி நவிலவேண்டும் பதிலென்று,
மரியாதை கொடுத்து மனமுவந்து வேண்டினீர்,
அனைத்துவகை வினாவுக்கும் அளிக்கவல்லீர் விடையை,
வாய்ப்பினை எனக்கு வழங்கினீர் மகிழ்கிறேன்.

மகிழ்கிறேன் ஏனெனில் மகாதேவி நீவிர்,
அறிவாற்றலின் உறைவிடமாய் இருப்பினும் எனக்கொரு,
வாய்ப்புதான் கொடுத்ததால் உயர்ந்தவராம் உங்களின்,
ஞானத்தின் மேன்மையை நன்கு காண்கிறேன்.

காண்கிறேன் உம்மிடம் கருணையை அடக்கத்தை,
அறிவாற்றலின் உறைவிடமென அழைக்கலாம் உம்மை,
என்னதான் தன்னிடமே அறிவாற்றல் இருந்தாலும்,
தக்காரின் துணைகொள்வோர் தரணியில் மேலோர்.

மேலோர் மற்றவரை மதித்து கருத்தேற்பார்,

திமிருளோர் தமக்கே தெரியும் நைத்துமென,
சபையோர் நடுவிலே சொற்பொழிவு ஆற்றினாலும்,
பலமானதோர் கருத்தை பகருதற்கு இயலாது.

இயலாது ஒருவர்மட்டும் எல்லாவற்றையும் அறிவது,
ஞானத்துப் பார்வை நிறைந்தவர் நீவிர்தான்,
வானத்து வாசிகளில் வெகுமேலோர் நீவிர்தான்,
பிறப்பு முதலாகவே பெற்றவர் தவபலத்தை.

தவபலத்தை உடையவர் தூயவர் நீவிர்தான்,
மாதர்கடமை குறித்து மொழியவல்லீர் தேவியே,
விளக்கத்தை நீவிரே வழங்கவேண்டும் மகேசருக்கென,
தன்கருத்தை உரைத்தார் தூயவநதி கங்கை.

கங்கை தன்னை கனிவுடன் வணங்கி,
கருத்தை உரைத்ததும் கூறினார் உமாதேவி,
மாதரகளை சாரும் மாண்புமிக்க கடமைகளை,
விளக்கமாய் உரைக்கிறேன் உன்னிப்பாய் கவனிப்பீர்.

கவனிப்பீர் மாதரின் கடமைகள் என்னவென,
மாதரானவர் கடமைகள் மணமென்ற நன்னிகழ்வில்,
உறவினர் நடுவிலே உண்டாகிறது கன்னிகைக்கு,
அக்கினியானவர் சாட்சியாக ஆகிறார் மனைவியாக.

மனைவியாக தனது மணாளனின் நற்கடமைகளில்,
சமமாக பங்கேற்கும் சீர்மையை பெறுகிறார்,
நலமாக மனநிலையும் இனிதாக வார்த்தைகளும்,
நெறிவழியான நடத்தையும் நலமான உடலமைப்பும்.

உடலமைப்பும் அழகாக உளப்பாங்கும் மேன்மையாக,
கணவர்தம் முகத்தைக் காணும் களிப்பானது,
தனதாகும் குழந்தையைத் தான்காணும் களிப்பென்று,
தக்கவிதம் தனையடக்கிய தையலே உயர்ந்தவள்.

உயர்ந்தவள் கணவனொடு வாழுவாள் இணக்கமாக,
கடமைகள் இயற்றும் காரிகையாய் வாழுவார்,
விரதங்கள் கணவனுக்கு ஒப்பாக நோற்பார்,

கற்பில் மனநலத்தில் கொண்டிருப்பார் புனிதம்.

புனிதம் உடைய பாவையர் தங்களின்,
கணவர்தாம் இறைவரென கணவரையே தொழுவார்,
கணவரிடம் தாமாகவே கனிந்து அடங்குவார்,
எப்போதும் குதூகலத்துடன் அண்டுவார் கணவனை.

கணவனை அன்றிக் கருத்தாலும் வேறொரு,
ஆடவனை எண்ணாத அகதிடம் உடையார்,
அம்மாதை கடமைகள் அனைத்தையும் இயற்றும்,
மேன்மை உடையவளென மொழியலாம் இவ்வுலகில்.

இவ்வுலகில் கணவன் எவ்வளவுதான் கோபத்துடன்,
ஏச்சுகள் பேசினாலும் எரியும் செங்கண்ணால்,
நோக்குதல் செய்தால்லும் நெஞ்சத்தில் வாடாமல்,
குதூகலத்தில் கணவனை கொண்டாடுவாள் நன்மாது.

நன்மாது நோக்கிடாள் நிலைவை சூரியனை,
ஆணது பெயர்கொண்ட அடவியின் மரத்தையும்,
நோக்காது விடுவாள் நிகரிலா மாதரசி,
குழந்தைபோன்று கணவனை கொண்டாடுபவள் சீர்மிக்காள்.

சீர்மிக்காள் கணவனை சீராட்டுவாள் குழந்தைபோல,
வறுமையால் வாடினாலும் வலிமைகள் அற்றாலும்,
பயணத்தால் களைத்தாலும் பதியான கணவனையே,
குழந்தைபோல் காப்பவள் கடமைசெய்யும் நன்மாது.

நன்மாது புலன்களை நன்கு அடக்கியவள்,
குழந்தைபெற்று தனது குலத்தை வளர்ப்பவள்,
கணவனுக்கு உகந்தவிதம் கடமைகளை புரிபவள்,
முழுமனது கணவனுக்கே மகிழ்வுடன் அளித்தவள்.

அளித்தவள் முழுமனதை அவளுடைய கணவனுக்கே,
புரிபவள் பணிவிடைகள் பூரித்த மனதுடன்,
இருப்பவள் எப்போதும் அகமகிழ்வு கொண்டவளாய்,
அளிப்பவள் உணவுகளை அனைத்து உறவினருக்கும்.

உறவினருக்கும் சுற்றத்தாருக்கும் வழங்குபவள் உணவுகளை,
பொன்பொருளில் சுகிப்பதில் பெருவளத்தில் ஆசைகள்,
கணவனிடத்தில் ஈர்ப்பைவிட குறைவாக இருப்பவள்,
வையத்தில் நன்னடத்தை வாய்த்ததொரு நன்மகள்.

நன்மகள் காலை நேரத்தில் தன்னுடைய,
கடமைகள் துவக்கி கருத்துடன் நடத்துவாள்,
வீட்டில் தூயநிலை விலகாது காப்பாள்,
சாணத்தில் மெழுகி சுத்தமாக்குவாள் வீட்டினை.

வீட்டினை காப்பதற்கு வீட்டின் அக்கினியை,
கவனமாய் பாதுகாத்து கணவனுக்கு உதவிசெய்து,
பூக்களை உணவுகளை பக்தியுடன் படைத்து,
தேவர்களை வணங்கும் தூயமனம் உடையவள்.

உடையவள் அனைவருக்கும் வழங்கும் மனநலத்தை,
அகத்தில் உறவினர்கள் ஏவலர்கள் அண்டியோர்கள்,
உணவுகள் உண்ணுதற்கு உகந்ததை செய்பவள்,
இறுதியில் மிஞ்சுவதை அகமகிழ்ந்து உண்ணுபவள்.

உண்ணுபவள் அனைவரும் உண்டபின்பு தன்னுணவை,
தன்னகத்தில் வருவோருக்கு தருபவள் உணவுவகை,
மாமனாரிடத்தில் மாமியாரிடத்தில் மரியாதை மிகக்கொண்டு,
பாதத்தில் விழுந்து பக்தியாய் வணங்குபவள்.

வணங்குபவள் தாய்தந்தையரை வழங்குபவள் உபசரிப்பை,
பிராமணர்கள் பெரியவர்கள் பலமிலார்கள் அதிதிகள்,
நோயாளிகள் கண்ணிலார்கள் நொடிந்தவர்கள் உதவியிலார்,
தன்னகத்தில் வந்தாள் தருபவள் உணவுகளை.

உணவுகளை அளித்து உகந்தவிதம் கணவனுக்கு,
உதவிகளை செய்திடும் அணங்கு கணவனின்,
புண்ணியங்களை கணவனுடன் பங்கிட்டு பெறுகிறாள்,
விரதங்களை அனைத்தையும் விடாமல் நோற்பவள்.

நோற்பவள் கடுவிரதம் நடப்பவள் நல்வழியில்,
இருப்பவள் கணவனுக்கே இதயத்தை கொடுத்தவளாய்,

விரும்புபவள் கணவனக்கு உடல்நலம் வேண்டுமென,
கணவனிடத்தில் பக்திகொண்ட காரிகை புண்ணியவதி.

புண்ணியவதி கணவனுடன் பங்கிடுவாள் புண்ணியத்தை,
கணவனை தெய்வமென கும்பிடும் அம்மாதின்,
பதிபக்தியே அவள்செய்யும் பெருந்தவம் இவ்வுலகில்,
கணவனை சொர்க்கமென கருதுவாள் நன்மாது.

நன்மாது தன்னை நாடிவரும் தவபலம்,
புண்ணியத்தொடு சொர்க்கவாழ்வும் பெருமையும் கிட்டும்,
கணவனுக்கு முழுமனதை கொடுத்த அம்மாது,
தனக்கு கணவனே தரணியில் அனைத்துமென்பாள்.

அனைத்துமென்பாள் கணவனே அணங்குக்கு வாழ்விலே,
புனிதமிக்காள் நெறிவழுவி புணர்ந்திடால் ஒருபோதும்,
கொண்டிருப்பாள் கணவனே கடவுள் தனக்கென்று,
நட்பென்றாள் கணவன்மட்டும் நானிலத்தில் தனக்கு.

தனக்கு கணவன்போல் தரணியில் வேறேதும்,
கிடையாது என்று கருதுவாள் நன்மாது,
கணவனது அன்பும் கடவுளரது சொர்க்கமும்,
சமமென்று நினைவாள் சமர்த்தான நன்மாது.

நன்மாது சொர்க்கத்தை நிறையென்பாள் கணவனுக்கு,
இரண்டுக்கு வேறுபாடு இருப்பதாக நினைத்தாலும்,
கணக்கிட்டு வேறுபாட்டைக் கருதினால் வெகுகுறைவே,
சொர்க்கத்து வாழ்வும் சிறிதென்பேன் உம்மன்புக்கு.

உம்மன்புக்கு ஆட்படாத வெறுப்பு நேரிட்டால்,
சொர்க்கத்து வாழ்விலும் சிந்தை மகிழ்ந்திடேன்,
கணவனது கட்டளைக்கு கீழ்ப்படவேண்டும் மாதர்கள்,
நோயிற்று வறுமையுற்று நலிவுற்ற நிலையிலும்.

நிலையிலும் கணவன் நீசமிக அடைந்து,
பிராமணரிடம் சாபமுற்று பஞ்சத்தில் அடிபட்டு,
நோய்களும் நொடிவுகள் நசிக்கவே கிடந்தாலும்,
கொடுக்கும் கட்டளைக்கு கீழ்ப்படிபவள் மனைவி.

மனைவி கணவனின் மொழியே வேதமென்று,
சீர்தூக்கி ஆராயாமல் செய்யவேண்டும் சொன்னதை,
உயிரை விட்டுவிட விளம்பினாலும் அவ்விதம்,
செய்பவளை நன்மாதென சொல்லுகிறேன் மகேசரே.

மகேசரே இடர்களில் மாந்தர் இருக்கையில்,
சட்டதிட்டமே மாறிவிடும் சந்தர்ப்பத்துக்கு ஏற்றவிதம்,
அவ்விதத்திலே மாறினாலும் அணங்கு கணவனது,
எண்ணத்தையே நிறைவேற்றுதல் அனைத்திலும் முதன்மை.

முதன்மை கணவனே மண்ணுலகில் தனக்கெனும்,
எண்ணத்தை உடையவள் அவளது கணவனின்,
புண்ணியத்தை பங்கிட்டு பெருநலத்தை அடைகிறாளென,
நன்மாதரை குறித்து நவின்றார் உமாதேவி.

உமாதேவி இவ்வுதம் உரைத்ததும் மஹாதேவர்,
மாமலை மகளை மனமுவந்து பாராட்டினார்,
அங்கிருந்தோரை எல்லாம் அனுப்பினார் திரும்புமென,
பூதகணங்களை அங்கிருந்து போகச்சொன்னார் மகேசர்.

மகேசர் உரைத்ததும் முறையாய் வணங்கி,
பூதகணத்தார் நதிகள் பாங்குமிக்க அப்ஸரஸ்கள்,
கந்தர்வர் ஆகியோர் கிளம்பினர் அங்கிருந்து,
வணங்கினர் மகேசரை திரும்பினர் தம்மிடத்துக்கு.

(147)அனுசாசன பர்வம், பகுதி 147

தம்மிடத்துக்கு மற்றோரெலாம் திரும்பி சென்றதும்,
ஈசரிடத்து ரிஷிகள் எழுப்பினர் வினாவை,
பிநாகத்து வில்லாளனே பகநேத்திரத்தை எடுத்தவனே,
வாசுதேவனது பெருமைகள் விளம்பவேண்டும் எங்களுக்கு.

எங்களுக்கு வாசுதேவனின் ஏற்றத்தை உரைப்பீரென,
வினவியதற்கு மஹேஸ்வரர் விடையை அளித்தார்,
பிதாமகருக்கு மேலான பரம்பொருள் ஹரியாவார்,

புருஷனென்று நித்தியனென்று கிருஷ்ணனென்று
பெயர்களுண்டு.

பெயர்களுண்டு நித்திய புருஷனென்றும் ஹரிக்கு,
தங்கமென்று ஒளிருவார் தகதகப்பார் சூரியனென்று,
கரங்களுண்டு தசமானமாக ஆற்றலுண்டு அளவிலாததாக,
தேவருக்கு எதிரானவரைத் தாக்கி அழிப்பவர்.

அழிப்பவர் ஹரியே அமரர்களின் எதிரிகளை,
மார்பிலுண்டு பெருஞ்சுழல் குழலுண்டு சுருள்சுருளாக,
தேவரது வணக்கத்துக்கும் துதிகளுக்கும் உரியவர்,
ஹரியது வயிற்றிலே ஏற்பட்டார் பிரமதேவர்.

பிரமதேவர் வயிற்றிலே பிறந்ததைப் போலவே,
வானவர் நட்சத்திரங்கள் உண்டாகின முடிகளிலே,
தேவாசுரர் உண்டானது தூயவரின் உடல்முடியில்,
ரிஷியானோர் பிறந்தது ஹரியானவர் உடலிலே.

உடலிலே உண்டாகின உலகங்கள் அனைத்தும்,
பிரமரே உரைவது பரந்தாமன் உடலில்தான்,
பூமியையே படைத்ததும் பாருலகை ஆளுவதும்,
வேறெவருமே இல்லை வரதனாம் ஹரிதான்.

ஹரிதான் உயிர்களை அழிப்பார் இறுதியிலே,
நகருவதும் நகராததும் நசிந்தழியும் இறுதியிலே,
தேவர்களும் தொழுதிடும் தேவாதி தேவராவது,
ஹரியெனும் ஒருவர்தான் அவரே அகிலாண்டர்.

அகிலாண்டர் ஹரிதான் அழிப்பவர் எதிரிகளை,
அறிந்தவர் அனைத்தையும் இருக்கிறார் அனைத்திலும்,
கலந்தவர் அனைத்துளும் கடவுளெனும் ஆத்மனாக,
ஆளுகிறார் புலன்களை அகிலத்தை பேரரசர்.

பேரரசர் ஹரியே புவனங்கள் அனைத்துக்கும்,
இணையானவர் எவருமில்லை ஹரிக்கு மூவுலகிலும்,
வதைத்தவர் மதுவை வளைப்பவர் கோதண்டத்தை,
உடைய்வர் கோவிந்தனெனும் உன்னதப் பெயரை.

பெயரை ஹரியென்றும் பெற்றவர் பேரிறைவர்,
புவியை ஆளும் பேரரசர் பலரையும்,
வீழ்வை அடையவைத்து வரவழைப்பவர் மாற்றத்தை,
தேவர்களைக் காக்கவும் தருமத்துக்கெனவும் பிறப்பவர்.

பிறப்பவர் பூமியிலே பாவங்களை அழிப்பதற்கு,
ஹரியானவர் இல்லாமல் அமரர்கள் அனைவரும்,
திரண்டனர் ஆகினும் தோல்வியே அடைவர்,
அனைத்துயிர் தொகைக்கும் அரசர் ஹரியே.

ஹரியே பெரியோரென அமரர்கள் துதிப்பார்,
வயிற்றிலே வைத்துளார் வையத்தின் பிரமரை,
ரிஷிகளே தொழுதிடும் இறைவரே பிரமதேவர்,
அன்னவரே உறைவது ஹரியின் உடலுக்குள்.

உடலுக்குள் வாழ்ந்திடும் உன்னதர் பிரமதேவர்,
வருத்தங்கள் இல்லாமல் வாழுகிறார் மகிழ்விலே,
உலகோர்கள் சர்வனென விளம்பும் நானும்,
அவருடலில் வாழுகிறேன் ஆனந்தமிகு உறையுளாக.

உறையுளாக அனைவருக்கும் உள்ளது ஹரியே,
தாமரையான மலரிலே தளிர்த்த இதழ்களென,
அழகான கண்களை உடையவர் ஸ்ரீஹரி,
ஸ்ரீயான தேவியார் ஸ்ரீதரனிடம் உறைகிறார்.

உறைகிறார் ஸ்ரீதேவி உன்னதனின் உடலிலே,
எடுத்தாளுவார் சாரங்கமெனும் ஈடிலாப் பெருவில்லை,
தாக்குவார் சுதர்சனமெனும் திடமிகுந்த சக்கரத்தால்,
ஏந்துவார் நந்தகியென இயம்பப்படும் போர்வாளை.

போர்வாளை உடையார் பாதகரை அழிப்பதற்கு,
பெருங்கதையை ஏந்துவார் பெயரோ காமோதகி,
பாம்புகளை எதிரியாக்கும் பறவை கருடனை,
சின்னமாய் உடையார் சிறப்புமிக்க கொடியில்.

கொடியில் கருடனைக் கொண்டவர் ஹரியாவார்,

தூயவரில் வெகுதூயர் தன்னை அடக்கியவர்,
ஆற்றலில் செயலாக்கத்தில் அளவுகளைக் கடந்தவர்,
அழகில் மிளிருபவர் உயரமான உடலுடையார்.

உடலுடையார் அங்கங்கள் அளவுகளில் சரியானதாக,
பொறுமையுடையார் சிரத்தையுடையார் வளமையுடையார்
இரக்கமுடையார்,
வடிவமுடையார் சிறப்பாக வலிமையுடையார் வெகுவாக,
ஒளியுடையார் கரமேந்துவார் உன்னதமிகு ஆயுதங்களை.

ஆயுதங்களை ஏந்துவார் அழகுடன் பலமிகுந்ததாக,
யோகத்தை உடையார் ஈர்க்கும் மாயையாக,
கண்களை உடையார் கணக்கிலே ஓராயிரம்,
பாவக்கறை அற்றவர் பெருவீரர் உயர்மனத்தார்.

உயர்மனத்தார் ஹரியே அனைவருக்கும் உகந்தவர்,
நட்புறவோர் பெருமையுறும் நற்றுணைவர் ஹரியாவார்,
உறவினர் அனைவரையும் உளமாற ஏற்பார்,
இளகியதோர் மனத்துடன் அளிப்பவர் மன்னிப்பு.

மன்னிப்பு வழங்குவார் மனதிலே கர்வமிலார்,
தானென்று அகந்தை தன்னுளத்தில் வைத்திலார்,
பிராமணருக்கு அளிப்பார் பரிவுமிக்க மரியாதை,
அச்சமுற்று இருப்போருக்கு அபயமளிப்பது ஹரியே.

ஹரியே நண்பர்களின் அகத்தை மகிழ்விப்பார்,
உயிரே எடுத்தவற்றுக்கு வழங்குவார் தஞ்சம்,
வருத்தமே உற்றவருக்கு விலக்குவார் வருத்தத்தை,
நெறிகளே அறிந்தவர் நீதிவழிய நடப்பவர்.

நடப்பவர் நெறிகள் நவிலும் வழிகளிலே,
எதிர்ப்பவர் கூட அபயமென அண்டினால்,
அளிப்பவர் எதிரிக்கும் அபயத்தை அளிப்பவர்,
மனுவானவர் வம்சத்திலே மண்ணுலகில் பிறப்பார்.

பிறப்பார் நீதிநெறி பிசகாத மனுவழியில்,
பெறுவார் மனுவானவர் பிள்ளையாய் ஆங்கனை,

அங்கனார் மகனை அழைப்பர் அந்தர்தமனென,
அந்தர்தமனார் பிள்ளையை அழைப்பர் ஹவிர்தமனென.

ஹவிர்தமனென அழைப்பவரின் அன்புமகன் ரிசணர்வர்ஹி,
ரிசணவர்ஹியார் பெறுவார் அடைவார் மைந்தர்களை,
பத்துமைந்தர் ரிசனவர்ஹியார் பெற்றமைந்தர் கணக்கு,
ப்ரசேதசென்பார் பிள்ளைகள் பத்துபேரில் மூத்தவர்.

மூத்தவர் ப்ரசேதசுக்கு மகனாவார் தக்ஷன்,
தக்ஷனார் ப்ரஜாபதியென தரணியே போற்றும்,
பிறப்பார் தாக்ஷாயணி பெண்ணாக தக்ஷனுக்கு,
ஆதித்யர் தாக்ஷாயணியின் அன்புமிக்க மகனாவார்.

மகனாவார் ஆதித்யர் மாதா தாக்ஷாயணிக்கு,
ஆதித்யனார் மைந்தராக அடுத்ததோர் மனுவருவார்,
மனுவானவர் மகளாவார் மாண்புமிக்க இலாதேவி,
சுத்யும்னனென்பார் மனுவுக்கு சிறப்புமிக்க மகனாவார்.

மகனாவார் புரூரவஸ் மாதா இலாவுக்கு,
இலாவென்பார் மணப்பார் ஈடிலார் வுதாவை,
அவ்விருவர் மகனான ஆற்றல்மிக்க புரூரவஸ்,
அடைவார் ஆயுவை அன்புமிக்க மகனாக.

மகனாக ஆயு மண்ணாளப் பெற்றது,
நகுஷனான வேந்தனை நகுஷன்மகன் யயாதி,
யயாதியான வேந்தரது ஆற்றல்மிக்க மைந்தனாக,
மண்ணாள பிறப்பார் மாண்புமிக்க யது.

யதுவுக்கு மைந்தனாக இவ்வுலகில் பிறப்பது,
க்ரோஷ்ட்ரியென்று பெயர்கொண்ட கனவீரம் மிக்கவன்,
க்ரோஷ்ட்ரிக்கு வ்ரிஜினிவத் கிடைப்பான் மைந்தனாக,
வ்ரிஜினிவத்துக்கு மக்னாவான் உஷத்குவெனும் வெற்றிவீரன்.

வெற்றிவீரன் உஷட்குவுட்குவின் வீரமகன் சித்ரரதன்,
சித்ரரதன் பெறுவான் சூரனெனும் மைந்தனை,
உத்தமரின் குலவழியில் ஆற்றல்மிக பெற்றவனாய்,
நன்னடத்தையின் வடிவமாக நாடாள்வான் சூரன்.

சூரன் பிராமணரை சமர்த்தனாய் வணங்குவான்,
க்ஷத்ரியரின் நடுவிலே சிம்மமெனத் திகழுவான்,
பெறுவான் பெரும்புகழ் பாருலக மாந்தரிடம்,
தருவான் பட்டங்களை தக்கவர் அனைவருக்கும்.

அனைவருக்கும் நல்லதை அளிக்கும்படி ஆட்சிசெய்யும்,
சூரனாகும் வேந்தனின் செல்லமகன் வாசுதேவன்,
அழைக்கும் மறுபெயரை அடைவான் அனகதுந்துபியென,
வாசுதேவனிடம் தோன்றுவான் வாசுதேவனெனும் மைந்தன்.

மைந்தன் வாசுதேவன் மதிப்பான் பிராமணரை,
உடையவன் நாற்கரங்கள் அளிபப்வன் தானங்கள்,
நட்பாவான் பிராமணருக்கு நயந்தளிப்பான் தானங்களை,
பிராமணரும் அவனிடம் பரிவுற்று நட்பாவார்.

நட்பாவார் அனைவரு நிகரிலா யதுகுலத்தானுக்கு,
யாதவர் குலத்தின் அரிமாவான வாசுதேவன்,
மகந்தர் வேந்தன் மிகைபலத்தான் ஜராசந்தன்,
மன்னவர் பலரை மலைமீது சிறைவைப்பான்.

சிறைவைப்பான் ஜராசந்தன் சிறப்புடைய பார்வேந்தன்,
பெற்றிருப்பான் வளங்களை பல்பொருளை பெரும்பலத்தை,
ஆட்சிசெய்வான் உலகின் அனைத்து அரசர்களையும்,
சிறைவைப்பான் பலவேந்தரை செத்தழிவான் வாசுதேவனால்.

வாசுதேவனால் பன்னாட்டு வேந்தர்கள் விடுபடுவார்,
சூரசேனர்கள் நடுவிலே சுத்தவீரன் வாசுதேவன்,
த்வாரகையில் அமைப்பான் தலைநகரைத் தனக்கு,
வேந்தர்கள் பலரை வெற்றிகொண்டு ஆளுவான்.

ஆளுவான் உலகத்தை அரசர்களின் அரசனாக,
பிராமணரின் நட்பானவன் பேசுவது இன்சொற்கள்,
அணிவான் மலர்மாலை அவனே ஈடிலாதான்,
பூசுவான் திரவியங்களை பெற்றிருப்பான் முதன்மை.

முதன்மை பெற்றவன் மாண்புடையான் வாசுதேவன்,

பிதாமகராய் விளங்கும் பிரமதேவரை அல்லது,
என்னை காணவே இதயம் விரும்புபவர்,
வாசுதேவனை முதலில் வழுத்திக் காணவேண்டும்.

காணவேண்டும் வாசுதேவனாம் கண்ணனை ஒருவர்,
அவ்விதம் கண்டால் அயனராம் பிரமரை,
என்னுடன் கண்டதாக ஆகும் அக்காட்சி,
எங்களிடம் வேறுபாடு எள்ளளவும் கிடையாது.

கிடையாது எங்களிடம் கேடுகளும் வேறுபாடும்,
எவரிடத்து வாசுதேவன் அன்புற்று இருந்தாலும்,
அவரிடத்து பிரமரும் அனைத்து தேவர்களும்,
அன்புற்று இருப்பார் அதுவே திண்ணமாகும்.

திண்ணமாகும் வாசுதேவனை துதிப்பவர் வெல்லுவது,
கண்ணனிடம் சரணடைந்தால் கிடைக்கும் புண்ணியம்,
அவ்வுலகம் சென்றாலும் அடைவார் சொர்க்கவாழ்வு,
வழிகாட்டும் குருவாவான் வாசுதேவன் வையத்துக்கு.

வையத்துக்கு குருவாவான் வாசுதேவன் கண்ணன்,
அனைத்து உயிர்களுக்கும் அளிப்பான் நன்னலத்தை,
அதற்கு ஏதுவாக அனேக ரிஷிகளை,
உண்டாக்கியது வாசுதேவனே உலகிலே நெறிசிறக்க.

நெறிசிறக்க உண்டாகிய நானிலத்து ரிஷிமுனிவர்,
கந்தமதன மலையிலே கடுந்தவம் இயற்றுகிறார்,
தலைவராக சனத்குமாரர் தங்கியுளார் அம்மலையில்,
இறைவனாக அனைவரும் ஏத்தவேண்டும் வாசுதேவனை.

வாசுதேவனை ஹரியை வலிமைமிக்க நாராயணனை,
தேவலோகத்தை சார்ந்தவரில் தலைவரென அறியவேண்டும்,
போற்றுதலை செய்தால் போற்றுவான் வாசுதேவன்,
தன்னைத் தேடுவோரை தானும் தேடிவருவான்.

தேடுவருவான் தன்னைத் தேடும் பக்தர்களை,
தன்னிடந்தான் அடைக்கலம் தேடிவரும் பக்தரிடம்,
தானடைவான் அடைக்கலம் தூயவனாம் மாதவன்,

வணங்கந்தான் அளித்தால் வணங்குவான் பதிலுக்கு.

பதிலுக்கு வணங்குவான் பக்தர்களை வாசுதேவன்,
விஷ்ணுவென்று அழைக்கப்படும் விக்கினமிலா உத்தமன்,
அகிலத்து நலத்தை அறத்தை காப்பவன்,
அனைத்து உயிர்களுக்கும் அரசன் வாசுதேவன்.

வாசுதேவன் கண்ணனை வணங்குவார் தேவர்களும்,
அடைக்கலம் கண்ணனென ஏற்றவர்தம் வாழ்விலே,
அச்சமும் கேடுகளும் அகற்றி நலந்தருவான்,
வாக்குமனம் செயல்களால் வழுத்ததற்கு உகந்தவன்.

உகந்தவன் கண்ணனை வணங்கவேண்டும் இருபிறப்பினர்,
அனைவரின் வணக்கத்துக்கும் உரியவன் வாசுதேவன்,
உலகோரின் தொழுகைகள் உரித்தாகும் கண்ணனுக்கு,
தேவரின் வணக்கமும் துதிகளும் கண்ணனுக்கே.

கண்ணனுக்கே ஆட்பட்ட கருத்தினை உடையர்,
எவ்வளவே பக்தி இருப்பினும் அவ்வளவுக்கு,
இவ்வுலகிலே தளையற்று அடைவார் விடுதலை,
தவத்தாலே காணலாம் தூயவன் கண்ணனை.

கண்ணனை தேவகியின் கனிவுமிக்க மைந்தனை,
காணுவதை விரும்புவோர் கடுந்தவத்தை நோற்கவேண்டும்,
கண்ணனைக் கண்டால் கடவுளர் அனைவரையும்,
ஒன்றாய்க் கண்டதற்கு ஒப்பாகும் இவ்வுலகில்.

இவ்வுலகில் கண்ணனே ஏற்றங்கள் உடையோனென,
அவனிடத்தில் தலைசாய்த்து அன்புடன் வணங்குகிறேன்,
அகிலங்கள் அனைத்துக்கும் அவனே பிதாமகன்,
வராகவடிவில் வந்தவன் வையத்தைக் காத்தவன்.

காத்தவன் ஹரியை காண்பதால் இவ்வுலகில்,
முத்தேவரையும் கண்ட முழுநலம் கிட்டிவிடும்,
தேவரெலாம் உறைவது தூயவன் கண்ணனிடமே,
வலனெனும் அண்ணனை உடையான் வாசுதேவன்.

வாசுதேவன் அண்ணனாக வையத்தில் பிறந்தவனாம்,
வலனின் ஆயுதமாக உள்ளது ஏர்கலப்பை,
மலையின் தோற்றத்தை மிஞ்சுவான் வலதேவன்,
பூமியின் பாரத்தை பலத்தினால் சுமப்பான்.

சுமப்பான் வலதேவன் சகலவித உயிர்களையும்,
அன்னவன் கொடிமரத்தில் அமைந்திருக்கும் பனைமரம்,
கிளைதான் மூன்றுடன் கனகத்தில் பொறித்ததாகும்,
அன்னவன் அழைத்ததும் ஆயுதங்கள் வந்துசேரும்.

வந்துசேரும் ஆயுதங்கள் வலதேவன் நினைத்ததும்,
அனந்தனெனும் பெயருடையான் ஆதிமுதல் இறைவன்,
ஹரியெனும் நாராயணனும் இவனும் வேறில்லை,
காஸ்யபர்தம் மைந்தன் கருடனும் முடிவறியான்.

முடிவறியான் கருடன் மாபலத்தான் வலதேவனுக்கு,
தேவர்களின் சபையிலே தங்களுக்கு சந்தேகமென,
கருடனிடம் வினவினர் கண்டாயா வலதேவனின்,
ஆரம்பத்துடன் முடிவையென எழுப்பினர் வினாவை.

வினாவைக் கேட்டதும் விளம்பினான் கருடன்,
இயலவில்லை வலதேவனின் ஆரம்பமுடிவைக் காண்பதென,
பிரமத்தை ஒத்தவன் பெருந்தவ பலமுடையான்,
வலதேவனே உலகையெலாம் வலிமையுடன் தாங்குகிறான்.

தாங்குகிறான் உலகை தூயவன் வலதேவனே,
ராமனானான் ரிஷிகேசனே அனந்தனான் அச்சுதனே,
தாங்குகிறான் பூமியை தவபலத்தால் உடல்பலத்தால்,
பூமிப்பந்தின் உட்புறத்தில் பாதாளத்தில் வாழுகிறான்.

வாழுகிறான் சேஷனெனும் வேறொரு பெயரிலும்,
அச்சுதன் அனந்தனென இருவரும் இவ்வுலகில்,
ஒருவன் சக்கரத்தான் அடுத்தவன் கலப்பையுளான்,
இருவரின் பலத்துக்கும் ஈடில்லை இவ்வுலகில்.

இவ்வுலகில் மரியாதைகள் அனைத்துக்கும் உரியவர்,
இவ்விருவர்கள் என்று அனைவரும் ஏத்தவேண்டும்,

உம்மிடத்தில் கொண்ட அன்பின் காரணமாக,
விளக்குதல் செய்தேன் வாசுதேவனின் மேன்மைகளை.

மேன்மைகளை தவபலத்தை மிகவதிகம் உடையோரே,
நெறிகளை உமக்கு நவின்றேன் தொகுப்பாக,
கண்ணனை வணங்குதலே கடுந்தவத்தின் நோக்கமாகும்,
இக்கருத்தை ஏற்று ஏத்துவீர் வாசுதேவனை.

(148)அனுசாசன பர்வம், பகுதி 148

வாசுதேவனை குறித்து விளம்பினார் மகாதேவர்,
பேரிரைச்சலாய் ஓசையொன்று பிறந்தது அப்போது,
இடிமுழக்கமாய் வானம் எழுப்பியது பேரொலியை,
கீற்றுகளாய் மின்னல்கள் கிழித்தன வானத்தை.

வானத்தை நீலமேகம் உறையிட்டு மூடியது,
பெருமழையைப் பொழிந்தார் புனிதமிக்க வருணன்,
மாரிக்காலத்தைப் போல மாறியது சூழ்நிலை,
இருண்டதாக வானமெலாம் இழந்தது திசைகளை.

திசைகளை இழந்தது தூயதான வானுலகம்,
பூதங்களை ரிஷிகள் பார்ப்பது இயலவில்லை,
மழைப்பொழிவை நிறுத்தின மேகங்கள் அதன்பின்,
தீத்தங்களை அடைந்தனர் தூயவராம் ரிஷிகள்.

ரிஷிகள் ஒருசிலர் ஏகினார்கள் உறைவிடத்துக்கு,
அதிசயங்கள் நிறைந்த அவ்விடத்து நிகழ்வினால்,
மனதில் வியப்புற்று மகிழ்வுடன் சென்றனர்,
ரிஷிகளிடத்தில் மகாதேவர் இயம்பியதை நினைந்தனர்.

நினைந்தனர் மகாதேவர் நவின்றதான வார்த்தைகளை,
உரைத்தனர் மகாதேவர் உன்னதரென உரைத்ததான,
பேரிறைவர் நீவிர்தான் பரந்தாமா கண்ணா,
பிதாமகர் பிரமருக்கு ஈடானவர் நீவிர்தான்.

நீவிர்தான் மகாதேவர் நவின்றதான பேரிறைவர்,

எங்களின் முன்னதாக ஹிமவத்தான மாமலையை,
எரித்துதான் மகாதேவர் ஆற்றலைக் காட்டினார்,
இன்றுதான் உன்னாற்றலால் அதேவிதம் செய்தாய்.

செய்தாய் மகாதேவர் செய்ததையே நீயும்,
முந்தை நிகழ்வினை மனமும் நினைகிறதென,
இவ்விதமாய் கபர்தின் அல்லது கிரிசரெனும்,
இறைவரைக் குறித்து இயம்பினோம் முழுதாக.

முழுதாக உரைத்தோமென முனிவர்கள் நிறுத்தியதும்,
பதிலாக கண்ணன் பாங்குடன் வணங்கி,
மரியாதையாக அனைவரைய்ம் மனமாரத் துதித்தான்,
மகிழ்வாக ரிஷிகள் மொழிந்தனர் துதிகளை.

துதிகளை உரைக்கிறோம் தூயவனே வாசுதேவா,
மனக்குகை தன்னிலே மறையாத தோற்றமாக,
உன்வடிவை உளங்காணும் வரத்தை வழங்குவாய்,
சொர்க்கத்தை விடவும் சுகிக்கிறோம் தரிசனத்தால்.

தரிசனத்தால் எங்களுக்கு தருகிறார் பெருமகிழ்வை,
மேன்மைகள் உடையோரென மாதவன் கண்ணனை,
விளம்புதம் செய்தார் விமலராம் பாவா,
அவர்சொல் அனைத்தும் ஆகிறது உறுதியென.

உறுதியென ஆகிறது உமாசுதர் சொன்னவை,
உண்மையென இருபப்தெலாம் உணர்ந்தவனே கேசவா,
முன்னதான நிகழ்வுகளை மொழிந்தோம் உமக்காக,
பிறந்ததான அனைத்தையும் படைத்தவன் நீதான்.

நீதான் அனைத்துக்கும் நிற்கிறாய் ஆதாரமாக,
மனதின் உறுதிகள் மிகைக்காததால் நாங்கள்,
ரகசியத்தின் சாரத்தை அகத்திலே அடக்காமல்,
பிதற்றிதான் முடித்தோம் பேரிறைவன் உன்முன்னர்.

உன்முன்னர் நிற்கிறோம் உளத்திலே பலமிலாதார்,
அறிந்துளீர் உலகின் அனைத்து விவரங்களையும்,
அறியாததோர் விவரமும் அகிலத்திலே இல்லையே,

அளிப்பீர் அனுமதியை அவரவர்கள் திரும்புகிறோம்.

திரும்புகிறோம் எங்களின் தங்கும் இடங்களுக்கு,
உந்தன் அறிவாற்றல் வெகுவாகப் பெருகட்டும்,
மைந்தன் பிறப்பான் மிகவும் உன்னதனாக,
ஆற்றலின் உறைவிடமாய் அதிதீரனாய் வாழுவான்.

வாழுவான் தீரனாக வெல்லுவான் ஏனையோரை,
பெறுவான் ஞானத்தின் பெருநிலை உமைப்போலென,
சொல்லிதான் அங்கிருந்து சென்றனர் மகரிஷிகளென,
குந்திமைந்தன் யுதிஷ்டிரனிடம் கூறினார் பீஷ்மர்.

பீஷ்மர் மேலும் பகர்ந்தார் நிகழ்ந்ததை,
முனிவர் அனைவரும் மாதவனை வணங்கினர்,
யாதவர் குலத்தின் ஈடிலா வேங்கையை,
துதித்தனர் வலம்வந்தனர் தலைசாய்த்து வணங்கினர்.

வணங்கினர் முனிவர்கள் வாசுதேவன் கண்ணனை,
ரிஷிமுனிவர் அனைவரு அவரவர்தம் இடத்துக்கு,
திரும்பினர் அதன்பின்னர் தசர்ஹரின் சிம்மமும்,
விரதத்துக்கோர் முடிவுசெய்து வந்தான் த்வாரகைக்கு.

த்வாரகைக்கு வந்தவன் தூயவன் கண்ணனுக்கு,
மகவொன்று பிறந்தது மிகவும் பலத்துடன்,
வீரனென்று அனைவரும் வையத்தில் புகழ்ந்தனர்,
காமனுக்கு ஒப்பாகக் கொண்டிருந்தது பேரழகை.

பேரழகை உடையவன் பரந்தாமன் கண்ணன்,
நாற்கரத்தை உடையவன் நிறமோ மேகவண்ணம்,
அன்பினை உற்றான் அறமிக்கவர் பாண்டவரிடம்,
கண்ணனை நீவிரும் கொண்டீர் காவலனாக.

காவலனாக உங்களுக்கு கிடைத்தவனான கண்ணன்,
இருப்பதான இடத்திலே இருக்கும் வெற்றியும்,
வளமையாக சாதனையாக வல்லமையாக அறிவாற்றலாக,
சொர்க்கலோக வாழ்வுக்கும் ஸ்ரீதரனே வழிகாட்டி.

வழிகாட்டி ஆகும் வல்லவன் விஷ்ணுவே,
மூன்றடி வாயிலாக மூவுலகை அளந்தவன்,
தேவரில் முப்பத்துமூவரும் தேவேந்திரனும் ஸ்ரீஹரியே,
உயிர்கள் அனைத்துக்கும் அடைக்கலம் கண்ணனே.

கண்ணனே ஆரம்பநடு காணொணா பேரிறைவன்,
அந்தமே இலாதான் அனந்தன் அழிவிலாதான்,
வடிவமே அற்றவன் வலிமையே உற்றவன்,
மதுவையே கொன்றவன் மகாவீரன் ஆற்றலுளான்.

ஆற்றலுளான் பூமியிலே அமரர்பொருட்டு பிறந்தவன்,
தேவர்களின் பணிமுடிக்க தரணியிலே வாழுகிறான்,
காமார்த்தங்களின் மறைபொருளைக் கண்டறிந்த மகாஞானி,
முத்திரட்டின் சாதனைகளை முழுதாக முடித்தவன்.

முடித்தவன் உனக்காக மிகப்பெரும் போரினை,
உனக்குதான் வெற்றியென உலகிலே மேன்மையென,
சாதனைதான் ஆக்கியே சேர்த்த வெற்றியானது,
நாராயணன் உன்னுடன் நட்பாக வந்ததால்.

வந்ததால் நாராயணன் உன்னிடம் கனிவுற்றான்,
நாராயணனால் காக்கப்பட்டால் நலிகள் தீண்டாது,
அடைக்கலங்கள் அளித்தான் ஹரியே உனக்கு,
ஆதலால் அத்யார்யுவாக இயற்றுவாய் வேள்விகளை.

வேள்விகளை இயற்றிட வழங்கினான் வெற்றியை,
ஆகுதிகளாய் போர்க்களத்தில் அரசர்கள் பலரும்,
அக்கினியாய் எழுந்த அதிபெருத்த மோதலில்,
சாம்பலாய் வீழ்ந்தனர் ஸ்ரீதரனே மரக்கரண்டி.

மரக்கரண்டி ஆகியே மனிதர்கள் அனைவரையும்,
யுகாந்தத்தீ போன்றதான அக்கினிக்கு அளித்தான்,
துரியோதனனை மைந்தருடன் தம்பியருடன் அழிந்தது,
முட்டாள்தனதில் துரியோதனன் மாதவனை எதிர்த்ததால்.

எதிர்த்ததால் அழிவு ஏற்பட்டது துரியோதனனுக்கு,
ஹிரியால் காண்டீபனால் எதிரணியில் காக்கப்படும்,

வீரர்கள் எவரையும் வீழ்த்துதல் இயலாதே,
தைத்தியர்கள் பலமிக்கார் தூளாகினர் கண்ணனால்.

கண்ணனால் எய்யப்படும் கனத்த சக்கரம்,
மலைபோல் வளர்ந்த மிகப்பருத்த தைத்தியரை,
எளிதில் அழித்துவிடும் ஆற்றல் மிகைத்தது,
பூச்சிபோல் தைத்தியர்கள் பொசுங்கினர் சக்கரத்திடம்.

சக்கரத்திடம் சிக்கி செத்தழிந்தனர் தைத்தியர்கள்,
தைத்தியர்தம் பலத்துக்கு தரணியிலே ஈடில்லை,
மானிடர்கள் நிலைபற்றி மனதிலே நினைக்கவும்,
எவ்விதத்தில் இயலும் அழிவுதான் எதிர்த்தால்.

எதிர்த்தால் அழிவுதான் ஈடிலாதவன் ஜெயனை,
இருகரத்தால் காண்டீபத்தை ஆளவல்ல மாவீரன்,
போர்க்களத்தில் எப்போதும் பெருந்தேரில் செல்லுவான்,
துரியோதனாதிகள் அனைவரையும் தாக்கி அழித்தான்.

அழித்தான் காண்டீபத்தை ஆளும்ப் பெருவீரன்,
இதைத்தான் குறிப்பிட இயம்புகிறேன் நிகழ்வொன்றை,
காளைதான் வாகனமாகக் கொண்டவர் மகாதேவர்,
ஹிமவத்தின் சிகரத்தில் இயம்பினார் ரிஷிகளிடம்.

ரிஷிகளிடம் மகாதேவர் இயம்பியதொரு புராணமாகும்,
அர்ஜுனனிடம் இருக்கும் அடக்கமும் மேன்மையும்,
ஆற்றலும் உறுதியும் அதிதீரமும் தவபலமும்,
தன்னடக்கமும் குலப்பெருமையும் தசர்ஹனில்
மூன்றிலொன்றே.

மூன்றிலொன்றே தேறுவான் மாவீரன் அர்ஜுனனெனில்,
கண்ணனுக்கே ஈடானவரைக் காண்பது இயலுமோ?
கண்ணனெங்கே இருந்தாலும் கிடைக்கும் மிகச்சிறப்பு,
கண்ணனையே அறியாத கடைமதியர் நாங்களாவோம்.

நாங்களாவோம் மற்றவர் நினைத்தவிதம் நடப்பவர்கள்,
உறுதியாகும் இறப்பென உணர்ந்தாலும் மூடராக,
மரணமெனும் பாதையை மனமுவந்து தேர்ந்தெடுத்தோம்,

ஆகினும் யுதிஷ்டிரா உன்னிடம் மாண்புண்டு.

மாண்புண்டு சிரத்தையுண்டு மன்னவனே உன்னிடம்,
வெல்வேனென்று சூளுரைத்தாய் வேந்தனே அப்படியே,
வென்றபின்பு நாடாள உளமின்றி தவிக்கிறாய்,
உறவினரது கொலைகுறித்து உளத்திலே வாடுகிறாய்.

வாடுகிறாய் வேந்தனே வருத்தமேதும் கொள்ளாதே,
சூளுறையாய் முன்பு சொன்னதைச் செய்துகாட்டு,
நாடாளுவாய் வேந்தனே நெஞ்சத்தில் வருந்தாதே,
வீழ்ந்தோரை வீழ்த்தியது வலிமைமிக்க காலமே.

காலமே கொன்றது கணக்கிலா வீரர்களை,
எங்களையே அழித்தது ஆற்றல்மிக்க காலமே,
தடுக்கவே இயலாத திடமிக்கது காலந்தான்,
அனைத்தையுமே காலம் ஆக்கி அழிக்கிறது.

அழிக்கிறது காலம் அதீத பலத்தினால்,
காலத்துக்கு ஆட்பட்டு காலனிடம் சென்றவருக்கு,
வருந்துவது வேண்டாம் வருத்தத்தை ஒதுக்கிவிடு,
கண்சிவந்து கதையெடுத்த காலதேவனும் கண்ணனே.

கண்ணனே வெற்றியைக் கொடுத்தான் உனக்கு,
இறந்தாரே உறவினரென இனிமேலே அழுதிடாமல்,
இருப்பாயே துயரகற்றி இனிதான மனத்துடன்,
நினைவாயே மாதவனெனும் நிகரிலான் பெருமைகளை.

பெருமைகளை உனக்கு பகர்ந்தேன் யுதிஷ்டிரா,
அவற்றைக் கேட்டு அகத்தை நிலைசெய்தால்,
மாதவனை அறிதல் மிகவும் எளிதுதான்,
கண்ணனைக் குறித்துக் கூறினேன் கருத்துக்களை.

கருத்துக்களை சிலசமயம் கொடுத்தேன் நானாகவே,
என்னறிவைக் கொண்டு அறிந்தசில விவரங்களை,
நடுநடுவே சேர்த்து நவின்றேன் உனக்காக,
கண்ணனைக் குறித்து கூறியவர் மகாதேவர்.

மகாதேவர் ரிஷிகளுக்கு மொழிந்தார் இக்கருத்தை,
ரிஷிமுனிவர் தமக்கு இயம்பினார் மகாதேவர்,
ஈசனார் உமையிடையே ஏற்பட்ட உரையாடலையும்,
உனக்கோர் தொகுப்பாக்கி உரைத்தேன் வேந்தனே.

வேந்தனே உனக்கு விளம்பிய கருத்துக்களை,
மனதிலே நினைத்து மாண்புடன் பதிந்துகொள்,
இதனையே கேட்பவரும் இந்நிகழ்வை இயம்புவோரும்,
மேன்மையே அடைவார் மனக்கிடக்கையை அடைவார்.

அடைவார் இவ்வுலகில் அனைத்தும் விரும்பியபடி,
செல்லுவார் வானுலகில் சொர்க்கமெனும் இடத்துக்கு,
இதிலோர் சந்தேகமும் இல்லை யுதிஷ்டிரா,
ஜனார்த்தனர் பக்தியால் சேரும் நன்னலங்கள்.

நன்னலங்கள் மகேஸ்வரர் நவின்றவிதம் உண்டாகும்,
இவ்வுலகில் ஜனார்தனனை எப்போதும் நினைந்திருந்து,
பக்தியால் வணங்கினால் பெருநலங்கள் உண்டாகும்,
முன்னால் சொன்னவற்றை மதித்து நாடாளுவாய்.

நாடாளுவாய் மக்களுக்கு நல்வாழ்வு நல்குவாய்,
நேர்மையை மீறாமல் நல்லவனாய் நாடாளுவாய்,
பருத்ததாய் இருக்கும் பார்வேந்தரின் செங்கோல்தான்,
நீதிநெறிகளை நிலைநிறுத்தும் நிகரிலா பலங்கொண்டது.

பலங்கொண்டது செங்கோல் பாரபட்சம் அறியாதது,
உமைக்கு சங்கரர் உரைத்த இக்கருத்தை,
கொடிமீது காளையை கொண்டவர் சொன்னதை
நினைதும் மகாதேவரை நெஞ்சுருகி வணங்குவாய்.

வணங்குவாய் மகாதேவரை வையத்தில் தஞ்சமென,
கட்டளை இஃதென்று கூறினார் நாரதர்,
தேவரிஷியாய் இருக்கும் தூயவர் நாரதரின்,
வார்த்தைகளை ஏற்று வணங்குவாய் ஸ்தனுவை.

ஸ்தனுவை வாசுதேவனை சேர்த்து வணங்குவாய்,
ஹிமவத்தை உறைவிடமாய் ஏற்றவர் மகாதேவர்,

வாசுதேவனைக் குறித்து விளம்பினார் கருத்துக்கள்,
காண்டீபனைத் துணைவனாக்கி கண்ணன் தவமிருந்தான்.

தவமிருந்தான் வாசுதேவன் துணைவனான காண்டீபனுடன்,
இருவரின் கண்களும் இருக்கும் கமலமென,
தவத்தின் காலவரை தெரிவித்தால் மூன்றுயுகம்,
நாரதரும் வியாசரும் நவின்றது இதைதான்.

இதைதான் மேலும் இயம்புகிறேன் உனக்கு,
சிறுவயதுதான் ஆகினும் ஸ்ரீதரன் கண்ணன்,
அரக்கன் கம்சனை அழித்தான் எளித்தாக,
கண்ணன் பெருமைகளை கூறினால் முடிவில்லை.

முடிவில்லை வாசுதேவன் மாண்புக்கும் பெருமைக்கும்,
வேழங்களை மாந்தரை வீழ்த்தியவன் வாசுதேவனே,
தவறுகளை செய்த துரியோதனனும் கர்ணனும்,
சகுனியை துஹ்சாசனை சேர்த்தனர் பாவத்தில்.

பாவத்தில் பங்குகொண்ட பீடிலாதார் நால்வரும்,
வைஅய்த்தில் வாழ்விழந்து வீழ்வுற்று மாண்டனரென,
வேந்தனிடத்தில் பீஷ்மர் விளம்பினார் கருத்தை,
மௌனத்தில் அமர்ந்திருந்தான் மன்னவன் யுதிஷ்டிரன்.

யுதிஷ்டிரன் மௌனமாக அமர்ந்திருந்தான் அப்போதென,
நிகழ்வுகளின் தொகுப்பினை நவின்றார் ஜனமேஜெயர்,
திருதராஷ்டிரன் உட்பட திரண்டிருந்தோர் அனைவரும்,
பீஷ்மரின் மொழிகளால் பெருவியப்பு எய்தினர்.

எய்தினர் வியப்பினை அங்கிருந்தோர் அனைவரும்,
பிதாமகர் பீஷ்மர் பகர்ந்த சொல்கேட்டு,
வணங்கினர் கண்ணனான வாசுதேவன் மாதவனை,
குவித்தனர் கரங்களை கும்பிட்டனர் பக்தியுடன்.

பக்தியுடன் அனைவரும் பரந்தாமனை வணங்கிட,
நாரதர் ரிஷிகளுடன் நவின்றனர் ஒப்புதலை,
முகத்திலோர் முறுவலுடன் மொழிந்தனர் ஆமோதிப்பை,
பீஷ்மர் பாண்டவனுக்கு பகர்ந்தது இவ்வுரை.

இவ்வுரை பீஷ்மர் இயம்பிய நற்கருத்து,
வேள்விகளை இயற்றி வெகுப்பல தானங்களை,
பிராமணரை மகிழ்விக்க பீஷ்மர் அளித்ததை,
அமைதியாய் கண்டு அமர்ந்திருந்தான் யுதிஷ்டிரன்.

யுதிஷ்டிரன் அதன்பின் எழுப்பினான் வினாவை,
கௌரவரின் வேங்கை களைப்பு நீங்கியதால்,
அன்னவரின் அருகாகி அன்புடன் வினவினான்,
சந்தனுவின் மைந்தரிடம் சொன்னான் ஐயத்தை.

(149)அனுசாசன பர்வம், பகுதி 149

ஐயத்தை எழுப்புகிறேன் அளிப்பீர் விடையை,
அகிலத்தைப் பொறுத்தவரை அனைத்துக்கும் ஓறிறையாய்,
ஈடிணை இல்லாத இறைவர் எவராவார்?
அடைக்கலத்தை நமக்கு அளிக்கவல்லார் எவராவார்?

எவராவார் இவ்வுலகில் எல்லோரும் துதிப்பவர்?
எவரொருவர் குறித்து இயம்பும் மந்திரங்கள்,
வேண்டுபவர் விரும்புவதை வழங்கும் சக்திபெற்றவை?
சமயமென்பதோர் சொல்லுக்கு சீர்மிகுந்த பொருளென்ன?

பொருளென்ன சமயத்துக்கு பகருவீர் விளக்கமாக,
என்னென்ன மந்திரங்களை இயம்பினால் மானிடர்,
தளையென இருப்பவற்றைத் தாண்டி நலம்பெறுவார்?
விடுதலையென அடைவதற்கு வழியென்ன விளம்புவீர்.

விளம்புவீர் என்று வேந்தன் யுதிஷ்டிரன்,
பிதாமகர் அருகாகிப் பகர்ந்தான் ஐயத்தை,
பீஷ்மர் யுதிஷ்டிரனுக்கு பதிலளித்துப் பேசினார்,
மானிடர் பேரிறைவனை மாண்புடன் தொழவேண்டும்.

தொழவேண்டும் ஆயிரம்பெயரைத் தொகுப்பாய் உரைத்து,
மாற்றமேதும் இல்லாத மன்னவனை வணங்கி,

இசைக்கவேண்டும் மந்திரங்களை எழுப்பவேண்டும்
வேள்விப்புகை,
விஷ்ணுவெனும் இறைவனை வழுத்தவேண்டும் எப்போதும்.

எப்போதும் வணங்கவேண்டும் ஈடிலாதார் விஷ்ணுவை,
ஆரம்பம் நடுமுடிவு அழிவுகள் அற்றவரை,
அகிலாண்டம் படைத்தாளும் அனந்தராம் இறைவரை,
அனைத்தையும் கட்டுக்குள் அமைத்தவரை வணங்கவேண்டும்.

வணங்கவேண்டும் விஷ்ணுவை விலகியோடும் வருத்தங்கள்,
பிராமணரிடம் விஷ்ணு பரிவுமிகக் காட்டுவார்,
அனைவருக்கும் பெருமைகளை அளிப்பவர் விஷ்ணுவே,
அகிலாண்டம் படைத்தாளும் இறைவர் விஷ்ணுவே.

விஷ்ணுவே பெரியோரரென வணங்குவதே இவ்வுலகில்,
மார்க்கமாய் இருப்பவற்றில் முதன்மை மார்க்கமாகும்,
தாமரையென்றே கண்ணுடைய தசர்ஹன் வாசுதேவனை,
வணங்குவதே மானிடருக்கு வழியாகும் நலம்பெற.

நலம்பெற விரும்புவோர் நாடவேண்டும் வாசுதேவனை,
ஆற்றலென இருப்பவை அனைத்தின் உறைவிடம்,
தவமென இருப்பவற்றைத் தொகுத்த பலமிக்கான்,
பிரமமான பேரறிவைப் பெற்றவன் மகாஞானி.

மகாஞானி வாசுதேவனே மாந்தருக்கு அபயநாதன்,
புனிதத்தின் தொகுப்பில் பெரும்புனிதம் வாசுதேவன்,
அனைத்துயிரின் தந்தையும் அன்னையும் வாசுதேவன்,
கடவுளரின் கடவுள் ககனத்தை படைத்தவன்.

படைத்தவன் வாசுதேவனே பாருலகம் அனைத்தையும்,
மாற்றமிலான் தந்தையாவான் மண்ணுக்கும் விண்ணுக்கும்,
முதல்யுகத்தின் ஆரம்பத்தில் மாதவனிடமே தோற்றமாகி,
உயிர்களின் தொகையெலாம் வெளிவரும் வையத்தில்.

வையத்தில் இருப்பதெலாம் உண்டாவது வாசுதேவனிடம்,
அனைத்தும் இறுதியில் ஒடுங்குவதும் வாசுதேவனிடம்,
பெயர்கள் ஓராயிரம் பெற்றவன் வாசுதேவன்,

பாவங்கள் அழிக்கும் பேரிறைவன் வாசுதேவன்.

வாசுதேவன் அகிலத்தில் வல்லமை மிகைத்தவன்,
அகிலாண்டத்தின் பேரரசன் அனைத்துக்கும் முதல்வன்,
வாசுதேவன் மறுபெயரே விஷ்ணுவென்றும் வழங்கப்படும்,
அன்னவன் பண்புகளை இயம்புகிறேன் உனக்கு.

உனக்கு வாசுதேவனின் உள்மறைவான வெளிப்படையான,
அனைத்து பண்புகளையும் அளிக்கிறேன் தொகுத்து,
அனைத்து உயிர்களுக்குமென இயம்புகிறேன் இவற்றை,
ரிஷிகளது வார்த்தைகளயா வந்தது இத்தொகுப்பு.

இத்தொகுப்பு வாசுதேவனின் ஆயிரம்பெயர் உடைத்து,
இதையுரைத்து தொழுபவர் அடைவார் அனைத்தையும்,
பக்தியொடு இப்பெயர்களை பகருதல் வேண்டும்,
அனைவருக்கும் நலந்தரும் ஓசையாகும் ஓம்.

ஓம் அனைத்திலும் உள்ளிருக்கும் இறைவனே,
தானும் ஆகினாய் தரணிகளைத் தாங்குகிறாய்,
ஆகுதியெலாம் உமக்கே அளிக்கப்படும் வேள்வியில்,
சென்றதும் வருவதும் செயலாவதும் நீயே.

நீயே படைத்தாய் நானிலங்கள் அனைத்தையும்,
உலகிலே இருப்பவற்றை உரத்தாலே தாங்குகிறாய்,
இருப்பவரே நீவிர்தான் ஆத்மனெனும் வடிவத்தில்,
அந்தராத்மனே நீவிர்தான் அனைத்துக்கும் ஆரம்பம்.

ஆரம்பம் நீவிர்தான் அனைத்துவிதப் பொருளுக்கும்,
தூய்மைமிகும் ஆத்மனே தஞ்சமளிக்கும் தயாளனே,
ஞானமிகும் அனைவரும் நண்ணுமிடம் நீதானே,
மாற்றமேதும் இல்லாதவன் மறைந்துளாய் க்ஷேத்திரத்தில்.

க்ஷேத்திரத்தில் இருப்பதை க்ஷேத்ரக்ஞனாய் அறிகிறாய்,
அழிவுகள் அற்றவன் யோகத்தின் தியானப்பொருள்,
யோகியர்கள் யோகத்தை இயற்ற வழிகாட்டுபவன்,
ப்ரகிருதிமேல் புருஷன்மேல் பெற்றவன் அரசாட்சி.

அரசாட்சி செய்பவன் அரிமாவின் சிரம்பெற்று,
ஆயிரக்கணக்கில் வைத்துளான் ஆயுதங்கள் அழகுகள்,
புருஷர்கள் அனைவரிலும் பெற்றவன் முதல்நிலை,
அனைத்தின் வடிவமாக ஆகியவன் நீயேதான்.

நீயேதான் அனைத்தையும் நிக்ரகித்து அழிப்பவன்,
முக்குணத்தின் கட்டுகளை முழுதாகக் கடந்தவன்,
அசைவிலாதான் அனைத்துக்கும் ஆரம்பம் ஆகியவன்,
யுகாந்தத்தின் காலத்தில் அனைத்துக்கும் புகலிடம்.

புகலிடம் ஆகிறாய் ஒருபோதும் மாற்றமிலாய்,
நினைந்திடும் நொடியிலே நீயெடுப்பாய் பிறப்புகள்,
உயிரினம் அனைத்தின் வினைவிளைவை அளிப்பாய்,
அனைத்தையும் தாங்கும் அந்தராத்மன் நீயே.

நீயே பஞ்சபூதங்கள் நீயே பேரரசன்,
தானே பிறந்தவர் தற்பரர் நீயேதான்,
உனையே வணங்கினால் வழங்குவாய் மகிழ்வுகளை,
சூரியனிலே ஒளிவட்டத்தில் சென்றுளாயே மையத்தில்.

மையத்தில் சூரியனில் மிளிரும் பேரொளியே,
தாமரைபோல் கண்கள் தரித்த பேரழகே,
இடிபோல் குரல்முழக்கம் ஏற்படுத்தும் வல்லவனே,
ஆரன்பங்கள் முடிவுகள் அற்றவனே அனந்தனே.

அனந்தனே நீதான் அகிலங்களைத் தாங்குகிறாய்,
செயல்களையே விளைவுகளுடன் செயலாக்கம் செய்பவனே,
பிரமருக்கே மூத்தவனே பெரியோனே அலகிலியே,
அளவனைத்துமே கடந்தவனே ஐந்துபுலன் கட்டியோனே.

கட்டியோனே புலனைந்தை கமலமலர் நாபியனே,
தேவதேவரே அனைத்து தரணிகளை ஆக்கியவரே,
மந்திரனே அனைத்தையும் மங்கவைத்து அழிப்பவனே,
பெரியோனே பழயோனே பெருவாழ்வு உடையோனே.

உடையோனே பெரும்பலம் உடைப்பிடிப்பார் எவருமில்லை,
நித்தியனே கண்ணா நேத்திரங்கள் சிவந்தவனே,

அகிலாண்டமே முடிகையில் அழிப்பவனே அனைத்தையும்,
பெருஞானமே பெருந்தவமே புண்ணியனே முப்பாகனே.

முப்பாகனே உயிர்களில் மூன்றிடத்தில் தங்குவாய்,
பாவங்களே நீக்கும் புண்ணியனே மேலோனே,
அனைத்துயிரே செயல்பட அளிப்பவனே செயலூக்கம்,
உடலிலே உயிர்மூச்சு ஓடவைக்கும் மூத்தவனே.

மூத்தவனே முதல்வனே மன்னவனே அனைத்துயிருக்கும்,
வயிற்றிலே தங்கம் வாய்த்தவனே கனகதாரனே,
பூமியையே இடுப்பாக்கிய பேரிறையே நாரணா,
ஸ்ரீதரனே மாதவனே செய்பவனே அனைத்தும்.

அனைத்தும் செய்யவல்ல ஆற்றல்மிக்க இறைவனே,
ஆற்றல்மிகும் தெய்வமே ஏந்துவாய் பெருவில்லை,
ஒப்பந்தம் அனைத்தையும் உள்ளமைக்கும் அறிவாளனே,
அகிலாண்டம் முழுவதும் அலைவாய் கருடன்மீது.

கருடன்மீது வலம்வருவாய் கருணையொடு அருளுவாய்,
வழங்கிடும் படையல்களை உற்றிட உகந்தவனே,
வழங்கும் அனைத்தையும் ஏற்கும் உன்னதனே,
எதற்கும் இடர்படாத ஆற்றல்மிகும் இறைவனே.

இறைவனே செயலனைத்தும் அறிந்தவனே அறிவாளனே,
தன்னையே ஆதாரமாக்கும் தற்பரனே தேவதேவனே,
உயிரனைத்துமே உன்னிடம் உற்றிடும் அபயத்தை,
மேன்மைகளுக்கே உறைவிடமே மண்விண்ணின் வித்தே.

வித்தே உன்னிடமே விளைந்தன அனைத்துமே,
அனைத்துமே உன்னிடம் ஆரம்பமாகி வெளிவரும்,
நாளுடனே வருடமும் நடப்பது உன்னால்தான்,
பாம்பாகவே வடிவெடுத்தாய் பேருண்மையின் நம்பிக்கையே.

நம்பிக்கையே இவ்வுலகில் நடப்பதற்கு சாட்சியே,
பிறப்பிலியே பேரரசே பெருவெற்றி பெறுபவனே,
வெற்றியே துவக்கமே உனக்கில்லை பாழ்படுதல்,
நேர்மையே காளையே நிகரிலா வராகமே.

வராகமே ஆகி வையங்கள் அனைத்தையும்,
நீரிலே மூழ்காமல் நிலைசெய்த வல்லாளா,
அளக்கவே இயலாத ஆத்மபலம் உடையோனே,
எதிலுமே பற்றின்றி இருப்பவனே தனியனாக.

தனியனாக இருக்கும் தூயவனே நீயேதான்,
வசுக்களாக இருப்போரில் வலிமைமிக்க பாவகன்,
தாராளமாக மனமுடையோன் தற்பெருமை அற்றவன்,
ஆத்திரமாக வெறுப்பாக ஏதுமில்லை உன்மனதில்.

உன்மனதில் கெடுசிந்தை ஒன்றுமே கிடையாது,
இருபுறத்தில் சாராமல் இருப்பவன் உண்மையாக,
பக்தர்கள் மட்டுமே பகுத்தறிவார் உம்மளவை,
சமநிலையில் மனதை சாந்தமாக நிறுத்தியவன்.

நிறுத்தியவன் மாற்றங்களை நினது யோகத்தால்,
பக்தரின் விருப்பங்களை பாங்குடன் அளிப்பவன்,
தாமரைமலரின் இதழ்களென தரித்தவன் நேத்திரங்கள்,
நெறிகளின் வழியில்மட்டும் நடக்கும் உத்தமன்.

உத்தமன் நெறிவழியில் வாழ்விப்பான் உயிர்களை,
உடையவன் பலதலைகள் உலகையெலாம் தாங்குபவன்,
அகிலத்தின் தோற்றுவாய் அப்பழுக்கிலா தூயவன்,
இறப்பிலான் நித்தியன் இருப்பவன் நிலையாக.

நிலையாக இருப்பவன் நிகரிலா அழகுடையான்,
தவமான ஞானத்தை தரித்தவன் அடையாளமாக,
அகிலமாக இருப்பதில் எங்குமே செல்லுபவன்,
அறிவாக அனைத்தையும் அறிந்திடும் பெருஞானி.

பெருஞானி பேரொளியான் படையுடையான் எங்குமே,
இவனை நாடுவார் எல்லோருமே வையத்தில்,
வேதமாகி வேதியனாகி வேதாங்கமாகி வேதப்பிரிவாகி,
வேதப்பொருளாகி ஞானத்தை வழங்கும் வேதநாதன்.

வேதநாதன் உலகங்களை அரசாளும் பேரரசன்,

தேவர்களின் ஆட்சியாளன் தருமத்தின் புரவலனே,
தருமத்தின் அதருமத்தின் தாக்கத்தைக் காண்பவனே,
செயலாகியோன் விளைவாகியோன் சதுராத்மன்
அனிருத்தனாக.

அனிருத்தனாக ப்ரத்யும்னனாக சங்கர்ஷணனாக
வாசுதேவனாக,
நால்விதமாக பிரிந்தவன் நிகரிலாதான் நீயொருவன்,
நான்காக வடிவுற்றவன் நாற்கொம்பு கொண்டவன்,
நாற்கரமாக உடையவற்றில் நீயெடுப்பாய் ஆயுதங்கள்.

ஆயுதங்கள் ஏந்துவாய் அலகிலாத பேரொளியே,
உணவுகள் அளித்து ஓம்புவாய் உயிர்களை,
நல்லவர்கள் காவலாவாய் நாசகாரரின் அழிவாவாய்,
அகிலங்கள் உண்டாகுமுன்னர் இருந்தவனே ஆதிநாதா.

ஆதிநாதா உன்னால் அனைத்தும் உண்டானது,
பழுதுகளே இல்லாதவனே புனிதனே உன்னதனே,
எப்போதுமே வெற்றிகள் அடைந்திடும் இறைவனே,
தேவர்கள் எதிர்த்தாலும் தோல்வியே தருவாய்.

தருவாய் பொருட்களை தரணியை உண்டாக்குவாய்,
க்ஷேத்திரங்களாய் இருப்பவற்றில் சுழற்சியாய் வாழுவாய்,
இந்திரனாய் இருப்பவனின் இளையோனே வாமனனே,
வலியாய் அசுரவேந்தின் வேள்வியில் உலகளந்தாய்.

உலகளந்தாய் வானத்தை வையத்தை பாதத்தால்,
நீசெய்பவை அனைத்தும் நல்கும் நற்பலனை,
பாவங்களை அழிக்கும் புண்ணியமிகு தேவனே,
பெரும்பலத்தை பேராற்றலை பெற்றவனே மேலோனே.

மேலோனே இந்திரனுக்கும் மகிழுவோனே பக்தியிலே,
பக்தியாலே உன்னைப் பற்றுவோரை ஏற்பவனே,
வையத்தையே உருவாக்கிய உன்னத முதற்காரணனே,
பிறப்பிலியே மாற்றமிலியே இறப்பிலியே ஆதாரமே.

ஆதாரமே நீதான் அனைத்துயிரும் வாழுதற்கு,

இதயத்திலே இருக்கிறாய் அனைத்து உயிருக்கும்,
பெருநலமே விருபுவோரின் பக்திக்கு உகந்தவனே,
தன்வந்த்ரியே ஆகிய தலைமை மருத்துவனே.

மருத்துவனே நில்லாத மகாயோகம் புரிவோனே,
தருமத்தையே நிலைநாட்ட தைத்தியரை அழிப்பவனே,
தேவாசுரரே பார்க்கடலில் திரண்டுநின்று கடைகையில்,
வெளியாகிய இலக்குமிக்கு உற்றதொரு மணாளனே.

மணாளனே இலக்குமிக்கு மாண்பிலே மிகைத்தவனே,
தேனானவனே புலன்கடந்த தூயவனே யோகமாயனே,
உடையவனே பேராற்றலை அனைத்தையுமே கடந்தவனே,
அறிவாற்றலிலே அடங்காத அனந்தப் பேரறிவே.

பேரறிவே எல்லைகடந்த பெருந்தவம் உடையானே,
செயலாக்கமே உடையோரின் செயலெல்லை கடந்தவனே,
உடலிலே உண்டாகும் ஒளியாலே உலகறிவாய்,
கண்ணாலே காணும் காட்சிகளைக் கடந்தவனே.

கடந்தவனே காட்சிகளை களிப்பானவனே காட்சிக்கு,
அழகனே ஆத்மனின் எல்லையிலாப் பெருநிலையே,
தேவருடனே மானிடருக்கு தெரியாத பரமாத்மனே,
மந்தரத்தையே ஆமையாகி முதுகிலே சுமந்தவனே.

சுமந்தவனே மந்தரமலையை சக்திமிக்க அமுதத்தை,
கடலிலே இருந்து கொணரும் முயற்சிக்கென,
அம்புகளையே நெடுந்தூரம் எய்யவல்ல வில்லாளா,
எப்பொருளே தடுத்தாலும் அப்பொருளைத் துளைப்பவனே.

துளைப்பவனே அம்பினால் தடுக்கும் பொருட்களை,
பூமிப்பந்தே மூழ்காமல் பாதுகாத்துத் தூக்கினாய்,
வராகமென்றே வடிவுற்று வையத்தை மேலெடுத்தாய்,
உன்வயிற்றிலே ஸ்ரீதேவி உறைந்துளார் மகிழ்வாக.

மகிழ்வாக தருமவான்கள் மனமுவந்து தஞ்சமுறும்,
புகலாக இருக்கும் பேரிறையே வல்லாளனே,
பக்தியாக இருக்கும் புனிதமிக்க குணத்தால்தான்,

வெற்றிபெற இயலும் விஷ்ணுவான உன்னை.

உன்னை தேவர்கள் உவகையுடன் நோக்குவார்,
முழுமை மகிழ்வே மண்ணை மேலெடுத்தவனே,
பேச்சினை உகுப்போரில் பெருமையுடன் பேசுபவனே,
ஒளியிலே மிகைத்தவனே உனையெண்ணினால் துயரகலும்.

துயரகலும் உன்னை தூயமனத்தோர் வணங்கினால்,
வேதமோதும் பிதாமகரின் வெண்மைநிறத்து அன்னமே,
உன்வாகனம் கருடனாக உடையயோனே விஷ்ணுவே,
உலகெலாம் சுமக்கும் அனந்த சேஷனே.

சேஷனே வையத்தை சுமக்கும் பலசாலியே,
நாபியே தங்கமாக நல்லொளி பெருக்குவோனே,
வதரியிலே நாராயணனாக வெகுதவம் நோற்றவனே,
கமலத்தையே ஒத்ததாக கொண்டவனே நாபியை.

நாபியை கமலமாக்கி நானிலத்தை படைத்து,
இறப்பைக் கடந்து எப்போதும் இருப்பவனே,
கருணை மிகுந்த கண்களை எடுத்து,
உயிர்களை நோக்கும் உன்னதனே பாவநிக்ரகா.

பாவநிக்ரகா நீயே பொசுக்குவாய் பாவங்களை,
அகிலாண்டமாக இருப்பவை அனைத்தையும் அழிப்பவனே,
தருமங்களாய் இருப்பவற்றைத் தந்திடும் தருமநாதா,
செயல்களை செய்பவனே செயல்விளைவை அனுபவிப்பவனே.

அனுபவிப்பவனே செயல்களால் ஆகும் விளைவுகளை,
எப்போதுமே நகருபவனே அசுரர்களை அழிப்பவனே,
தானவரைக் கொல்பவனே தீயவரை தண்டிப்பவனே,
பேரறிவை அடையாளமாகப் பெற்றிருக்கும் ஞானியே.

ஞானியே நீதான் நமனாவாய் அசுரருக்கு,
தேவரையே எதிர்ப்பவரைத் தூளாக்கி அழிப்பாய்,
அனைத்தையுமே போதிப்பவனே அனைத்துயிரின் அப்பனே,
பிரமருக்கு உபதேசிக்கும் பேரறிவைப் பெற்றவனே.

பெற்றவனே அனைத்துயிரையும் புகலிடமே
அனைத்துயிருக்கும்,
பொய்மைகளே இல்லாதவரைப் பாதுகாக்கும் இறைவனே,
உன்னாற்றலையே எதிர்க்க வல்லாரில்லை எவரும்,
நெறிவழுவிய செயலெனில் நோக்கிடாய் அத்திசையில்.

அத்திசையில் நோக்குவாய் அங்கிருக்கும் நற்செயலெனில்,
நெறிகளில் நவின்ற நற்செயல்களை ஆதரிப்பாய்,
அணிதல் வைஜெயந்தியெனும் ஆடையாகும் அதுவே,
வெற்றிகள் உனதென உணர்த்தும் சின்னமாகும்.

சின்னமாகும் வைஜெயந்தி ஸ்ரீதரனின் வெற்றிக்கு,
வாகீசனெனும் விதத்திலே விளம்புவாய் நல்வார்த்தைகள்,
ஈனரெனினும் அவர்களுக்கு இரக்கமுற்றுக் காப்பவனே,
விடுதலையெனும் நற்பலனை வழங்கும் இறைவனே.

இறைவனே நீராலே இவ்வுலகம் மூழ்குகையில்,
வடிவமே மீனாக வருவாய் உயிர்காக்க,
உயிர்களுக்கே அரசனே உன்சொல்லே வேதமாகும்,
நீரிலே மூழ்குகையில் நீயெடுத்தாய் வேதங்களை.

வேதங்களை மூழ்காமல் வையத்துக்கு மீட்டளித்தாய்,
உயிர்களிலே உயிர்மூச்சாய் உள்ளேகி இயக்குகிறாய்,
ஆயிரஞ்சிரமே கொண்டவன் அந்தராத்மனாய் இருப்பவன்,
பொருட்களாய் இருப்பவற்றில் பொருந்தும் உட்பொருள்.

உட்பொருள் ஆகினாய் உலகத்தின் அனைத்துக்கும்,
கால்கள் ஓராயிரம் கொண்டவன் நீதானே,
கண்கள் கணக்கைக் கூறினாலும் ஓராயிரம்,
வையங்கள் அனைத்துக்கும் வழங்குகிறாய் இயக்கம்.

இயக்கம் அளிப்பவன் எல்லா உயிர்களுக்கும்,
ஆசையேதும் இலாதான் அந்தராத்மனாய் மறைந்தவன்,
ஜீவனெனனும் நிலைகடந்த சீர்மைமிக்க மேலோன்,
கண்ணிருந்தும் உலகோர்கள் கோணொணா உன்னதன்.

உன்னதன் திருமாலை உலகிலே பற்றுடையார்,

ஒருபோதும் கண்டிடார் உண்மையின் வடிவமவன்,
தன்னிடம் அண்டாதவரைத் தகிக்கும் ஆற்றலவன்,
சூரியன் ஆகியே செயலாக்குவான் பகலிரவை.

பகலிரவை காலத்தை பாருலகுக்கு அளிப்பவன்,
அனைத்தை அழிக்கும் ஆற்றல்மிக்க காலத்தையும்,
அழிவிலே தள்ளுபவன் ஹரியான நாரணனே,
அக்கினியே ஆகியவன் ஆகுதிகளைத் தாங்குபவன்.

தாங்குபவன் ஆகுதிகளைத் தருபவன் உரியோருக்கு,
ஆரம்பல்மிலான் அனந்தன் ஏந்துகிறான் பூமியை,
கருணையுளான் மகிழ்வை கொடுப்பான் எதிரிகட்கும்,
சிசுபாலன் போன்றோருக்கும் செய்வான் நல்லதை.

நலல்தை செய்பவன் நயமிலாத எதிரிக்கும்,
ரஜசத்தை தமசத்தை அகற்றியே விலக்கியவன்,
முழுவதாய் சத்துவமெனும் மாண்புமிக்க குணாளன்,
உலகத்தைத் தாங்கும் உன்னதப் பேரிறைவன்.

பேரிறைவன் ஹரியே பாருலகுக்கு உணவளித்து,
உயிர்களின் தொகைகளை வாழ்விக்கும் உத்தமன்,
மதிப்பவன் தேவர்களை மாண்புமிக்க பித்ரிக்களை,
தன்னைதான் மதிப்பவரை தான்மதிப்பவன் நீதான்.

நீதான் அனைவருக்கும் நடத்துவாய் அவர்செயலை,
அகிலத்தின் அந்தத்தில் அனைத்தையும் உள்ளிழுப்பாய்,
நீரில்தான் வாழுகிறாய் நாரணன் உனதுபெயர்,
அனைத்தினும் மேலாக அமைந்தவன் நீதான்.

நீதான் நெறியாளருக்கு நலங்கள் அளிப்பது,
உயிர்களின் விருப்பத்தை வழங்குவதும் நீதான்,
எதைதான் நினைத்தாலும் அதைநீ முடிப்பாய்,
வெற்றிதான் அனைவருக்கும் வழங்குபவன் நீயே.

நீயே வெற்றியை நல்குவாய் வேண்டுவோருக்கு,
சுபதினமே ஆனவற்றின் சீர்மிக்க தலைவனே,
வணங்கிதான் நிற்பாருக்கு வழங்குவாய் அனைத்தையும்,

அகிலத்தின் மீதாக அமைதியாய் நடப்பாய்.

நடப்பாய் நல்வழியில் நல்குவாய் தருமப்படிகளை,
சொர்க்கமாய் இருப்பதற்கு செல்லுவதாய் அமைந்த,
படிகளை அமைத்த பேரருள் தெய்வமே,
தருமந்தான் வயிற்றில் தரித்தவனே தருமவானே.

தருமவானே வேண்டுவன தருவாய் வேண்டுவோர்க்கு,
விரிந்தவனே இந்த வையங்கள் அனைத்துமாக,
எதிலுமே கலக்காமல் இருப்பவனே மேலாக,
ஸ்ருதிகளே திரண்டுவந்த சமுத்திரமே வேதத்துக்கு.

வேதத்துக்கு கடலாகிறாய் வலுமிகுந்த கரமுடையாய்,
எதிர்ப்பதற்கு வந்தால் எவ்வுயிரும் தாளாதே,
பிரமத்து ஓசையை பிறப்பித்த துவக்கமே,
பொன்னொடு பொருளை பலருக்கு வழங்குவாய்.

வழங்குவாய் பொன்பொருளை வையத்திலே பலருக்கும்,
உடையாய் தவபலம் உன்னாற்றலிலே உறைவாய்,
கொண்டாய் பல்வடிவம் கொண்டுளாய் பெருவடிவம்,
விலங்காய் இருப்பவற்றில் வேள்வியாய் இருக்கிறாய்.

இருக்கிறாய் பலத்துடன் ஆற்றலுடன் ஒளியுடன்,
வடிவுற்றவனாய் பக்தர்முன்னர் வருவாய் காட்சிதர,
எதிரியாய் இருப்போரை எரிப்பாய் ஆற்றலால்,
வளமையாய் ஆறுவிதம் வைத்துளாய் உன்னிடம்.

உன்னிடம் பிரமதேவர் வேதங்களைக் கற்றறிந்தார்,
சாமனெனும் ரிக்கெனும் யஜுசெனும் ஸ்ருகளாவாய்,
பாடுபடும் உயிர்களை பானுவென அமைதிசெய்வாய்,
ஒளிதரும் சூரியனென வழங்குவாய் உன்னருளை.

உன்னருளை வழங்குவாய் அனைத்து உயிர்களுக்கும்,
உன்மனதை சந்திரனது வடிவமாக உற்றவனே,
தன்னொளியை பெற்றுத் தகதகக்கிறாய் நீயே,
அனைத்துயிரை வாழ்விக்கும் அன்னையாவாய் நீயே.

நீயே தேவர்களின் நிகரிலாப் பெருந்தலைவன்,
மருந்தே நீதான் மாயையான பந்தங்களுக்கு,
உலகுக்கு அருளோட்டம் வழங்கும் பாதையே,
வெற்றியே பெற்றிடும் உறுதிமிக்காய் அறிவுமிக்காய்.

அறிவுமிக்காய் உன்னையே அனைத்துயிரும் அண்டும்,
முக்காலமே ஆனதிலும் மண்விண்ணின் உயிர்களுக்கு,
அடைக்கலமே நீதான் அனந்தனே காலகாலா,
உயிர்களையே நோக்குவது அன்புமிக்க கருணையுடன்.

கருணையுடன் நோக்குவாய் கருத்துடன் தொழுவோரை,
புனிதமே மிக்கவரையும் புனிதமாக்கும் இறைவனே,
உயிராற்றலையே ஆத்மனில் ஓடவைக்கும் உன்னதனே,
விடுதலையே பெற்றோரின் விருப்பங்களை அழிப்பவனே.

அழிப்பவனே விடுபட்டோரின் ஆசைகள் அனைத்தையும்,
காமனுக்கே தந்தையே காணுதற்கு இனியவனே,
உயிர்களே விரும்புவதை வழங்கும் வரகுணனே,
அனைத்துமே செய்யவல்ல ஆற்றலுடையாய் யுகாரம்பன்.

யுகாரம்பன் உன்னிடம் ஏற்படும் நால்யுகங்கள்,
காலப்போக்கின் வாயிலாகக் கொணருகிறாய் யுகசுழற்சி,
மாயைகளின் வடிவமே மாயைகளை நடத்துபவனே,
உண்பவரில் பேருண்டு உண்ணும் பெரியோனே.

பெரியோனே உன்னைப் பிடிப்பவர் எவருமில்லை,
வடிவமே உடையவனே வெல்பவனே எதிரிகளை,
எதிரிகளே எத்தனைபேர் அணிதிரண்டு வந்தாலும்,
அழிப்பவனே வெற்றியை அடைபவனே ஈர்ப்பவனே.

ஈர்ப்பவனே மனதை உன்னிடம் வரும்படியாய்,
அனைத்துக்குமே மேலான ஆண்டவனே உன்னை,
ஞானத்திலே சிறந்தவர்கள் நாடியே வருவாரே,
கிரீடத்திலே மயிலிறகை கொண்டவனே அழகனே.

அழகனே உயிர்களை ஆளுகிறாய் மாயையால்,
வணங்கியே நிற்போரை வாழ்விக்கும் வள்ளலே,

நெறிகளிலே நிலைத்தோருக்கு நல்குவாய் மனவமைதி,
நெறிகளையே மீறுவோரை நிரப்புவாய் ஆத்திரத்தால்.

ஆத்திரத்தால் நெறிகேடர் அழியவே வழிசெய்வாய்,
கரங்களிலே வையத்தின் கனத்தைத் தாங்குகிறாய்,
பூமியையே தாங்கும் பலமிக்கான் நீதானே,
மாற்றங்களே ஆறுவிதம் மன்றாது உன்னிடம்.

உன்னிடம் பெருமைகள் உண்டாகும் உத்தமனே,
வாழ்ந்திடும் உயிர்களை வாழ்விக்கும் இறைவனே,
உயிரளிக்கும் நீயே உலகின் பேரிறைவன்,
வாசவனாம் இந்திரனுக்கு உபேந்திரனாம் இளையோன்.

இளையோன் உன்னிடமே இருக்கிறது நீர்நிலைகள்,
உயிராகும் அனைத்தையும் உன்னிலே கொண்டுளாய்,
எப்போதும் சிரத்தையுடன் இருக்கும் செயலாளனே,
தனதாகும் பெருமைகளைத் தானுடைய உத்தமனே.

உத்தமனே அமுதத்தின் ஊற்றுக்கண் நீயாவாய்,
தருமவழியே தழைக்க துணைசெய்யும் இறைவனே,
அகிலத்தையே தாங்கும் ஆண்டவனே அனந்தா,
வரங்களையே வேண்டுவோர்க்கு வரமளிக்கும் இறைவனே.

இறைவனே வாயுக்கள் இயங்குவது உம்மால்தான்,
வாசுதேவனே பெற்ற வாஞ்சைமகன் நீயாவாய்,
அழகிலே சிறந்த ஆடவன் நீயாவாய்,
தேவர்களே உண்டாகும் தோற்றுவாய் நீயாவாய்.

நீயாவாய் எதிரிநகரை அழித்துத் துளைப்பவன்,
வருத்தத்தை கடந்த உவகை நீயாவாய்,
உலகமாயையை கடக்க உற்றதுணை நீயாவாய்,
பெருவீரத்தை உடையவனே பிறந்தவனே சூரகுலத்தில்.

சூரகுலத்தில் பிறந்த சந்ததியே வாசுதேவா,
வாழுபவைகள் அனைத்தையும் வாழவைக்கும் வேந்தே,
கருணையால் உயிர்களைக் காக்கும் அருளாளா,
பிறப்புகள் ஒருநூறு பூமியில் எடுத்தவனே.

எடுத்தவனே தாமரையை ஏந்துவோனே கரத்தில்,
தாமரைமலரிலே இதழ்களென தரித்தவனே கண்களை,
நாபியிலே தாமரையை நெடிதாக வளர்த்தவனே,
கண்களே தாமரையாம் கமலமென உடையோனே.

உடையவனே பக்தரின் உளத்திலே உறைவிடத்தை,
கமலமே இதயமென குடியிருப்பாய் பக்தருளத்தில்,
உடலெடுத்தே ஜீவாத்மனென உலகிலே பிறந்தவனே,
பஞ்சபூதங்களே ஆனவனே பழமையான பரமாத்மனே.

பரமாத்மனே கண்களை பெற்றவனே பெரிதாக,
கொடிமரத்திலே கருடனைக் கொண்டவனே கொடியாக,
ஈடிணைகளே அற்றவனே அரிமாவாம் சரபமே,
தீயோரையே அஞ்சவைக்கும் திடமிக்க இறைவனே.

இறைவனே காலத்தால் ஏற்பட்டவை அறிபவனே,
வேள்வியிலே ஆகுதிகளை உண்ணுவாய் தேவர்களாக,
ஆதாரங்களே உன்னை அறுதியிட்டு உறுதிசெய்யும்,
உன்மார்பிலே வளந்தரும் அன்னையார் உறைவார்.

உறைவார் இலக்குமி உந்தன் மார்பிலே,
பெறுவீர் வெற்றியே போர்க்களங்கள் அனைத்திலும்,
அழிவிலே சிக்காத அனந்தராம் நித்தியரே,
செவ்வண்ணமே போர்க்களத்தில் சாரும் உம்மை.

உம்மைத் தேடுவார் உலகிலே நல்லவர்கள்,
வேராய் இருக்கிறாய் வையத்தில் அனைத்துக்கும்,
அடிவயிற்றை சுற்றிலும் இருக்கிறது கயிற்றுத்தழும்பு,
தாக்கவே செய்தாலும் தாங்குவாய் மன்னிப்பாய்.

மன்னிப்பாய் எதிரிகளையும் மண்ணைத் தாங்குவாய்,
வணக்கத்தை ஏற்போரில் வருகிறாய் முதலாவதாக,
வெகுவேகத்தை உடையவனே வேள்வியிலே உண்பவனே,
உயிர்த்தொகை அனைத்தையும் உண்டாக்கும் ஆதிநாதா.

ஆதிநாதா நீதான் அதிர்விக்கிறாய் ப்ரகிருதிபுருஷனை,

ஒளிமிகப் பெற்றவனே வயிற்றிலே புனிதனே,
உயர்வுமிக உடையவனே ஒற்றைப் பேரிறைவனே,
அகிலமாக இருப்பதை அமைக்கும் முதற்பொருளே.

முதற்பொருளே ஆகி மண்விண்ணை அமைத்தவன்,
எதிலுமே தளைபடாது இருபப்வன் தனியனாக,
பலவிதமே வேறுபாடுகள் படைத்தவன் நீயேதான்,
அறிந்திடவே முடியாத அதியாத்மன் நீயாவாய்.

நீயாவாய் மாயையால் நிழல்போல மறைந்தவன்,
நிர்குணமாய் இருப்பாய் நிகரிலாத சித்தாக,
அகிலாண்டமாய் இருப்பதெலாம் அமைந்தது உன்மீது,
யுகாந்தமாய் உறங்குகையில் அனைத்துமே உனிலிருக்கும்.

உனிலிருக்கும் கருணையால் உந்தன் பக்தருக்கு,
உயர்வுமிகும் இடங்களை வழங்கி வாழ்விப்பாய்,
நெடுங்காலம் இருப்பவனே நிகரிலாத வேதாந்தியே,
போதுமெனும் மனதுடையாய் புந்தியில் நிறைவுடையாய்.

நிறைவுடையாய் மனதில் நோக்குதலே புனிதமாகும்,
யோகியாய் இருப்போருக்கு அளிப்பாய் மகிழ்வினை,
உயிர்களாய் இருப்பதெலாம் ஒடுங்கும் உன்னிடம்,
பாதையாய் இருப்பவற்றின் பழுதிலா முழுமைநீ.

முழுமைநீ ஜீவனுக்கு முழுவிடுதலை அளிப்பவன்,
குருநீ ஜீவன்களை கருத்துடன் வழிநடத்த,
உன்னை வழிநடத்த வேறெவரும் இல்லை,
பலசாலி உனக்குமேல் பலம்பெற்றார் வேறில்லை.

வேறில்லை சமயமார்க்கம் வழங்குவோர் உனையன்றி,
பஞ்சபூதத்தை இணைத்து பொருட்களை உண்டாக்கி,
துவக்கத்தை வழங்குகிறாய் தரணிகள் அனைத்துக்கும்,
க்ஷேத்திரங்களாய் உடல்களில் சேர்ந்துளாய் நீதான்.

நீதான் க்ஷேத்ரக்ஞனாகி நடத்துகிறாய் உடலியக்கம்,
அழிவுதான் உண்டாக்கி அனைத்துயிரை ஒடுக்கியபின்,
பிறப்புதான் அளிக்கிறாய் புதிதான துவக்கத்தில்,

அனைவரின் வணக்கத்துக்கும் உரியவன் நீதான்.

நீதான் அகிலத்தில் நிரம்பி இருக்கிறாய்,
வயிற்றின் உள்ளாக வைத்துளாய் தங்கமுட்டை,
அம்முட்டையில் பெயரே அண்டமெனும் அகிலமாகும்,
அண்டத்தில்தான் உயிர்கள் அனைத்தும் உண்டாகும்.

உண்டாகும் அனைத்தும் உனக்குள்ளே அண்டத்தில்,
தேவர்தம் எதிரிகளைத் தாக்கி அழிப்பவனே,
அனைத்திலும் உறைபோல அமைந்த ஒருபொருளே,
பருவகாலம் ஆனவனே பார்த்தாலே பலனுண்டு.

பலனுண்டு உன்னை பக்தர்கள் பார்த்ததுமே,
உயிரென்று இருப்பவற்றை வலிகுன்ற வைப்பவனே,
இதயமென்ற ஓரிடத்தில் இருக்கும் பரமாத்மனே,
தனது பெருமையில் தவபலத்தில் நிலைப்பவனே.

நிலைப்பவனே அனைத்திலும் நிலத்திலும் விண்ணிலும்,
காண்பவரே அஞ்சும் கடுமை மிகுந்தவனே,
உயிரனைத்துமே உன்னுள் அமைதியாய் வாழுகின்றன,
செயலனைத்துமே முடிக்கும் சித்தபலம் உடையவனே.

உடையவனே கருணை உயிர்களின் ஓய்விடமே,
ஆற்றலிலே செயல்திறத்திலே அனைத்துயிரை மிஞ்சுவோனே,
உன்னிலே இந்த அகிலாண்டமெலாம் விரிவுற்றது,
அசைவுகளே இல்லாதவனே அனைத்துயிரின் ஓய்விடமே.

ஓய்விடமே உயிர்களுக்கு ஆதாரமே செயல்களுக்கு,
அழிவேதுமே அற்றவனே ஒருமாற்றமும் இலானே,
அனைவருமே தேடும் ஆதிமுதல் நற்பொருளே,
ஆசைகளே அற்றவனே அகிலத்தின் முதற்காரணமே.

முதற்காரணமே உனக்கே மண்விண்ணில் அனைத்தும்,
பொருட்களாகவே இருக்கும் போகித்து மகிழவும்,
எதனையே வேண்டினாலும் அதையடையும் வளமுடையோய்,
ஏமாற்றத்துடனே வருத்தம் இல்லை உன்னிடம்.

உன்னிடம் துறவுநிலை உள்ளது முழுமையாக,
பிறப்பேதும் இல்லாதவன் பிணையானவன் தருமத்துக்கு,
தருமமெனும் கட்டினைத் தாங்குகிறாய் நிலைசெய்து,
வேள்வியின் வடிவமே வையத்தை இயக்குகிறாய்.

இயக்குகிறாய் வையத்தை உந்தன் நாபியிலே,
சக்கரமாய் அமைந்து சுற்றும் இயக்கத்தால்,
விண்ணிலே இருப்பவற்றில் வடிவழகு முழுமதியே,
நினைத்தை சாதிக்கும் நிகரிலாத் திறத்தோனே.

திறத்தோனே இந்தத் தரணியெலாம் ஒடுங்குகையில்,
உன்னாத்மனிலே தனித்தவனாய் உறங்கும் உன்னதனே,
வேள்வியென்றே ஆகியவற்றின் வடிவமான இறைவனே,
பூசைகளிலே வேள்விகளிலே பூசிப்பது உனைத்தான்.

உனைத்தான் வேள்வியிலே அனைவரும் வணங்குகிறார்,
தேவர்களின் வடிவாகத் தோன்றுபவன் நீயேதான்,
விலங்குகளின் ஆகுதிகள் வழங்கும் வேள்விநீயே,
உணவைதான் உண்ணுமுன்னர் உனைதான் வணங்குவார்.

வணங்குவார் உன்னையே விடுதலை வேண்டுவோர்,
உயிருற்றோர் செய்யும் ஒவ்வொரு செயலையும்,
காண்பவர் சாட்சியாக கடவுள் நீமட்டுமே,
குணங்களின் எல்லைகளைக் கடந்தவனே குணாதீதா.

குணாதீதா உனையே கூறவேண்டும் பேரறிவென,
தானாக அடைந்தாய் தூயதான ஞானத்தை,
அளவாக முடிவாக ஏதுமில்லை உனக்கு,
எதையடைய நினைத்தாலும் அதையடைய வல்லவன்.

வல்லவன் சிறப்புமிக்க விரதங்களை நோற்பதில்,
உள்ளவன் எப்போதும் உவகைமிகு முகவடிவம்,
நுணுகியவன் அணுவிலும் நவிலுபவன் நல்வார்த்தைகள்,
வழங்குபவன் மகிழ்வை வையத்தில் அனைவருக்கும்.

அனைவருக்கும் வழங்குவான் எதிர்பார்த்திடான் ஏதொன்றும்,
அனைத்துயிரும் மகிழும்விதம் அளிப்பவன் மனநிறைவை,

கோபமெனும் கெடுகுணத்தை களைந்தவன் சாந்தன்,
பலமிகும் கரமுடையான் பிய்த்தெறிவான் தீயவரை.

தீயவரை கேடரை தூய்மை இலாதவரை,
மாயவலை விரித்து மிகத்துயிலில் ஆழ்த்தி,
ஆத்மனை மறக்கவைத்து அகற்றுவான் தனைவிட்டு,
தன்னைத் தானே துணையாக்கும் தற்பரன்.

தற்பரன் அனைத்தையும் தன்னுளே மூடியவான்,
இருப்பவன் பல்வடிவில் இயங்குபவன் பல்தொழிலில்,
கொடுப்பவன் வரங்களை கனிவுமிக்க தந்தையவன்,
உடையவன் கடலாக வயிற்றினுள் நவமணிகள்.

நவமணிகள் கனகம் நிரம்பிய கடலவன்,
வயிற்றினுள் பொன்மணிகள் வைத்துளான் திரளாக,
பொன்பொருளின் வளங்களைப் பெற்று ஆளுபவன்,
தருமத்தின் வழிசென்றால் துணையாகி உதவுவான்.

உதவுவான் தருமத்தை விலகாத நல்லாருக்கு,
தருமத்தின் ஆதாரமாகித் தாங்குவான் தருமத்தை,
இருப்பான் எப்போதும் இல்லாதவன் வடிவிலாதான்,
அழிவுறுவான் சித்தாக அழிவிலாதான் ஜீவாத்மன்.

ஜீவாத்மன் ஆகி சுயஞானம் அற்றிருப்பான்,
ஆயிரங்கதிரின் வாயிலாக ஒளிதரும் ஆதித்யன்,
வழங்குவான் நெறிகளை வழங்கினான் சாத்திரங்களை,
இருக்கிறான் சூரியனாக ஆயிரம் கதிர்களுடன்.

கதிர்களுடன் சூரியனாய் கொண்டுளான் பெருந்திறம்,
எமனையும் மிஞ்சும் ஆற்றலை உடையவன்,
தேவரெனும் குழுவிலே தொன்றுதொட்ட மூத்தவன்,
தனதாகும் பெருமைகளில் தானிருப்பான் இறைவனாக.

இறைவனாக இருப்பான் இல்லை நிபந்தனைகள்,
தேவராக இருப்போரும் தொழுதிடும் தேவதேவன்,
தேவேந்திரனாக இருப்போனும் தொழுதிடும் பேரிறைவன்,
பிறப்பிறப்பாக இருமையிலான் பசுக்களை மேய்ப்பவன்.

மேய்ப்பவன் பசுகன்றுகளை மிகநல்லான் அனைத்துயிருக்கும்,
வழங்குபவன் அனைத்துக்கும் உணவும் பரிவும்,
ஞானத்தின் வாயிலாக நாடவல்ல மகாஞானி,
பழையோன் பஞ்சபூதன் போக்குவரவை அனுபவிப்பவன்.

அனுபவிப்பவன் ஜீவாத்மனாக அனைத்துத் தாக்கத்தையும்,
எடுத்தவன் வராகமாக அவதாரம் வையத்துக்கென,
வேள்வியெலாம் செய்து வழங்குபவன் தானங்களை,
வேள்விதோறும் சோமத்தை விரும்பி அருந்துபவன்.

அருந்துபவன் சோமத்தை அம்புலியாம் நிலவாக,
ஓம்புபவன் மூலிகைகளை வெகுபல தாவரங்களை,
வெல்லுபவன் எதிரிகளை ஒருநொடி நேரத்திலே,
உள்ளவன் அனைத்திலும் உயர்ந்த வடிவத்தில்.

வடிவத்தில் சிறந்தவன் வைரிகளை வதைப்பவன்,
போர்க்களத்தில் வெற்றிமட்டும் பெற்றிடும் மாவீரன்,
நோக்கத்தில் ஒருபோதும் நழுவி விலகாதவன்,
அகத்தில் விரும்பியதை ஆக்கத்தில் கொணருபவன்.

கொணருபவன் செயலாக்கம் கருத்திலே நினைத்ததற்கு,
உகந்தவன் தானங்கள் வழங்கி வழுத்திட,
தன்னவரின் தேவைகளை தானாக நிறைவேற்றுவான்,
பக்தரின் பொருட்களை பாதுகாக்கும் காவலன்.

காவலன் பிராணனெனும் காற்றாம் உயிர்மூச்சுக்கு,
காணுபவன் உயிர்களை கண்கொண்டு நேராக,
எங்குதான் நோக்கினாலும் அவனையே காணுகிறான்,
வழங்குபவன் விடுதலையை வையமே மூன்றடிதான்.

மூன்றடிதான் விண்மண்ணுடன் உள்ளாழ்ந்த பாதாளம்,
ஓடும் நீரனைத்தும் வந்துசேரும் பெருங்கடல்,
வானம் பூமியெலாம் வல்லவனிடம் அடங்கிவிடும்,
காலம் பொருளுடன் காண்பதெலாம் அவனே.

அவனே பெருங்கடலில் அமைதியாய் உறங்குவான்,

அகிலமே ஒடுக்கி அதன்பின் ஓய்வெடுக்க,
கடலிலே உறங்குவான் காரணமாவான் அனைத்துக்கும்,
பிறப்பே இலாதான் புகழ்ச்சிக்கு உரியான்.

உயியான் அனைவரின் உளமார்ந்த தொழுகைக்கு,
வைரிகளின் குழுக்களை வென்று முடித்தவன்,
தியானத்தின் வாயிலாக தன்னை நினைவோருக்கு,
அமுதத்தின் இனிமையை அளிப்பான் ஆனந்தமயன்.

ஆனந்தமயன் அனைவரையும் ஆனந்தமுற வைப்பான்,
மகிழ்வின் காரணங்கள் மிகைத்த உன்னதன்,
மூவுலகின் அளவோ மூன்றடிதான் அவனுக்கு,
முதல்வன் ரிஷிகள் முனிகள் அனைவரிலும்.

அனைவரிலும் சிறந்த அருந்தவ மாமுனிவர்,
கபிலமுனிக்கும் ஞானத்தின் குருவாக அமைந்தவன்,
அகிலமெலாம் அறிந்தவன் இப்புவியின் பேரரசன்,
தேவர்களின் காவலன் திருப்பாதம் புனிதம்.

புனிதம் மிகுந்தவன் பெருங்கொம்பு உடையவன்,
மானிடர்தம் கர்மவினை முழுவதையும் செயலாக்கி,
மீதமேதும் இல்லாமல் முடித்துவிடும் மகாசக்தன்,
வராகம் ஆனவன் வேதாந்த ஞானமவன்.

ஞானமவன் ஆவான் நால்வேத அந்தத்தில்,
உடையவன் பெரும்படை உடுப்பவன் அங்கதங்கள்,
மறைபவன் ஆழமிக்கான் மிகசிரமம் அண்டுதல்,
கடந்தவன் வாக்குமனதை கொண்டவன் கதையை.

கதையை சக்கரத்தை கொண்டான் ஆயுதங்களாக,
நெறியை தருமத்தை நவிலுபவன் உலகோர்க்கு,
காரணமாய் இருப்பான் காரியங்கள் அனைதுக்கும்,
தோல்வியை அடையாதவன் த்வைபாயன கிருஷ்ணன்.

கிருஷ்ணன் வியாசரென கொண்டான் பிறப்பினை,
தாங்குபவன் தாக்கங்களை கொல்லுபவன் அனைத்தையும்,
இருப்பவன் அழிவுகள் ஏதும் அற்றவனாக,

வருணன் ஆகியவன் வருணன்மகன் அகத்தியன்.

அகத்தியன் அசையாது இருப்பவன் மரம்போல,
இதயத்தின் கமலத்தில் இருப்பவன் உண்மையாக,
ஆக்குபவன் காப்பவன் அழிப்பவன் எண்ணத்தால்,
உடையவன் ஆறுபண்பு அழிப்பவன் ஆறுபண்பை.

ஆறுபண்பை கடந்தவன் அமைந்தவன் பெருமையாக,
அணிபவன் வெற்றிமாலை ஏந்துபவன் ஏர்க்கலப்பை,
அதிதியின் வயிற்றிலே ஆதித்யனாய் பிறந்தவன்,
சூரியன் போலவே சக்திமிக்க ஒளியுடையான்.

ஒளியுடையான் இருமைகளை வென்றவன் அடைக்கலமாக,
இருமைகளின் தாக்கங்கள் அனைத்தையும் தாங்குபவன்,
ஏந்துபவன் பெருவில்லை எறிபவன் கோடரியை,
வேகமிக்கான் பக்தர்கள் விரும்பியதை அளிப்பவன்.

அளிப்பவன் விருப்பத்தை அகிலாண்ட வடிவினன்,
அமரர்களின் உலகை அவன்சிரம் இடித்துநிற்கும்,
அகிலத்தின் காட்சியெலாம் அவனே காணுகிறான்,
வியாசரின் வடிவாகி வேதங்களை தொகுத்தவன்.

தொகுத்தவன் வேதங்களை தூய்மையான வார்த்தையுளான்,
பேச்சின் அறிவின் பேரிறைவன் அனந்தன்,
பாலினத்தின் பாகுபாடு பெற்றிடாப் பிறப்பாளன்,
சாமன்களின் முதல்மூன்று சொல்லுவது இவனைதான்.

இவனைதான் மூன்றுசாமன் ஏத்திப் புகழ்ந்திடும்,
சாமத்தின் கானத்தை சிறப்பாக எழுப்புபவன்,
மனதின் பற்றுகளை முழுதாக அழிப்பவன்,
ஔடதன் மருத்துவன் இருப்பவன் துறவறமாக.

துறவறமாக இருப்பவன் தேவைகளை அளிப்பவன்,
பக்தராக இருப்பவர்கள் புத்தியிலே விரும்புவதை,
நிறைவுபெற வைத்து நல்குவான் அமைதியை,
போதுமென இருப்பதிலே பெருநிறைவு உடையவன்.

உடையவன் பக்திக்கு அமைதிக்கு உறைவிடத்தை,
கைகால்களின் அமைப்பைக் கண்டால் பேரழகு,
ஆத்மனை அதிர்விலா அமைதியில் வைப்பவனே,
ஆக்கத்தை அளித்தாய் அகிலங்கள் அனைத்துக்கும்.

அனைத்துக்கும் தலமாகும் அன்னை பூமியுடன்,
மகிழ்ந்திருக்கும் இறைவரே மாக்கடலில் உறங்குவாய்,
யோகமிகும் துயிலிலே உறங்குதற்கு ஏதுவாக,
சேஷனெனும் பேரரவம் சமுத்திரத்தில் மிதக்கும்.

மிதக்கும் அரவத்தில் மிகயோகத் துயிலுடையாய்,
அகிலாண்டம் அனைத்துக்கும் அரசர் நீயேதான்,
காப்பதும் நீதான் ககனங்கள் அனைத்தையும்,
காளைபோலும் அகண்ட கண்ணுடையவர் நீதான்.

நீதான் தருமத்தை நீதியை காப்பவன்,
தோல்விதான் பெற்று திரும்பிடாய் எப்போதும்,
உயிரின் ஆசைகளை அழித்து விலக்கியவன்,
பருப்பொருள் அனைத்தையும் பகுத்து ஒடுக்குவாய்.

ஒடுக்குவாய் அண்டத்தை ஒருதுளியாய் யுகாந்தத்தில்,
பக்தியாய் அழைப்போரிடம் பரிவுடன் செல்லுவாய்,
உன்பெயரை கேட்டாலே விலகியோடும் பாவங்கள்,
மார்பினை அழகுசெய்யும் மிகப்பெரும் சுழலானது.

சுழலானது மார்பிலே சீரழகு காட்டும்,
உம்மிடத்து வாழுகிறார் வளமைதரும் இலக்குமி,
இலக்குமிக்கு மணாளனே ஏற்றார் உம்மையே,
வளமிக்க அனைவரிலும் வெகுவளத்தார் நீவிர்தான்.

நீவிர்தான் பக்தருக்கு நல்குவீர் பெருவளமை,
வளமையின் உறைவிடமே வளமளிப்பீர் அனைவருக்கும்,
அவரவரின் புண்ணியத்துக்கு ஏற்றதான அளவிலே,
அளிக்கதான் செய்கிறீர் அனைத்துவித வளமைகளை.

வளமைகளை அளிக்கும் திருமகளை மார்பிலுற்றீர்,
உம்மை நினைவோரை வணங்குவோரை போற்றுவோரை,

பெருமையைக் கேட்போரை பெருவளத்தில் வாழ்விப்பீர்,
வெகுமகிழ்வை உமது வடிவமாய் ஆக்கினீர்.

ஆக்கினீர் அகிலத்தை உடையீர் பேரழகை,
மூவுலகோர் அனைவருக்கும் மாண்புமிக்க அடைக்கலம்,
நீரொருவர் ஆகியே நல்குகிறீர் நலங்களை,
உடையீர் கண்ணழகு உண்டு காலழகு.

காலழகு கரமழகு களிப்புமிகு இறைவருக்கு,
மகிழ்வுக்கு நூறுவழிகள் மிகைமகிழ்வு உமதாகும்,
வானத்து விண்மீன்களின் வேந்தர் நீவிர்தான்,
ஆத்மனுக்கு உள்ளாக அடக்கினீர் உயிராற்றலை.

உயிராற்றலை அடக்கியவர் உமைமிஞ்ச எவருமில்லை,
செயல்களை சிறப்பாக செய்திடும் இறைவரே,
சந்தேகங்களை விலக்கியவர் சக்திமிக்கார் வியாபகர்,
உயிர்த்தொகை கடந்த உன்னத பரமாத்மன்.

பரமாத்மன் நீவிர் பார்க்கிறீர் திசையெலாம்,
உமக்குதான் மேலானவர் ஒருவரும் கிடையாது,
மாற்றங்களின் தாக்கத்தை மிஞ்சும் மாற்றமிலார்,
வெறுந்தரையின் மீதாக உறங்கிடும் நிலையுற்றீர்.

நிலையுற்றீர் பூமியை நலமாகக் காப்பதற்கு,
தவவடிவினர் நீவிரே தவபலத்தின் வடிவாவீர்,
வணங்குவோர் அனைவருக்கும் வருத்தம் விலக்குவீர்,
ஒளியுடையீர் அனைவராலும் வணங்கப்படும் பேரிறைவர்.

பேரிறைவர் நீரிநிறைந்த பானையாக இருக்கிறீர்,
உடையீர் சுத்தாத்மனை வழங்குவீர் பாவநிவர்த்தி,
எவரொருவர் உம்பெயரை இயம்பினாலும் கேட்டாலும்,
அன்னவர் பாவங்கள் அனைத்தும் விலகும்.

விலகும் பாவங்கள் உமது நாமத்தால்,
தளையேதும் அற்றவர் தடுப்பதேதும் இலாதவர்,
போர்க்களம் தன்னிலே பின்வாங்கி விலகாதவர்,
பெருவளம் கொண்டவர் பெரும்பலம் உடையீர்.

உடையீர் எவரும் உணரவொணா பேராற்றல்,
அழித்தீர் காலநேமியெனும் அதிபலத்த அசுரனை,
ஆகிறீர் தலைவனாக அனைத்து உலகிற்கும்,
எடுத்தீர் சூரவம்சத்தில் அவதாரமான நற்பிறப்பு.

நற்பிறப்பு பெற்றவர் நிகரிலார் நீவிர்தான்,
தேவருக்கு தலைவராகி தருகிறீர் பாதுகாப்பு,
மூவுலகு அனைத்துக்கும் மன்னவர் நீவிர்தான்,
உங்களது உரோமங்கள் அம்புலியொளி கதிரொளி.

கதிரொளி கொண்டீர் கேசியைக் கொன்றீர்,
உலகாகி இருப்பவற்றை அழிப்பது உமதுசெயல்,
ஆசையாகி இருப்பதெலாம் அளித்து நிறைவேற்றுபவர்,
ஆசையோடு இருப்பவர் அழகுமிக்கார் அறிவுடையார்.

அறிவுடையார் ஸ்ருதிகளிலும் அதோபோல் ஸ்ம்ருதிகளிலும்,
குணமன்பதோர் தொகுப்பினால் கூறவொணா குணாதீதர்,
வலுமிக்கதோர் ஒளியினால் வானவரை மிஞ்சுபவர்,
முடிவற்றதோர் அனந்தர் மிகப்பொருள் வென்றவர்.

வென்றவர் பல்பொருளை வேள்விப்பொருள் நீவிரே,
உகந்தவர் தியானிக்கவும் வேள்விக்கும் வேதத்துக்கும்,
புண்ணியமானதோர் செயலெலாம் பகரும் உம்மையே,
உருவாக்கினீர் தவத்தை வேதவழியை பிரமரை.

பிரமரை உருவாக்கி பாருலகை அமைத்தவர்,
தவத்தை செய்தால் தக்கபலன் கொடுப்பவர்,
பிரமத்தை அறிந்தவர் பிரமமாக ஆகியவர்,
கைகால்களை பிரமமாகக் கொண்டவர் வேதஞானி.

வேதஞானி அறிவீர் வையத்தின் அனைத்தையும்,
பிராமணிரை மதிப்பவர் பிராமணர்கள் மதிப்பவர்,
காலடி வைத்தால் ககனங்களின் போதாதே,
பெருவெற்றி பெற்றிடும் பேராற்றல் மிக்கவர்.

மிக்கவர் பலத்தில் மிகப்பெரும் வாசுகியென,

முதல்வர் வேள்விகளில் மறைவழி நிகழ்வுகளில்,
முதலானதோர் வேள்வியான மாண்புமிகு ஜபயக்ஞும்,
வேள்வியெனும் சடங்கிலே வழங்கப்படும் பூர்ணாஹுதி.

பூர்ணாஹுதி நீவிர்தான் புரியப்படும் வேள்விகளில்,
துதிபாடி அனைவரும் தொழுவது உம்மையே,
துதிப்பதில் மகிழும் தூயவர் நீவிர்தான்,
துரியாகி துதிப்பொருளும் தாங்களன்றி வேறில்லை.

வேறில்லை துதிகளும் வேதநாதர் உமையன்றி,
பாடல்களை இசையுறுவதும் பேரிறைவர் நீவிர்தான்,
துதிகளைப் பாடி துதிப்பதும் நீவிர்தான்,
போரினை செய்திட பிரியமுளார் நீவிர்தான்.

நீவிர்தான் மதிப்பிலே நிகரிலா உன்னதர்,
பிறர்தான் மகிழவே பெருவளம் நல்குவீர்,
நினைத்ததும் பாவங்களை நிவர்த்தி செய்வீர்,
நெறிகளின் வழியிலே நடக்கும் தர்மவான்.

தர்மவான் உம்மைத் தாக்காது நோயேதும்,
மனதின் வேகமுளார் மதிநுட்ப அறிவாளர்,
கற்றலின் வழியெலாம் கொடுத்த குருநாதர்,
தங்களின் உயிர்நீர் தங்கமயம் உடைத்து.

உடைத்து உம்மிடம் அளவிலாப் பொருள்வளம்,
அளித்து மகிழ்விப்பீர் அன்புமிக்க பக்தரை,
அசுரரது வளமைகளை எடுத்து உமதாக்குவீர்,
வாசுதேவரது மைந்தர் உயிரனைத்தின் அடைக்கலம்.

அடைக்கலம் நீவிர்தான் அனைத்து உயிர்களுக்கும்,
உம்மிடம் அனைத்துயிரும் வாழ்கிறது வாசுதேவா,
வாழும் அனைத்தும் வாழுகிறது உம்மனதில்,
பாவமெலாம் விலக்குவீர் பாதத்தில் தஞ்சமுற்றால்.

தஞ்சமுற்றால் பாவங்கள் தாமே விலகிவிடும்,
நேர்மையால் அடையத்தகும் நிகரிலாத நெறிப்பொருளே,
செயுல்கள் அனைத்தும் சரியாகச் செய்பவரே,

இருக்கிறீர் அனைத்துக்கும் ஆதாரமான ஒருபொருளாய்.

ஒருபொருளாய் இருக்கிறீர் வரித்துளீர் பலவடிவம்,
உண்மையாக இருப்பதை உணர்ந்த உன்னதரே,
வீரராய் இருப்பொரில் வெகுதீரம் கொண்டவரே,
யாதவராய் இருப்போரில் ஈடிலா முதல்வரே.

முதல்வரே நீவிர்தான் மாண்புமிக்க படைகளில்,
யமுனையிலே மகிழ்ந்து ஆடியே களிப்பீர்,
உம்மிடத்திலே அனைத்தும் வாழ்கின்றன சர்வரே,
மாயையால் உலகத்தை மயக்குவதும் நீவிர்தான்.

நீவிர்தான் அனைத்து நிகரிலாரையும் இணைத்தவர்,
அடங்காததாம் பெரும்பசி உடையவர் நீவிரே,
திமிருளாரின் கர்வத்தைத் தகர்த்திடும் இறைவரே,
மகிழ்வின் ஊற்றுக்கண் மல்யுத்தத்தில் பிடிதரார்.

பிடிதரார் மல்யுத்தப் பேராற்றல் மிக்கவர்,
தோல்வியிலார் உலகத்தின் தூயதான வடிவினர்,
அகிலாண்டர் பெருவடிவினர் ஆற்றல்மிக உடையவர்,
உருவமிலார் பல்வடிவினர் உடையீர் நூறுவடிவம்.

நூறுவடிவம் நூறுமுகம் நானிலத்தில் உடையீர்,
ஒருவர்தாம் நீவிர் வடிவுற்றீர் பலவாக,
பெருமைகளும் ஆய்திறனும் பெற்றவர் நீவிர்தான்,
ஆய்பொருளும் ஆகிறீர் அனைத்தும் நீவிர்தான்.

நீவிர்தான் தத்தென நவிலப்படும் அப்பொருள்,
அனைத்தின் அடைக்கலம் உயிர்களுக்கு உடலளிப்பவர்,
அனைவரின் விருப்பமும் அண்டுவது உம்மையே,
பக்தரின் மீது பேரன்பு உடையவர்.

உடையவர் தங்கநிறம் உடையவர் தங்கக்கரம்,
கொண்டீர் அழகுமிகு கைகால் அமைப்புகளை,
அணிகிறீர் சந்தனமும் அழகுமிகு அங்கதங்களும்,
கொல்லுவீர் பெருவீரரையும் கொண்டிலீர் சமரெவரும்.

சமரெவரும் இல்லாத சக்திமான் நீவிர்தான்,
விளக்கம் அறியொணா வெகுரகசியம் நீவிரே,
வாழ்த்துதரும் எவரும் வையத்தில் உமக்கில்லை,
ஞானமிகும் வழிவிட்டு நழுவாதவர் நீவிர்தான்.

நீவிர்தான் மிடுக்கினை நல்குவீர் நெறியாளருக்கு,
காற்றுதான் உம்வடிவம் கொடுக்கும் அசைவினை,
ஆத்மனின் வடிவன்றி எதிலும் ஒன்றாதவர்,
பக்தரின் பெருமைக்கு பாராட்டுகள் வழங்குபவர்.

வழங்குபவர் பக்தருக்கு உரிய மரியாதைகள்,
பெறுபவர் அனைவரின் பக்தியை மரியாதையை,
மூவுலகோர் அனைவருக்கும் மன்னவர் அகிலாண்டர்,
தாங்குகிறார் மூவுலகை தரித்துளார் அறிவாற்றல்.

அறிவாற்றல் கொண்டதால் அகிலத்தின் அனைத்துவித,
நூல்கள் ஒப்பந்தங்களை நினைவில் வைப்பவர்,
வேள்வியில் பிறந்தவர் வெகுபுகழ் உடையவர்,
பெருமைகள் அனைத்துக்கும் பொருந்தும் பெரிமாள்.

பெருமாள் அவரது புத்தியும் நினைவாற்றலும்,
தவறுதல் கிடையாது துளியும் பிசகாது,
தாங்குதல் செய்கிறார் தரணியாம் பூமியை,
சூரியனில் இருந்து சொரிகிறார் செங்கதிரை.

செங்கதிரை உகுப்பவர் சிறந்த கைகாலுடையார்,
ஆயுதத்தை ஏந்துவோர் அனைவரிலும் முதல்வர்,
இலைகளை மலர்களை ஏற்பவர் பூசனையாய்,
பக்தியை உடையாரின் பக்கத்தில் இருப்பவர்.

இருப்பவர் புலனடக்கி அழிப்பவர் எதிரிகளை,
கிடையார் எவருமே கண்ணனுக்கு முன்செல்வோர்,
உடையார் நாற்கொம்பு கடனார் தம்பியவர்,
கொண்டார் நாற்கரம் கொடுப்பார் அபயம்.

அபயம் அளிப்பார் ஆசிரமம் நால்வகைக்கும்,
வருணபேதம் இல்லாமல் வழங்குவார் அடைக்கலம்,

இவரிடம் புருஷர்கள் எழுந்தனர் நால்வராக,
நான்குவிதம் ஆத்மனாக நிரம்புவார் அனைத்திலும்.

அனைத்திலும் முதன்மையாக அடையத்தகும் நான்கு,
தருமம் வளமை துய்த்தல் விடுதலை,
இவரிடம் பிறந்தது அனைவரையும் வாழ்விக்க,
நால்வேதம் அறிந்தவர் நிறைதிறம் வெளிக்காட்டாதார்.

வெளிக்காட்டாதார் முழுத்திறத்தை வெளிப்படுத்துதல் வெகுகுறைவு,
சுழற்றுபவர் உலகத்தை சுற்றிவரும் சுழல்களாக,
பற்றிலாதார் உலகத்தின் பொருட்கள் ஏதொன்றிலும்,
எதிர்ப்பவர் எவரும் இவரை மிஞ்சிடார்.

மிஞ்சிடார் எதிரிகள் மிகக்கடினம் அருகாதல்,
யோகியர் மனத்திலும் ஏகுதல் வெகுசிரமம்,
பெரும்பலத்தார் ஆகினும் பரந்தாமனிடம் அழிவுறுவார்,
உடையார் அழகுமிக்க உடலமைப்பு கைகால்கள்.

கைகால்கள் அழகுடையான் ககனத்தை தனிலுற்றான்,
சுழலை மார்பிலே அழகாய் உற்றவன்,
பெரிதாய் எப்போதும் பெருக்கும் அச்சுழல்,
பணிகளை ஏற்பான் புரந்தரனும் இவனிடம்.

இவனிடம் செயலேதும் இல்லை முடியாததாக,
வேதங்களும் நெறிநூல்களும் வகுத்து தொகுத்தவன்,
பிறப்பும் மிகப்பெரிது பேரழகுடன் கருணையுளான்,
நாபியில் அமைந்தன நவரத்தினக் கற்கள்.

கற்கள் நாபியாகும் கண்கள் பேரறிவாகும்,
பிரமரால் தொழுதற்கும் பெற்றவன் மேன்மைகள்,
உணவுகள் அளிப்பவன் உலகைக் காப்பவன்,
அழிக்கையில் நாற்கொம்பு அமப்பான் சிரத்தில்.

சிரத்தில் நாற்கொம்புகளுடன் செய்வான் பேரழிவு,
யுகங்கள் முடிகையில் எழுவான் அழித்திட,
எதிரிகள் எவராகினும் அடக்கி ஒடுக்குவான்,

அறிவினால் அனைத்தையும் அறிந்தவன் மகாஞானி.

மகாஞானி அனைத்தையும் முழுதாக அறிந்தவன்,
போரென வந்தால் பெறுவான் வெற்றிமட்டும்,
பலமான எதிரிகளும் பூமியில் வீழுவார்,
தங்கமான கைகால்கள் தரித்தவன் அதிர்விலான்.

அதிர்விலான் மனதளவில் ஆற்றலுளான் பேச்சில்,
பேசுவோரின் நடுவிலே பெற்றவன் சொல்வன்மை,
ஆழங்களின் கணக்கிலோ ஆழமிக்க ஏரியாவான்,
பள்ளங்களின் நடுவிலே பெரும்பள்ளம் கண்ணனே.

கண்ணனே நீதான் காலத்தைக் கடந்தவன்,
பஞ்சபூதங்களின் நிலைப்பு பொருந்துவது உன்னிடமே,
குந்தமலனின் கந்தமென கொடுப்பவன் நலத்தை,
தானமீந்தவன் பூமியை தூயவர் காஸ்யபருக்கு.

காஸ்யபருக்கு வையத்தைக் கொடுத்தாய் தானமாக,
மூன்றுவிதத்து வருத்தங்களை முழுவதாக அழிப்பவன்,
வானத்து மேகங்கள் வையத்தை குளிர்விப்பதாய்,
வருத்தமற்று அமைதிவர வழங்குபவன் கருணையை.

கருணையை உடையவன் கொடுப்பாய் பாவநிவர்த்தி,
உன்னை பணிசெய்ய உரைப்பவர் எவருமில்லை,
அமுதத்தை உண்டவன் அழிவிலா உடலுற்றவன்,
அனைத்தை அறிந்த அறிவாளன் தீர்க்கதரிசி.

தீர்க்கதரிசி கண்முகங்கள் திசையெலாம் கொண்டவன்,
எளிதில் உன்னை அண்டலாம் பக்தியால்,
வெற்றி அனைத்தும் வாய்த்தவன் நீயேதான்,
எதிரி எவரெனினும் உனதுதான் வெற்றி.

வெற்றி உனதுதான் வைரி எவரெனினும்,
ஆலமரத்தை ஒத்து இருக்கிறாய் உயரமாக,
அத்திமரத்தை ஒத்து உடையவன் புனிதத்துவம்,
ஞானத்தை அளிக்கும் நன்மரம் நீயேதான்.

நீயேதான் ஆந்திரத்தின் நீசமிக்கான் சாணூரனை,
கொன்றுதான் நலத்தைக் கொடுத்தவன் உலகுக்கு,
நாவுதான் ஏழுடையாய் நெருப்புக்கங்கு ஏழுடையாய்,
தேரில்தான் குதிரைகள் தளைத்தவை ஏழாகும்.

ஏழாகும் குதிரைகள் இழுக்கின்றன உனதுதேரை,
உருவமேதும் இல்லாது உணர்வாகும் அருவமே,
பாவமேதும் இலானே புந்தியில் நினையொணானே,
அச்சமெலாம் அகற்றுவோனே அச்சமகற்றும் அபயநாதா.

அபயநாதா நீதான் அணுவினும் நுணுகியவன்,
வடிவுடையதாய் இருப்பவற்றில் வெகுபெருத்த வடிவினன்,
உடல்மெலிவாய் தவத்தில் உட்காரும் தவசீலன்,
குணமிலாதான் கட்டுணாதான் கட்டுறுபவன் பக்தியில்.

பக்தியில் மகிழுபவன் புனிதமிக்க முகமுடையான்,
உடலில் கொழுப்புதசை அளிப்பவன் இயக்கத்தை,
பித்ரிக்கள் உலகத்தை பெற்றெடுத்த மூத்தவன்,
ஐம்பூதத்தின் வாயிலாக அகிலங்களை பெருக்கியவன்.

பெருக்கியவன் அகிலத்தை பெருஞ்சுமை தாங்குபவன்,
வேதங்களின் கூற்றுகள் விளம்பும் பேரிறைவன்,
நிலைத்தவன் யோகத்தில் நட்பாவானவன் யோகியருக்கு,
யோகியரின் நடுவிலே ஈடிலாத மகாயோகி.

மகாயோகி பக்தரின் மனவேட்கையை நல்குவான்,
தஞ்சமாகி வருவோருக்குத் தருவான் உறைவிடம்,
மண்ணுலகில் யோகியருக்கு மார்க்கமாக யோகத்தை,
உருவாக்கி கடைப்பிடிக்க வழங்குவான் வழிமுறை.

வழிமுறை வழங்குவான் வாழ்வடையும் யோகியருக்கு,
முற்பிறப்பை ஒத்து மிகமகிழ்வை அனுபவித்து,
சொர்க்கத்தை விட்டுச் சம்சாரமாம் உலகிலே,
பிறப்பை எடுப்போரை பொருத்துவான் யோகத்தில்.

யோகத்தில் நல்லார்கள் இருந்திட உதவுவான்,
நினைத்தவைகள் அனைத்தையும் நல்குவான் பக்தருக்கு,

இலைகள் நலமான ஈடிலாப் பெருமரம்,
கரத்தில் ஏந்துவான் கனத்த பெருவில்லை.

பெருவில்லை ஏந்துவான் போர்க்கலையை அறிந்தவன்,
தண்டனையை வழங்கும் தடியாவான் உன்னதன்,
தவறுகளை தண்டிக்கும் தரணிவேந்தன் நீயேதான்,
தீர்ப்புகளை நிறைவேற்றுவதும் தூயவன் நீயேதான்.

நீயேதான் தோல்வியிலா நிரந்தர வெற்றியாளன்,
செயல்கலைத்தும் செய்யும் செயல்திறம் உனக்குண்டு,
அவரவரின் கடமைகளை அளிப்பவன் நீயேதான்,
உனக்குதான் வேலைசொல்ல ஒருவரும் கிடையாது.

கிடையாது உனைக்கொல்ல காலனெனும் எமனும்,
வீரத்தொடு தீரமும் வெகுத்திறமும் உடையோனே,
உனக்கு சத்தியமென்று உள்ளதே மறுபெயர்,
சத்துவத்து குணமுற்ற சாந்தன் நீதிமான்.

நீதிமான் உன்னிடம் நிலைபெறும் தருமவழி,
விடுதலைதான் வேண்டுவோர் வந்திடுவார் உன்னிடமே,
பக்தரின் அன்பினால் படைக்கும் பொருட்களை,
அன்பின் காரணமாய் அகமகிழ்ந்து ஏற்பவன்.

ஏற்பவன் துதிகளை ஏத்துதற்கு உகந்தவன்,
செய்பவன் அனைத்துயிர்க்கும் சீர்மை நலத்தை,
அனைத்துயிரின் நலத்துக்கு அளிப்பவன் மகிழ்வினை,
வானத்தின் வீதியில் வலம்வரும் வேந்தன்.

வேந்தன் தன்னொளி உகுக்கும் கதிரவன்,
பேரழகன் வேள்விகளில் புசிப்பவன் ஆகுதியை,
இருப்பவன் எங்குமே உடையவன் தவபலம்,
பூமியின் ஈரத்தை பகாவனாய் உறிஞ்சுபவன்.

உறிஞ்சுபவன் ஈரத்தை உடையவன் ஆசைகளை,
உண்டாக்குபவன் அனைத்துயிரை அளவிலான் அனந்தன்,
இருப்பவன் எங்குமே ஏற்பவன் ஆகுதிகளை,
அகத்தின் மூலமாக இயற்கையைஒ அனுபவிப்பவன்.

அனுபவிப்பவன் இயற்கையை எடுப்பவன் பல்பிறப்பை,
பிறப்பவற்றின் தொகையில் பிறப்பவன் முன்னதாக,
அற்றவன் வருத்தங்கள் ஆதாரமாகித் தாங்குபவன்,
நல்லாரின் சிறுதவற்றை நொடியிலே மன்னிப்பவன்.

மன்னிப்பவன் சிறுதவற்றை மிகவிநோதன் அதிசயன்,
காலத்தின் துவக்கமுதல் கொண்டான் வாழ்வினை,
இருந்தான் பிரமரெனும் அயனார் தோன்றுமுன்னர்,
கொண்டான் செந்நிறம் வந்தான் வராகமாக.

வராகமாக வந்தவன் வேதங்களைக் காத்தவன்,
அகிலாண்டமாக இருப்பதெலாம் இல்லாது ஒடுங்கினாலும்,
தானொருவனாக இருப்பவன் தருபவன் ஆசிகளை,
ஆசிகளாக வந்து அனைத்துயிரை வாழ்விப்பவன்.

வாழ்விப்பவன் வாழ்த்தாக வாழுமுயிர் அனைத்தையும்,
மகிழுபவன் வாழ்த்துகளில் மனமுவந்து வாழ்த்துபவன்,
அளிப்பவன் வாழ்த்துக்களை அனைத்து உயிர்களுக்கும்,
கோபமிலான் சாந்தசீலன் காணாவிதம் மறைந்திருப்பான்.

மறைந்திருப்பான் பல்லடுக்கு மாயைகளின் உள்ளாக,
வைத்திருப்பான் சக்கரத்தை வலுமிக்கான் திறமிக்கான்,
ஸ்ருதிகளின் ஸ்ம்ருதிகளின் சாரங்களை அறிந்தவன்,
வார்த்தைகளின் வாயிலாக விளம்பொணான் மறைபொருள்.

மறைபொருள் ஆகியோனை மொழிவதற்கு ஸ்ம்ருதிகள்,
அகிலங்கள் அமைத்தவனை இயம்புதற்கு முயலும்,
வார்த்தைகளில் அடங்காதவனை வார்த்தைகளால் இயம்பிட,
ஸ்ம்ருதிகள் முயன்றாலும் சாத்தியமல்ல இயம்புதல்.

இயம்புதல் இயலாது ஈடிலானை வார்த்தைகளால்,
வருந்துதல் என்னும் வெம்மையில் துடிப்போரை,
பனிபோல் வருடிப் போக்கும் வெம்மையை,
உடல்கள் அனைத்திலும் வாழும் ஒருபொருள்.

ஒருபொருள் இருளை விலக்கி ஓட்டுதற்கு,

கோபங்கள் அழித்தவன் கடமைகள் முடிப்பவன்,
சொல்செயல் வாக்கினால் செய்பவன் அனைத்தையும்,
செயல்கள் அனைத்தையும் செய்பவன் துரிதமாக.

துரிதமாக அழிப்பான் தீயவரான கேடரை,
தயவாக மன்னிப்பவரில் தணிவான முதல்வன்,
அறிவாக இருப்போரில் அறிவுமிக்க மகாஞானி,
அச்சமாக இருப்பவை அனைத்தையும் கடந்தவன்.

கடந்தவன் அச்சங்களை கொண்டவன் நன்னலத்தை,
பேரிறைவன் அவனது பெயரை ஓதினாலும்,
மேலானவன் புகழை மகிழ்ந்து பேசினாலும்,
ஓதுவதன் சாரத்தை உள்வாங்கினும் நெறிசேரும்.

நெறிசேரும் வழியிலே நடந்திடும் நல்லாரை,
சம்சாரம் என்னும் சுழலினின்று மீட்பான்,
கேடுமிகும் புல்லரைக் கணத்திலே அழிப்பான்,
தீங்குமிகும் கனவுகளைத் துரத்தி நீக்குவான்.

நீக்குவான் பாதையில் நலமிலாதன வந்தால்,
பக்தரின் வழுவல்கள் பாவமிகும் வழிகளில்,
திரும்பிதான் சென்றால் திருத்தி மீட்பான்,
சத்துவத்தின் வடிவமாக செல்லுவான் நல்வழியில்.

நல்வழியில் நடப்பவன் நிலைத்தவன் உயிராக,
அகிலங்கள் அனைத்திலும் இருப்பவன் விரவியே,
வடிவங்கள் பலகோடி வாய்த்தவன் அனந்தமாக,
வளமைகள் உடையவன் விலக்கியவன் கோபத்தை.

கோபத்தை அடக்கியவன் காவலாவான் நல்லாருக்கு,
நல்லாரை அச்சுறுத்தும் நீசநிலையை களைவான்,
வாழ்வை உடையாரின் உளத்திலும் செயலிலும்,
இருப்பதை கணக்கிட்டு அளிப்பான் நற்பலனை.

நற்பலனை அளிப்பான் நிகரிலாத பரமாத்மன்,
அளவுகளைக் கடந்த அனந்தாத்மன் நீயேதான்,
நல்லதை செய்பவர்க்கு நல்குவான் நற்பலனை,

கடவுளரை இயக்கும் கட்டளைகளை அளிப்பான்.

அளிப்பான் செயலுக்கு ஏற்றதான விளைவுகளை,
ஆரம்பமிலான் காரணங்கள் அனைத்தும் ஒடுங்குமிடம்,
அருகில்தான் இருப்பார் அன்னை இலக்குமி,
வீரரின் குழாத்தில் வெகுவீரன் அங்கதமுளான்.

அங்கதமுளான் அனைத்துயிரை ஆக்கும் காரணன்,
உயிர்களின் பிறப்புக்கு உள்ளான் முதற்காரணமாய்,
அசுரரின் மனதிலே அச்சத்தை ஊட்டுவான்,
ஆற்றலின் உறைவிடம் அஞ்சவைக்கும் பராக்கிரமன்.

பராக்கிரமன் இவனே பஞ்சபூதங்களின் இருப்பிடம்,
யுகாந்தத்தின் வேளையில் ஏப்பமிடுவான் அனைத்துயிரையும்,
தொண்டையின் வழியாகத் தள்ளுவான் உயிர்த்தொகையை,
முறுவலிப்பான் அம்முறுவல் மலர்போல அழகாகும்.

அழகாகும் கண்கள் ஒருபோதும் உறங்காது,
உயிராகும் அனைத்திலும் வருபவன் தலைமையில்,
நல்லார்தம் செயல்கள் நடத்தும் விதத்திலே,
செயலாற்றும் உன்னதன் சீருளான் வாழ்விப்பான்.

வாழ்விப்பான் உயிரிழந்து வீழ்ந்த மாந்தரையும்,
ஓசைகளின் துவக்கமான ஓங்காரமாய் இருப்பவன்,
நெறிச்செயலின் வழிமுறையை நவின்றவன் உலகிற்கு,
பரமாத்மனின் உண்மைநிலை புரிந்த உன்னதன்.

உன்னதன் பஞ்சவாய்வுடன் ஐம்புலன் ஆனவன்,
வாழ்ந்திடும் அனைத்தின் உயிர்மூச்சின் இருப்பிடம்,
உயிர்களின் வாழ்வுக்கு ஆதாரமாகும் உணவவன்,
வாழ்வின் ஆதாரமாகும் உயிர்வாயு ப்ராணனவன்.

ப்ராணனவன் உயிர்களில் பொருளவன் தத்துவத்தில்,
ஆத்மனவன் அகிலத்தில் அடையாதவன் பிறப்பிறப்பு,
பூவெனும் புவவெனும் ஸ்வாவெனும் சொற்களால்,
ஆகுதியாம் காணிக்கைகள் ஏற்கும் பேரிறைவன்.

பேரிறைவன் பிறப்பிலான் பழுதடையான் இறப்பிலான்,
பேரிடரின் தாக்கங்கள் பெருகாது விடுவிப்பான்,
அனைத்துயிரின் தந்தை அபயமளித்து காப்பவன்,
பிரமருக்கும் தந்தையாவான் புண்ணியமிகும் வேள்வியாவான்.

வேள்வியாவான் வேள்விகளில் வழிபாடு கண்ணனுக்கே,
வேள்வியின் கர்த்தா வேள்விகளை உருவாக்கியோன்,
வேள்விநோற்கும் மாந்தரில் வெகுமேலோன் நீயேதான்,
வேள்விகளின் பலனாக வருவதும் நீதான்.

நீதான் வேள்விகளை நடத்த உதவுபவன்,
பூர்ணாஹுதியின் பொருட்கள் பேரிறைவன் உனக்குதான்,
ஆசைகளின் தாக்கமிலா அனைத்து வேள்விகளில்,
இருப்பவன் நீயேதான் ஆஹுதிகளை உண்பவன்.

உண்பவன் நீதான் உணவுகள் அனைத்தையும்,
அனைத்துயிரின் வாழ்வுக்கு ஆதாரமாகும் உணவாவான்,
அனைத்துயிரின் வடிவத்தில் அவ்வுணவை உண்கிறான்,
தன்னிருப்பின் காரணம் தானேயான தற்பரன்.

தற்பரன் தன்பிறப்பை தானே அமைத்தவன்,
தன்னிருப்பின் காரணமும் தானே ஆகியவன்,
பூமியின் உள்ளாகப் புகுந்து சென்றவன்,
இசைப்பான் சாமகானம் இனியமகன் தேவகிக்கு.

தேவகிக்கு மகனாக தருபவன் பெருமகிழ்வை,
உலகென்று இருப்பதை உண்டாக்கி நடத்துபவன்,
பூமிக்கு நாதனவன் பக்தருக்கு பாவநிக்ரகன்,
சங்குண்டு ஒருகரத்தில் சித்தமுண்டு கத்திபோல.

கத்திபோல கரமேந்துவது புத்தியுள கூர்முனைதான்,
சுழல்போல யுகங்களை சுற்றவைக்கும் காலவேந்தன்,
உயிர்கொள தன்னுணர்வுடன் ஐம்புலனுடன் வருவான்,
பலமுள கதையுடையான் புத்தியின் திட்பமென.

திட்பமென இருக்கும் தேர்சக்கரம் எடுத்து,
ஆயுதமென ஏந்தி அழிப்பான் எதிரிகளை,

தவிப்பென ஏதுமிலாத் தூயதான மனமுடையான்,
ஆயுதமென இருப்பதெலாம் ஏந்தும் ஓங்காரன்.

ஓங்காரன் அவனுக்கு ஒருகோடி வணக்கங்கள்,
அச்சுதன் அனந்தனின் ஆயிரம் நாமங்களை,
அடுக்கிதான் உரைத்தேன் அமுதத்தின் ஊற்றென,
இவற்றைதான் அனுதினம் ஓதினால் நலமுண்டு.

நலமுண்டு இப்பெயர்களை நவின்றாலும் கேட்டாலும்,
தீதென்று ஏதொன்றும் தொடாது அவ்விதம்,
கண்ணனது பெயர்களைக் கேட்போருக்கு இசைப்போருக்கு,
வேதியருக்கு வாய்க்கும் வேதாந்த ஞானம்.

ஞானம் வேதியரை நாடிவந்து அடையும்,
க்ஷத்ரியரிடம் வந்துசேரும் சக்தியும் வெற்றியும்,
வளமெலாம் வந்துசேரும் விளம்பிடும் வைசியரிடம்,
மகிழ்வெலாம் திரளும் மொழிந்திடும் சூத்திரரிடம்.

சூத்திரரிடம் மகிழ்வு சேர்ந்திடும் தானாக,
கண்ணனாம் இறைவனை களிப்புடன் துதித்தால்,
புண்ணியமும் வேண்டுமெனில் பொருந்தும் புண்ணியம்,
பொன்னும் பொருளுமெனில் பெருவளம் குவியும்.

குவியும் வளமைகள் கேட்பது பொன்பொருளெனில்,
வேண்டும் குழந்தையெனில் வந்திடும் சந்தானபாக்யம்,
மனமுழுதும் வாசுதேவனை மதித்து துதிப்பவர்,
அடையலாம் பெருமகிழ்வை அகலும் பாவங்கள்.

பாவங்கள் அகலும் புண்ணியங்கள் சேரும்,
சுகங்கள் வேண்டுமெனில் சுகித்து மகிழலாம்,
பக்தியால் பரிசுத்தத்துடன் பெயர்களை ஓதினால்,
பெருமைகள் மேன்மைகள் பெறுவார் உறவினரிடம்.

உறவினரிடம் பெருமையுடன் வளமைகளும் வாய்க்கும்,
மிகநலம் அனைத்தும் மன்றியே சேரும்,
விடுதலையும் கிட்டும் ஓருபயமும் கிடையாது,
நோயேதும் அண்டாது நிலைக்கும் பேரழகு.

பேரழகு பெரும்பலம் புண்ணியம் செயல்வெற்றி,
நோயுற்று இருப்பவர் நலமுற்று மீளுவார்,
இடர்பட்டுக் கிடப்பவர் இன்னலற்று நலமுறுவார்,
பயமுற்று அஞ்சுவோர் பயமற்று தீரராவார்.

தீரராவர் பயந்தவர் தூயவனைத் துதித்தால்,
கடினமானதோர் நிலையைக் கடப்பார் துதிப்பவர்,
வாசுதேவர் பெயர்களை விளம்புவோர் அனைவரும்,
பாவமிலார் நலம்பெறுவார் பெறுவார் பிரமருலகை.

பிரமருலகை அடைவார் பரந்தாமனைத் துதிப்பவர்,
மறுபிறப்பை அடைந்திடார் மிடிமையுறார் நோய்களில்,
நம்பிக்கை வைத்து நலமிக்க ஆயிரம்பெயர்கள்,
வரிசையாய் விளம்புவோர் வெகுவளமை பெறுவார்.

பெறுவார் ஆத்மஞானம் பொறுமை மன்னிக்குங்குணம்,
பொறாமையிலார் கொதித்திடார் பேரறிவை பெற்றிடுவார்,
அற்றவர் தீயசிந்தை அடைந்தவர் நேர்மைவழியை,
தாங்குகிறார் வாசுதேவன் தரணியை சூரியனை.

சூரியனை நிலவை சுற்றிடும் திசையெட்டை,
பூமியை கடலை பரந்தாமன் தாங்குகிறார்,
வாசுதேவனே அனைத்தையும் வலிமையால் சுமக்கிறார்,
நகருபவை நகராதவை நிலைப்பது கண்ணனிடம்.

கண்ணனிடம் பணிந்து கட்டளையை ஏற்று,
அமரர்களும் அசுரர்களும் யக்ஷர்களும் கந்தர்வரும்,
ராட்சதரும் கண்ணன் இயம்புவதைச் செய்வார்,
புலன்களும் மனதும் புத்தியும் கண்ணனே.

கண்ணனே புலன்களை கட்டியாளும் பேரிறைவன்,
புலன்களுடனே புத்தியை புரிந்துகொள்ளும் தன்மையை,
உயிருடனே ஆற்றலை உரத்தை நினைவுகளை,
வாசுதேவனே ஆளுகிறான் உயிர்கள் அனைத்திலும்.

அனைத்திலும் உள்ளிருக்கும் ஆற்றல் வாசுதேவன்,

உடலாகும் க்ஷேத்திரமும் அதையறியும் க்ஷேத்ரக்ஞனும்,
இரண்டும் இருப்பது இறைவன் வாசுதேவனிடம்,
நடத்தையாகும் மனிதர்களின் நலந்தீதை அறிவிப்பது.

அறிவிப்பது நடத்தையே அனைத்து நலத்தையும்,
நேர்மைக்கு வேந்தன் நிகரிலான் வாசுதேவன்,
நாராயணிடத்து பிறந்தனர் நிகரிலா ரிஷிகள்,
தேவரொடு பித்ரிக்கள் தோன்றியது நாரணனிடம்.

நாரணனிடம் தோன்றின நலமிகுந்த உலோகங்கள்,
நகருவதும் நகராததும் நாரணனிடம் பிறந்தவையே,
யோகமும் சாங்கியமும் அனைத்துவித பொறியியலும்,
வேதமும் நூல்களும் உண்டானது ஜனார்த்தனனிடம்.

ஜனார்த்தனிடம் பிறந்தன சீர்மிக்க உலகங்கள்,
ஒருபொருளாம் ஜனார்த்தனனே விரிவுற்றான் பலவிதத்தில்,
மூவுலகும் தனக்குள்ளே முழுதாக உடையவன்,
அனைத்துக்கும் உயிரானவர் அனுபவிப்பவர் அனைத்தையும்.

அனைத்தையும் ஆளுபவர் அடைந்தவர் பெரும்புகழ்,
பெருமையெலாம் ஒருபோதும் பாங்கிழந்து குன்றாது,
அனைத்தையும் அனுபவிக்கும் அரசர் கண்ணனே,
இவ்விதம் இசைத்தவர் ஈடிலாதார் வியாசர்.

வியாசர் உரைத்த வலுமிக்க மந்தைரத்தை,
உரைப்பவர் பெறுவார் வெகுச்சிறந்த பலன்களை,
ஒளிபெற்றதோர் பிறப்பினை உடையவர் கண்ணனை,
வழிபட்டோர் மனதில் வாட்டங்கள் நேராது.

நேராது வாட்டங்கள் நாரணனது அடியாருக்கு,
கமலமென்று கண்கள் கொண்டவனை வணங்கினால்,
கலகமென்று ஏதுமில்லை கலக்கமில்லை வருத்தமில்லை,
சுபமென்று முடித்தார் சந்தனுமகன் பீஷ்மர்.

(150)அனுசாசன பர்வம், பகுதி 150

பீஷ்மர் முடித்ததும் பகர்ந்தான் யுதிஷ்டிரன்,
பிதாமகர் நீவிர் பெற்றுளீர் பெருஞானம்,
அறிவீர் பலவித அறிவியல் துறைகளை,
உரைப்பீர் ரகசியமாய் ஓதவல்ல மந்திரத்தை.

மந்திரத்தை மனதுக்குள் மறைவாக ஓதியே,
புண்ணியத்தை பெருமளவு பெற்றிடும் வழியென்ன?
பயணத்தை துவங்குகையில் பகரவல்ல மந்திரமென்ன?
புதுவீட்டை புகும்போது பகரவல்ல மந்திரமென்ன?

மந்திரமென்ன உரைக்கவேண்டும் மிகப்பெரும் செயல்துவக்க?
வேள்வியினை இயற்றுகையில் விளம்பவல்ல மந்திரமென்ன?
பித்ரியான முன்னோருக்கு பகரவல்ல மந்திரமென்ன?
கேடான தாக்கங்களைக் களையும் மந்திரமென்ன?

மந்திரமென்ன உரைத்தால் மிகப்பெரும் நலம்வரும்?
எவ்விதமான மந்திரத்தால் ஏற்படும் பெருவளமை?
தீங்கான தாக்கத்தைத் தவிர்க்கும் மந்திரமென்ன?
எதிரியென இருப்போரை அழிக்கும் மந்திரமென்ன?

மந்திரமென்ன உரைத்தால் மிரட்சிகள் நீங்கும்?
வேதமென இருப்பதற்கு உட்பட்டதான மந்திரங்கள்,
என்னென்ன இருக்கின்றன இவ்விதம் பயன்படவென,
தெளிவான பதிலைத் தரவேண்டும் பிதாமகரே.

பிதாமகரே என்றதும் பீஷ்மர் பதிலுரைத்தார்,
வெகுகவனமே கொண்டு உள்வாங்கு பதிலை,
வேதவியாசரே மந்திரங்களில் உகந்ததென உரைப்பவை,
உனக்கெனவே தொகுத்து உரைப்பேன் வேந்தனே.

வேந்தனே இந்த வேதகான மந்திரங்களை,
நியமமே செய்தார் நிகரிலார் சாவித்ரி,
மிகமேன்மையே கொண்டது மனிதர்களைக் காப்பது,
உடனேயே பாவங்களை விலக்கி ஓட்டுவது.

ஓட்டுவது பாவங்களை உன்னதமிகு மந்திரம்,
எவ்விதத்து மந்திரத்தை இயம்புவது என்பதற்கு,
வழிமுறையொடு உரைப்பேன் வேந்தனே யுதிஷ்டிரா,
பாண்டுவது மைந்தனே புண்ணியமுண்டு கேட்டாலும்.

கேட்டாலும் போதும் கிடைக்கும் புண்ணியம்,
விலகியோடும் பாவம் ஒளிபட்ட இருள்போல,
அவ்விதம் உன்னதம் உடையதாம் மந்திரத்தை,
உன்னிடம் உரைக்கிறேன் உன்னிப்பாக கவனி.

கவனி இம்மந்திரம் கொடுக்கும் நெடுவாழ்வை,
எண்ணி இருப்பவை எல்லாம் நிறைவேறும்,
மண்ணில் விண்ணிலும் மாண்புகள் சேர்க்கும்,
ராஜரிஷி அனேகர் இசைத்தது இம்மந்திரம்.

இம்மந்திரம் தன்னை இயம்பினர் புலனடக்கி,
அமைதிமிகும் மனத்துடன் இயம்பியதாம் மந்திரத்தை,
அனுதினம் ஓதியதால் அடைந்தனர் வெகுவளமை,
துவக்கும் நேரத்தில் தெரிவிக்கவேண்டும் வணக்கம்.

வணக்கம் வசிஷ்டரே விரதமிக நோற்பவரே,
மதிப்புமிகும் வணக்கம் மொழிந்தேன் பராசரருக்கு,
வேதமெனும் கடலை உணர்ந்தவர் பராசரர்,
அனந்தனாம் அரவத்துக்கு அனேக வணக்கம்.

வணக்கம் வெற்றிபெற்ற வேதரிஷி அனைவருக்கும்,
தேய்விலாததாம் பெருமையை தவத்தினால் அடைந்த,
ஞானமிகும் அனைவருக்கும் நவின்றேன் வணக்கம்,
அனைத்திலும் உயர்ந்தவருக்கு அளித்தேன் வணக்கம்.

வணக்கம் தேவதேவர் வெகுமேன்மை உடையாருக்கு,
வரமளிப்பவர் தகுந்தோருக்கு உடையவர் ஆயிரந்தலை,
புனிதர் ஆயிரம்பெயரார் பெரியவர் அவ்விறைவர்,
ஜனார்த்தனர் என்பதே சொல்லப்ப்டும் பெயராகும்.

பெயராகும் அஜமென்பது பிறபெயர் ஏகபாதர்,
அதிவ்ரத்னரெனும் பெயரும் இருக்கிறது அவருக்கு,

தோல்வியேதும் இல்லாதவர் திடமிக்கார் பிநாகியென்றும்,
திரிநேத்ரராம் மஹேஸ்வரரென்றும் ரிதபித்ரி ரூபரென்றும்.

ரூபரென்றும் முக்கண்ணரை மஹேஸ்வரரென்றும்
வ்ருஷகபியென்றும்,
சம்புவென்றும் ஹவானரென்றும் சொல்லுவார் வையத்தார்,
ஈஸ்வரரென்றும் அனைவரும் இயம்புவது இவரையே,
உருத்திரரென்றும் பதினொருவராய் இயம்புவது இவரைதான்.

இவரைதான் சதருத்ரம் அழைக்கும் நூறுபேரென,
அன்சரும் பகரும் மித்ரரும் வருணரும்,
தாத்ரியும் அரியாமனும் த்வஷ்ட்ரியும் ஜயந்தனும்,
பாஸ்கரனும் இந்திரனும் புஷனும் விஷ்ணுவும்.

விஷ்ணுவும் சேர்த்து விளம்புவது பன்னிருவரை,
இவரெலாம் ஆதித்யரென இயம்புவார் வையத்தார்,
காஸ்யபரெனும் மாமுனியின் குழ்னதைகள் ஆதித்யர்,
வசுக்களும் எட்டுபேர் விளம்புவேன் வரிசையாக.

வரிசையாக தரனும் த்ருவனும் சோமுவும்,
சவித்ரனும் அனிலனும் அனலனும் ப்ரத்யுஷனும்,
ப்ரபாவனும் சேர்த்து பருவர் வசுக்களென,
நசதனும் தஸ்ரனும் நவிலப்படுவர் அஸ்வினியரென.

அஸ்வினியரென மார்த்தாண்டனின் இரட்டையரை விளம்புவர்,
சம்ஜ்னாவென அன்னையார் சீருடன் பெற்றெடுத்தார்,
மூக்குவழியான துவாரத்தில் மண்ணிலே பிறந்தனர்,
சாட்சியென காண்போரை சொல்லுகிறேன் உனக்கு.

உனக்கு உரைத்திடும் உன்னதர் அனைவரும்,
காரியெமென்று வேள்விகளை கடமைகளை தானங்களை,
காணாது மறைந்திருந்து கண்டு தொகுப்பார்கள்,
சரிதவற்றுக் கணக்கினை சரியாக பதிப்பார்கள்.

பதிப்பார்கள் பாவத்தை புண்ணியத்தை தொகுப்பாக,
அவர்கள் ம்ருத்யு காலர் விஸ்வதேவர்கள்,
பித்ரியென்று வடிவுற்றோரும் பெருந்தவ ரிஷிகளும்,

தவமிகுந்த முனிவர்களும் தரணிக்கு சாட்சிகள்.

சாட்சிகள் தவமிக்கார் சம்சாரத்தை கடந்தவர்கள்,
இனிமைகள் காட்டி இளமுறுவல் செய்து,
வரங்கள் பலவற்றை வழங்குவார்கள் மாந்தருக்கு,
வானவர்கள் ஆற்றலுளார் வெகுமேன்மை உடையார்.

உடையார் பெரும்பலம் உருவாகினர் பிரமரிடம்,
இருக்கிறார் அனைத்துலகில் அறிகிறார் செயலனைத்தும்,
பதிக்கிறார் அனைத்தையும் பெருத்த சிரத்தையுடன்,
அனன்வர் பெயர்களை இயம்புவோர் வளமுறுவார்.

வளமுறுவார் நலமுறுவார் வாழுவார் நெறிவழியில்,
அகிலாண்டர் உருவாக்கியவை அனைத்திலும் புண்ணியர்,
பின்வருவோர் பெயர்களை பகருவதால் பாவமகலும்,
தேவர் முப்பத்துமூவர் தூயவர் நந்தீஸ்வரர்.

நந்தீஸ்வரர் உடல்பருத்த நிகரிலா பலசாலி,
காளையோர் சின்னமாகக் கொடியிலே பொறித்தவர்,
உலகுக்கோர் வேந்தரான ஓரிறைவர் கணேஸ்வரர்,
சௌம்யர் உருத்திரர் யோகர் பூதர்.

பூதர் விண்மீன்கள் பறவைவேந்தர் கருடன்,
மண்ணிலோர் நதிநீரும் விண்ணும் அவற்றுடன்,
பூமியிலெவர் ஞானமுற்று பிரமநிலை அடைந்தவரோ,
அசைவோர் அசைவிலார் அசலமாம் ஹிமவத்.

ஹிமவத் மற்றும் ஏனைய மலைகள்,
நான்குக் கடல்கள் நிகரிலா வீரர்கள்,
பாவாவைத் தொடரும் பலவித கணநாதர்கள்,
பலமிகப் பெற்றவர் பாவாவுக்கு நிகராக.

நிகராக எவருமிலா நாராயணர் வெற்றியாளர்,
பலமாகப் போரிடும் பாலகர் ஸ்கந்தன்,
அம்விகையான அன்னையும் ஆத்மரூபம் உடையவர்கள்,
முறையாக இவர்பெயர்களை மொழிந்தால் பாவநிவர்த்தி.

பாவநிவர்த்தி பெறுதற்கு பகரவேண்டும் பெயர்களை,
வரிசையாக்கி உனக்கு வழங்கினேன் வேந்தனே,
மகரிஷி சிலபேர் மன்வர்கௗௗன பெயருடையார்,
அவர்களை இயம்பினால் அருந்தவர் யவக்ரிதர்.

யவக்ரிதர் ரைப்யர் அர்வசு பரவசு,
கண்வார் வலர் காக்ஷிவத் ஔஷிஜர்,
மானவர் என்று மொழியப்படுவோர் இவர்களில்,
வலனார் ஆங்கிரசுக்கு வாய்த்த மகனாவார்.

மகனாவார் கண்வர் மேததிதிக்கும் வரிஷதாவுக்கும்,
பிரமர் ஆற்றலைப் பெற்றோர் இவரெலாம்,
ஆக்குகிறார் அகிலத்தையென அறிவிக்கும் நூல்கள்,
பிறந்தனர் உருத்திரரிடம் அனலரிடம் வசுக்களிடம்.

வசுக்களிடம் பிறந்த உன்னத ரிஷிகளின்,
பெயரெட்டும் பகர்ந்தால் புண்ணியம் திரண்டுவரும்,
இவ்வுலகம் தன்னிலே இயற்றும் நலங்களுக்கு,
வானுலகம் தன்னிலே வந்துசேரும் நலங்கள்.

நலங்கள் கொடுப்போரெரன நவின்ற ரிஷிகள்,
வானவர்கள் வேந்தன் வாசவனின் குருமார்கள்,
வாழுகிறார்கள் கிழக்கிலே வழங்குவார்கள் நலங்களை,
இவர்கள் பெயர்களை இயம்பினால் மேன்மையுண்டு.

மேன்மையுண்டு வானுலகில் மகேந்திரனின் மண்டலத்தில்,
எமனுக்கு ரித்விகராக இருக்கும் ஏழுபேரை,
பட்டியலிட்டு உரைக்கிறேன் பேராற்றல் பெற்றவர்கள்,
உன்மாச்சு ப்ரமாச்சு உர்த்வாஹு ஸ்வஸ்த்யத்ரேயர்.

ஸ்வஸ்ஸ்த்யத்ரேயர் ஆற்றலில் சிறந்த மாமுனிவர்,
த்ரிதவ்யர் ஆங்கிரஸ் த்ரினசோமர் அகஸ்தியர்,
வாழுகிறார் தென்திசையில் வழங்குகிறார் நன்னலத்தை,
வருணர் வேள்விகளில் ஹோத்ரியானவர் ஏழுபேர்.

ஏழுபேர் த்ரிதேயு ரிதேயு பரியாதர்,
ஏகதர் த்விதர் த்ரிதர் சரஸ்வதர்,

வாழுகிறார் மேற்கிலே வருணனுக்கு ரித்விகராக,
வைஸ்ராவணர் ரித்விகராக வாழுவோர் ஏழுபேர்.

ஏழுபேர் அத்ரி வசிஷ்டர் காஸ்யபர்,
கௌதமர் பரத்வாஜர் குசிகர்மகன் விஸ்வாமித்ரர்,
ரிஷிகர் மைந்தரான் ஆற்றல்மிக ஜமதக்னி,
வாழுகிறார் வடக்கிலே வைஸ்ராவணரின் ரித்விகர்.

ரித்விகர் ஏழுபேர் இருக்கிறார் இதற்குமேலும்,
அன்னவர் எத்திசைக்கும் எவருக்கும் கட்டுணாதவர்,
வழங்குகிறார் உயிர்களுக்கு வேண்டும் நலங்களை,
கொடுக்கிறார் பெரும்புகழை காக்கிறார் உலகங்களை.

உலகங்களை காக்கும் உன்னதர் ஏழுபேர்,
வரிசையாய் தர்மர் காமர் காலர்,
வாசுகி அனந்தர் வாசு கபிலர்,
உலகைத் தாங்கும் உன்னதர் ஏழுபேர்.

ஏழுபேர் உலகங்கள் அனைத்தையும் காப்பவர்,
தொகையோர் இவர்களன்றி தனியானோர் வரிசையில்,
இராமர் வியாசர் அஸ்வத்தாமனாம் த்ரோணபுத்திரர்,
ரிஷியானோர் என்று இயம்புவர் வையத்தில்.

வையத்தில் இருக்கும் வளங்களை நலங்களை,
உண்டாக்குதல் செய்வோர் உள்ளார்கள் குழுக்களாக,
ரிஷிகள் ஏழேழாக இருக்கிறார்கள் ஏழுகுழுக்கள்,
வையத்தில் அனைவருக்கும் வளமைகள் அளிப்பவர்கள்.

அளிப்பவர்கள் திசைகள் அனைத்துக்கும் ஆதரவை,
அவர்கள் திசைநோக்கி அமைதியாய் முகந்திருப்பி,
பக்தியால் வழிபட்டு பணியவேண்டும் இவர்களை,
உயிர்கள் அனைத்தையும் உண்டாக்கியோர் பாவமழிப்போர்.

பாவமழிப்போர் சம்வர்த்தர் பெருமுனிவர் மார்க்கண்டேயர்,
மேருசவர்ணர் சாங்கியர் நாரதர் யோகர்,
துர்வாசர் ஆகவே தொகையாய் ஏழுபேர்,
உடையவர் தன்னடக்கம் வெகுபுகழ் பெற்றவர்.

பெற்றவர் உருத்திரரென பெரிதான தவபலத்தை,
அன்னவர் வாழுகிறார் அயனாம் பிரமருலகில்,
எழுவர் பெயர்களை இயம்புவோர் அனைவரும்,
பெறுவர் மைந்தர்களை பொருள்வளத்தை முத்திரத்தை.

முத்திரட்டை காமார்த்த மோட்சமென உரைப்பார்,
ப்ரஜாபதியை ஒத்தவராய் பாருலகை ஆட்சிசெய்த,
ப்ரிதுவை வேணரின் பிரிய மைந்தரை,
பூமியை மகளாகப் பெற்றவரை வணங்கவேண்டும்.

வணங்கவேண்டும் புருரவசென விளம்பப்படும் வேந்தரை,
சூரியகுலம் தன்னிஏ சீருடன் பிறந்தவர்,
தேவர்தம் வேந்தன் திடமிக்கான் மகேந்திரனின்,
ஈடுதான் புரூரவசென இயம்பப்படும் வேந்தர்.

வேந்தர் புரூரவஸ் வையத்தில் புகழ்மிக்கார்,
மைந்தர் இலாவென மொழியப்படும் மன்னருக்கு,
அடுத்தவர் வுதாவின் அன்புமிக்க மைந்தர்,
அன்னவர் பெயரை இயம்புவர் பரதனென.

பரதனென வழங்கப்படும் பேரரசர் புகழை,
மூவுலகென இருப்பதெலாம் மனமுவது இசைக்கும்,
அடுத்ததான பெயரை எடுத்தவரான ரந்திதேவர்,
கோமேதமென பூசைசெய்து க்ரிதயுகத்தில் வாழ்ந்தார்.

வாழ்ந்தார் ரந்திதேவர் விமலர் மகாதேவரென,
கொண்டிருந்தார் தவபலம் கேடிலா நன்முத்திரைகள்,
கொடுத்தார் உலகிற்கு கணக்கிலா நலங்களை,
ஸ்வேதர் பெயரையும் சொல்லவேண்டும் அடுத்ததாக.

அடுத்ததாக இயம்பப்படும் அரசரான ஸ்வேதர்,
ரிஷிகளான வரிசையில் ஈடிலாத ராஜரிஷி,
மகிழ்வித்தார் மகாதேவரை மனமுவந்த மகாதேவர்,
அழித்தார் அந்தகனெனும் அசுரர் வேந்தனை.

வேந்தனை அடுத்து விளம்பவேண்டும் பகீரதனென,

கங்கையை பூமிக்குக் கொணர்ந்த ராஜரிஷி,
சாம்பலாய் கிடந்த சாகரன் மைந்தர்கள்,
பாவத்தை விலக்கி புண்ணியம் அளித்தான்.

அளித்தான் புண்ணியத்தை அறுபதாயிரம் பேருக்கு,
சாகரன் மைந்தர்கள் சாபத்தால் சாம்பலாகி,
கீழாகும் நிலையிலே கிடந்த சூழலில்,
கங்கையாகும் நதியால் களைந்தான் பாவங்களை.

பாவங்களை நீக்கும் பாங்குமிக்க பெயர்களை,
வரிசையான விதத்தில் விளம்புதல் வேண்டும்,
அக்கினியென ஒளியும் அழகான உடலமைப்பும்,
ஆற்றலான செயல்திறமும் உடையாரை இயம்பவேண்டும்.

இயம்பவேண்டும் மனதை அதிசயிக்க வைத்திடும்,
செயல்திறமும் உடலமைப்பும் சேர்ந்து அமைந்தோரை,
தேவர்களும் ரிஷிகளும் தரணியாளும் வேந்தர்களும்,
மகிழும்விதம் தொழுது மொழியவேண்டும் பெயர்களை.

பெயர்களை சாங்கியமென்றும் புனிதமிகு யோகமென்றும்,
ஸ்ருதிகளை ஒட்டி சொல்லப்படும் ஹவ்யகவ்யமும்,
வெகுமேன்மை வழங்குவன வையத்தின் உயிர்களுக்கு,
பாவத்தை நீக்கி புனிதத்துவத்தை வழங்கும்.

வழங்கும் ஔடதமென வெகுநலத்தை இப்பெயர்கள்,
நீக்கும் நோய்களை நல்கும் நல்வாழ்வை,
செய்யும் செயல்களில் சேர்க்கும் வெற்றியை,
புலனடக்கம் கொண்டு பகரவேண்டும் பெயர்களை.

பெயர்களை உரைத்தால் பீடுமிக்க நலமுண்டு,
காலைமாலை இருவேளையும் கூறவேண்டும் வரிசையாக,
காவலை அளிப்பார்கள் கனமழை கொடுப்பார்கள்,
வெப்பத்தை ஒளியை வழங்குவார்கள் இவரெலாம்.

இவரெலாம் ஒளிதந்து உலகை வாழ்விக்கிறார்,
வளியெனும் வடிவத்தில் ஓடுவதும் இவர்களே,
பொருளாகும் அனைத்தையும் பிறப்பிப்போர் இவர்களே,

அனைத்திலும் மூத்தோர் அகிலத்தின் தலைவர்கள்.

தலைவர்கள் இவர்களே திறத்துடன் செயல்பட்டு,
முடிப்பார்கள் செயல்களை மிகசக்தி உடையார்கள்,
அளிப்பார்கள் மன்னிப்பு அடக்கியோர்கள் புலன்களை,
மானிடர்கள் இடர்களை முழுதாக நீக்குவார்கள்.

நீக்குவார்கள் இடர்களை நிற்பார்கள் உறுதுணையாய்,
மானிடர்கள் தாக்குறும் மிகக்கடும் கேடுகளை,
எளிதில் நீக்கி அளிப்பார்கள் நலத்தை,
நற்செயல்கள் தீச்செயல்களை நன்கு கணக்கிடுவர்.

கணக்கிடுவர் மாந்தரின் கெடுசெயல் நற்செயல்களை,
மானிடர் அதிகாலையில் மொழியவேண்டும் இவர்பெயரை,
அவ்விதமெவர் செய்தாலும் அஞ்சவேண்டும் திருடருக்கு,
அக்கினிக்கோர் அச்சமும் அகத்தில் வேண்டாம்.

வேண்டாம் அச்சங்கள் விலகும் தடைகள்,
அவ்விதம் இவர்பெயர்கள் இயம்பிடும் நல்லாருக்கு,
கனவிலும் அச்சமில்லை கனவேதும் தோன்றாது,
பாவமேதும் இல்லாராய் பிறப்பார் நற்குடியில்.

நற்குடியில் பிறந்து நல்லதை செய்வார்,
புலனடக்கல் செய்து பெயர்களைப் பகர்ந்தால்,
வேள்விகள் பூசைகள் வெகுநல்ல பலனளிக்கும்,
நேர்மையில் மனம்நிற்கும் நெஞ்சத்தில் அமைதிவரும்.

அமைதிவரும் ஞானம்வரும் ஆத்மனின் துணைவரும்,
மன்னிக்கும் குணத்துடன் மனவடக்கம் உண்டாகும்,
கேடுமிகும் எண்ணங்கள் களைகளென நீங்கிவிடும்,
நோயேதும் இருந்தாலும் நோய்நீங்கி நலம்வரும்.

நலம்வரும் இப்பெயர்களை நல்கும் அகத்திலே,
அனைவரும் நலம்பெற்று அடைவார் வெகுமேன்மை,
பயிர்களும் விளைந்து பெருகும் இலாபம்,
பயணகாலம் தன்னிலே பகர்ந்தால் நற்பயணம்.

நற்பயணம் உண்டாகி நலங்கள் விளையும்,
தனதாகும் ஆத்மனையே தான்காக்க உதவிடும்,
குழந்தைகளுக்கும் மனைவிக்கும் கிடைக்கும் நன்னலங்கள்,
பொருள்வளம் விதைநலம் பெருகி வளர்ந்திடும்.

வளர்ந்திடும் பயிர்கள் வேந்தர்களுக்கு வெற்றிவரும்,
எதிரியாகும் அனைவரையும் அழிக்கும் இம்மந்திரம்,
தேவருக்கும் பித்ரிகளுக்கும் தொழுகை அளிக்கையில்,
ஹவ்யகவ்யம் அவர்களை அடைந்திட உதவிசெய்யும்.

உதவிசெய்யும் நோய்களை ஓட்டி விலக்கிவிட,
மிருகங்களும் தாக்காது மிரட்சியேதும் வாராது,
யானைகளும் திருடர்களும் எத்தீங்கும் புரிந்திடார்,
மனவாட்டம் விலகும் மனபாரம் இலகுவாகும்.

இலகுவாகும் மனது அகன்றோடும் பாவங்கள்,
நீரோடும் கலத்திலே நவின்றால் இம்மந்திரம்,
சாவித்ரியாகும் சக்தியால் சமுத்திரபயணம் வெற்றியாக்கும்,
அரசர்தம் அவையிலே இயம்பினாலும் வெற்றியுண்டு.

வெற்றியுண்டு இம்மந்திரத்தை விளம்பும் இடத்திலே,
வனத்து மரங்களில் வாராது வனத்தீ,
நெடுவாழ்வு குழந்தைக்கு நலத்துடன் வாய்க்கும்,
அரசரை அரக்கரை எண்ணியும் அச்சமில்லை.

அச்சமில்லை பைசாசரால் அக்கினியால் நீரினால்,
மிருகங்களை நினைத்தும் மிரளும் தேவையில்லை,
சாவித்ரியை இசைத்தால் சிந்தை அமைதியாகும்,
நால்வருணத்தை சேர்ந்தோருக்கும் நலங்கள் பெருகும்.

பெருகும் மகிழ்வு விலகும் முன்வினை,
மிகவும் மேலான மாண்புநிலை அடைவார்,
சாவித்ரியாகும் இம்மந்திரம் சமமாகும் பிரமத்துக்கு,
ஆவினம் நடுவிலே இயம்பினால் பால்பெருகும்.

பால்பெருகும் ஆவினத்திடம் பகருவம் இத்துதியால்,
பயணத்திலும் ஓய்விலும் பயணமுடித்து அகத்துக்கு,

திரும்புகையிலும் அகத்தினுள் தங்கி இருக்கையிலும்,
இம்மந்திரம் சொன்னால் ஏற்படும் நன்னலம்.

நன்னலம் தந்திடும் நிகரிலா மந்திரத்தை,
ரகசியம் ஆகவே இயம்புவர் ரிஷிகளெலாம்,
ஓசையேதும் செய்யாமல் ஓதுவார்கள் மனத்தினுள்,
வேள்வியேதும் செய்தாலும் விளம்பலாம் இம்மந்திரத்தை.

இம்மந்திரத்தைக் குறித்த இவ்விதக் கருத்துகளை,
மிகத்தெளிவாய் உரைத்தவர் மாமுனிவர் பராசரர்,
இந்திரனை நோக்கியும் இயம்பினர் இம்மந்திரத்தை,
பிரமத்தை ஒத்ததான பெருமந்திரத்தை உரைத்தேன்.

உரைத்தேன் முழுமையாக உன்னதமிகு மந்திரத்தை,
அனைத்துயிரின் இதயமாக இருப்பது இம்மந்திரமே,
ஸ்ருதிகளின் வேந்தென சொல்லலாம் இம்மந்திரத்தை,
இதைதான் ஓதினர் இரவிமதி குலத்தார்.

குலத்தார் சூரியகுத்தில் உதித்தோர் ராகவர்கள்,
கௌரவர் என்றே குறிப்பிடுவது சந்திரகுலத்தை,
இவ்விருவர் குலங்களும் இசைப்பது இம்மந்திரம்,
அனுதினம் பரிசுத்தமாக இயம்பவேண்டும் இம்மந்திரத்தை.

இம்மந்திரத்தை மானிடரின் ஈடிலாத நலத்துக்கு,
உகந்ததாய் உரைப்பார்கள் உண்மையை உணர்ந்தோர்,
இதனை ஓதினால் இடரில்லை துயரில்லை,
சப்தரிஷிகளை துருவனை சொன்னாலே துயர்நீங்கும்.

துயர்நீங்கும் இந்தத் துதியைப் பாடினால்,
முற்காலம் தன்னிலே மாமுனிவர் காஸ்யபரும்,
கௌதமரும் பிருகுவும் கருணைமிக்க வ்ருஹஸ்பதியும்,
அகத்தியரும் ரிஷிகளும் இயம்பினர் இம்மந்திரத்தை.

இம்மந்திரத்தை பரத்வாஜர் ஈன்றமகன் அனுமதித்ததால்,
பரம்பரை பரம்பரையாய் பகர்ந்தனர் ரிஷிகள்,
ரிசிகரை அடுத்ததான அவரது சந்ததிகள்,
ஓதுவதை செய்தனர் உயர்வுகள் எய்தினர்.

எய்தினர் வசுக்களும் இந்தரனும் பெருவெற்றி,
வசிஷ்டர் வாயிலாக உன்னதமிகு மந்திரத்தை,
கேட்டனர் அதன்பின்னர் கிளம்பினர் போருக்கு,
தானவர் கூட்டத்தைத் தோற்கடித்து விரட்டினர்.

விரட்டினர் பாவங்களை வேதரிஷிகள் இம்மந்திரத்தால்,
எவரொருவர் பாரதமென இயம்பப்படும் கதையை,
ஓதுபவர் அவருக்கு உண்டாகும் நன்னலம்,
கொம்பிலோர் தங்கமிட்டு கொடுத்ததாகும் நூறுபசு.

நூறுபசு நல்குதற்கு நிகராகும் பாரதமோதல்,
பிருகுவது பெயரை பகருவது செய்தால்,
ஆற்றலது பெருகி ஏற்படும் நன்னலம்,
ரகுவுக்கு தலைசாய்த்தால் வருவது வெற்றி.

வெற்றி கிடைக்கும் வீரமிக்கார் ரகுவால்,
நோயகற்றி நல்வாழ்வை நாடும் ஒருவர்,
போற்றி பாடவேண்டும் பீடுமிக்க அஸ்வினியரை,
பிரமத்தை ஒத்ததானது பீடுமிக்க இம்மந்திரம்.

இம்மந்திரம் ஒன்றையே இயம்பினால் போதும்,
எச்சூழலிலும் இம்மந்திரம் ஏற்படுத்தும் நலத்தை,
ஏதேனும் வேறுவிதம் ஐயமெனில் வெளிப்படுத்து,
அதற்கும் பதிலை அளிக்கிறேன் யுதிஷ்டிரா.

(151)அனுசாசன பர்வம், பகுதி 151

யுதிஷ்டிரா என்றதும் எழுப்பினான் வினாவை,
மதிப்புளார் என்பதாக மொழிவது எவர்களை?
வணங்கதான் உகந்த விழுப்பமுளார் எவராவார்?
பணிவோர் எவரென்று பகருவீர் பிதாமகரே.

பிதாமகரே வணங்கப் பொருத்தம் உடையாரிடம்,
எவ்விதமே நடக்கவேண்டும் இயம்புவீர் எனக்கு,
எவரிடமே எவரெவர் எவ்விதம் நடப்பது,

பழுதுகளே அற்றதென பகருவீரே விவரமாக.

விவரமாக பதிலை வழங்ஜ்கினார் பிதாமகர்,
பிராமணராக இருப்போரை புல்லர்போல நடத்துவது,
தேவராக இருப்போரை தகாதவிதம் நடத்துவதாம்,
பிராமணராக இருப்போரைப் பணிவதால் தவறில்லை.

தவறில்லை பிராமணரைத் தக்கவிதம் வணங்குதல்,
மரியாதை பெறுவதற்கு மிகவும் உகந்தவர்கள்,
சொந்தமகனைப் போல சாந்தமாக நடத்தவேண்டும்,
மூவுலகைத் தாங்கும் மகத்துவர் பிராமணருடைத்து.

பிராமணருடைத்து மகத்துவம் புத்திகூர்மை ஞானம்,
உலகத்து நெறிகளுக்கு வழிப்பாதை பிராமணரே,
பொருளற்று தவமியற்றல் பெருமகிழ்வு அவர்களுக்கு,
வாக்கு கட்டியோர் விரதங்கள் நோற்போர்.

நோற்போர் விரதங்களை நட்புளார் அனைத்துயிருக்கும்,
அகிலத்தோர் அனைவருக்கும் அடைக்கலம் அளிப்பார்கள்,
சீரானதோர் சிந்தனையை செலுத்துவார் அனைத்திலும்,
உலகோர் நெறிகளெலாம் உண்டாக்குவார் பிராமணர்.

பிராமணர் பெற்றுளார் பெருமைகள் பலவும்,
அன்னவர் தவபலமே அவர்களின் சொத்தாகும்,
நாவிலோர் வார்த்தையே நிகரிலா சக்தியாகும்,
அன்னவர் கடமைசெய்து ஆற்றல் பெறுகிறார்.

பெறுகிறார் நுண்பார்வை பார்ப்பார் அனைத்தையும்,
அறிகிறார் நுண்மையான அனைத்து விவரங்களையும்,
கொள்கிறார் ஆசைகள் கேடேதும் இல்லாததாக,
புரிகிறார் கடமைகளை பிழைகள் இல்லாமல்.

இல்லாமல் செய்கிறார் அநீதிகளை இவ்வுலகில்,
நால்வகையில் உயிர்கள் நானிலத்தில் உண்டாகி,
நலங்கள் பெருக்கிட நல்குகிறார் வழிகளை,
மானிடர்கள் செல்லுதற்கு மதிப்புமிக்க வழிகாட்டிகள்.

வழிகாட்டிகள் அவர்களே வேள்விகள் நிகழ்த்துவார்,
பெற்றவர்கள் பிதாமகர்களின் பாரங்களை சுமப்பார்,
தொய்வுகள் இல்லாமல் தளர்வின்றி தம்வழியில்,
ஏறுபோல் நடப்பார் அழுந்தி வளைந்திடார்.

வளைந்திடார் பாரங்கள் வெகுவாக அழுத்தினாலும்,
வழங்குவர் பித்ரிக்கும் வானவருக்கும் பூசைகளை,
கவனிப்பார் விருந்தினரை கேடிலா மேன்மையுளார்,
பொருத்தமுளார் ஹவ்யகவ்யம் புசிப்பதற்கு முதல்வராக.

முதல்வராக இருப்பார் மண்ணிலும் விண்ணிலும்,
உணவாக இருப்பதை உண்ணும் செயலாலும்,
மூவுலகாக இருப்பவற்றை மாண்புடன் காப்பார்,
உயிராக இருப்பவற்றை வாஞ்சையாக காப்பார்.

காப்பார் உயிர்களைக் கொடுப்பார் அபயத்தை,
பார்ப்பவர் அனைவரின் பார்வையால் காணுவார்,
அன்னவர் சொத்தாவது அருமறையாம் ஸ்ருதியுடன்,
மேலானதோர் சிக்ஷையென மிகநுண்ணிய அறிவாளர்.

அறிவாளர் அவர்கள் அனைத்தையும் அறிவார்,
எவ்விதமானதோர் நிகழ்வு எவ்விதமாக முடியுமென,
சரியானதோர் சிந்தனை செய்தற்கு வல்லவர்,
உடையார் ஆத்மனின் விஞ்ஞானத்தில் நாட்டம்.

நாட்டம் உடையார் நிகரிலாத ஆத்மனிடம்,
ஒவ்வொன்றும் அடையும் ஆரம்பம் நடுமுடிவு,
அனைத்தும் அறிந்தவர் அறிவில் சந்தேகமிலார்,
ஞானம் மிகைத்தவர் நன்கறிவார் அனைத்தையும்.

அனைத்தையும் அறிந்தவர் உயர்வுதாழ்வு உணர்ந்தவர்,
அடைவார் ஆத்மனை அறுத்தார் இருமைகளை,
உலகோர் பொருட்களில் ஒன்றிடார் ஒருபோதும்,
தகுந்தோர் மரியாதை தந்து வணங்குதற்கு.

வணங்குதற்கு உரியோரை உன்னதரென போற்றி,
ஞானமிகு நல்லார் நாளும் ஏத்துவார்,

உலகத்து பொருட்களுடன் ஒருபோதும் ஒன்றிடார்,
சந்தனத்தை சகதியை சமமென்று நோக்குவார்.

நோக்குவார் சாக்கை நற்பட்டை சமமென்று,
பகுத்திடார் தோலாடை பொருந்தாத உடையென்று,
வாழுவார் பலதினங்கள் உணவேதும் உண்ணாமல்,
காயவைப்பார் உடலை காற்றிலே சருகுபோல.

சருகுபோல உடலை செய்வார் காய்ந்ததாக,
வேதமென இருப்பதை ஓதுவார் புலனடக்கி,
சாதாரணரென இருப்போரை செய்வார் தேவராக,
கோபமான மனமுற்றால் ககனங்களைப் படைப்பார்.

படைப்பார் மூவுலகையும் பெருந்தவ பலத்தினால்,
உண்டாக்குவார் புதிதான உலகக் காவலர்களை,
அன்னவர் ஆற்றலால் ஆழி உப்பாகிறது,
எரிக்கிறார் தண்டகமெனும் அடவியை கோபத்தால்.

கோபத்தை அடைந்தார் கடுத்தழிப்பார் அனைத்தையும்,
தேவரை மிஞ்சிடும் தேவாதி தேவர்கள்,
காரணங்களை உண்டாக்கும் காரண வித்தானோர்,
நெறிகளை வகுத்து நல்குவார் உலகிற்கு.

உலகிற்கு நல்லதை உண்டாக்குவார் தவபலத்தால்,
அவர்களுக்கு எதிராதல் எவருக்கும் இயலாது,
வயோதிகரொடு இளைஞரும் உகந்தவரே மரியாதைக்கு,
ஒருவருக்கு மற்றவர் வழங்குவர் மரியாதை.

மரியாதை கொடுக்க மிகவும் உகந்தவர்கள்,
வேதத்தை அறியாவிடினும் ஞானத்தை அடையாவிடினும்,
தேவரைப் போலவே தரவேண்டும் மரியாதை,
ஞானத்தை உடையாரோ நானிலத்தில் தேவரே.

தேவரே ஞானமிக்க தூயவர் அனைவரும்,
சமுத்திரமே தாமென சிறிதளவும் அதிர்வின்றி,
அறிவற்றே அறிவுடனே இருந்தாலும் அன்னவர்,
அகிலத்திலே ஈடிலாதார் அனைத்துக்கும் மேலோர்.

மேலோர் தேவரென மதித்து வணங்கவேண்டும்,
மந்திரத்திலோர் சுத்திபெற்றும் மந்திரமேதும் ஓதாமலும்,
அக்கினியோர் தனித்துவம் அடைந்ததை போலவே,
இடம்பொருளோர் ஏற்றத்தாழ்வை ஏற்படுத்தாது அவர்களிடம்.

அவர்களிடம் புனிதத்துவம் இருக்கிறது ஆதலால்,
அளிக்கவேண்டும் மரியாதை அவர்செயல்கள் ஏதெனினும்,
இவ்விதம் பிராமணரை அறிவாய் தேவரென,
விளக்கம் வழங்கினார் விழுப்பமிக்க பீஷ்மர்.

(152)அனுசாசன பர்வம், பகுதி 152

பீஷ்மர் முடித்ததும் பேரன் யுதிஷ்டிரன்,
பிராமணர் தொழுகையால் பெறப்படும் பலனென்ன?
அன்னவர் பெருமையை எவ்விதம் அறிந்து,
தொழுதீர் பிராமணரை தருவீர் விடையை.

விடையை அளித்தார் வேங்கை பீஷ்மர்,
கதையை உனக்குக் கூறுகிறேன் இதுகுறித்து,
பவனனை அர்ஜுனனை பொறுத்ததான நிகழ்வினை,
உதாரணமாய் உனக்கு உரைக்கிறேன் கேளாய்.

கேளாய் யுதிஷ்டிரா கார்த்தவீர்ய அர்ஜுனன்,
கரமாய் ஓராயிரம் கொண்டவன் பேரழகன்,
உலகாய் இருப்பதை அரசனாய் ஆண்டவன்,
மகிஷ்மதியைத் தலைநகராக்கி மாண்புடன் ஆண்டான்.

ஆண்டான் அர்ஜுனன் அவனுக்கு நிகரில்லை,
ஹைஹேயரின் பரம்பரையில் ஆற்றலுடன் பிறந்தவன்,
உலகத்தின் நிலத்தை ஆழிகளை ஆண்டான்,
தீவுகளை சுரங்கங்களை தன்வசம் வைத்திருந்தான்.

வைத்திருந்தான் தங்கத்துடன் வைரந்தரும் சுரங்கங்களை,
செய்தான் க்ஷத்ரியர்கள் செயத்தகும் கடமைகளை,
கொண்டிருந்தான் தன்னடக்கம் கருணை வேதஞானம்,

அளித்தான் தத்தாத்ரேயருக்கு அளவிலா தானங்கள்.

தானங்கள் அளித்து தரணியை ஆண்டான்,
க்ருதவீர்யரை அடுத்து கோனாக ஆட்சிசெய்தான்,
தவசீலரை மதித்து தந்தான் மரியாதைகள்,
மகிழ்வாய் ரிஷியொருவர் மன்னனுக்கு வரமளித்தார்.

வரமளித்தார் மகரிஷி வேந்தன் கார்த்தவீர்யன்,
படையினர் நடுவிலே புகுந்தால் அவனுக்கு,
கணக்கிலோர் ஆயிரம் கரங்கள் கிடைக்குமென,
வீட்டினர் மத்தியிலே வேண்டும் இருகரங்கள்.

இருகரங்கள் அகத்திலும் ஆயிரங்கரங்கள் களத்திலும்,
என்னிடத்தில் வரட்டும் எந்தன் ஆற்றலால்,
பூமியில் இருக்கும் பிரதேசங்கள் அனைத்தையும்,
வெல்லுதல் வேண்டும் வழங்குவீர் வரத்தை.

வரத்தை முனிவரிடம் வேண்டினான் கார்த்தவீர்யன்,
ஆட்சியை கருத்துடன் இயற்றவேண்டும் தானென்று,
மூன்றாவதாய் ஒருவரத்தை மொழிந்தபின் ரிஷியிடம்,
நான்காவதாய் ஒருவரத்தை நயந்து வேண்டுகிறேன்.

வேண்டுகிறேன் ரிஷியே வேந்தனானவன் என்செயல்,
அறத்தின் வழிவிட்டு அகன்று செல்லுமெனில்,
நல்வழியின் பாதையை நவிலுதற்கு குருமார்கள்,
எந்தன் அருகாகி அளிக்கவேண்டும் அறிவுரை.

அறிவுரை எப்போதும் அளித்துத் திருத்திட,
வேண்டுதலை வைத்தான் வேந்தன் கார்த்தவீர்யன்,
அவ்வரங்களை வழங்கினார் அருந்தவ மகரிஷி,
அவற்றைப் பெற்றதும் அகமகிழ்ந்தான் வேந்தன்.

வேந்தன் கார்த்தவீர்யன் விளம்பினான் திமிராக,
வேறெவன் எனக்கிணை வையத்தில் வாழ்வோரில்?
பலத்தின் ஆற்றலின் பெருமையின் உறைவிடமாய்,
இருக்கிறேன் நானொருவன் எவனும் ஈடில்லை.

ஈடில்லை தனக்கென இயம்பிய வேந்தனிடம்,
அசரீரியாய் ஒருகுரல் அளித்தது பதிலை,
மூடனாய் இருக்கும் முரடனே உன்னிலும்,
பேலோராய் பிராமணர்கள் மண்ணுலகில் இருக்கிறார்.

இருக்கிறார் பிராமணர் அன்னவர் ஆற்றலால்தான்,
ஆளுகிறார் க்ஷத்ரியர் அனைத்து உலகையுமென,
அதற்கோர் பதிலை ஆணவத்துடன் இயம்பினான்,
ஹைஹேயர் வேந்தன் அர்ஜுனனெனும் கார்த்தவீர்யன்.

கார்த்தவீர்யன் உரைத்தான் கடுத்தால் என்னாற்றல்,
அகிலத்தின் உயிர்களை அழிக்க வல்லதாகும்,
மனதில்தான் மகிழ்ந்தால் மற்றபல உலகுகளை,
உண்டாக்கதான் வல்லமை உள்ளது என்னிடம்.

என்னிடம் இருக்கும் ஆற்றலுக்கு மேலாக,
பிராமணரெனும் எவரும் பாருலகில் கிடையாது,
க்ஷத்ரியரினும் பிராமணர் சக்தரென உரைத்தீர்,
பிராமணரிலும் க்ஷத்ரியர் பெரியோரென மறுக்கிறேன்.

மறுக்கிறேன் உமது மொழிகளை நானே,
க்ஷத்ரியருடன் பிராமணர் சேர்ந்து ஆளுவதாக,
உரைத்திடும் சொல்லில் உண்மையேதும் கிடையாது,
க்ஷத்ரியரிடம் அடைக்கலமே சதுர்வேத பிராமணர்.

பிராமணர் க்ஷத்ரியரிடம் பெறுகிறார் அடைக்கலம்,
க்ஷத்ரியர் பிராமணரிடம் செல்வதில்லை அடைக்கலமென,
க்ஷத்ரியர் வழங்குவதை சார்ந்தே வாழுவதால்,
பிராமணர் எவ்விதம் பேரியவர் க்ஷத்ரியரிலும்?

க்ஷத்ரியரிலும் பெரியவர் சதுர்வேதம் ஓதுவோரென,
சொல்லும் வார்த்தைகளை சுத்தமாய் ஒதுக்குகிறேன்,
வேதம் ஓதியே உளமடக்கி வாழ்வோரை,
என்னிடம் அடிமையாக்கி ஆளுவேன் பலத்துடன்.

பலத்துடன் ஆளுவேனென பகர்ந்தான் அர்ஜுனன்,
காய்த்ரியெனும் தேவி ககனவெளி வாயிலாக,

சொன்னதெலாம் தவறென சொல்லி மறுக்கிறேன்,
வேதமோது பிராமணரை வாழவைப்பேன் அடிமைகளாய்.

அடிமைகளாய் வேதியர்கள் இருந்திட வைக்கிறேன்,
எனக்கிணை இல்லை அமரரிலும் மாந்தரிலும்,
பிராமணரை மேலோரென பகரும் வையத்தார்,
க்ஷத்ரியரை உயர்ந்தோரென சொல்லியே துதிப்பார்.

துதிப்பார் என்னை திடமிக்க வேந்தனென,
எனக்கெவர் ஈடாவார் ஆற்றலில் போர்த்திறத்திலென,
ஆணவமானதோர் பதிலை அளித்தான் கார்த்தவீர்யன்,
அன்னையார் காயத்ரி அளித்தார் பதிலை.

பதிலை அளிக்கிறேன் பாராளும் வேந்தனே,
உன்னை பிராமணர்கள் வதைத்துக் கொல்லுவார்,
இல்லை நாடுவிட்டு எங்கேனும் ஓட்டுவார்,
ஆற்றலை இழந்து அழிவாய் நீயும்.

நீயும் அழிவாயென நவின்ற அசரீரியிடம்,
எவராகும் நீயென எழுப்பினான் வினாவை,
வேந்தனாகும் கார்த்தவீர்யா வாய்வாவேன் நானென்று,
தேவர்தம் தூதுவர் தந்தார் பதிலை.

பதிலை உரைத்தது பார்வேந்தன் உனது,
நலத்தை விரும்பியென நவின்றார் வாயுதேவன்,
அதனை மறுத்து அர்ஜுனன் பேசினான்,
பிராமணரை நண்பரெனப் பகர்ந்தீர் உம்கருத்தை.

உம்கருத்தை உரைப்பீர் வேதமோதும் பிராமணர்,
காற்றை ஒத்தவரா கூறுவீர் எனக்கு,
நீரை அக்கினியை நெருப்பை ஆகாயத்தை,
ஒத்தவராய் இருப்பாரா வேதியரில் எவரேனும்?

(153)அனுசாசன பர்வம், பகுதி 153

எவரேனும் வேதியர் இருப்பாரா சக்தியோடென,
ஏளனம் செய்த எழுப்பிய வினாவிற்கு,
வாயுவாகும் தேவர் வழங்கினார் விடையை,
மூளைகுழப்பம் உடையவனே மொழிவதை கேளாய்.

கேளாய் வேந்தனே கூறும் கருத்துக்களை,
பிராமணராய் இருப்போரின் பண்புகள் என்னென்னவென,
வரிசையாய் நீசொன்ன வளியொளி நீர்நெருப்பு,
ஆகாயத்தை விடவும் ஏற்றமுளார் பிராமணர்.

பிராமணர் சக்தியை பகருகிறேன் கேளாய்,
அங்கர் வேந்தனிடம் ஆத்திரமுற்ற பூமிதேவி,
துறந்தார் பூமியின் தனிப்பண்பு அனைத்தையும்,
வெகுண்டார் காஸ்யபர் வழஙினார் சாபம்.

சாபம் அளித்தார் சக்திமிக்க மாமுனிவர்,
தவறாகும் செயல்செய்த தரணியாகும் பூமிதேவி,
போகும் வாதத்தில் பலமிழந்து என்பதாக,
பிராமணர்தம் சக்திக்குப் பாருலகில் நிகரில்லை.

நிகரில்லை பிராமணருக்கு நிலத்திலும் விண்ணிலும்,
கடல்நீரை முழுதாகக் குடித்துவிட்டார் ஆங்கிரஸ்,
பாலினைப் போலவே பெருங்கடலை குடித்தும்,
தீரவில்லை தாகமென்று தண்ணீரை எழுப்பினார்.

எழுப்பினார் கடல்நீரை இன்னும் குடிப்பதற்கு,
ஆங்கிரசானவர் என்மீது ஆத்திரம் கொண்டபோது,
அச்சமானதோர் நிலையிலே அரண்டு ஓடினேன்,
பிராமணர் அக்னிஹோத்ரத்தில் புகுந்து வாழ்ந்தேன்.

வாழ்ந்தேன் நெடுங்காலம் வேள்விகளில் மறைந்திருந்து,
புரந்தரன் அகலிகையைப் புணர்ந்த காரணத்தால்,
சபித்துதான் தண்டித்தார் சக்திமிக்கார் கௌதமர்,
அழித்துதான் முடிக்காமல் இருந்தது கருணையால்.

கருணையால் உலகத்தைக் காக்கும் விருப்பத்தால்,
தேவர்கள் இந்திரனைத் தவிடுபொடி ஆக்காமல்,

விடுவித்தல் செய்தார் வலிமைமிக்கார் கௌதமர்,
கடல்நீரில் உப்புச்சுவை கலந்ததும் பிராமணரால்.

பிராமணரால் சாபமுற்று பெருங்கடல் உவர்ப்பானது,
தங்கம்போல் தகதகக்கும் தகைமைமிக்க அக்கினியும்,
ஆங்கிரசால் சபிக்கப்பட்டு இழந்தார் பொலிவினை,
கங்குகள் எழும்பவில்லை கிடையாது ஒளியேதும்.

ஒளியேதும் இல்லாமல் வாடினார் அக்கினி,
அறுபதாயிரம் மகன்களை இழந்தார் சாகரன்,
கபிலர்தம் கோபத்தினால் கருகி சாம்பலாகினர்,
பிராமணர்தம் சக்திக்கு பார்வேந்தன் சமமில்லை.

சமமில்லை நீதான் சக்திமிக்க பிராமணருக்கு,
உனதுநலத்தை பாதுகாக்க உகந்ததைச் செய்துகொள்,
வெகுபலத்தை உடையவரான வீரமிக்க க்ஷத்ரியரும்,
பிராமணக்குழந்தை முன்னதாகப் பணிந்து தலைகுனிவார்.

தலைகுனிவார் வேந்தரும் தூயவராம் பிராமணரிடம்,
பிறவாததோர் கருவாகினும் பிராமணக் குழந்தையெனில்,
பார்வேந்தர் விழுந்து பணிவார் அக்குழந்தையிடம்,
தண்டகர் தேசத்தைத் தகர்த்தது பிராமணர்.

பிராமணர் ஒருவரே பேரரசன் தலஜங்களைனை,
அழித்தார் அவர்பெயர் ஔரவர் என்பதாகும்,
தத்தாத்ரேயர் கருணையாலே தரணியயை ஆளுகிறாய்,
அக்கினியோர் பிராமணரென அறிந்தும் அவரை,
அனுதினமோர் ஆகுதியிட்டு அடிபணிந்து தொழுவதேன்?

தொழுவதேன் அக்கினியை தேவருக்கு உணவிடுபவரென,
அறியாதவன் அல்லவே அரசன் நீயும்,
பிரமர்தான் அகிலத்தைப் பிறப்பித்தார் தவபலத்தால்,
அற்விலாரின் கூற்று அயன்பிறப்பு முட்டையிலென.

முட்டையிலென உண்டானது முழுவதான உலங்கள்,
ஆரம்பமான துவக்கத்தை அறிந்தவர் எவருமில்லை,
பிரமருக்கான பிறப்பைப் பெற்றார் அண்டத்திலென,

பகருவதான சொற்கள் பகடியன்றி வேறில்லை,

வேறில்லை பிரமரன்றி வையத்தில் ஏதொன்றும்,
பிறப்பினை அடையாதவர் பிறந்தது எவ்விதத்தில்?
எவ்விடத்தை அண்டி இருக்கிறார் பிரமரென,
வினாவை எழுப்பினால் விடையாவது தன்னுணர்வு.

தன்னுணர்வு என்னும் தனித்துவ நிலையிலே,
இருக்கிறது பிரமம் இல்லை முட்டையிலென,
நற்கருத்து உரைத்தும் நாடாளும் வேந்தன்,
தெளியாதது கண்டு தொடர்ந்தார் உரையை.

(154)அனுசாசன பர்வம், பகுதி 154

உரையை மேலும் வழங்கினார் வாயுதேவர்,
அங்கத்தை ஆண்ட அரசன் ஒருவன்,
பூமியை முழுதாக பிராமணருக்கு தானமாக,
வேள்வியை செய்ததற்கு வெகுமதியாய் தரவிழைந்தான்.

தரவிழைந்தான் பூமியை தவித்தார் பூமிதேவி,
எதற்குதன் இவ்வேந்தன் என்னை தானமாக,
அளிக்கிறான் வேதியருக்கு அனைத்து உயிர்களுடன்?
வேதியரின் மகளானேன் வேதனையை விளைக்கிறான்.

விளைக்கிறான் வேதனையை வழங்கும் தானத்தால்,
ஆட்சிதான் செய்யாமல் அந்தணருக்கு தானமாக,
அளிக்கதான் விழைவதால் எனக்குதான் இடர்வரும்,
பூமியின் பண்புவிட்டு போவேன் தந்தையிடம்.

தந்தையிடம் செல்லுவேன் தேவையில்லை இவ்வுலகம்,
அழிவாகும் தாக்கத்தால் அரசன் வீழட்டுமென,
பிரமரிடம் திரும்பினார் பூமியாகும் மாதேவி,
முனிவராகும் காஸ்யபர் மனதினால் உணர்ந்தார்.

உணர்ந்தார் காஸ்யபர் உண்டாகிய மாற்றத்தை,
புகுந்தார் பூமிக்குள் பூதவுடலைத் தனியாக்கி,

யோகியார் தன்னுடலின் ஆற்றலை பூமிக்குள்,
செலுத்தினார் ஆதலால் செழித்தது பூமி.

பூமி நலம்பெற்று புண்ணியம் மிகுந்தது,
தரும வழிகள் தழைத்து ஓங்கின,
விளைவை நன்கு வழங்கின வயல்கள்,
அச்சத்தை அடையவில்லை அகிலத்தில் எவரும்.

எவரும் வருந்தவில்லை எல்லாம் நலமானது,
இவ்விதம் கடந்தன ஆண்டுகள் முப்பதுகோடி,
எவ்விதம் பூமிப்பந்து இருந்ததோ இதற்குமுன்,
அவ்விதமும் அதற்குமேலும் அடைந்தது செழுமை.

செழுமை அடைந்து சீர்பெற்றது உலகம்,
இதனைக் கண்டு அஞ்சிய பூமாதேவி,
தந்தை பிரமரிடம் தங்கியது போதுமென,
காஸ்யபரைக் கண்டு கனிந்து வணங்கினார்.

வணங்கினார் பூமாதேவி வலுமிகுந்த மகரிஷியை,
பிராமணர் புரிந்த பெருஞ்செயல் புரிந்ததா?
வேந்தர் எவரேனும் விஞ்சுவாரா காஸ்யபரை?
விளம்புவீர் என்று வாயுதேவர் முடித்தார்.

முடித்தார் வாயுதேவர் மன்னனிடம் பதிலில்லை,
தொடர்ந்தார் பதிலை தரணிவேந்தன் கேட்கவே,
இன்னோர் நிகழ்வுண்டு இயம்புகிறேன் உனக்கு,
ஆங்கிரசானவர் பெருமுனிவர் அவர்மகன் உதாத்யர்.

உதாத்யர் மணந்தார் அழகுநங்கை பத்ராவை,
சோமனார் மகளாகிய சுந்தரமிகு மங்கையை,
தந்தையார் மணமுடிக்க தேடினார் மருமகனை,
தகுந்தவர் உதாத்யரென தன்மகனை அளித்தார்.

அளித்தார் மகளை உதாத்யரெனும் முனிவருக்கு,
அழகுக்கோர் உதாரணமென அமைந்தவர் பத்ராவும்,
கடைப்பிடித்தார் பலவித கடினமான விரதங்களை,
தவமிருந்தார் உதாத்யர் தனக்கு மணாளனாக.

மணளனாகத் தன்னை மணக்கவேண்டும் உதாத்யரென,
அத்ரியான மாமுனிவர் அம்புலிக்குத் தந்தையார்,
பத்ராவான மங்கையையும் பெருமுனிவர் உதாத்யரையும்,
தம்பதியராக ஆக்கினார் திருமண சடங்கினால்.

சடங்கினால் உதாத்யருக்கு சதியாகிய பத்ராவை,
நெடுநாள் காலமாக நெஞ்சத்தில் நினைத்திருந்து,
ஆசைகள் வைத்திருந்தான் ஓடும்நீர் வருணன்,
யமுனையில் பத்ரா இறங்கினார் குளிப்பதற்கு.

குளிப்பதற்கு இறங்கிய காரிகை பத்ராவை,
இழுத்துசென்று தனது அழகுமிகு மாளிகையில்,
அடைத்துவைத்து சிறைசெய்தான் அடாதவன் வருணன்,
அழகுக்குப் பெயர்போனது அவனது மாளிகை.

மாளிகை உள்ளாக மிகச்சிறந்த பொருட்கள்,
மகிழ்வை அளித்திட மன்றி இருந்தன,
அவ்விடத்தை அடைந்து அணங்கு பத்ராவுடன்,
கலவிகளைச் செய்து களித்தான் வருணன்.

வருணன் தனது வாஞ்சை மனைவியை,
கடத்தினான் என்பதைக் கண்டறிந்தார் உதாத்யர்,
நாரதரின் வாயிலாக நடந்ததைக் கேட்டறிந்தார்,
செல்லுமின் வருணனிடம் சொல்லுமின் கடுஞ்சொற்கள்.

கடுஞ்சொற்கள் வாயிலாகக் கூறுவீர் வருணனிடம்,
கடத்துதல் செய்தான் கேடனான வருணன்,
கொடுத்தல் வேண்டுமென கூறுவீர் கடுமையாக,
நலங்கள் அளிப்பவனே நாசச்செயல் செய்யலாமா?

செய்யலாமா இவ்விதம் சீர்மையிலாத செயலை?
கேவலாமாய் இருக்கிறது கடத்திய இழிசெயல்,
சோமனாய் இருப்பவரின் செல்லப்பெண் பத்ராவை,
மணந்தவனாய் நானிருக்க மிகநீசன் கடத்தியதேன்.

கடத்தியதேன் என்று கேட்பதற்கு நாரதர்,

வருணனின் மாளிகைக்கு வந்து வினவினார்,
பதிலளித்தான் வருணன் பத்ரா எனக்கினியாள்,
கொடுக்கதான் இயலாதெனக் கூறி மறுத்துவிட்டான்.

மறுத்துவிட்டான் வருணனென முனிவரிடம் வந்து,
நிகழ்ந்ததன் தொகுப்பை நவின்றார் நாரதர்,
கேடுமிக்கான் எந்தன் கழுத்திலே கைவைத்து,
அனுப்பிவிட்டான் வெளியிலே அனுப்பமாட்டான் பத்ராவை.

பத்ராவைத் தரமாட்டான் பாதகன் வருணன்,
முடிந்ததை செய்து மீட்டுக்கொள் அணங்கையென,
சொன்னதைக் கேட்டதும் சீறினார் உதாத்யர்,
தவபலத்தைக் கொண்டு தண்ணீரை உறைவித்தார்.

உறைவித்தார் நீரை உறிஞ்சிக் குடித்தார்,
காயவைத்தார் உலகைக் கொஞ்சமும் நீரின்றி,
நீருக்கோர் வேந்தனோ நொடிவுற்றான் மனதளவில்,
ஆகினுமவர் மனைவியை அளிக்கவில்லை முனிவரிடம்.

முனிவரிடம் பணியாத முழுமுரடன் வருணனுக்கு,
தனிப்பாடம் புகட்டவே தவமுனிவர் பூமியிடம்,
ஆறுலட்சம் நீர்நிலைகள் இருக்கின்றன பூமியில்,
அவையனைத்தும் வற்றவையென அளித்தார் கட்டளை.

கட்டளை மேலும் கொடுத்தார் சரஸ்வதிக்கு,
இவ்விடத்தை வளமாக்கும் அன்னை சரஸ்வதியே,
மறைவாய் இப்போதே மண்ணுக்குள் புகுந்திடுவாய்,
பாலையாய் இருக்குமிடத்தில் பெருகவை நீரை.

நீரை வற்றவைத்து நிலத்தை வெறுமையாக்கு,
உன்னை இழந்ததால் உயர்வான புனிதத்துவம்,
இல்லை இவ்விடத்திலென இழிபட்டு போகட்டுமென,
வார்த்தை உரைத்தார் ஒப்பினார் சரஸ்வதி.

சரஸ்வதி அங்கிருந்து சென்றுவிட்டார் பூமிக்குள்,
நடுக்கத்தில் வருணன் நலிந்து வெளிவந்து,
ரிஷியிடத்தில் பத்ராவை அளித்துப் பணிந்தான்,

தவத்தால் என்மனைவியைத் திரும்பப் பெற்றேன்.

பெற்றேன் மனைவியையென பகர்ந்த உதாத்யர்,
வருணனின் தவற்றுக்கு வழங்கினார் தண்டனை,
வேந்தரின் நடுவிலே வையத்தில் க்ஷத்ரியரென,
எவர்தான் இருக்கிறார் அவ்வளவு சக்தியுடன்?

சக்தியுடன் வருணனிடம் சண்டையிட்டு அவனிடம்,
மீட்டுதான் எடுத்த மாமுனிக்கு ஈடெவர்,
விளம்பதான் வேண்டுமென வினவினார் வாயுதேவர்,
பதில்தான் இல்லாததால் பகர்ந்தார் நிகழ்வுகளை.

(155)அனுசாசன பர்வம், பகுதி 155

(156)அனுசாசன பர்வம், பகுதி 156

நிகழ்வுகளை மேலும் நவின்றார் பவனர்,
ஹேஹேயரை ஆளும் அரசனே கேளாய்,
தவவலிமை கொண்ட தூயமுனி அத்ரி,
தேவர்களைக் காத்து தானவரைத் தோற்கடித்தார்.

தோற்கடித்தார் மாமுனிவர் தானவரின் திட்டத்தை,
சூரியனார் சந்திரனார் சிந்தும் ஒளியினை,
இழந்தனர் அவர்களை இராகு தாக்கியதால்,
அமரர் அனைவரும் அழுந்தினர் இருளில்.

இருளில் சிக்கிய அமரர் படைகளை,
அம்பினால் தாக்கி அழித்தனர் தானவர்,
தேவர்கள் பலமோ தொய்ந்து குறைந்தது,
கண்டார்கள் அத்ரியைக் கேட்டார்கள் உதவியை.

உதவியை நாடினர் உன்னதர் அத்ரியிடம்,

சோமனை சூரியனை சாய்த்தான் இராகு,
எங்களை சூழ்ந்தது ஆழமான காரிருள்,
தேவர்களை அழிக்கிறார்கள் தானவரின் கூட்டத்தார்.

கூட்டத்தார் தாக்குவதால் குலைந்தோம் நிலைவிட்டு,
உதவுவீர் எங்களுக்கென வேண்டினர் தேவர்கள்,
வினவினார் அத்ரிமுனி வானவரின் குழாத்திடம்,
சொல்லுவீர் உங்களுக்கு செயத்தகும் உதவியை.

உதவியை வழங்கிட ஒளிருவீர் சந்திரமசாக,
சூரியனை ஒத்து செய்வீர் ஒளிருதல்,
திருடரை ஒத்த தானவரைக் கொல்லுதற்கு,
உதவியை நாடுகிறோம் வழங்குவீர் ஒளியை.

ஒளியை வழங்கி உதவினார் அத்ரிமுனி,
சோமனை ஒத்து சொரிந்தார் நல்லொளியை,
சூரியனே வந்ததென சிந்திய நல்லொளியில்,
தேவர்களே வென்றனர் தானவர்கள் தோற்றனர்.

தோற்றனர் அசுரர்கள் தாக்கிய தேவர்களிடம்,
காத்தவர் அத்ரியெனும் கனத்தவ மாமுனிவர்,
உரைப்பவர் மந்திரத்தை உதடு பிரியாமலே,
அணிபவர் மான்தோலை உண்ணுபவர் கனிகிழங்கை.

கனிகிழங்கை உண்ணும் கனத்தவ மாமுனிவர்,
அத்ரியைக் குறித்து இயம்பினேன் உனக்கு,
பிராமணரை மதிக்கும் புத்தி உண்டானதா?
வேறெதனைக் கேட்பதற்கு விருப்பமா உரைத்திடு.

உரைத்திடு இவ்வுலகில் உள்ளவராம் க்ஷத்ரியரில்,
அத்ரியொடு மேலானவர் எவரேனும் இருக்கிறாரா?
சொல்லுவது வேண்டுமென சிந்தித்து வினவினார்,
பதிலற்று இருந்தான் பார்வேந்தன் அர்ஜுனன்.

அர்ஜுனன் பதிலேதும் அளிக்காது இருந்ததால்,
இந்திரன் ச்யவணரிடம் இடர்பட்ட நிலைகுறித்து,
விளக்கிதான் உரைத்தார் வாயுதேவர் முழுதாக,

அஸ்வினியரின் பொருட்டாக அந்நிகழ்வு உண்டானது.

உண்டானது விவாதம் வாசவனுக்கும் ச்யவணருக்கும்,
அஸ்வினியருக்கு சோமத்தை அளிக்கவேண்டும் தேவரென,
இந்திரனுக்கு ச்யவணர் இயம்பியதை ஏற்காமல்,
எங்களுக்கு சமமிலார் அஸ்வினியர் இருவர்.

இருவர் தேவரில்லை எங்களினும் இழிந்தவர்,
அனன்வர் எங்களுடன் அருந்திடார் சோமத்தையென,
மறுத்தனர் தேவர்களும் மகேந்திரனும் முனிவரிடம்,
கூறினார் முனிவர் கடுமையான சொற்களால்.

சொற்களால் சொல்கிறேன் செயலால் நடத்துவேன்,
இரட்டையர்கள் உடனாக அருந்துவீர்கள் சோமத்தை,
அவர்கள் அமரரென அனைவரும் ஏற்பீர்,
இவைகள் இத்தினத்தில் இங்கே நடக்குமென்றார்.

நடக்குமென்றார் முனிவர் நடக்காதென்றான் இந்திரன்,
இத்தினத்திலோர் வேள்வி எங்கே நடக்கும்,
அருந்துவீர் சோமத்தை அஸ்வினியருடன் இன்றென,
துவக்கினார் வேள்வியைத் தூயவர் ச்யவணர்.

ச்யவணர் வேள்விக்கு செய்யவேண்டும் ஊறென்று,
கரத்திலோர் மலையுடன் கனவேகம் ஓடிவந்து,
வானவர் வேந்தன் வஜ்ரத்தையும் ஓங்கினான்,
மாமுனிவர் சிரித்து மந்திரத்தை ஓதினார்.

ஓதினார் மந்திரத்தை தெளித்தார் தண்ணீரை,
வானவர் வேந்தன் உறைந்து செயலிழந்தான்,
அக்கினியிலோர் கோரத்துடன் அசுரன் பிறந்தான்,
மாடனென்றோர் பெயருளான் மலைபோல வடிவுளான்.

வடிவுளான் மலைபோல உயரமோ மிகப்பெரிது,
வைத்திருந்தான் பற்கள் ஒருநூறு யோஜனையளவு,
கோரைப்பல்லின் நீளத்தைக் கூறினால் இருநூறுயோஜனை,
விழுந்தகதான் வாயை வெகுபெரிதாய்ப் பிளந்தான்.

பிளந்தான் வாயை பயந்தனர் தேவர்கள்,
பணியதான் வேண்டும் பெருமுனிவர் ச்யவணரையென,
அறிவுரைதான் கூறினர் அமரரின் வேந்தனுக்கு,
அவ்விதந்தான் முனிவரிடம் அடிபணிந்தான் இந்திரன்.

இந்திரன் பணிகையில் இழந்தான் பூமியை,
ச்யவணரின் கோபம் சற்று குறைந்தது,
மாடனின் உறைவிடமாய் மாதர்களை பகடையை,
வேட்டையுடன் முனிவர் வழங்கினார் வாழ்ந்திருக்க.

வாழ்ந்திருக்க விட்டார் வாசவன் இந்திரனை,
வலுமிக்க ச்யவணரினும் வேந்தர் எவரேனும்,
பலமிக்க திறமையுளார் பாருலகில் உண்டோவென,
கேள்விவைத்த வாயுவுக்கு கிடக்கவில்லை பதிலேதும்.

பதிலேதும் சொல்லாமல் பார்த்திருந்தான் வேந்தன்,
இதுகாறும் சொன்னவற்றில் இருக்கும் கருத்துக்களை,
உள்ளம் உணராது வேந்தன் நின்றிருந்தான்,
விடையேதும் கூறவில்லை வேந்தன் அர்ஜுனன்.

(157)**அனுசாசன பர்வம்**, **பகுதி 157**

அர்ஜுனன் பேசாததால் அவனுக்கு புத்திசொல்ல,
வாயுதேவன் பேசினார் வாசவனின் நிலைகுறித்து,
ச்யவணரின் ஆக்கத்தால் சக்திபெற்ற அசுரன்,
மதனின் தோற்றத்தால் மகேந்திரன் நடுங்கினான்.

நடுங்கினான் இந்திரன் நலிந்தனர் தேவர்கள்,
பூமியின் ஆட்சியஒ பெற்றார் ச்யவணர்,
வானத்தின் ஆட்சியும் வையமாம் பூமியும்,
போனபின் இந்திரன் பரிதவித்து கலங்கினான்.

கலங்கினான் இந்திரன் கேடுதான் சூழ்ந்ததென,
பணிந்தான் பிரமரிடம் பாதுகாவல் வேண்டுமென,

தேவரின் குழுக்கள் தொழுதனர் பிரமரை,
அகிலத்தின் இறைவரே இழந்தோம் பூமியை.

பூமியைப் பறித்தார் பெருமுனிவர் ச்யவணர்,
வானத்தை இழந்தோம் வலுமிக்க கபர்களிடம்,
புவியை இழந்தபின் போவதெங்கே தேவரெலாம்?
தஞ்சத்தை அளிப்பீரெனத் தொழுது நின்றனர்.

நின்றனர் தேவர்கள் நலிந்து சோர்வுற்று,
பிரமதேவர் உரைத்தார் புரந்தரனே தேவர்களே,
செல்லுவீர் பிராமணரிடம் சொல்லுவீர் நிலையை,
வெல்லுவீர் அவர்கள் வழங்கும் ஆற்றலால்.

ஆற்றலால் உங்களை அமராவதியை ஆளவைத்து,
நல்லவைகள் செய்வார் நிகரிலா பிராமணரென,
கருத்துகள் உரைத்தார் கைகுவித்தனர் தேவர்கள்,
பிராமணர்கள் இருப்பிடம் போனார்கள் தேவர்கள்.

தேவர்கள் பிராமணரிடம் தெரிவித்தார்கள் நிலையை,
உதவிகள் செய்கிறோம் வரவழைக்கிறோம் கபர்களை,
எளிதில் கொல்வோமென இயம்பினர் பதிலை,
பிராமணர்கள் வேள்வியொன்றை புரியத் துவங்கினார்கள்,

துவங்கினார்கள் வேள்வி தங்களை அழிக்கவென,
கபர்கள் அறிந்து கலங்கி சிந்தித்து,
தங்கள் நடுவிலே தனினென்ற அசுரனை,
அனுப்பினார்கள் தூதாக அழிப்பது வேண்டாமென.

வேண்டாமென தனின் விளம்பினான் வேள்வியை,
தருமமென இருப்பதைத் தங்களைப் போலதான்,
சரியான விதத்திலே செயல்களில் கடைப்பிடித்து,
மேலான வாழ்வுற்றோம் மனதிலேன் கோபம்?

கோபம் கொண்டு கொல்லப் புகுந்ததேன்,
எப்போதும் உண்மையை இயம்புகிறோம் நாங்கள்,
எங்களிடன் வளமைதரும் அன்னை ஸ்ரீதேவியும்,
தங்கிவிடும் மனதுடன் தந்தார் பெருவளமை.

பெருவளமை பெற்றோம் புலாலை உண்டிடோம்,
வேள்வியைச் செய்தாலன்றி உண்ணோம் புலாலை,
தேரினை ஒருவர்மட்டும் திமிராய் ஓட்டமாட்டோம்,
மனைவியை விடாய்க்காலத்தில் முயங்குதல் கிடையாது.

கிடையாது பாவமேதும் கபர்களின் செயல்களில்,
இறந்தபின்பு கூட ஏகுவோம் பொன்னுலகம்,
காலைநேரத்து விளையாட்டும் களியாட்டமும் இல்லை,
எங்களுக்கு அழிவுசெய்ய எண்ணுவதேன் நீவிர்.

நீவிர் எங்களை நசித்து அழிக்காதீர்,
கேளீர் அசுரரெனினும் கபர்கள் நல்லவரே,
வெறுக்காதீர் எங்களை வேண்டாம் அழிவேதும்,
நிறுத்திவீர் வேள்வியையென நவின்றான் கருத்தை.

கருத்தை உரைத்தவன் கபர்களின் தூதனிடம்,
கபர்களை அழிப்போம் கிடையாது மாற்றமேதும்,
தேவர்களை ஒத்துதான் திட்டத்தைத் தீட்டினோம்,
அழிவினை அடையத்தகும் அடாதவரே கபர்கள்

கபர்கள் அழிவதில் கிடையாது மாற்றமேதும்,
அவர்கள் தூதுவனென அண்டிவந்த தனினும்,
எவ்விடத்தில் துவங்கி இங்குவந்து சேந்தானோ,
அவ்விடத்தில் மீண்டு இயம்பட்டும் நிகழ்ந்ததை.

நிகழ்ந்தை கபர்களிடம் நவின்றான் தனின்,
உம்நலத்தை காப்பதற்கு உளமில்லை பிராமணருக்கென,
விவரங்களை உரைத்தான் வெகுண்டனர் கபர்கள்,
ஆயுதங்களை எடுத்தனர் அழிப்போம் பிராமணரையென.

பிராமணரையென அழிக்கப் படைதிரண்ட கபர்கள்,
வருவதான காட்சிகண்டு வேள்வியிலே அந்தணர்கள்,
வலுவான அக்கினியை விளைத்து அனுப்பினர்,
பலமான கபர்களைப் பொசுக்கியது அக்கினி.

அக்கினி கபர்களை அழித்தது அரைநொடியில்,

பிராமணரின் தவபலத்தால் பிறந்த பெருந்தீயோ,
தங்கத்தின் நிறத்தில் தகதகத்தது வானிலே,
தானவரின் மிகுதிகளை தேவர்கள் அழித்தனர்.

அழித்தனர் பிராமணர்கள் அதிபலத்த கபர்களை,
பிராமணர் அழித்தனரென புரியவில்லை கபர்களுக்கு,
நாரதர் வந்து நவின்றார் நிகழ்ந்ததை,
அழிந்தனர் கபர்கள் அக்கினி தாக்கத்திலென.

தாக்கத்திலென அக்கினி தழைத்து வளர்ந்தது,
வேள்வியான குண்டத்தினின்று வெளிவந்து கபர்களை,
சாம்பலென ஆக்கியதை சொன்னார் நாரதர்,
தேவரான அனைவரும் துதித்தனர் பிராமணரை.

பிராமணரை அண்டியதால் பெரும்பலம் திரும்பியது,
வானுலகை தேவர்கள் வலிமையுடன் ஆண்டனரென,
நிகழ்ந்ததை நிகழ்ந்தவிதம் நவின்றார் வாயுதேவர்,
ஒப்புதலை உரைத்தான் வேந்தன் அர்ஜுனன்.

அர்ஜுனன் உரைத்தான் ஆட்சியும் பலமும்,
பெற்றுநான் மிளிருதல் பிராமணர் தத்தாத்ரேயரால்,
வணங்குவேன் பிராமணரை விரதமென இதனையே,
ஏற்கிறேன் என்று இயம்பினான் கார்த்தவீர்யன்.

கார்த்தவீர்யன் சொன்னதும் கனிவுடன் வாயுதேவர்,
உந்தன் அழிவு உண்டாகும் பிருகுகுலத்தில்,
உதிக்கும் பலமிக்க வேதரிஷி பிராமணனால்,
இவ்விதம் நிகழுதற்கு இருக்கிறது நெடுங்காலம்.

(158)அனுசாசன பர்வம், பகுதி 158

நெடுங்காலம் முடிவிலே நடந்தேறும் நிகழ்வுகளை,
அர்ஜுனனிடம் வாயுதேவர் இயம்பிச் சென்றாரென,
யுதிஷ்டிரனிடம் பீஷமர் இயம்பினார் நிகழ்வுகளை,
பிதமகரிடம் யுதிஷ்டிரன் பகர்ந்தான் சந்தேகத்தை.

சந்தேகத்தை உடையேன் சொல்லவேண்டும் விளக்கம்,
பிராமணரை எப்போதும் பணிவுடன் தொழுகிறீர்,
அவ்விதமாய் துதிப்பதால் எவ்விதமாய்ப் பலனுண்டு?
எம்மேன்மை உண்டாகுமென அவர்களைத் தொழுகிறீர்?

தொழுகிறீர் பிராமணரைத் தரவேண்டும் காரணமென,
கௌரவர் வேந்தன் கூறினான் ஐயத்தை,
பிதாமகர் பீஷமர் பகர்ந்தார் யுதிஷ்டிரனிடம்,
மானிடர் வடிவிலே முகுந்தன் இருக்கிறான்.

இருக்கிறான் கண்ணன் இயம்புவான் விவரங்களை,
உனக்குதான் கண்ணன் விளம்புவான் விவரங்களை,
பிராமணரின் பெருமைகளைப் பகருதல் எளிதில்லை,
எந்தன் மனத்திலே இல்லை தெளிவு.

தெளிவு இல்லை தெரியும் கண்பார்வையில்,
காது நாவு கண்கள் மனமென்று,
அனைத்து புலன்களும் இடருற்று இருப்பதால்,
உனக்கு பதிலை வழங்குவான் கண்ணன்.

கண்ணன் உனக்குக் கூறுவான் பதில்களை,
எந்தன் உடலை இனிமேலும் தாங்கிட,
நேரந்தான் குறைவு நவின்றதை உணர்ந்துகொள்,
சூரியன் வான்வெளியில் செல்லுகிறான் மெதுவாக.

மெதுவாக சூரியன் மறையட்டும் இத்தினத்தில்,
உடலாக இருப்பதை உகுப்பதற்கு எனக்கு,
சரியான காலம் சீக்கிரமே வருகிறது,
வருணமான அனைத்துக்கும் வழங்கினேன் கடமைகளை.

கடமைகளை பிராமணர் க்ஷத்ரியர் வைசியர்,
சூத்திரர்களைப் பொறுத்து சொன்னேன் விவரமாக,
விடுபட்டவை அனைத்தையும் வினவிவாய் கேசவனிடம்,
கண்ணனை நானறிவேன் கடவுள்தான் கண்ணன்.

கண்ணன் புராதனன் காலத்தைக் கடந்தவன்,
மன்னன் அகிலத்துக்கு முடிவிலான் அளவிலான்,

கேசவன் ஆத்மபலம் கொண்ட மகாவிஷ்ணு,
தருமத்தின் காவலன் தரணியை உண்டாக்கினான்.

உண்டாக்கினான் வானத்தை வானவரின் சொர்க்கத்தை,
அனைத்துயிரின் உள்ளாக அமர்ந்துளான் யோகத்தில்,
கணக்கிடதான் இயலாது கண்ணனின் ஆற்றல்களை,
எடுத்தான் வராகவடிவம் எழுப்பினான் பூமியை.

பூமியை திசைகளை பெருமலையை உண்டாக்கி,
வானத்தைக் காலடியில் வைத்த மகாசக்தன்,
சொர்க்கத்தை எண்திசையைச் செய்து அமைத்தவன்,
பழமையை உடைத்தான புவனத்தை உண்டாக்கினான்.

உண்டாக்கினான் நாபியில் அழகுமிகும் தாமரையை,
அத்தாமரைதான் பிரமதேவர் அவதரித்த இடமாகும்,
அகிலத்தின் இருளைனை அகற்றியவர் பிரமதேவர்,
க்ரேதாய்கத்தின் காலத்தில் கண்ணனே தருமம்.

தருமம் என்னும் திருவடிவம் கொண்டிருந்த,
இறவனாம் கண்ணன் அடுத்ததாகும் த்ரேதாவில்,
ஞானம் என்னும் நல்வடிவம் கொண்டான்,
த்வாபரம் தன்னிலே திடமென்னும் வடிவுற்றான்.

வடிவுற்றான் அநீதியாக வெகுகீழ்மை கலியுகத்தில்,
தைத்தியரின் படைகளைத் தவிடுபொடி ஆக்கினான்,
தேவர்களின் நடுவிலே தோன்றிய முதலிறைவன்,
அசுரரின் வேந்தனாகி ஆண்டவனும் கண்ணனே.

கண்ணனே அனைத்தையும் கருத்துடன் படைத்தான்,
அழிவையே உடையதெனினும் அகிலமே ஆனவற்றை,
உருவாக்கியே கண்ணன் உலகைப் படைத்தான்,
எதிர்காலமே ஆனவனும் ஈடிலாதான் கண்ணனே.

கண்ணனே இருக்கிறான் காலங்கள் அனைத்துமாக,
தருமமே குன்றினால் தரணியிலே பிறந்து,
அகிலத்துக்கே நலத்தை ஏற்படுத்துவான் தருமத்தால்,
அசுரரையே அழிப்பான் அபலரையே காப்பான்.

காப்பான் மண்விண்ணை காப்பான் பாதாளத்தை,
நலத்தின் கேட்டின் நிகழ்வின் காரணன்,
செயலின் ஆக்கமும் செயலும் செயல்விளைவும்,
ராஹுவானான் சோமனானான் தேவரின் சக்ரனானான்.

சக்ரனானான் விஸ்வகர்மன் சகலத்தின் வடிவானான்,
அழிப்பவன் ஆக்குபவன் அகிலங்கள் அனைத்தையும்,
சூலத்தின் வாயிலாக சாகடிப்பான் தீயோரை,
மண்ணுலகின் வாசத்தில் மிகபலத்த மனிதனாவான்.

மனிதனாவான் பயமளிப்பான் மிகக்கடும் வடிவுடையான்,
இறைவனானவன் புகழை இயம்பும் அகிலாண்டமே,
அன்னவன் அருகிலே அப்ஸரஸ்களும் கந்தர்வரும்,
திரண்டுதான் வருவார்கள் தொழுகைதான் புரிவார்கள்.

புரிவார்கள் ராட்சதர்கள் பரிவான பூசைகளை,
வளமைகள் அளிப்பவன் வெற்றிகளின் உறைவிடம்,
சாமகானத்தின் ரதந்தரங்கள் சொல்லுவது கண்ணனையே,
பிராமணரின் போற்றுதலும் பரந்தாமன் ஒருவனுக்கே.

ஒருவனுக்கே பெருமையென உரைத்து துதிபாடி,
இந்திரனுடனே தேவர்கள் அச்சுதனை வணங்கினர்,
பெருமழைக்கே அஞ்சாமல் பெருமலை கோவர்த்தனத்தை,
கரத்திலே ஏந்திய கண்ணனின் திறத்தினால்.

திறத்தினால் அனைத்தையும் தருமவழி நடத்துபவன்,
உயிர்கள் அனைத்துக்கும் உகந்த வரமளிப்பான்,
பழமைகள் உடைத்தான பிரமகுகை தன்னிலே,
ஆதியில் பிரமத்தை அறிந்த உன்னதன்.

உன்னதன் அவனையே உயர்ந்தவன் என்பதாக,
பிராமணரின் குழுக்கள் பாடியே புகழும்,
உணவுகளின் வகைகளை வழுங்கி நிவேதித்தால்,
பெறுபவன் கண்ணனே பூசித்த பொருளத்தும்.

பொருளனைத்தும் ஆனவன் பூமியவன் வானமவன்,

மைத்ரரின் வருணரின் மகனாகப் பிறப்பதற்கு,
உயிர்நீரின் சொட்டுகளை விழவைத்தான் குடத்திலே,
அங்குதான் வசிஷ்டர் அவதரித்து வெளிவந்தார்.

வெளிவந்தார் கண்ணனே வாயுவின் வடிவத்தில்,
அஸ்வியர் ஆவதும் அச்சுதன் கண்ணனே,
முதலிறைவர் சூரியனும் மற்றபல தேவர்களும்,
தேவர் காவலனும் திடமிக்கான் கண்ணனே.

கண்ணனே மூன்றடிகள் காலால் அளவிட்டு,
விண்ணுடனே மண்ணை உள்ளிருக்கும் பாதளத்தை,
அளக்கவே செய்த அலகிலா அனந்தன்,
தேவருடன் மானிடரில் தங்கும் உயிராற்றல்.

உயிராற்றல் ஆகிறான் வானுலகில் பித்ரிக்களுக்கும்,
வேள்விகள் சடங்குகள் வேதவழி காரியங்கள்,
அனைத்தில் இருப்பவன் ஆதவனாய் எழுபவன்,
காலங்கள் இரவுபகல் கணக்கிட்டு நடத்துகிறான்.

நடத்துகிறான் காலத்தை நானிலத்தின் அயனங்களாக,
வடக்கில்தான் உத்தராயணத்தில் வலம்வருவான் ஆறுமாதம்,
திரும்புவான் தெற்கிலே தட்சணாயண காலத்தில்,
நேரிலும் குறுக்கிலும் நிரம்பிடும் கதிர்கள்.

கதிர்கள் நிரம்பிக் கொடுக்கும் ஒளியை,
வேதங்கள் அறிந்தோர் வழுத்துவது கண்ணனையே,
கண்ணனிடத்தில் உண்டாகும் கதிர்களில் ஒருபகுதியை,
பெறுவதால் ஆதவன் பகலில் ஒளிருகிறார்.

ஒளிருகிறார் கண்ணன் வேள்விகளில் அக்கினியாக,
வேள்விசெய்வோர் அனைவரும் வணங்குவது கண்ணனையே,
மையங்கள் மூன்றுடன் மிகப்பெருத்த சக்கரமாக,
குதிரைகள் ஏழுடைய கனத்தேராம் ஆண்டாகிறான்.

ஆண்டாகிறான் பருவமாகிறான் ஆக்கினான் மூன்றுகோட்டை,
ஆற்றலுளான் அனைத்திலும் இருப்பவன் உள்மறைவாய்,
உலகையெலாம் தாங்கும் உன்னதமிகு இறைவன்,

பகலவன் ஆகியே போக்குகிறான் இருளை.

இருலை அகற்றும் ஈடிலா ஒளியாளன்,
காண்டவத்தை அடைந்து கண்ணன் அக்கினிவடிவில்,
நிதானமாய் உட்புகுந்து நெருப்பாகி அழித்தான்,
நினைத்ததை முடிப்பவன் நில்லாமல் செல்லுபவன்.

செல்லுபவன் எங்குமே சிந்தித்த விதத்திலே,
அளிப்பவன் ராட்சதரை உரகரை ஆகுதிகளாக,
அர்ஜுனன் வைத்திருக்கும் அழகுமிக்க வெண்புரவிகளை,
அளித்தவன் கண்ணனே அகிலமே தெராகும்.

தேராகும் அகிலத்தின் தேர்ப்பாகன் கண்ணனே,
மூன்றுவிதம் நகரவல்ல மிகப்பெரும் தேரது,
நான்காகும் குதிரைகளுடன் நடுமையம் மூன்றுடன்,
அகிலாண்டம் முழுதுமே அச்சுதனின் தேராகும்.

தேராகும் அகிலத்தைத் திடமிக்கான் கண்ணனே,
அகிலாண்டம் அனைத்துடனும் ஆக்குகிறான் அமைக்கிறான்,
ஆகாயம் உட்பட ஐந்தாகும் பூதங்களை,
உண்டாக்கும் இறைவன் உன்னதன் கண்ணனே.

கண்ணனே மலைகள் காடுகள் கடல்கள்,
வஜ்ராயுதமே ஏந்திய வாசவன் தாக்கவர,
நதிகளையே கடந்து நிறுத்தினான் அசையாவிதம்,
இந்திரனென்றே இருப்பதும் ஈடிலாதான் கண்ணன்.

கண்ணன் ஒருவனே கடுமைமிக்க துர்வாசரை,
விருந்தினரின் வடிவிலே வரவேற்று உபசரித்து,
வைத்திருந்தான் வீட்டில் ஒருகுறையும் நேராமல்,
ரிஷிகளின் வடிவத்தில் இருந்தான் பழங்காலத்தில்.

பழங்காலத்தில் அகிலாண்ட புவனங்களை உண்டாக்கி,
உயிர்கள் அனைத்தையும் வாழ்வித்தான் பேரிறைவன்,
ரிக்குகள் பல்லாயிரம் ஏத்துதல் கண்ணனையே,
தேவர்கள் குருவாகித் தருவான் கல்வியை.

கல்வியை ஞானத்தைக் கொடுக்கும் இறைவன்,
பழமைச் சடங்குகளைப் பிசகாமல் அனுசரிப்பான்,
கண்ணனை விஸ்வக்ஷேணனென்றும் கூறுவார் மாந்தர்,
வேதவகை செயல்களும் வெகுநலமும் கண்ணனே.

கண்ணனே புண்ணியமும் கடமைகளின் விளைவும்,
வெண்மையே கொண்ட ஒளியும் கண்ணனே,
மூன்றுவிதமே இருக்கும் மாண்புமிக்க அக்கினிகளும்,
திசைகளுக்கே வேந்தர்களும் தூயவன் கண்ணனே.

கண்ணனே மூன்று கடவுள்கள் ஆகினான்,
வேதத்திலே விளம்பப்ப்டும் வேள்விகளும் சடங்குகளும்,
கண்ணனே அன்றி கிடையாது வேறெவரும்,
மூவுலகமே ஆனவன் மூன்றக்கினி கண்ணன்.

கண்ணன் வ்யாஹ்ருதிகளில் கணக்காகிறான் மூன்றாக,
ஒருவன் ஆகினும் அனைத்திறைவர் திரட்சியவன்,
தேவகியின் மைந்தனே தேவர்களில் அனைவரும்,
ஆண்டாகிறான் பருவமாகிறான் இருவாரம் ஆகிறான்.

ஆகிறான் நாளாக அல்லாகப் பகலாக,
மாறுகிறான் காலமாக காஷ்தமாக மாத்ரையாக,
முஹூர்த்தமும் லவமும் க்ஷணமும் கண்ணனே,
விஸ்வக்ஷேணனும் இந்த வாசுதேவன் கண்ணனே.

கண்ணனே நிலவும் கதிரவனும் கோள்களும்,
வானிலே விண்மீன்களும் ஒளிமிகுந்த பௌர்ணமியும்,
தேய்விலே அமாவாசையும் திசைகளும் பருவங்களும்,
கண்ணனிடமே உண்டாகி காலத்தை அளிக்கும்.

அளிக்கும் மாற்றங்கள் அனைத்துக்கும் காரணன்,
விஸ்வக்ஷேணனெனும் பெயரில் வகுப்பவன் காலத்தை,
உருத்திரர்களும் வசுக்களும் அஸ்வினியர்களும் சாத்யரும்,
விஸ்வதேவரும் மருதரும் ப்ரஜாபதிகளும் கண்ணனே.

கண்ணனே தேவர்களின் அன்னையாம் அதிதி,
சப்தரிஷிகளே ஆவதும் சக்திமிகுந்த வாயுவும்,

அகிலாண்டங்களே ஆகி அனைத்துபொருள் ஆனதும்,
அக்கினியே ஆகியதும் ஆழியும் நீரும்.

நீரும் ஆகி நனைக்கிறான் அனைத்தையும்,
நெறியலாம் ஆகியவன் நானிலத்தின் இறைவனென,
இருந்தும் விதிமுறையை வழுவாத உன்னதன்,
ஒளிமிகும் வடிவினன் உலகமே அவனுடல்.

அவனுடல் ஆவது அகிலாண்டம் அனைத்துமே,
உயிர்கள் அனைத்தின் உள்ளிருக்கும் அந்தராத்மன்,
முதலில் உண்டான மாண்புமிக்க நாரணன்,
உலகங்கள் அனைத்தையும் உண்டாக்கினான் தன்னிலே.

தன்னிலே தானாகத் தனித்திருக்கும் ஆத்மன்,
அனைத்திலுமே உட்புறம் அமைந்தான் ஆத்மனாக,
பருவங்களே ஆனவன் பலவிதத்திலே காய்கனிகளாய்,
உணவுகளே வழங்குபவன் வளமிகுந்த இயற்கையவன்.

இயற்கையவன் மழையவன் இருண்ட மேகமவன்,
இடியவன் மின்னலவன் அசையாதவன் அசைபவன்,
கண்ணன் ஜீவனாகையில் கூறுவார் சங்கர்ஷணனென,
ப்ரத்யும்னன் அனிருத்தனெனப் பெயர்பெறுவான் கண்ணன்.

கண்ணன் பிரவாகிக் காணப்படும் பொருட்களாகி,
கொள்கிறான் நால்வடிவம் கொணருகிறான் பொருட்களை,
பஞ்சபூதத்தின் வடிவமும் பரந்தாமன் கண்ணனே,
தேவரின் மானிடரின் தோற்றங்கள் கண்ணனே.

கண்னனே விலங்குகள் கானம்பாடும் பறவைகள்,
அசுரருடனே மண்விண் ஆகாய்ம் ஒளியையும்,
நீருடனே படைத்தவன் நிகரிலாதான் கண்ணனே,
அசைவதுடனே அசையாதவற்றை அமைத்தான் நான்குவிதம்.

நான்குவிதம் பொருட்களும் நிலமும் நீரும்,
ஆகாயம் உட்பட ஐந்துவித பூதங்களும்,
உருவாக்கினான் கண்ணன் உலகின் முதலிறைவன்,
அனைத்தின் வாழ்வாதாரம் அமைந்தது கண்ணனிடம்.

கண்ணனிடம் தேவர்களும் கனபலமுடை அசுரர்களும்,
மானிடரும் ரிஷிகளும் மூதாதையராம் பித்ரிக்களும்,
விலங்குகளும் உண்டாகி வையத்தில் நிரம்பின,
உயிரெலாம் உண்டாக்கி வாழ்வித்துக் காக்கிறான்.

காக்கிறான் அசைவதைக் கல்போல் அசையாததை,
விஸ்வக்ஷேணன் என்று விளம்புவார் வையத்தார்,
எதுதான் வாழ்ந்தாலும் அவ்வுயிர் உண்டாவது,
அச்சுதன் என்னும் இறைவன் கேசவனிடம்.

கேசவனிடம் இருந்தே கிளம்புகிறது காலம்,
தருமமும் நெறிகளும் தரணியில் நிலைத்திட,
ஆதரவாகும் ஒருவன் இறைவன் கண்ணனே,
அறியாததாகும் ஏதேனும் இருப்பினுமது விஸ்வக்ஷேணனே.

விஸ்வக்ஷேணனே மேன்மைகளாய் வையத்தில் இருப்பவன்,
நலத்துடனே தீமையென நானிலத்திலே இருப்பதெலாம்,
கேசவனே அன்றி கிடையாது வேறேதும்,
கேசவனுக்கே மேலானதெனக் கிடையாது வேறொன்று.

வேறொன்று ஈடிலாதான் விஷ்ணுவென்று உரைப்பார்,
நாரணனென்று நானிலத்தார் நவிலுவதும் கண்ணனையே,
உயர்ந்தது மாறாதது உலகின் முதற்காரணம்,
அசவது அசையாததெலாம் அச்சுதனின் வடிவங்கள்.

வடிவங்கள் பலவாஅகி வையமாகி வானாகி,
ஆரம்பங்கள் நடுநிலைகள் அந்தங்கள் ஆகியவன்,
உயிர்கள் அனைத்திலும் உள்ளாம் உட்பொருளாய்,
விருப்பங்கள் போலவே உயிர்களை வாழ்விப்பான்.

(159)அனுசாசன பர்வம், பகுதி 159

வாழ்வளிப்பான் கண்ணன் வையத்தில் உயிர்களுக்கென,

மாதவனின் சிறப்புகளை மொழிந்தார் பீஷ்மர்,
யுதிஷ்டிரன் கண்ணனிடம் எழுப்பினான் வினாவை,
பிராமணரின் ஆசிகளால் பெறத்தகும் நலமென்ன?

நலமென்ன பெறலாம் ஞானமுள்ள பிராமணரை,
பணிவதான செயலாலெனப் பார்வேந்தன் யுதிஷ்டிரன்,
கேள்வியை உகுத்தான் கண்ணனாம் வாசுதேவன்,
பதிலைனை அளித்தான் பார்வேந்தன் வினாவிற்கு.

வினாவிற்கு விடையை வழங்குகிறேன் வேந்தனே,
உரைப்பது அனைத்தையும் உன்னிப்பொடு கவனிப்பாய்,
பிராமணரது பெருமைகளைப் பகருகிறேன் உனக்கு,
ஒருதினத்தன்று த்வாரவதியில் உட்கார்ந்திருந்தேன் வேந்தே.

வேந்தே அப்போது வந்தான் ப்ரத்யும்னன்,
பிராமணரிலே ஒருவரிடம் பிணக்கு நேர்ந்ததென,
கோபத்துடனே என்னைக் கேட்டான் காட்டமாக,
மதுவையே கொன்றவரே மதிப்பதேன் பிராமணரை?

பிராமணரை மதித்து பூசிப்பதேன் நீவிர்?
இவ்வுலகை அவ்வுலகை இரண்டையும் ஆளுதற்கு,
மேன்மையை பிராமணர்கள் மாண்புடன் அடைந்தது,
எவ்விதத்திலே என்றும் இயம்புவீர் விவரமாக.

விவரமாக உரைக்கவேண்டும் விளைந்திரும் பலன்களை,
பிராமணராக இருப்போரை பூசிப்பதான செயலால்,
எவ்விதமாக பலன்கள் ஏற்படும் என்பதை,
சந்தேகமாக இருக்கிறது சொல்லுவீர் விளக்கம்.

விளக்கம் வேண்டுமென விளம்பிய ப்ரத்யும்னனுக்கு,
இவ்விதம் பதிலை அளித்தேன் வேந்தனே,
ருக்மிணியின் மைந்தனே இயம்புகிறேன் கேளாய்,
பிராமணரின் தொழுகையால் பெறப்படும் புண்ணியத்தை.

புண்ணியத்தை காமார்த்தத்தைப் பெறுதற்கு விரும்பினாலும்,
விடுதலையை அடைந்திட விருப்பம் கொண்டாலும்,
பெரும்புகழை வேண்டினாலும் பிணிநீக்க விழைந்தாலும்,

தேவர்களைப் பிதிர்க்களைத் தொழுதாலும் பூசிக்கவேண்டும்.

பூசிக்கவேண்டும் பிராமணரை பானுவாகும் சோமனென,
ஒவ்வொருவருக்கும் மகிழ்வையும் வருத்தத்தையும்
கொடுப்பதற்கு,
அதிகாரம் கொண்டவர்கள் அறிவுமிக்க பிராமணர்கள்,
இவ்வுலகிலும் அவ்வுலகிலும் எல்லாநலமும் பிராமணரால்.

பிராமணரால் உண்டாகும் பெருநமும் சாதனைகளும்,
சேருதல் ஆகும் சக்தியும் பெரும்புகழும்,
உலகங்கள் அனைத்திலும் வாழ்வோரும் வானவரும்,
தொழுதல் செய்வார் தூயவராம் பிராமணரை.

பிராமணரை பணியாமல் பார்வேந்தர் நாமென்று,
திமிரைக் கொள்ளுதல் துளியும் சரியில்லை,
கோபத்தை பிராமணரிடம் காட்டாதே எப்போதும்,
பூசையைச் செய்யவேண்டும் பூவுலகிலும் வானுலகிலும்.

வானுலகிலும் பிராமணர்கள் வெகுமேன்மை பெற்றுளார்,
அகிலாண்டம் முழுவதிலும் இருப்பவை அனைத்தையும்,
நேர்முகம் கொண்டு நன்கறிவார் பிராமணர்கள்,
கோபமேதும் வந்தால் கனலாகி எரிப்பார்.

எரிப்பார் அனைத்தையும் ஆக்குவார் சம்பலாக,
உருவாக்குவார் மற்றபல உலகங்களை தெய்வங்களை,
அத்தகையோர் பிராமணரென அறிந்தபின் நாமெலாம்,
உத்தமர் அவர்களுக்கு வழங்கவேண்டும் மரியாதை.

மரியாதை கொடுத்து மாண்புடன் பணிவதில்,
என்னதடை உள்ளது இவ்வுலகில் ஒருவருக்கு,
முன்னைக் காலத்திலே முனிவர் ஒருவர்,
என்னகத்தைச் சார்ந்து இருந்தார் சிலகாலம்.

சிலகாலம் தங்கினார் சீலமிகும் பிராமணர்,
பச்சைநிறம் செந்நிறம் பிசைந்ததொரு நிறத்திலே,
கந்தையாகும் ஆடைகள் கட்டியே வந்திருந்தார்,
வில்வமரம் உடைத்து வைத்திருந்தார் குச்சியை.

குச்சியை வைத்திருந்தார் களைத்து மெலிந்திருந்தார்,
தாடியை நீளமாகத் தொங்கவிட்ட தோற்றமுளார்,
உலகத்தை சுற்றவந்தார் விண்ணிலும் மண்ணிலும்,
பாடலைப் பாடினார் பொதுமக்கள் சபையிலே.

சபையிலே கேட்கிறேன் சொல்லுவீர் வினாவை,
உங்களிலே எவரேனும் உக்கிரமுனி துர்வாசரை,
அகத்திலே தங்கவைத்து அகமுவந்து பணிசெய்து,
பணியவே வல்லீரோ பகருவீர் விடையை?

விடையை வழங்குவீர் வேதமுனி துர்வாருக்கு,
சிறுதவற்றைக் கண்டாலும் சீற்றத்திலே சபிப்பார்,
கோபத்தை உடையவனெனக் கூறிவிட்டேன் விவரத்தை,
அக்கருத்தைக் கேட்டபின்னும் ஏற்பாரோ விருந்தினனாக?

விருந்தினனாக ஏற்றபின் விரும்பத்தகாத எச்செயலும்,
செய்யாது இருக்கவேண்டும் சம்மதமா உங்களுக்கென,
சவாலாகப் பேசினார் சபையோர் அதிர்ந்தனர்,
கூட்டமாக இருப்பவர்கள் கலங்கித் திகைத்தனர்.

திகைத்தனர் அனைவரும் தரவில்லை பதிலேதும்,
அங்கிருந்தவர் எவருமே அளிக்கவில்லை உறைவிடத்தை,
அத்தகையதோர் நிலையிலே அழைத்தேன் என்னகத்துக்கு,
தங்கியிருந்தார் சிலநாட்கள் தாறுமாறாக உண்ணுவார்.

உண்ணுவார் சிலநாளில் ஓராயிரம்பேர் உணவினை,
சிறிதானதோர் அளவுமட்டும் சாப்பிடுவார் சிலதினத்தில்,
செல்லுவார் அகம்விட்டு சொல்லமாட்டார் எங்கென்று,
வருவார் நினைத்தபோது அழுவார் சிரிப்பார்.

சிரிப்பார் காரணமின்றி சிறுபிள்ளை போலவே,
வாழுவோர் அனைவரிலும் வயோதிகம் மிகைத்தவர்,
வந்தார் ஒருதினம் வெகுவான கோபத்திலே,
எரித்தார் படுக்கையை அணங்குகளைப் பணியாளரை.

பணியாளரை எரித்தபின் போய்விட்டார் தம்போக்கில்,

இந்நிகழ்வை அடுத்து என்னை அருகழைத்து,
கொணருவாய் சர்க்கரைப்பொங்கல் கடும்பசி எனக்கென்று,
கோபமாய் சொன்னார் கட்டளையை ஏற்றேன்.

ஏற்றேன் கட்டளையை அழைத்தேன் பணியாளர்களை,
உரைத்தேன் நல்லதொரு விருந்து தயாரியுமென,
முனிவரின் உணவாக மிகநல்ல பொருட்களை,
சமைத்துதான் விருந்து சாப்பிட அழைத்தேன்.

அழைத்தேன் முனிவரை அளித்தேன் சர்க்கரைப்பொங்கல்,
சிறிதுதான் உண்டபின்னர் சொன்னார் என்னிடம்,
உன்னிடலின் மீதாக இவ்வுணவைப் பூசுவாயென,
முனிவரின் கட்டளைப்படி முழுவுடலிலும் பூசினேன்.

பூசினேன் உடல்முழுதும் பெருமுனிவர் பகர்ந்தவிதம்,
முனிவரின் அருகிலே மங்கை ருக்மிணியும்,
நின்றுதான் இருந்ததால் நிகரிலாத மாமுனிவர்,
ருக்மணியின் உடலிலும் அவ்வுணவைப் பூசினார்.

பூசினார் உணவைப் பாவை ருக்மணிமீது,
கட்டளையிட்டார் ருக்மணியைக் கட்டுங்கள் தேரிலென்று,
குதிரைக்கானதோர் இடத்தில் காரிகை ருக்மணியை,
கட்டினர் அதன்பின்னர் கிளம்பினார் நகருக்குள்.

நகருக்குள் தேரிழுத்து நடந்த ருக்மணியோ,
தளர்வுகள் அடைந்தாள் தள்ளாடி விழுந்தாள்,
நிகழ்வுகள் கண்டு நெகிழ்ந்தனர் தசர்ஹர்கள்,
பிராமணர்கள் கொடுவிடப் பாமென்று உரைத்தனர்.

உரைத்தனர் வேறெவர் உயர்வுமிக்க ருக்மணியை,
தேரிலோர் குதிரைபோலத் தளைத்து செலுத்தவல்லார்?
கொடிதானதோர் விடத்துக்கும் கிடைக்கலாம் மருந்து,
பிராமணர்தம் விடத்துக்குப் பாருலகில் மருந்தில்லை.

மருந்தில்லை பிராமணரின் மிகக்கொடும் விடத்துக்கென,
புலம்பலைச் செய்தனர் பார்த்திருந்தன் தசர்ஹர்கள்,
செல்லவில்லை ருக்மணி சரியான வேகத்திலென,

ஆத்திரத்தை அடைந்து அடித்தார் சாட்டையால்.

சாட்டையால் அடித்துச் செல்லவைத்தார் ருக்மணியை,
பாதையில் தடுமாறினாள் பாவை ருக்மணி,
விழுதல் எழுதலென உடல்நலிந்து தேரிழுத்தாள்,
இறுதியில் கோபத்துடன் இறங்கினார் தேர்விட்டு.

தேர்விட்டு இறங்கி தென்திசையில் ஓடினார்,
பாதையற்று இருந்த புல்வெளி நிலத்திலே,
ஓடுவது கண்டு ஓடினோம் பின்தொடர்ந்து,
எங்களிடத்து கோபிக்காதீரென இயம்பியபடு ஓடினோம்.

ஓடினோம் முனிவருடன் வந்தோம் அருகாக,
என்னிடம் முனிவர் இயம்பினார் கருத்தை,
மனதிடம் கொண்டு முழுதாக ஆத்திரத்தை,
அடக்கதான் செய்தாய் உன்னிடம் தவறில்லை.

தவறில்லை சிறிதளவும் தூயவன் உன்னிடம்,
உன்செயலைக் கண்டு உவந்தேன் உளத்திலே,
வேண்டுவதை எனக்கு விளம்பிவாய் கோவிந்தா,
எதனை வேண்டினாலும் அதனை அளிப்பேன்.

அளிப்பேன் விரும்புவது ஏதெனினும் உனக்கு,
எந்தன் தவபலத்தை அறிந்துகொள் மைந்தனே,
எனக்குதான் மகிழ்வெனில் எல்லாமே நல்கவல்லேன்,
உணவின் ஆசைபோல உன்மீது அன்பிருக்கும்.

அன்பிருக்கும் மாந்தருக்கு அருந்தும் உணவிலே,
அதேவிதம் கண்ணன்மீது அன்புசெய்வார் மாந்தர்,
தருமமிருக்கும் வரையிலே தரணியிலுன் புகழிருக்கும்,
மூவுலகம் முழுதும் மாண்புடன் உனைத்தொழும்.

உனைத்தொழும் மூவுலகும் உண்டாகும் பெருநலம்,
அனைத்துயிருக்கும் மித்ரனாக இருப்பாய் ஜனார்தனா,
உன்னகம் தன்னிலே என்னுடைய கோபத்தால்,
உடைந்ததும் எரிந்ததும் வந்திடும் பழுதின்றி.

பழுதின்றி அனைத்தும் புதுப்பொலிவு எய்திடும்,
உணவென்று சமைத்ததை உன்மீது பூசவைத்தேன்,
எந்தெந்த இடத்திலே அவ்வுணவு பட்டதோ,
அந்தத்த இடத்திலே இரும்பானது உன்னுடல்.

உன்னுடல் மீது ஆயுதங்கள் தாக்கினாலும்,
சிறுகீறல் கூடச் செய்யாது ஆயுதங்கள்,
ஏனெனில் பொங்கலில் அளித்தேன் உடலுறுதி,
பாதத்தில் பொங்கலைப் பூசவில்லையே மைந்தா!

மைந்தா பாதத்திலும் முழுதாய்ப் பூசாமல்,
விடுத்தாய் அதுவோர் விரும்பாச்செயல் எனக்கு,
முழுதாய் பலத்துடன் மிளிர்ந்திருப்பாய் கோவிந்தா,
சிறிதாய் கவனக்குறைவால் சீரிழந்தது பாதம்.

பாதம் தவிர்த்து பொங்கல் பூசியதான,
உடல்முழுதும் உறுதிபெற்று வலிமையாய் மாறியது,
ருக்மணியிடம் முனிவர் இயம்பினார் கருத்தை,
மாதர்தம் குழாத்தில் மிகமேன்மை உனக்குண்டு.

உனக்குண்டு பெரும்புகழ் வையத்து மாதர்களில்,
சாதனையென்று பலசெய்வாய் சேரும் பெரும்புகழ்,
உடலுக்கு நோயில்லை வயோதிகம் தாக்காது,
கண்ணனுக்கு துணைவியாகி கடமைகளைச் செய்வாய்.

செய்வாய் கடமைகளை சீர்மிகுந்த மாதே,
உன்னுடலை சூழ்ந்து உன்னதமான நறுமணம்,
நிரந்தரமாய் இருக்கிறது நிகரற்றவள் நீயாவாய்,
பதினாறாயிரமாய் மனைவியரில் பெறுவாய் முதலிடம்.

முதலிடம் பெற்ற மனைவியாய்த் திகழுவாய்,
இவ்வுலகம் விட்டு அவ்வுலகம் செல்லுதற்கு,
காலம் வருகையிலும் கண்ணனுக்கு துணைவியாய்,
வானுலகம் தன்னிலே வாழுவாய் மகிழ்வுடன்.

மகிழ்வுடன் வாழுவாய் மாதவன் துணைவியாயென,
ருக்மணியிடம் சொல்லிவிட்டு ஏறிட்டார் என்னை,

எனைதான் நோக்கி இயம்பினார் இவ்விதம்,
கேசவன் உனக்குக் கொடுக்கிறேன் வரத்தை.

வரத்தை அளிக்கிறேன் வாசுதேவா உனக்கு,
பிராமணரை எப்போதும் பணிவுடன் கவனிக்கும்,
நன்மனதை அடைவாய் நிகரிலானே நீயென்று,
வாழ்த்துதனை அளித்து வேதரிஷி மறைந்தார்.

மறைந்தார் துர்வாசர் மகிழ்வாய் வரமளித்து,
மற்றவர் கேளாவிதத்தில் மனதிலே மந்திரமோதி,
பிராமணர் தேவைகளைப் பரிவுடன் கவனித்தேன்,
இதையோர் விரதமாக ஏற்றேன் வாழ்விலே.

வாழ்விலே இவ்வித விரதத்தை என்னுடன்,
இயற்றவே செய்கிறார் உன்னன்னை ருக்மணியும்,
இருவருமே மகிழ்வுடன் ஏகினோம் மாளிகைக்கு,
பொலிவுடனே இருந்தன பொசுங்கியதும் உடைந்ததும்.

உடைந்ததும் எரிந்ததும் ஒருபழுதும் இல்லாமல்,
புதிதினும் புதிதாகப் பொலிவுடன் மிளிர்ந்தன,
என்மனம் அதிசயம் அடைந்தது அக்காட்சியால்,
பிராமணர்தம் மேன்மை பெரிந்தென்று அறிந்தேன்.

அறிந்தேன் பிராமணரின் உயர்ந்த நிலையை,
ஆதலால்தான் சொல்கிறேன் அரசனே கௌந்தேயா,
பிராமணரின் பாதத்தைப் பணிந்தெழுந்து தானமீந்து,
அவர்களின் கட்டளையை ஏற்று செயலாக்கு.

செயலாக்கு பிராமணர் சொல்லும் வார்த்தைகளை,
பிராமணரது வாழ்த்துகளால் பெற்றேன் மிகநன்மை,
எனைக்குறித்து பீஷ்மர் இயம்பியவை அனைத்துமே,
உண்மையென்று உணர்ந்துகொள் அரசாளும் வேந்தனே.

(160)அனுசாசன பர்வம், பகுதி 160

வேந்தனே என்று விளம்பிய கண்ணனிடம்,

மாதவனே துர்வாசரிடம் மாண்புமிக்க ஞானமாக,
எதனையே அடைந்தாய் எனக்கு இயம்பவேண்டும்,
ஞானத்திலே சிறந்தவனே நவிலவேண்டும் விவரமாக.

விவரமாக எனக்கு விளம்பவேண்டும் கண்ணா,
உன்னதமாக இருக்கும் உயர்ந்த இறைவரின்,
பெயர்களாக உலகிலே பகரப்படும் அனைத்தையுமென,
வினாவாக எழுப்பியதும் விடையளித்தான் வாசுதேவன்.

வாசுதேவன் உரைத்தான் விளம்புகிறேன் உனக்கு,
துர்வாசரின் கருணையால் தெரிந்துகொண்ட அனைத்தையும்,
கபர்தின் மஹாதேவரிடம் கனிந்து வணங்குகிறேன்,
இதுதான் சதருதியம் ஈடிலாத மகாமந்திரம்.

மகாமந்திரம் சதருத்ரியத்தை மொழிகிறேன் மனமடக்கி,
அனுதினமும் காலையிலே எழுந்ததும் இம்மந்திரத்தை,
ஓதவேண்டும் புலன்களை அடக்கிய மனத்துடன்,
பிரமராகும் இம்மந்திரத்தைப் பகர்ந்தவர் உலகிற்கு.

உலகிற்கு நலந்தரும் உன்னதமிகு மந்திரத்தை,
இயற்றியது பிரமதேவர் இதனை இயற்றுமுன்னர்,
நோற்றது கடுந்தவம் நிகரிலா மந்திரத்துக்கென,
அகிலத்து உயிர்களை ஆக்கியவர் சங்கரர்.

சங்கரர் உண்டாக்கினார் சகலவித உயிர்களையும்,
நகருவதோர் தொகுப்பும் நகராததோர் பகுப்பும்,
உண்டாக்குபவர் சங்கரரினும் உயர்ந்தவர் வேறில்லை,
மகாதேவர் மூவுலகிலும் மிகவும் மேலானவர்.

மேலானவர் சங்கரர்முன் மற்றெவரும் நிற்பாரில்லை,
சமமானவர் இல்லாத சக்திமிக்கப் பேரிறைவன்,
களத்திலவர் வந்து கடுத்து நின்றாரெனில்,
அனன்வர் கந்தத்திலேயே அழிவார் எதிரிகள்.

எதிரிகள் உயிரிருந்தாலும் அகத்தில் நடுங்குவார்கள்,
தரையில் விழுந்து தவிப்பார்கள் அமைதியின்றி,
கோபத்தில் மகாதேவர் கத்தும் ஓசையினால்,

தேவர்கள் இதயமும் தூளாகி உடையும்.

உடையும் இதயம் ஓசையின் விளைவாக,
பிநாகம் ஏந்துபவர் பார்க்கும் பார்வையிலே,
தேவரும் அசுரரும் நாகரும் கந்தர்வரும்,
குகையினுள் சென்றாலும் கிடைக்காது மனவமைதி.

மனவமைதி கிட்டாது மகேசரை எதிர்த்தோருக்கு,
தருமவிதி மீறிய தக்ஷனாம் ப்ரஜாபதி,
பெருவேள்வி செய்தான் பரமேசரை அழையாது,
பரப்பி வைத்தான் பலவித ஆகுதிகளை.

ஆகுதிகளைப் பெறுவதற்கு ஈசரை அழைக்கவில்லை,
கோபத்தை அடைந்ததால் கணைவிட்டார் மகேசர்,
வேள்வியை அம்புகளால் வதைத்தார் பாவா,
அமைதியில்லை அங்கிருந்த அமரர்களின் மனதில்.

மனதில் பதறியது மண்ணுலகும் விண்ணுலகும்,
நாணில் உண்டான நலிவுதரும் பேரோசை,
வானில் மண்ணில் வாட்டியது அனைவரையும்,
மனதில் கலங்கினர் மண்ணோரும் விண்ணோரும்.

விண்ணோரும் அசுரரும் விதிர்விதிர்த்து நின்றனர்,
மகிழ்வேதும் இல்லை மதிகெட்டுத் திணறினர்,
மலைகளும் நகர்ந்து மண்ணிலே உருண்டன,
வானமும் பிளந்தது ஒளியும் மறைந்தது.

மறைந்தது சூரியனும் மண்விண் தெரியவில்லை,
உலகத்து நலத்துக்கென வேள்விகள் செய்தபடி,
மந்திரத்தை ஓதினர் மறையறிந்த ரிஷிகள்,
தேவர்களைத் துரத்தினார் தூயவர் மஹாருத்ரர்.

மஹாருத்ரர் கோபத்துடன் மிகவேகம் வந்தார்,
பிடுங்கினார் பகனின் பெரிதான கண்ணை,
உணவுக்கோர் ஆர்வமுற்று உண்டிருந்தார் புஷன்,
உதைத்தார் புஷனை உடைத்தார் பல்லை.

பல்லை இழந்தான் புஷனெனும் தேவன்,
பயத்தை அடைந்தனர் பார்த்திருந்த தேவர்கள்,
சிரத்தைத் தாழ்த்தி செய்தனர் மரியாதை,
சங்கரரைக் கண்டு சகலரும் நடுங்கினர்.

நடுங்கினர் அனைவரும் நெஞ்சில் பதட்டத்துடன்,
வைத்தார் மகாதேவர் வில்லிலே அம்பினை,
இறைஞ்சினர் தேவர்கள் எய்யாதீர் அம்பையென,
பாடினர் சதருத்ரியத்தை பாவாவைப் பணிந்தனர்.

பணிந்தனர் தேவர்கள் பரிவுற்றார் மகேசர்,
கொடுத்தனர் மகேசருக்கு கனத்த பெரும்பங்கை,
நடுங்கினர் வேண்டினர் நல்கவேண்டும் தஞ்சமென,
உடைந்ததோர் வேள்விக்கு உடல்பகுதி இணைந்தது.

இணைந்தது உடைந்ததெலாம் எல்லாம் நலமானது,
இன்னொரு நிகழ்வினை இயம்புகிறேன் இப்போது,
அசுரருக்கு நகரங்கள் அமைத்தனர் மூன்றாக,
வானத்து மீதாக வலம்வந்தன நகரங்கள்.

நகரங்கள் இரும்பினால் நல்லொளி வெள்ளியால்,
தங்கத்தால் அமைத்து தகதகத்தன வானத்தில்,
மகவத்தால் அழிக்க முடியவில்லை முப்புரங்களை,
உருத்திரரிடத்தில் வந்து அடைக்கலம் வேண்டினான்.

வேண்டினான் எனக்கு வேண்டும் அடைக்கலமென,
மஹாருத்திரன் உங்களை மனமுவந்து பணிகிறேன்,
அசுரர்களின் தாக்கத்தால் அனைத்துலகும் வீணாகிறது,
தேவர்களின் நலத்துக்கென தைத்தியரை அழிப்பீர்.

அழிப்பீர் முப்புரங்களை அளிப்பீர் நன்னலத்தயென,
மஹாதேவர் பாதத்தில் மஹவத் பணிந்தான்,
உருத்திரர் அவ்விதமே உண்டாகும் நிகழ்வென்றார்,
ஆக்கினார் விஷ்ணுவை அம்பின் முனையாக.

முனையாக விஷ்ணுவும் கழியாக அக்கினியும்,
இறகாக சூரியனும் எமனும் இருபுறத்திலும்,

வில்லாக நால்வேதமும் நாணாக சாவித்ரியும்,
பாகராக பிரமரையும் பெற்றுத் தயாரானார்.

தயாரானார் மகாதேவர் திடமிகுந்த அம்புடன்,
பர்வமானதோர் மூன்றும் பொருந்தின அம்பிலே,
சல்லியமாதோர் மூன்றும் சேர்ந்தது அக்கணை,
பொசுக்கினார் மகாதேவர் பெருங்கணையால் முப்புரத்தை.

முப்புரத்தை எரித்த மாபெரும் கணையானது,
யுகாந்தத்தை ஒட்டி எழும்பும் சம்வர்த்தகமென,
பேராற்றலைக் காட்டி பொசுக்கியது புரங்களை,
வடிவத்தை மாற்றினார் வையத்தின் பேரிறைவர்.

பேரிறைவர் மகாதேவர் பிள்ளையின் வடிவெடுத்து,
வைத்திருந்தார் பஞ்சசிகை படுத்திருந்தார் உமைமடியில்,
எவராவார் இந்த இளங்கன்று என்பதாக,
வினவினர் தேவர்கள் வாசவன் துணுக்குற்றான்.

துணுக்குற்றான் வாசவன் தாக்கவந்தான் குழந்தையை,
ஏந்தினான் வஜ்ரத்தை இரும்புக் கரத்திலே,
கொல்லதான் வந்தவனின் கரத்தை அசையாவிதம்,
உறையதான் வைத்தார் விமலர் கபர்தின்.

கபர்தின் புதுவடிவில் குழந்தையாய் வந்தாரென,
கூட்டத்தின் நடுவிலே காணவில்லை எவருமே,
தேவர்களின் மனதிலே தோன்றியது பெருங்குழப்பம்,
மகாதேவரின் புதுவடிவு மற்றெவருக்கும் புரியவில்லை.

புரியவில்லை எவருக்கும் பிள்ளை இன்னாரென்று,
திசைகளை ஆளும் திக்பாலகரும் விஸ்வதேவரும்,
குழந்தை வடிவெடுத்தார் கடவுளரின் கடவுளென,
அறியவில்லை ஆதலால் அகத்தில் குழபினர்.

குழம்பினர் அனைவரும் கிடையாது தெளிவேதும்,
பிரமதேவர் தனது பெருந்தவ பலத்தினால்,
சிந்தித்தார் அவருக்கு சரியான விளக்கம்,
வரப்பெற்றார் அதனால் விளம்பினார் வேதகானம்.

வேதகானம் இசைத்து விமலரையும் உமாவையும்,
போற்றினார் பிரமர் பணிந்து வணங்கினார்,
மகாதேவர் மனமகிழ்ந்து மகேந்திரனார் கரத்தை,
சரிசெய்தார் அவன்கரம் சக்திபெற்றது மீண்டும்.

மீண்டும் உரைக்கிறேன் மைந்தனே கேளாய்,
துர்வாசரெனும் பிறப்பெடுத்தவர் தூயவர் மகாதேவரே,
என்னகம் வந்து இருந்தார் சிலகாலம்,
குறுபுகளும் இடர்களும் கொடுத்தார் சோதிக்க.

சோதிக்க வந்தவரின் சோதனைகள் அனைத்தும்,
தாங்கிட இயலாதெனினும் தாங்கினேன் பொறுமையாக,
அவருற்ற பெயர்கள் அக்கினி உருத்திரன்,
சாந்தமிக்க சிவன் சர்வன் வெற்றியாளன்.

வெற்றியாளன் இந்திரன் வாயு அஸ்வினியர்,
இடிமின்னலின் இறைவன் இனிமைமிக்க சந்திரமஸ்,
ஈசானியன் சூரியன் அழிப்பவன் காலகாலன்,
வருணன் எமன் உண்டாகும் பகலிரவு.

பகலிரவு சந்திகள் பருவங்கள் ஆண்டு,
விதாத்ரியொடு தாத்ரி விஸ்வகர்மன் சர்வன்,
திசைகணக்கு நான்கும் திசைசந்தி நான்கும்,
அகிலத்து அனைத்தும் அனந்தமாகும் அளவிலான்.

அளவிலான் மஹாதேவன் அனைத்துயிரின் ஆத்மன்,
துர்வாசரின் வடிவம் தேவர்களின் வடிவமாகும்,
தோற்றந்தான் ஒன்றாகத் தோன்றுவார் சிலநேரம்,
இரண்டுடன் பலவாகவும் எதிர்படுவார் சிலநேரம்.

சிலநேரம் பலகோடி சீர்மிக்க வடிவங்களில்,
வருவதும் மஹாதேவர் ஒருவரே ப்ரத்யும்னா,
பிறவாதவரும் இறவாதவரும் பரமேசர் ஒருவரே,
நூறாண்டுகாலம் பாடினாலும் நிறைவுறாது ஈசர்புகழ்.

(161)அனுசாசன பர்வம், பகுதி 161

ஈசர்புகழ் நெடிதென்று இயம்பினான் வாசுதேவன்,
இன்னுங்கேள் யுதிஷ்டிரா அகத்தில் கவனத்துடன்,
பெயர்கள் அனைத்தையும் பகருகிறேன் உருத்திரருக்கு,
மேன்மைகள் உடையவரின் மாண்பினை உரைக்கிறேன்.

உரைக்கிறேன் உருத்திரரின் உன்னதப் பெயர்களை,
மஹாதேவர்தான் அக்கினியென மொழிவார் ரிஷிகள்,
ஸ்தனு மஹேஸ்வரர் சிவன் திரிநேத்ரர்,
இருவடிவு உடையாரென இயம்புவார் வேதமறிந்தோர்.

வேதமறிந்தோர் உரைப்பதில் ஒருவடிவம் அகோரரூபம்,
அடுத்ததோர் வடிவம் அமைதிமிகும் புனிதரூபம்,
இரண்டாவார் ஆகினும் ஆயிரமாயிரம் பகுப்புறுவார்,
கோரமானவர் அக்கினியென கதிரவனென மின்னலென.

மின்னலென அக்கினியென மிகப்பெரும் கதிரவனென,
கோரமான வடிவங்கள் கொண்டிருப்பார் மகாதேவர்,
தருமமென நீரென தணிவான சந்த்ரமசென,
மென்மையான வடிவங்கள் மகாதேவருக்கு உண்டு.

உண்டு இரண்டுமே உடம்பின் இருபுறமும்,
அக்கினிக்கு சோமனுக்கு இருபுறங்கள் பிரிவாகின,
அமைதிமிகு ஒருபகுதி இருப்பது பிரமசரியத்தில்,
உக்கிரமிகு மறுபகுதி உலகங்களை அழிக்கிறது.

அழிக்கிறது ஒருபகுதி ஆக்குவது மறுபகுதி,
மிகப்பெரிது மஹத்தெனும் மகேசரின் வடிவம்,
அனத்துக்கு இறைவராக அழைப்பது ஈஸ்வரரென,
மஹேஸ்வரரென்று பெயருண்டு மிகப்பெரும் சக்தியுண்டு.

சக்தியுண்டு ஆற்றலுண்டு சுடலையில் உறைவாருக்கு,
உணவென்று சதையை உதிரத்தை மஜ்ஜையை,
உண்பவருக்கு பெயராகும் உருத்திரர் என்பது,
தேவர்களுக்கு மூத்தவர் தூயவர் பேரரசர்.

பேரரசர் ஆளுவது பெருத்த அண்டங்கலை,
உடையவர் பெரும்பொருள் உலகங்களைக் காப்பவர்,
மஹாதேவர் என்று மொழிவார்கள் பாவாவை,
வண்ணமுடையார் புகைபோலென விளம்புவார் துர்ஜதியென.

துர்ஜதியென அழைப்பார் தூயவரான மகாதேவரை,
செயலென மகாதேவர் செய்பவை அனைத்தும்,
உயிரென வாழ்பவற்றை உயர்த்தும் வேள்விகளே,
புனிதரென பொருள்பட பகருவார் சிவனென்று.

சிவனென்று இருப்பவர் செல்லுகிறார் வான்வழியில்,
வானத்து வீதியில் வலம்வருவார் தனிப்பாதையில்,
சின்னமென்று இருப்பதும் சற்றும் மாறாதது,
பலவிதத்து வடிவுடையார் பிரிந்தவர் முக்காலமாக.

முக்காலமாக இருப்பவன் மண்விண்ணின் உயிரவன்,
அசைவதாக அசையாததாக அனைத்துமே ஆனதால்,
வஹுரூபனாக பெயருடையான் ஓராயிரம் கண்ணுடையான்,
கணக்கிலாத கண்ணுடையான் காண்கிறான் அனைத்தையும்.

அனைத்தையும் காண்பவன் அவனுடலே கண்வடிவம்,
அளவிலாததாம் ஆற்றலை உகுப்பதும் கண்களாலே,
கண்களுக்கும் முடிவில்லை காட்சியாகும் அனைத்தும்,
அனைத்துயிரும் காக்கும் அரசனாதலால் பசுபதி.

பசுபதி கொண்டதான புனிதமிக்க சின்னம்,
குறிப்பது பிரமசரியம் கொடுப்பது நன்னலம்,
உலகத்தில் இருப்போரெலாம் வணங்குவது சிவனையே,
சின்னத்தை வணங்கினால் சிவனார் மகிழுவார்.

மகிழுவார் சிவனார் மகேசரின் இலிங்கத்தை,
எவரொருவர் பூசித்து அகத்தை அடக்கினாலும்,
உருவமொருவர் செய்து வணங்கினாலும் அதனினும்,
இலிங்கரூபர் பூசையால் ஈசனார் மகிழுவார்.

மகிழுவார் கந்தர்வரும் முனிவர்களும் ரிஷிகளும்,
தேவரானோர் அப்ஸர்ஸ்களும் தொழுதிடும் இலிங்கத்தால்,

உயர்வானதோர் வடிவத்தில் உன்னதம் காட்டிடும்,
இலிங்கமானதோர் வடிவத்தை அகமகிழ்வார் மகேஸ்வரர்.

மகேஸ்வரர் பக்தரிடம் மிகவும் அன்புடையார்,
அளிப்பவர் மகிழ்வை அனைத்து நலங்களை,
வாழுபவர் இடுகாட்டில் உண்ணுபவர் உடல்களை,
எரிப்பவர் உடல்களை இருப்பவர் மயானத்தில்.

மயானத்தில் வேள்விகளை முடிக்கும் ஒருவர்,
வானுலகில் வீரருக்கு வாய்த்திடும் மண்டலத்தில்,
மேன்மைகள் பெற்று மகிழ்ந்து வாழுவார்,
அவரவர்கள் உடலுனுள் இருக்கிறார் ம்ருத்யுவாக.

ம்ருத்யுவாக இருக்கிறார் மகேசரான இறைவரே,
உடலாக இருப்பது ஒவ்வொன்றின் உள்ளாக,
இறப்பாக மறைந்து இருக்கிறார் எப்போதும்,
ப்ராணனாக அபானனாக பிரிவதும் மகேசரே.

மகேசரே பிராணாபானன் மிகவும் கோரமானவர்,
உலகிலே அனைவரும் வணங்கவே உகந்தவர்,
நெருப்புடனே கோரமான நிறைய வடிவங்கள்,
கொண்டவரே மகேசர் கொண்டுளார் பலபெயர்.

பலபெயர் கொண்டவர் பாருலகின் பேரிறைவர்,
அன்னவர் பெயர்களெலாம் அவரது மேன்மையை,
குறிப்பதோர் குறியீடெனக் கொள்ளலாம் உட்பொருள்,
பிராமணர் அவர்முன்னர் பாடுவார் சதருத்ரியம்.

சதருத்ரியம் வேதத்தில் சொல்லப்பட்ட மந்திரம்,
வியாசராகும் முனிவரே வழங்கினார் சதருத்ரியத்தை,
அனைத்துயிரிலும் மூத்தவரென அழைப்பார் ரிஷிகள்,
தேவரிலும் முதல்வர் தேவாதி தேவர்.

தேவர் இவர்வாயில் தோன்றியது அக்கினி,
கொண்டார் நேர்மை கொடுக்கிறார் அபயத்தை,
வணங்குவோர் எவரெனினும் விடமாட்டார் கீழ்மையில்,
வழங்குவார் தன்னுயிரும் வேண்டும் பக்தருக்கென.

பக்தருக்கென அளிப்பார் பெருவாழ்வு நோயின்மை,
நன்னலமான உடல்திடமும் நிறைவான வளமைகளும்,
பொன்பொருளென வளங்களும் போதுமான சுகங்களும்,
வழங்குவதான இறைவன் வழங்கியதை எடுப்பான்.

எடுப்பான் கொடுப்பான் இரண்டுமே அவன்செயல்,
இந்திரனின் தேவர்களின் அனைத்து வளங்களை,
கொடுத்தவன் ஈசனே கருணையின் வடிவினன்,
உலகின் நலந்தீது உண்டாவது ஈசனால்.

ஈசனால் அனைத்தும் ஏற்படும் என்பதாலும்,
அகிலங்கள் அனைத்தையும் ஆளும் திறத்தாலும்,
ஆற்றல்கள் பெற்றவரை ஈஸ்வரனென அழைப்பார்,
அனைத்துல்கின் இறைவராக ஆனதால் மகேஸ்வரர்.

மகேஸ்வரர் வையத்தில் முழுதாக நிரம்பியுளார்,
இருப்பவர் வடிவங்கள் எவ்வெவை தோன்றினாலும்,
கலந்தவர் அனைத்திலும் காற்றுபோல நுண்மையாக,
உறுமுபவர் வாய்திறந்து வருபவர் குதிரைத்தலையாய்.

குதிரைத்தலையாய் கடல்நீரைக் கொதிக்கவைக்கும்
மகாசக்தர்,
சக்திகளை உடையார் சம்பு சதாசிவரென,
உரைதனை முடித்தான் உன்னதன் கண்ணனென,
நிகழ்ந்ததை உரைத்தார் நலமிக்கார் வைசம்பாயனர்.

(162)அனுசாசன பர்வம், பகுதி 162

வைசம்பாயனர் மேலும் விளம்பினார் நிகழ்வுகளை,
தேவகிமைந்தர் இவ்விதம் தெளிவாக உரைத்தபின்,
கௌரவவேந்தர் யுதிஷ்டிரன் கேள்வியை எழுப்பினான்,
கடமையறிந்தவர் பிதாமகரே கொண்டேன் சந்தேகம்.

சந்தேகம் யாதெனில் சிலபேரின் அறிவிலே,
தருமம் என்னவெனத் தெளிவாகத் தோன்றும்,

அவ்விதம் நேரடியாய் அறிவது நல்வழியா?
நெறிதரும் நூல்கள் நவிலுவது நல்வழியா?

நல்வழியா என்பதை நானறிந்து செயலாற்ற,
எவ்வகையாய் முடிவுகளை எடுக்கவேண்டும் வாசுதேவா?
தெளிவாய் ஒருபதில் தருவாய் எனக்கென்று,
பணிவாய் வினவினான் பதிலளித்தார் பீஷ்மர்.

பீஷ்மர் பதிலளித்தார் பார்வேந்தே யுதிஷ்டிரா,
இனிதிலோர் சந்தேகமும் இல்லை எனக்கு,
உனக்கோர் பதிலை வழங்குகிறேன் கேளாய்,
சரியானதோர் வினாவைச் சொன்னாய் வேந்தே.

வேந்தே சந்தேகம் வருவதும் இயல்புதான்,
நிவர்த்தியே செய்தல் நிரம்பவும் சிரமமாகும்,
நேரடியாகவே உணருவதும் நெறிநூல்கள் நவிலுவதும்,
சரியாகவே இருப்பதற்கு சதமானமே உதாரணங்கள்.

உதாரணங்கள் இரண்டுக்கும் உள்ளன ஆதலால்,
இவ்விரண்டில் சரியானதை அறிவது சிரமமே,
சிலபேர்கள் தமது சிந்தனைத் திறத்தாலே,
கற்பனைகள் செய்வார் கரைகண்ட நெறியாளரென.

நெறியாளரென தம்மை நவிலும் அன்னவர்,
சரியானதென தாமே சொல்லுவார் சிலவற்றை,
நேரடியான அறிவின்றி நானிலத்தில் வேறேதும்,
இல்லையென உரைப்பார் ஏற்றிடார் நெறிநூல்களை.

நெறிநூல்களை துச்சமென நவிலும் இம்மாந்தர்,
முட்டாள்களைப் போல மிகத்தவற்றை சரியென்று,
தற்பெருமை காரணமாய்த் திமிருடன் பேசுவார்,
நேர்முகமாய் பிரமத்தை நண்ணுதல் யோகத்தால்.

யோகத்தால் நெடுங்காலம் ஈடிலாதார் பிரமரை,
ஏத்துதல் செய்து அகத்தை அடக்கினால்தான்,
நேர்முகத்தில் தருமவழி நெஞ்சத்தில் தெரியவரும்,
அவ்விதத்தில் ஞானத்துடன் இருப்பவர் அறிவார்.

அறிவார் தருமத்தை அகத்திலே ஞானமுற்றோர்,
மற்றவர் எவரும் முழுதான தருமத்தை,
அறிந்திடார் என்பதே அறுதியான் முடிவாகும்,
ஞானமுளார் அறிவார் நடப்பதன் காரணங்கள்.

காரணங்கள் அனைத்துக்கும் காரணமாம் இறுதியை,
உணருதல் செய்த உன்னதர் ஒருவர்,
ஞானத்தில் ஒளிபெற்று நல்லதொரு மனத்துடன்,
ஒளியில் மிளிருவார் அவறறிவார் தருமத்தை.

தருமத்தை நேர்முகமாய்த் தானறிவார் நிறைஞானி,
வாதத்தை நுணுக்கத்தை விவாதத்தை முன்வைத்து,
முடிவுகளை எடுத்தல் மிகவும் கீழ்மையே,
அரைகுறை அறிவினால் அறிவதை மறுக்கவேண்டும்.

மறுக்கவேண்டும் ஞானத்தில் முழுமையிலார் வாதத்தை,
விவாதிக்கும் திறத்துடன் உதாரணங்கள் பலகாட்டி,
எதுதருமம் என்பதை இயம்புதற்கு முயன்றாலும்,
மறுக்கவேண்டும் ஞானமிலார் மொழியும் கோட்பாட்டை.

கோட்பாட்டை மறுத்திடக் கூறினார் கங்கைமைந்தர்,
சந்தேகத்தை மேலும் சொன்னான் யுதிஷ்டிரன்,
நான்குவகை மார்க்கங்கள் நெறியறிய உள்ளன,
நேர்முகமாய் அறிதல் நிகழ்வுகளால் காரணமறிதல்.

காரணமறிதல் அறிவின் கூர்மை வாயிலாக,
ஆமங்கள் நெறிநூல்கள் உரைப்பதன் வாயிலாயும்,
வழக்கத்தில் இருப்பதை உணர்ந்து கடைப்பிடித்து,
நான்குவழிகள் கூறலாம் நெறிவழியில் முடிவெடுக்க.

முடிவெடுக்க இந்நான்கில் மிகநல்ல வழியை,
தெளிவாக்க வேண்டுமென தெரிவித்தான் சந்தேகத்தை,
பதிலளிக்கத் துவங்கினார் பீஷ்மர் யுதிஷ்டிரனுக்கு,
வலிமைமிக்க ஒருசிலர் வெறுப்பார் தருமத்தை.

தருமத்தை அழித்துத் தம்போக்கில் நடந்திட,

பெரும்பலத்தை உடையவர்கள் பெருமுயற்சி செய்தாலும்,
சிரத்தை மிகக்கொண்ட சீர்மிக்கார் ஒருசிலர்,
நடத்தை மாறாமல் நிற்கவேண்டும் தருமவழியில்.

தருமவழியில் செல்லுவோர் தந்திடும் பாதுகாவல்,
நெடுநாட்கள் தேவையில்லை நசிவுறாது தருமம்,
சிலபேர்கள் அதர்மத்தைச் செய்தாலும் அதனை,
மூடுதல் செய்து மறைப்பார் தருமத்தால்.

தருமத்தால் அதர்மத்தைத் தெரியாவிதம் மூடுதல்,
ஆழங்கள் உடையதான அகழியின் வாயிலை,
புல்பூண்டுகள் மூடிப் பார்வைக்கு சமமாக,
தோற்றத்தில் காட்டுதல்போல் தவற்றினை மறைக்கும்.

மறைக்கும் கேடர்கள் மண்ணுலகில் தம்மளவில்,
தருமம் வழுவாதவரெனத் தோற்றம் உருவாக்கி,
நல்லவர்தம் நடத்தைக்கு நாசங்களை செய்வார்,
கேடுதரும் நடத்தையுளார் கெடுப்பார் தருமவழியை.

தருமவழியை விரும்பாதவர் தூயமறையை வெறுப்பவர்,
நல்லவழியை அழித்து நாசங்களைப் புரிவார்,
நேர்முகமாய் தருமத்தை நெஞ்சம் உணருவதில்,
காரணாமாய் காரியங்களுக்குக் கண்டறிதலில் சந்தேகமுண்டு.

சந்தேகமுண்டு தருமத்தை செயல்வழியாய் வழக்கத்தில்,
அறிந்துகொண்டு செய்வதான அரைகுறை மார்க்கத்திலும்,
நல்லாரென்று இருப்பவர்கள் நயந்து கடைப்பிடிப்பது,
நெறிகளென்று அறநூல்கள் நவிலுகின்ற பாதையை.

பாதையக் காட்டும் பாங்குமிக்க நெறிநூல்கள்,
மனதை சந்தேகமும் மிகப்பெரும் துயரமும்,
தாக்குதலைச் செய்தால் தருமத்தின் பாதையை,
நெறிநூல்களை ஆதாரமாக்கி நல்லவிதம் நடக்கவேண்டும்.

நடக்கவேண்டும் நெறிவழியில் நெஞ்சம் பிசகாதவிதம்,
பொருளும் இன்பமும் பெற்றிட விரும்பாமல்,
தருமம் ஒன்றையே தேடிச் சேர்த்திடு,

பெரியோரிடம் பணிந்து பெறவேண்டும் தருமபோதம்.

தருமபோதம் கொடுக்கத் தக்கவரிடம் பணிந்து,
செயலாக்கம் கொண்டவர் சிறப்பார் அனைத்திலும்,
தாக்குதலும் அழிவுகளும் தருமவானை அண்டாது,
வேள்விகளும் தானங்களும் வழங்கும் நற்பலனை.

நற்பலனை அளிக்கும் நயமிக்க தருமவழியை,
நூல்களை அடிப்படையாக்கி நடத்தையை செயலூக்கியாக்கி,
செயல்களை நல்வழியில் செலுத்தும் ஒருவர்,
வேததங்களை ஒட்டி வாழ்ந்திடும் தருமவான்.

தருமவான் செயல்படும் தருமவழி என்னவென,
யுதிஷ்டிரன் கேட்கவே இயம்பினார் பிதாமகர்,
எழுப்பினான் சந்தேகத்தை யுதிஷ்டிரன் அடுத்ததாக,
ஆழியின் கரைவந்தேன் அக்கரை செல்லுகிறேன்.

செல்லுகிறேன் அக்கரைக்கு செயல்வழியோ தெரியவில்லை,
அழியின் அக்கரையோ எதிரிலே தென்படவில்லை,
தருமத்தின் போக்கினைத் தெரிந்துகொள்ள நீவிர்,
மூன்றைதான் ஆதாரமென மொழிந்தீர் வழிகாட்ட.

வழிகாட்ட வேதமும் உளத்தின் உணர்வும்,
நடத்தையாக வழிவழியாய் நடக்கும் செயல்களும்,
இருப்பதாக உரைத்தீர் இம்மூன்றிலும் கருத்துக்கள்,
ஒன்றாக இருப்பதில்லை வேறுபாடு உண்டாகிறது.

உண்டாகிறது தருமத்தில் விரிசல்கள் மூன்றுவிதம்,
ஒன்றாகியது தருமமென உளத்திலே உணர்ந்தாலும்,
தோன்றுகிறது தருமத்தில் தவறான பிரிவுகள்,
குழம்புகிறது என்மனம் கிடைக்கவில்லை மனத்தெளிவு.

மனத்தெளிவு இல்லையென மொழிந்த பேரனிடம்,
தீயவரது செயல்களால் தருமமானது அழிந்ததென,
தோன்றுகிறது அதுவோ தற்காலிகத் தோற்றமாகும்,
மூன்றாகிறது தருமமென மொழிந்ததற்குக் காரணமுண்டு.

காரணமுண்டு ஏனெனில் கேடிலாத ஒருபொருளே,
தருமமென்று ஒன்றாகத் தன்னொளியொடு இருந்தாலும்,
பார்ப்பவரது கண்ணோட்டம் பகுக்கலாம் மூவிதமாய்,
அவ்விதத்து மூன்றுவழிகள் இருக்கிறது முன்னமே.

முன்னமே இதுகுறித்து பொழியப்பட்ட நெறிகளை,
மனதிலே ஏற்று முடிப்பாய் செயல்களை,
ஏதொன்றே தருமமென எவ்விதமான விவாதமும்,
தேவையே இல்லை தருமம் முழுமையானது.

முழுமையானது தருமம் மனதிலே சந்தேகமேன்?
நீயெனது சொற்களை நலந்தீது ஆராயாமல்,
ஏற்பது வேண்டும் ஏதொன்றும் தெரியாதவனென,
கண்ணற்று இருப்பவன் கடைப்பிடிக்கும் வழியாக.

வழியாக உனக்கு விளம்புகிறேன் இதனை,
விலக்கியாக வேண்டும் வெறுப்பை கோபத்தை,
உண்மையாக நடக்கவேண்டும் உளத்திலே
அஹிம்சைவேண்டும்,
தாராளமாக அளிக்கவேண்டும் தெரிவித்தேன் நான்குவழி.

நான்குவழி எப்போதுமே நலந்தரும் தருமமாகும்,
மூன்னோர்வழி நடந்து மதிக்கவேண்டும் பிராமணரை,
தருமநெறி குறித்து தந்தேன் அடையாளங்களை,
இவற்றில் நம்பிக்கையிலான் அகன்றான் தருமத்தை.

தருமத்தை விட்டுத் தள்ளியே சென்றதாக,
ஒருவனை அறியவேண்டும் அவன்போக்கில் நடந்தால்,
நான்குவகை நடத்தைகளை நவின்றேன் தருமத்துக்கு,
அவற்றைக் மறுத்தால் அடைவான் பெருந்துயரம்.

பெருந்துயரம் வந்துசேரும் பிசகாக நடந்தால்,
பிராமணரிடம் பணிந்து பரிவுடன் நடந்துகொள்,
கனிவுடன் அவர்களை கவனித்துப் பணிந்திடு,
இவ்விதம் பணிசெய்தால் எல்லாம் நலமாகும்.

நலமாகும் அனைத்தையும் நல்குவார் பிராமணர்,

அகிலாண்டம் அனைத்தையும் ஆமைத்துத் தாக்குகிறார்,
பிரமஞானம் எய்தியோர் பிரமரே ஆவாரென,
அறியவேண்டும் மனதில் அளிக்கவேண்டும் மரியாதை.

மரியாதை அளிக்கவேண்டும் மாண்புமிக்க பிராமணருக்கென,
கருத்தினை உரைத்ததும் கேட்டான் யுதிஷ்டிரன்,
தருமத்தை வெறுப்போரும் தருமவழி நடப்போரும்,
எவ்வெவ்வகை முடிவுகளை அடைவார் பிதாமகரே?

பிதாமகரே என்றதும் பகர்ந்தார் பீஷ்மர்,
ஆசைகளிலே இருளிலே அகத்தை வைத்தவர்,
நெறிகளையே வெறுக்கும் நீசர்கள் ஆகிறார்,
நரகத்தையே அவர்கள் நாடிச் செல்லுவார்.

செல்லுவார் சொர்க்கத்துக்கு சீர்மிகுந்த நல்லவர்,
சொல்லுவார் உண்மையையே சிரத்தையுடன் நடப்பார்,
வழுவிடார் நெறிவிட்டு வாழ்வின் எந்நிலையிலும்,
காத்திருப்பார் குருவின் கட்டளைகள் நிறைவேற்ற.

நிறைவேற்றச் செய்வார் நல்லாரின் கட்டளைகளை,
பெரியோர்க்கு அடிபணிந்து பாங்குடன் நடப்பதால்,
தருமத்து வழிவிட்டுத் துளியும் பிசகிடார்,
ஆசையற்று வெறுப்பற்று உடலிளைத்து விரதமிருப்பார்.

விரதமிருப்பார் நெறிகளை வழுவாது காத்திடுவார்,
பிரமனார் மைந்தர்களே பிராமணர் என்பதால்,
வணங்குவார் பிராமணரை ஒருபோதும் சோர்வின்றி,
தருமத்திலவர் கொண்டது தளர்விலாத உறுதி.

உறுதி கொண்டவர் உன்னத நெறியாளரை,
அறிவதைக் குறித்து அளித்த விவரங்களில்,
வினாவினை எழுப்பினான் வேந்தன் யுதிஷ்டிரன்,
தீமையை உடையவரைத் தெரிவிக்கும் அறிகுறியென்ன?

அறிகுறியென நல்லவர் இயற்றும் செயல்களுக்கு?
விளக்கமான பதிலை வழங்குவீரென யுதிஷ்டிரன்,
சரிதவறான மனிதர்களை சீர்தூக்கும் வழியென்னவென,

இணக்கமான வார்த்தைகளில் இயம்பினான் பிதாமகரிடம்.

பிதாமகரிடம் யுதிஷ்டிரன் பணிவாக வினவியதும்,
விளக்கமான பதிலை வழங்கினார் பீஷ்மர்,
செய்வதான அனைத்திலும் சீரிலாதார் கெட்டவர்,
அடக்குற்கான வழியில்லை தடுப்பதுகூட இயலாது.

இயலாது வார்த்தைகளை அடக்கி வைப்பதும்,
பேசுவது அனைத்தும் பிழையான வார்த்தைகளே,
கேடரது குணங்களைக் கூறினேன் வேந்தனே,
நல்லாரது அறிகுறிகளை நவிலுகிறேன் கேளாய்.

கேளாய் நல்லவர் கடமையை செய்வார்,
தவறாய் செய்திடார் திமிராய் நடந்திடார்,
கோசாலை நடைபாதை கழனியில் பயிர்களில்,
கழிவுகளை அகற்றிடார் கடைப்பிடிப்பார் நெறிகளை.

நெறிகளைக் கடைப்பிடிப்போர் நனைந்த கரத்துடன்,
உறக்கத்தை அடைந்திடார் உண்ணுகையில் பேசிடார்,
அக்கினியைக் காளையை இறைவரின் வடிவத்தை,
கோசாலையை நாற்சந்தியைக் கண்டால் வலம்வருவார்.

வலம்வருவார் பிராமணரை உயர்ந்தோரை நல்லாரை,
வயோதிகர் மாதர் வெகுசுமை தாங்குவோர்,
பெரிதானதோர் பதவியாளர் பிராமாணர் பசுக்கள்,
அரசர் ஆகியோருக்கு அளிப்பார் வழியை.

வழியை நலமாக்கி வாழுவார் நல்லவர்,
உறவினரை நண்பரை உதவிநாடி வந்தோரை,
சார்ந்தவரை பணியாளரை விருந்தினரை ஓம்புவார்,
சாந்தமாய் அனைவருக்கும் செய்வார் வரவேற்பு.

வரவேற்பு கொடுத்து வழங்குவார் மரியாதை,
கனிவோடு அனைவரையும் கவனிப்பார் நல்லவர்,
உணவுக்கு தேவர்கள் வழங்கினர் இருவேளைகள்,
காலையென்று ஒருவேளை மாலையென்று மறுவேளை.

மறுவேளை உணவுக்கு மேலாக உண்ணாமல்,
இருவேளை மட்டும் ஏற்பார் உணவுகளை,
இவ்விதமாய் உணவுக்கு இருக்கும் கட்டுப்பாட்டை,
நித்தியமாய்க் கடைப்பிடித்தல் நோன்பாகும் உபவாசம்.

உபவாசம் இருந்ததற்கு ஒப்பாகும் ஒருவர்,
காலையும் மாலையும் கொள்ளும் உணவுமுறை,
அதேவிதம் மாதருடன் இணைவதிலும் முறையுண்டு,
விடாய்க்காலம் முடிகையில் வேண்டும் முயங்குதல்.

முயங்குதல் வேண்டுமென மனதினுள் விருப்பமுற்று,
மாதர்கள் விடாய்க்கால முடிவிலே விருப்பமுறுவார்,
அவ்வேளையில் மட்டும் அண்டவேண்டும் மனைவியை,
அவ்விதத்தில் வாழுபவர் இருக்கிறார் பிரமசாரியாய்.

பிரமசாரியாய் வாழுகிறார் புணரும்விதி கடைப்பிடிப்போர்,
பருவகாலத்தை ஒட்டியே புணருபவர் பிரமசாரியே,
அம்ருதத்தை பிராமணரை ஆவினத்தை சமமென்பார்,
இம்மூன்றை வணங்குதல் எல்லோருக்கும் கடமை.

கடமை பிராமணரை கனிந்து தொழுதல்,
ஆவினத்தை வணங்குவதும் அடிப்படைக் கடமையாகும்,
புலானை யஜுர்வேத புனிதமிகு மந்திரங்களால்,
வேள்வியிலே ஆகுதியாக்கினால் உண்ணத் தடையில்லை.

தடையில்லை வேள்வியிலே தந்த ஆகுதியாகும்,
புலாலை ஒருவர் புசிக்கும் செயலுக்கு,
வேறுவகை கொல்லப்படும் விலங்குகளின் மாமிசத்தை,
உணவாய் உண்ணுதல் ஒருபோதும் கூடாது.

கூடாது முதுகெலும்புக் கறியை உண்ணுவது,
வேள்விக்கு ஆகுதியாக வழங்காத கறியை,
தனது மகனுடலில் தரித்து எடுத்ததான,
புலாலென ஒருவர் புசிக்காது தவிர்க்கவேண்டும்.

தவிர்க்கவேண்டும் கவனக்குறைவைத் தனையண்டும்
விருந்தினரிடம்,

தன்னில்லம் ஆகினும் தங்குவது வேறெங்கெனினும்,
தன்னிடம் உணவுதேடித் தனையண்டி வருவோரை,
உணவேதும் வழங்காமல் அனுப்புவது கூடாது.

கூடாது அண்டியோரை கவனிப்பதில் மெத்தனம்,
கற்று முடித்தபின் குருகாணிக்கை தரவேண்டும்,
எங்கு குருவை எதிரிலே கண்டாலும்,
வரவேற்று வணங்கி வழங்கவேண்டும் பூசைகள்.

பூசைகள் செய்து பக்தியுடன் வணங்கி,
குருவிடத்தில் பணிந்தால் கிடைக்கும் நல்வாழ்வு,
பெரியவர்கள் எவரையும் பழித்து இடித்துரைத்தல்,
தவறுதல் ஆகும் தவிர்க்கவேண்டும் எப்போதும்.

எப்போதும் பெரியோருக்கு ஏவல்கள் அளித்து,
பணியேதும் முடிக்கப் போகவே சொல்லுதல்,
தவறாகும் ஆதலால் தவிர்க்கவேண்டும் மதியாமையை,
பெரியோரெவரும் நிற்கையில் பிசகாகும் அமருதல்.

அமருதல் கூடாது உயர்ந்தவர்கள் நிற்கையில்,
இவ்விதத்தில் நடந்தால் ஆயுள் பெருகிடும்,
ஆண்பெண்கள் ஆடையின்றி இருக்கும் கோலத்தை,
காணுதல் தவறாகும் கண்விலக்கி அகலவேண்டும்.

அகலவேண்டும் எவரேனும் அம்மணமாய் இருக்குமிடத்தை,
புணரவேண்டும் தனியிடத்தில் புசிக்கவேண்டும் தனியாக,
புனிதத்தலம் அனைத்திலும் புனிதமிக்கார் குருநாதர்,
புனிதமிகும் பொருட்களிலே வெகுபுனிதம் இதயம்.

இதயம் புனிதமிக்க அனைத்திலும் வெகுபுனிதம்,
தேடும் அனைத்திலும் தலையாயது ஞானமே,
போதும் என்பதுதான் பெருமகிழ்வின் ஊற்றுக்கண்,
பெரியோர்தம் அறிவுரைகளைப் பெறவேண்டும் காலைமாலை.

காலைமாலை இருவேளையும் கேட்கவேண்டும் அறிவுரை,
முதுமையை அடைந்தோரை மூத்தோரை மதித்து,
பணிவிடை செய்து பணிவுடன் வணங்கவேண்டும்,

பெரியோரை மதித்தால் பெறலாம் ஞானத்தை.

ஞானத்தை அடைந்திட நண்ணவேண்டும் பெரியோரை,
வேதத்தை ஓதுகையில் உணவுகளை உண்ணுகையில்,
வலக்கரத்தை உபயோகித்தல் வேண்டும் எப்போதும்,
மனதும் வாக்கும் முழுதாய்க் கட்டவேண்டும்.

கட்டவேண்டும் மனதைக் குறைக்கவேண்டும் பேச்சை,
அடக்கவேண்டும் புலன்களை வணங்கவேண்டும் தேவர்களை,
நல்லவிதம் சமைத்ததான க்ரிசரமும் யவகமும்,
பொங்கலும் ஹவியும் பித்ரிக்களுக்கு அளிக்கவேண்டும்.

அளிக்கவேண்டும் மேற்சொன்னவை அனைத்தையும் பூசையிலே,
பித்ரிக்களுக்கும் தேவருக்கும் பூசனைகள் செய்து,
அஷ்டகமெனும் ஸ்ரத்தத்தை அளிக்கவேண்டும் பக்தியுடன்,
கோள்களையும் பூசிக்கலாம் கூறப்பட்ட உணவுகளால்.

உணவுகளால் கோள்களையும் உள்ளன்புடன் தொழலாம்,
முடிமழித்தல் செய்யுமுன் மனதிற்குள் தனக்குத்தான்,
ஆசிகள் வழங்கியபின் ஏற்கவேண்டும் மழித்தலை,
தும்முதல் செய்வாருக்கு தரவேண்டும் ஆசிகளை.

ஆசிகளை அளிக்கவேண்டும் அல்லல்பட்டு நிற்போருக்கு,
நோய்களை உற்று நலிந்தாரையும் வாழ்த்தவேண்டும்,
ஆயுளை நீளமாக அடையட்டும் நலிந்தோரென,
மனத்தை ஒருமையாக்கி மொழியவேண்டும் வாழ்த்தினை.

வாழ்த்தினை அளிக்கவேண்டும் வலிமை குறைந்தார்க்கும்,
பெருமையை உடையாரிடம் பேசிடும் வேளையில்,
ஒருமை வார்த்தைகள் ஒருபோதும் கூடாது,
பழக்கத்தை முன்வைத்தும் பேசலாகாது ஒருமையில்.

ஒருமையில் பேசாமல் வழங்கவேண்டும் மரியாதையை,
தெரிந்தவர்கள் எவரேனும் தனிப்பட்டு பழக்கமெனினும்,
நிலைகளில் மேம்பட்டு நல்வாழ்வு பெற்றிருந்தால்,
அழைத்தல் கூடாது அவரைத் தெரிந்தவரென.

தெரிந்தவரென காட்டுதல் தவறாகும் மேலானவரை,
ஒருமையான வார்த்தைகளில் அவர்களை அழைப்பது,
கொலையான செயலிலும் கொடிதான தவறாகும்,
அறிவான மேன்மையான எவரிடமும் மரியாதைவேண்டும்.

மரியாதைவேண்டும் மேலோரிடம் முறையாய்ப் பேசவேண்டும்,
தன்னிலும் கீழானவரிடம் தனக்கு ஒப்பானவரிடம்,
மகனிடம் மாணாக்கனிடம் மொழியலாம் ஒருமைச்சொல்,
தன்னிலும் மிக்காரிடம் தவிர்க்கவேண்டும் ஒருமைச்சொல்.

ஒருமைச்சொல் கூடாது உயர்ந்தவர்கள் எவரிடமும்,
தவறுகள் செய்தவரின் தவறுகள் அனைத்தையும்,
அவர்கள் இதயமே எப்போதும் உரைக்கும்,
மறைத்தல் கூடாது முறைகெட்டத் தவறுகளை.

தவறுகளை மனதுக்குள் தாமே பூட்டிவைத்தால்,
கேடுகளை அடைந்து கீழ்மையுற்று அழிவார்,
முட்டாள்களாய் இருப்போர் மனதிலே நினைவார்,
தவறுகளைக் அறிந்தவர் தானொருவர் மட்டுமென.

மட்டுமென இல்லாத மிகத்தவறு அனைத்தையும்,
கண்டவரென தனைமட்டும் கருதிடும் ஒருவர்,
மட்டமான பிறப்பெடுத்து மிகப்பாவம் அடைவார்,
செய்தவறென இருப்பவை சிறிதுசிறிதாய் வளரும்.

வளரும் தவறுகள் ஒருவர் மறைத்தால்,
ஏதேனும் தவறுகளை அறிந்தும் அறியாமலும்,
செய்தாலும் அதன்பின் சரியானதை செய்வதால்,
அகலும் பாவங்கள் அண்டும் புண்ணியம்.

புண்ணியம் கிடைக்கும் பாவத்தைச் செய்தவர்கள்,
தகுந்ததாம் நிவர்த்திகளைத் தேர்ந்தெடுத்து செய்தால்,
உப்பிடம் தண்ணீரை ஊற்றினால் அவ்விதம்,
கரைந்தோடும் அவ்விதம் கரையும் பாவங்கள்.

பாவங்கள் கரைந்தோடும் புரிந்திடும் நிவர்த்திகளால்,

நல்லவர்கள் சபையிலே நவிலப்படும் பாவத்தை,
அன்னவர்கள் நன்மனதால் அழித்துத் துடைப்பார்,
தவறுகள் செய்தவர்கள் தக்காரிடம் உரைக்கவேண்டும்.

உரைக்கவேண்டும் தவற்றை விளைத்தவர் நல்லாரிடம்,
சேர்த்துவைக்கும் பொருளை சரியான தருணத்தில்,
அனுபவிக்கும் மனமின்றி அப்படியே வைத்திருந்தால்,
சென்றிவிடும் அப்பொருள் சீர்மிக்க வேறொருவரிடம்.

வேறொருவரிடம் சென்றுவிடும் வைத்திருக்கும்
பெரும்பொருளை,
அனுபவிக்கும் தேவைவந்தும் அனுபவிக்க மறுத்தால்,
அவரவர்தம் மனதுதான் அவரவரின் நேர்மைக்கு,
உரைகல்லெனும் கருத்தை உரைத்தனர் ஞானியர்.

ஞானியர் சொன்னதுபோல் நானிலத்தில் அனைவரும்,
புண்ணியர் ஆகிடவே பெரும்பாடு படுகிறார்,
அவரவர் முயற்சியால் அடையவேண்டும் புண்ணியத்தை,
விளம்பரத்துக்கோர் தருமக்கொடியை வைத்திருப்பவர்
நடிக்கிறார்.

நடிக்கிறார் தன்னைத்தான் நல்லவரென விளம்பரமாய்,
தலகனமிக்கார் தாமே தமைப்பற்றி பேசுவதால்,
வணிகர் போலவே வாங்கலாம் புண்ணியத்தையென,
எண்ணுகிறார் பலன்களில் ஆசைவைத்து செயல்புரிவோர்.

செயல்புரிவோர் புண்ணியத்தை சேர்க்கவேண்டும்
அடக்கத்துடன்,
இறைவர் தொழுகையில் இருக்கவேண்டும் திமிரின்றி,
குருநாதர் பணிவிடைகளில் கூடாது ஏமாற்றுதல்,
மறுவுலகில் நலந்தரும் மண்ணுலகில் தானதருமம்.

தானதருமம் செய்தால் தலைப்படும் நன்னலங்கள்,
இவ்வுலகிலும் நலங்களை அளித்துக் காக்கும்,
அவ்வுலகிலும் ஒருவருக்கு அளிக்கும் மிகமேன்மை,
வாழவேண்டும் ஒருவர் வழுவலிலா நெறிவழியில்.

(163)அனுசாசன பர்வம், பகுதி 163

நெறிவழியில் நடப்பது நலமென்று பீஷ்மர்,
உரைகள் முடித்ததும் விளம்பினான் யுதிஷ்டிரன்,
ஒருசிலர்கள் பாவத்தில் வெகுபெரிதாய் பாதித்திருந்தால்,
முயற்சிகள் எவ்வளவெனினும் முடியாது வளம்பெறுதல்.

வளம்பெறுதல் இயலாது வலிமைபெற்றார் புண்ணியமின்றி,
பலத்தில் குறைந்தாரெனினும் புண்ணியங்கள் உடையவர்,
வளமைகள் அடைவார் வலிமைகள் இல்லாவிடினும்,
முட்டாள்கள் ஆகினும் மிகைத்திடும் பெருவளம்.

பெருவளம் பெற்றிடப் பெருமுயற்சி செய்தாலும்,
உரியகாலம் வருமவரை ஒருபலனும் கிட்டாது,
உரியதாகும் காலம் உண்டாகும் வேளையில்,
முயலாதும் ஒருவரிடம் மிகைத்துவரும் வளமைகள்.

வளமைகள் வேண்டுமென வெகுவாக முயன்றும்,
நூற்றுக்கணக்கில் மாந்தர் நொடிவில்தான் வீழுகிறார்,
முயற்சிகள் இல்லாமல்கூட மற்றசிலர் இருந்தாலும்,
அவரிடத்தில் வளமை அமகிறது தானாக.

தானாக அமையாது தனங்களின் வளமையென,
பெரிதாக முயன்றால் பெறலாம் வளத்தையென,
கூற்றாக உரைப்பது கேடிலாத உண்மையெனில்,
விரைவாக அடையலாம் வளங்கள் அனைத்தையும்.

அனைத்தையும் முயற்சியால் அடையலாம் என்பது,
முழுவதும் உண்மையெனில் மதிமிகுந்த ஒருசிலர்,
வயிற்றுக்கும் வாய்க்குமென வாழுதற்குப் பாடுபட்டு,
பொருள்மிகும் மூடரிடம் பெறுவதேன் அடைக்கலம்.

அடைக்கலம் பெறுவதேன் அறிவீனரிடம் அறிவுடையார்?
என்னதான் முயன்றாலும் அடைய முடியாததை,
அடையதான் இயலாது அயர்விலா உழைப்பாலும்,

நூறுவிதம் பொருள்வேண்டி நடத்துகிறார் முயற்சிகள்.

முயற்சிகள் பலசெய்தும் முடிவில் தோல்வியுற்று,
பொருட்கள் பெறாமல் பொருமுகிறார் ஒருசிலர்,
தேடுதல் இல்லாமலும் தங்களைப் பொருட்கள்,
நாடுதல் செய்வதை நன்கறிவார் சிலபேர்.

சிலபேர் பொருளுக்கென சீரிலாத பாவங்களை,
புரிகிறார் ஆகினும் பொருளேதும் பெறுவதில்லை,
வேறுசிலர் பொருள்தான் வேண்டுமென நினைத்து,
புரிந்திடார் பாவங்கள் பெற்றிடுவார் பொருள்வளம்.

பொருள்வளம் பெறுவதில்லை பெருமுயற்சி செய்வோரும்,
மறைவேதம் சொல்லுவதை முழுதாகக் கடைப்பிடித்தும்,
வளமேதும் வாய்க்காமல் வாடுகிறார் ஒருசிலர்,
ஒருசிலரிடம் அறிவில்லை ஒழுக்கமில்லை பொருளுண்டு.

பொருளுண்டு சிலரிடம் பண்புகள் இல்லாவிடினும்,
அறிவியலென்று இருப்பதை அறியாத முழுமூடர்,
ஒப்பந்தமென்று சட்டமென்று ஒன்றும் கல்லாதவர்,
அரசனுக்கு அமைச்சராக அமருவாத் பதவியில்.

பதவியில் இருப்பதற்குப் போதுமான தகுதிகள்,
தம்மிடத்தில் இருந்தாலும் தக்கவிதம் நிலைகளை,
பெறுதல் இயலாமல் பாடுபடுவார் ஒருசிலர்,
கற்றவர்கள் ஒருசிலரிடம் கனத்தபொருள் இருக்கும்.

இருக்கும் பொருள்வளம் ஏதும் கல்லாரிடமும்,
இருவிதம் வாழுவோரும் இந்த வையத்தில்,
எப்பொருளும் இல்லாமல் அல்லலுற்று கிடக்கிறார்,
அறிவிருந்தும் ஒருசிலர் அடைவதில்லை வளமையை.

வளமையை அடைந்திட அறிவே தேவையெனில்,
அறிவினை உடையவர்கள் அறிவிலாத மூடரிடம்,
பொருளினை வேண்டிப் புகலிடம் அடைவதேன்?
அவ்விதமாய் இல்லையெனில் அனைவரும் கற்றிருப்பார்.

கற்றிருப்பார் கல்விகளைக் கிடைக்கும் பொருளென்று,
தாகமுற்றவர் குடிக்கும் தண்ணீரைப் போலவே,
தேவையுற்றவர் கல்வியை தனத்துக்கென கற்றிருப்பார்,
அறிவுற்றவர் பொருளூற்றிடல் எங்கேனும் நடக்கும்.

நடக்கும் அனைத்தும் நேரங்கள் சரியென்றால்,
ஆயிரம் அம்புகள் இறங்கினும் ஒருவர்,
நேரம் சரியாயிருந்தால் நிற்பார் உயிருடன்,
புல்லும் கொன்றுவிடும் போகுதற்குக் காலமெனில்.

காலமெனில் புல்லும் காலனிடம் அனுப்புமென,
பீஷ்மரிடத்தில் யுதிஷ்டிரன் பகர்ந்தான் கருத்தினை,
பதில்கள் யுதிஷ்டிரனுக்குப் பகர்ந்தார் பிதாமகர்,
உழைப்பில் மிகைத்தோரும் உற்றிடார் பொருள்வளம்.

பொருள்வளம் கிடைக்க பெருமுயற்சி செய்தும்,
எவ்விதமும் வளமைகள் ஏற்படாது தவிப்பவர்,
கடுந்தவம் செய்யவேண்டும் கிடைக்கவேண்டும் பொருளென,
விதையேதும் விதைக்காவிடில் விளைச்சல் கிடைக்காது.

கிடைக்காது பொருள்வளம் காலம் கனியாவிடில்,
மறுவுலகு சென்றாலும் மகிழ்ந்திருக்க விரும்புவோர்,
இவ்வுலகு தன்னிலே அளிக்கவேண்டும் தானங்கள்,
பெரியோரிடத்து காத்திருந்தால் பெற்றிடும் ஞானமென.

ஞானமென வாய்த்தவர் நவின்றதான கருத்து,
அஹிம்சையான வழக்கம் இருப்பவரான மாந்தர்,
உயிரென இருப்பவற்றை உகந்தவிதம் நடத்துபவர்,
கடுமையென இல்லாருக்கு கிடைக்கும் நெடுவாழ்வு.

நெடுவாழ்வு பெறுதற்கு நற்றுணை அஹிம்சையே,
தானமென்று கொடுக்கலாம் தானமேற்றல் கூடாது,
நல்லாரென்று தருமவழி நிற்கும் பெரியோரை,
வணங்குவது வேண்டும் உளத்தில் பக்தியுடன்.

பக்தியுடன் பணியவேண்டும் பழுதிலாத நல்லாரை,
இனிமையுடன் பேசவேண்டும் இதயத்தில் தூய்மைவேண்டும்,

எவ்வுயிருக்கும் வருத்தம் ஏற்படுத்தல் கூடாது,
புழுபூச்சிகளின் சுகதுக்கமும் பிறத்தல் செயல்களால்.

செயல்களால் விளைவுகள் சேருகின்ற காரணத்தால்,
புழுபூச்சிகள் எறும்புகளும் பெறுகின்றன சுகதுக்கம்,
ஆதலால் உன்வாழ்வில் ஏற்படும் மாற்றங்களுக்கு,
வருந்துதல் கூடாது வாழவேண்டும் அமைதியாக.

(164)அனுசாசன பர்வம், பகுதி 164

அமைதியாக வாழவேண்டும் அரசனான நீயென்று,
தொடர்ச்சியாக பீஷ்மர் தந்தார் விடைகளை,
சரியாகத் தானே செயல்களைச் செய்தாலும்,
செயலாக்க வைத்தாலும் சேரும் புண்ணியம்.

புண்ணியம் கிடைக்கும் புரிந்திடும் நற்செயலால்,
தீயதாகும் செயல்களால் திரண்டுவரும் பாவங்கள்,
தானாகவும் பிறர்மூலமும் தீயவற்றை செய்தால்,
வந்துசேரும் பாவங்கள் விலக்கேதும் கிடையாது.

கிடையாது புண்ணியம் கேடுகள் செய்வோருக்கு,
உயிர்களது அறிவிற்கு உட்புகுந்திடும் காலமே,
உயிர்களிடத்து சரிதவற்றை உளத்திலே பிறக்கவைத்து,
செயலாற்ற வைக்கிறது செய்வது காலமே.

காலமே மனிதருக்குக் கொடுக்கிறது சிந்தனையை,
நல்லதே செய்வதால் நல்லதே விளையுமென,
நம்பவே வைப்பதும் நல்லவழி நடத்துவதும்,
காலமே அன்றிக் கிடையாது வேறேதும்.

வேறேதும் கிடையாது வினைகளை விளைப்பது,
உளதிடம் இல்லாவிதம் உள்ளவராம் மாந்தர்,
நலந்தரும் புண்ணியத்தை நாடாது விடுவார்,
புண்ணியம் தேடுவோர் பெறுவார் ஞானத்தை.

ஞானத்தை அடைந்தவர் நலந்தீதை அறிந்தவர்,

தவறானதை விலக்கவேண்டும் தக்கதைச் செய்யவேண்டும்,
வளமையை அடைந்து உயர்வாய் வாழுபவர்,
மறுபிறப்பைக் குறித்து மனதில் எண்ணவேண்டும்.

எண்ணவேண்டும் மறுபிறப்பில் இருக்கலாகாது ஆசைகளென,
நல்லகுணம் கொண்டு நடப்பவர் அனைவரும்,
மறுபிறப்பிலும் நற்குணம் மிகைத்திடவே வாழுவார்,
உயிரிலும் மனதிலும் இருக்கவேண்டும் தருமசிந்தை.

தருமசிந்தை மிகைத்திட தூயவராய் வாழுபவர்,
தன்னுயிரை தன்மனதைத் தூயதாக வைத்திருந்து,
சரியாய் வாழவேண்டும் சீர்மைகளை அடைவதற்கு,
மிகப்பெரிதாய் இருந்தாலும் மிஞ்சாது கேடுகள்.

கேடுகள் எத்தனைதான் கடுமையாய்த் திரண்டாலும்,
மிஞ்சுதல் இயலாது மாண்புமிக்க நலத்தை,
காலத்தால் நலங்கள் காக்கப்ப்டும் ஆதலால்,
அளவில் சிறிதெனினும் ஒளிமிக்கது நலமே.

நலமே இருவிதத்தில் நன்மைகளை நல்கிடும்,
உளமே தூயதாக வைத்திடும் முதலாவதாக,
பாவமே அண்டாதவிதம் பாதுகாப்பு நல்கிடும்,
ஆகவே நல்லவைகள் அளிக்கும் வெற்றியை.

வெற்றியை அடைந்திட வேண்டும் நற்செயல்,
மூவுலகை ஒளிபெருக்கி மாண்புகளில் வைத்திடும்,
தவறுகளைச் செய்வோரைத் தூயவர் ஒருவர்,
நிர்பந்தத்தை உண்டாக்கி நல்லாராக்க இயலாது.

இயலாது தீயவரின் இயல்பினை மாற்றுவது,
வழியற்று நல்லவர்போல் வாழவே வைத்தாலும்,
நடிப்புக்கு மட்டுமே நல்லவராய் வாழுவார்,
அச்சத்துக்கு உட்பட்டுதான் இருப்பார் நல்லவர்போல.

நல்லவர்போல நடிப்பது நிர்ப்பந்தத்தால் மட்டுமே,
தீமையுள மனத்தார் தங்களின் மனதிலே,
கேடுள சிந்தனைகளைக் களைதல் இயலாது,

சூத்திரரென இருப்போரிலும் சீர்மிகுந்தார் உண்டு.

உண்டு சூத்திரரிலும் உயர்வான நன்மனத்தார்,
நான்கு ஆசிரமங்களில் நின்றிட வேண்டாமென,
விலக்கு அளித்ததால் விழுப்பமிகு சூத்திரர்கள்,
நடிப்பு மேற்கொள்ள நேராது தேவைகள்.

தேவைகள் வாழுவுக்கு தூயதான தருமங்களே,
வருணங்கள் நான்கிலும் வாழுகின்ற மாந்தர்களின்,
கடமைகள் குறித்துக் கூறுகிறேன் வேந்தனே,
பஞ்சபூதத்தால் உண்டாகியது பூதவுடல் அனைவருக்கும்.

அனைவருக்கும் உடலானது அமைந்தது ஒரேவிதம்,
பேதங்கள் உடலளவில் பெற்றிடார் வருணத்தால்,
கடமைகள் செயல்களால் கூறலாம் வேறுபாட்டை,
நலங்கள் கடைப்பிடிப்பதில் நேரிடும் பாகுபாடு.

பாகுபாடு கடமைகளில் பகுத்து அளித்தாலும்,
தருமத்து நல்வழியில் தங்களை வழிநடத்த,
அவரவருக்கு சுதந்தரம் இருக்கிறது இவ்வுலகில்,
பேதமற்று சமநிலையைப் பெறலாம் அனைவரும்.

அனைவரும் சமநிலையை அடையலாம் புண்ணியத்தால்,
ஒளிமிகும் உலகங்களை வழங்கிடும் புண்ணியம்,
ஆகினும் புண்ணியங்கள் அளிக்கும் உலகங்கள்,
வந்திடும் முடிவுக்கு வழங்காது நித்தியத்துவம்.

நித்தியத்துவம் ஆனது நலமிக்க புண்ணியமென,
காரணம் நிரந்தரமாய்க் குற்றமற்று இருந்தாலும்,
அடைந்திடும் விளைவுகள் அடைவதேன் முடிவுகளை?
அதற்கும் பதிலுண்டு இயம்புகிறேன் காரணத்தை.

காரணத்தை நோக்கினால் கடமைகளைச் செய்கையில்,
விளைவுகளை அடைந்திட விருப்பத்தைக் கொண்டுதான்,
நற்செயலைச் செய்வதால் நல்விளைவு நித்தியமில்லை,
விருப்பத்தைக் காரணமாக வைத்ததால் முடிவாகிறது.

முடிவாகிறது புண்ணியம் மனமுற்ற ஆசைகளால்,
முடிவிலாதது பிரமத்தில் மனமடங்கும் விடுதலையே,
விளைவுக்கு ஆசைவைத்து விளைக்கும் புண்ணியங்கள்,
முடிவுக்கு வந்துவிடும் மாற்றமில்லை இக்கருத்தில்.

இக்கருத்தில் மாற்றமில்லை எல்லா வருணத்துக்கும்,
எவ்வருணத்தில் பிறப்பவரும் எடுக்கும் உடல்களில்,
ஆத்மனில் எவருக்கும் இல்லை பாகுபாடு,
அந்தத்தில் ஒடுங்குவதும் ஒரேவிதமே அனைத்துயிரும்.

அனைத்துயிரும் அந்தத்தில் அடங்கினாலும் அவ்வுயிரின்,
நற்குணம் அவ்வுயிரில் நிலைத்து ஒடுங்கிநின்று,
மீண்டெழும் அவ்வுயிர் மறுமுறை தோன்றுகையில்,
மாந்தரிடம் ஏற்றத்தாழ்வு மிகைத்த குணத்தினால்.

குணத்தினால் மாந்தர்கள் கடமைகளைப் பலவிதம்,
இயற்றுதல் வாயிலாக அடைகிறார் ஏற்றத்தாழ்வு,
அஃறிணைகள் நடுவிலும் அறத்தின் காரணமாக,
ஏற்றத்தாழ்வுகள் உண்டு அறமே உயர்வுதரும்.

(165)**அனுசாசன பர்வம்**, **பகுதி 165**

உயர்வுதரும் வழிமுறையை இயம்பினார் பீஷ்மரென,
தெளிவுதரும் உரையைத் தொடர்ந்தார் வைசம்பாயனர்,
பாவந்தரும் கேடுகளைப் போக்கவேண்டும் முழுதாயென,
விருப்பம் மிகைத்து வினவியான் யுதிஷ்டிரன்.

யுதிஷ்டிரன் வினவினான் இவ்வுலகம் தன்னிலே,
எதுதான் நலத்தை அளிக்கும் மாந்தருக்கு?
எதைத்தான் செய்தால் அடையலாம் மகிழ்வை?
பாவத்தின் திரட்டுகளைப் போக்குதற்கு வழியென்ன?

வழியென்ன பாவங்களை ஒதுக்கி அழிப்பதற்கென,
சந்தனுவான கௌரவர் சக்ரவர்த்தியின் திருமகன்,

பதிலென உரைத்தார் பலவித நற்பெயர்களை,
அவற்றினை உரைத்தால் அகலும் பாவங்கள்.

பாவங்கள் அகற்றும் புண்ணியமிகு பெயர்களை,
விளம்புதல் செய்தார் வேகவதி மைந்தர்,
இப்பெயர்கள் அனைத்தையும் அந்திசந்தி நடுப்பகலில்,
இயம்புதல் செய்தால் அகன்றோடும் பாவங்கள்.

பாவங்கள் அனைத்தும் போயோடி மறையும்,
இப்பெயர்கள் மிகவும் ஆற்றல் மிகைத்தவை,
நீக்குதல் செய்திடும் நிலைத்த பாவத்தையும்,
புலன்கள் கட்டியே பகரவேண்டும் பெயர்களை.

பெயர்களை உரைக்கலாம் பகலிலும் இரவிலும்,
காலைமாலை இருவேளையும் கூறலாம் இவற்றை,
கருத்தாய்த் தெரிந்தும் கருத்தின்றி தானாகவும்,
உரைப்பதைச் செய்வார்க்கு விலகியோடும் பாவங்கள்.

பாவங்கள் விலகியோடும் புண்ணியங்கள் வந்துசேரும்,
அன்னவர்கள் ஊமையாக அல்லது கண்ணிலாராக,
ஆதல் கிடையாது அடைதல் நலமட்டுமே,
அஃறிணையில் பிறந்திடார் அழுந்திடார் கொடுநரகில்.

கொடுநரகில் வீழ்ந்திடார் கலப்பினத்தில் பிறந்திடார்,
கேடுகள் வந்து கொடுக்காது தாக்கத்தை,
இறப்பில் கூட ஏற்படாது மனக்குழப்பம்,
தேவர்கள் அசுரர்களின் தலைவர் பிரமரே.

பிரமரே ஒளியாவார் பக்திக்கு உரித்தானவர்,
உயிர்களே தொழுதற்கு உகந்தவர் பிரமரே,
எண்ணத்திலே அடங்காதவர் இயம்பொணாப் பேரிறைவர்,
பிறப்பே அடையாதவர் பிரமராகும் இறைவர்.

இறைவர் பிரமர்தான் அகிலத்தின் பேரரசர்,
பிரமனார் துணைவி புத்திமிக்கார் சவித்ரி,
அடுத்ததோர் பிறப்பினை அடைந்திடும் வேதங்கள்,
விஷ்ணுவானவர் அடுத்து வருவார் நாரணனாக.

நாரணனாக வந்திடும் நிகரிலாதார் விஷ்ணுவிடம்,
தவபலமாக இருப்பதைத் தனித்தறிதல் இயலாதே,
அடுத்ததாக முக்கண்ணர் உமாசுதர் உண்டாகிறார்,
ஸ்கந்தனான படைத்தலவர் சக்திமிக்க விசாகன்.

விசாகன் அக்கினி வாயு சந்திரமஸ்,
ஆதித்யன் என்று இயம்பப்படும் பகலவன்,
சக்ரன் எனப்படு சசியின் கணவன்,
துமோர்ணாவின் கணவனாகு தர்மவான் எமன்.

எமன் துமோர்ணாவுடன் ஏகுவான் அடுத்ததாக,
கௌரியுடன் வருணன் ரித்தியுடன் குபேரன்,
புனிதத்தின் வடிவான பசுவாம் சுரபி,
ரிஷிகளின் வேங்கையென இயம்பும் விஸ்ரவஸ்.

விஸ்ரவஸ் சங்கல்பம் வேகவதி கங்கை,
மிகப்பெருச் சாகரம் மற்றபல புனிதநதிகள்,
மருத்துகளாகச் சொல்லப்ப்டும் மிகப்பல தேவர்கள்,
ஞானமிகச் செரிந்த நிகரிலார் வாலகில்யர்.

வாலகில்யர் த்வைபாயனர் வியாச மகாமுனிவர்,
நாரதர் பர்வதர் நிகரிலார் விஸ்வாவசு,
ஹாஹாவென்போர் ஹூஹூவென்போர் தும்புரு சித்ரசேனர்,
வானவர் தூதுவர்கள் வழிவழகு அப்ஸரஸ்கள்.

அப்ஸரஸ்கள் ஊர்வசி அழகுமிகு மேனகா,
மிகையெழில் ரம்பை மிஸ்ரகேசி அலம்புஷா,
விஸ்வாச்சி க்ரிதச்சி பஞ்சசூடா திலோத்தமா,
ஆதித்யர்கள் வசுக்கள் அஸ்வினியர்கள் பித்ரிக்கள்.

பித்ரிக்கள் தர்மன் புனிதமிகு வேதவழிகள்,
தவங்கள் தீட்சை தனையடக்கும் பொறுமை,
பகல்கள் இரவுகள் பிரமதேவர் பிதாமகர்,
மரீசியிடத்தில் மகனாகிய மாமுனிவர் காஸ்யபர்.

காஸ்யபர் சுக்ரர் குருவான வ்ருஹஸ்பதி,

பூமிக்கோர் மகனான பெருமுனிவர் மங்களர்,
புதனென்பார் ராகுவுடன் சனீஸ்வரருடன் நவக்ரகங்கள்,
காலமென்பதோர் பருவம் கணக்கிடும் மாதங்கள்.

மாதங்கள் இருவாரம் முழுதான ஓராண்டு,
வினைதையிடத்தில் உதித்த வலுமிகுந்த கருடன்,
கடல்கள் நாகர்களான காத்ருவின் மைந்தர்கள்,
சதத்ருக்கள் விபாசர்கள் சந்த்ரபாஹா சரஸ்வதி.

சரஸ்வதி தேவிகா சிந்து ப்ரபாசம்,
ஏரி புஷ்கரம் அமரநதி கங்கை,
மஹாநதி வேணா மாண்புமிகு காவேரி,
நர்மதைநதி குலம்புணா நிகரிலாத விசால்யா.

விசால்யா கரதோயா அம்வுவாஹினி சரயு,
லோஹித்யா கண்டகி தாம்ரா அருணா,
கௌதமி வேத்ராவதி கோதாவரி பர்ணசா,
வேணா க்ருஷ்ணவேணா த்விஜா த்ரிஷத்வதி.

த்ரிஷத்வதி காவேரி பெருநதி வேங்கு,
மந்தாகினி ப்ரயாக மாண்புமிகு ப்ரபாசம்,
புண்ணியமிகு நைமிசம் புனிதத்தலம் காசி,
மகாதேவரின் விஸ்வேசரின் மனதுக்கு உகந்தது.

உகந்தது மகேசருக்கு விஸ்வேசமாம் காசிநகர்,
கணக்கற்று தீர்த்தங்களைக் கொண்டது குருக்ஷேத்ரம்,
ஆழிகளுக்கு நடுவே அற்புதமானப் பேராழி,
தவத்தொடு தானங்கள் தூயதான ஜம்புமார்க்கம்.

ஜம்புமார்க்கம் ஹிரண்வதி விதஸ்தம் ப்ளக்ஷவதி,
வேதஸ்ம்ருதியுடன் மளவம் வேதவதி அஸ்வவதி,
பூமியிலிருக்கும் அனைத்துப் புனிதமிகு திருத்தலங்கள்,
கங்கத்வாரம் ரிஷியகுல்யம் சித்ரவாஹம் கௌசிகி.

கௌசிகி என்று கூறப்படும் பெருநதி,
பீமரதி யமுனை வெஹுதநதி மஹேந்த்ரவாணி,
சரஸ்வதி த்ரிதிவா நிலகநதி நந்தநதி,

நந்தமென்று பெயர்கொண்ட நதியாம் இன்னொன்று.

இன்னொன்று புனிதமிகும் ஏரியாகும் கயா,
தர்மாரண்யமென்று பெருவனம் ஃபல்குதீர்த்தம் தேவநதிகள்,
பிரமரது மனத்தில் பிறந்ததான ஏரி,
அனைவரது பாவங்களை அழிக்கவல்ல திருத்தலம்.

திருத்தலம் ஹிமவத் தழைத்தது மூலிகைகளில்,
விந்தியம் தன்னிலே உலோகங்கள் பலவுண்டு,
மூலிகைகளும் தீர்த்தங்களும் மிகைத்ததான் மேரு,
மஹேந்திரம் ஸ்ரிங்கவத் மாளயம் ஸ்வேதம்.

ஸ்வேதம் மந்தாரம் சீலம் சிஷதம்,
தர்துர்ணம் சித்ரகூடம் கந்தமதனம் அஞ்சனாபம்,
புனிதமிகும் சோமகிரியும் பலப்பல மலைகளும்,
திசைநான்கும் உபதிசைகளும் அகிலமாம் பூமியும்.

பூமியும் மரங்களும் பலதிக்கும் விஸ்வதேவரும்,
வான்வெளியும் கோள்களும் வானுறையும் தேவர்களும்,
இயம்பியதும் இயம்பாததுமாம் எல்லாவிதப் பெயர்களும்,
களையட்டும் பாவங்களை கொடுக்கட்டும் புண்ணியத்தை.

புண்ணியத்தை அளிக்கும் புனிதமிகுப் பெயர்களை,
ஓதியோரை விட்டு அகன்றுவிடும் பாவங்கள்,
வரிசையாய் பெயர்களை ஓதிடும் ஒருவருக்கு,
அச்சமாய் ஏதுமில்லை அனைத்தும் நன்மையே.

நன்மையே கிடைக்கும் நாள்தோறும் ஒருவர்,
தெய்வத்தையே தொழுதிடும் தூயதான பெயர்களை,
இசைத்தே பக்தியுடன் இறைவரைத் தொழுதால்,
பிறப்பிலே கீழானவராய் பிறந்திடார் அத்தகையோர்.

அத்தகையோர் தேவர்களை அழைக்கும் பெயர்களை,
வரிசையானதோர் விதத்தில் வழங்கினேன் உனக்கு,
அடுத்ததோர் தொகுப்பாக அளிக்கிறேன் பெயர்களை,
பிராமணர் என்று பகரப்படும் ஞானியரை.

ஞானியரை உயர்ந்தவரை நல்லாரை இசைக்கிறேன்,
எல்லாவகை பாவத்தையும் அழிக்கவல்ல பெயர்களை,
ஓதுவதைச் செய்தால் உண்டாகும் பாவநிவர்த்தி,
பெயர்களை உனக்குப் பகருகிறேன் வரிசையாக.

வரிசையாக உரைக்கிறேன் உள்வாங்கு பெயர்களை,
கிழக்கான திசையில் குழுமியுள்ள பிராமணர்கள்,
குழுவாக யவக்ரீவர் ரைபியர் கக்ஷிவத்,
மாமுனிவராக ஔஷிஜர் பிருகு ஆங்கிரஸ்.

ஆங்கிரஸ் கண்வர் ஔடதஞானி தன்வந்திரி,
திறமிகச் செரிந்த தூயவர் வார்ஹியென,
வளமிகப் பெற்ற உன்னத திசையாகும்,
கிழக்காகச் சார்ந்து கொடுப்பார் நலங்களை.

நலங்களை அளிக்கும் நிகரிலாத ரிஷிகள்,
தெற்குதிசை தன்னிலே தங்கி நலஞ்செய்கிறார்,
முறையாய் உன்மாச்சு பரமாச்சு ஸ்வஸ்த்யத்ரேயர்,
ஆற்றலை உடைய அகத்தியர் ஊர்த்தவாஹு.

ஊர்த்தவாஹு உட்பட உள்ளார்கள் தென்திசையில்,
மேற்கு திசைவாழும் மகரிஷிகள் யாவரெனில்,
உஷங்கொ சகோதரர்கள் பரிவ்யாதர் திர்க்கதமஸ்,
கௌதமரொடௌ காஸ்யபர் ஏகதொருடு த்விதர்.

த்விதர் எஆகதரின் தம்பினான த்ரிதர்,
மூவர் அத்ரியெனும் மாமுனியின் மைந்தர்கள்,
மாமுனிவர் சரவத்துடன் மேற்குதிசையில் வாழுகிறார்,
எவருளார் வடக்கிலென இயம்புகிறேன் வரிசையாக.

வரிசையாக அத்ரி வசிஷ்டர் சாக்ரி,
வியாசரான ப்ராசரரின் வாஞ்சைமிக்க மைந்தர்,
விஸ்வாமித்ரரோடு ஜமதக்னி பரத்வாஜர் பரசுராமர்,
உத்தாலகர் ஸ்வேதகேது விபுலர் தேவலர்.

தேவலர் கோஹலர் தேவசரமன் தௌம்யர்,
ஹஸ்திகஸ்யபர் லோமசர் உக்ரஸ்ரவஸ் நசிகேதர்,

லோமஹர்ஷணர் உக்ரஸ்ரவஸ் ச்யவணர் ஆகியோர்,
வேதமுனிவர் திசைநான்கில் வாழுகிறார் வேதமோதி.

வேதமோதி வாழும் உன்னத ரிஷிகள்,
ஆதியாகி அகிலத்தின் ஆரம்பத்தில் தோன்றியோர்,
வரிசையாக பெயர்களை விளம்பும் மாந்தருக்கு,
நிவர்த்தியாகி நீங்கும் நீங்கொணாப் பாவங்கள்.

பாவங்கள் நீக்கும் பார்வேந்தர் பெயர்களையும்,
வரிச்யையில் உரைக்கிறேன் வேந்தர் ந்ருகு,
ஆற்றல்கள் மிகைத்த அரசர் யயாதி,
தேவர்போல் நகுஷன் யது திலீபன்.

திலீபன் புரு துந்துமாரன் சாகரன்,
சித்ரஸ்வன் க்ரிசஸ்வன் சத்யவத் யௌவனஸ்வன்,
யவனன் துஷ்மந்தன் ஜனகன் பரதன்,
த்ரிஷ்டரதன் ரகு தசரதன் ராமன்.

ராமன் பல்லாயிரம் ராட்சதரை அழித்தவன்,
பகீரதன் சசவிந்து ஹரிச்சந்த்ரன் மருத்தன்,
த்ரிதரதன் அலர்கன் கரந்தமன் அயிலன்,
கஸ்மீரன் தக்ஷின் குகுரன் அம்வரீஷன்.

அம்வரீஷன் ரைவதன் சம்வரணன் குரு,
முசுகுந்தன் ப்ரிது மண்டத்ரி மித்ரபானு,
ஜாவியின் தந்தையான சிறப்புமிக்க ஜானு,
ப்ரியங்காரன் த்ரசதஸ்ய் ஸ்வேதன் அஷ்டகன்.

அஷ்டகன் மகாபிஷன் ஆயு நிமி,
க்ஷுபன் ப்ரதர்தனன் காக்ஷேயு தேவதாசன்,
சுடசன் கோலேஸ்வரன் ஐலன் நளன்,
ப்ரிஷதரன் மனு ப்ரதீபன் ஹவிதரன்.

ஹவிதரன் சந்தனு அஜன் பெருவார்ஹி,
அனாரண்யன் ஜனுஜங்கன் இக்ஷ்வாகு காக்ஷசேனன்,
வரலாற்றின் ஓட்டத்தில் ஒருசிலரின் பெயர்கள்,
மறைந்துதான் போனாலும் மாண்புமிக்கார் இன்னும்பலர்.

இன்னும்பலர் வேந்தரென ஆண்டார் இவ்வுலகை,
எவரொருவர் காலைமாலை இருவேளையும் பக்தியுடன்,
பார்வேந்தர் இவர்களின் பெயர்களை உரைத்தாலும்,
பெற்றிடுவார் உடல்மனம் புனிதமான நன்னிலை.

நன்னிலை அடைவார் நெஞ்சிலே வேறேதும்,
சிந்தனை இல்லாமல் சீர்மிக்க வேந்தர்களின்,
பெயர்களை உரைத்தால் புண்ணியம் திரளும்,
இப்பெயர்களை உரைத்ததும் இயம்பவேண்டும் வேண்டுதல்.

வேண்டுதல் வைக்கிறேன் வேந்தர்கள் அனைவரிடமும்,
வேந்தர்கள் எனக்கு வழங்கட்டும் வளர்ச்சியை,
வளங்கள் நெடுவாழ்வு வாய்க்கட்டும் எனக்கு,
பேரிடர்கள் எனைவிட்டுப் போகட்டும் விலகியே.

விலகியே போகட்டும் வேதனைதரும் பாவங்கள்,
எதிரிகளே இல்லாமல் ஏற்படட்டும் நல்வாழ்வு,
சந்தேகமே இல்லாமல் சேரட்டும் வெற்றிகள்,
புனிதத்துடனே புண்ணியம் பொன்னுலகிலும் தொடரட்டும்.

(166)**அனுசாசன பர்வம்**, **பகுதி 166**

தொடரட்டும் நலங்கள் தரணியிலும் மேலுலகிலுமென,
விளக்கம் அளித்ததார் வேகவதி மைந்தரென,
வேந்தனிடம் உரைத்தார் வைசம்பாயன மாமுனிவர்,
அடுத்ததாகும் வினாவினை எழுப்பினான் ஜனமேஜெயன்.

ஜனமேஜெயன் வினவினான் கௌரவர்களின் வேங்கை,
வீரர்களின் மனதிலே விரும்பும் படுக்கையான,
அம்புகளின் மீது அமைதியாய்ப் படுத்திருக்க,
பீஷ்மரின் அருகிலே பாண்டவர்கள் இருந்தனர்.

இருந்தனர் பாண்டவர்கள் அரிமாவின் அருகாக,
பாட்டனார் யுதிஷ்டிரர் பலவிதமான சந்தேகங்களை,
எழுப்பினார் கடமைகள் இயற்றுதல் குறித்து,

விளக்கினார் பீஷ்மர் வேள்விகளை தானத்தை.

தானத்தை தருமத்தை தனத்தைக் குறித்து,
விளக்கத்தை அளித்தார் வேகவதி மைந்தர்,
அடுத்ததாய் பாண்டவர் அரசன் செய்ததென்ன?
விளக்கமாய் உரைப்பீரென வேண்டினான் ஜனமேஜெயன்.

ஜனமேஜெயன் வினவியதும் சொன்னார் வைசம்பாயனர்,
உரையைதான் முடித்தார் உன்னதர் பீஷ்மர்,
மௌனந்தான் காத்திருந்தார் மாபெரும் ஞானவான்,
அருகில்தான் அனைவரும் அமர்ந்திருந்தார் மௌனமாக.

மௌனமாக அசைவின்றி மண்ணிலே தீட்டிய,
ஓவியங்களாக அனைவரும் வாளாவிருந்த நிலைகண்டு,
சத்யவதியான அரசியின் சீர்மிகுந்த மைந்தனான,
வியாசரான மாமுனிவர் விளம்பினார் பீஷ்மரிடம்.

பீஷ்மரிடம் வியாசர் பரிவுடன் உரைத்தார்,
கௌரவர்தம் வேந்தன் கண்டான் அமைதிநிலை,
அதேவிதம் தம்பியரும் அனைத்து நட்புறவும்,
அமைதிமிகும் மனநிலை அடைந்தனர் வேந்தே.

வேந்தே கண்ணனாம் விகிர்தன் அறிவாளம்,
அருகிலே அமர்ந்திருக்க அரசனாகும் யுதிஷ்டிரன்,
பதித்திலே சிரம்வைத்து பணிகிறான் உங்களை,
விடையே கொடுப்பீர் வேந்தன் செல்லட்டும்.

செல்லட்டும் நகரத்துக்கு சீர்மிக்கான் யுதிஷ்டிரனென,
விண்ணப்பம் செய்த வியாசரின் மொழிகேட்டு,
அனைவரும் செல்லுதற்கு அனுமதியை வழங்கி,
சந்தனுவின் மைந்தர் சொன்னார் யுதிஷ்டிரனிடம்.

யுதிஷ்டிரனிடம் அன்பாக இயம்பினார் பீஷ்மர்,
மனதிலிருக்கும் குமுறல்கள் முழுதாக நீங்கட்டும்,
ஆட்சிபீடம் சென்று அரசாளுவாய் வேந்தனே,
பலவிதம் வேள்விசெய்து போற்றுவாய் தேவர்களை.

தேவர்களை மகிழ்விக்க தரணிவேந்தன் யயாதி,
உணவுகளை பொன்பொருளை வழங்கிய விதத்திலே,
வேள்விகளைச் செய்து வழங்குவாய் தானங்களை,
புலன்களை அடக்கிப் புரிவாய் அரசாட்சி.

அரசாட்சி செய்வாய் ஆற்றல்மிக்க க்ஷத்ரியனாக,
ப்ரீதாவுக்கு மகனாகப் பிறந்த வேந்தனே,
தேவருக்கு பித்ரிக்களுக்கு தரவேண்டிய பூசைகளை,
நிறுத்தாது செயலாற்றி நலம்பெற்று ஆளுவாய்.

ஆளுவாய் தருமவழியில் அகற்றுவாய் கலக்கத்தை,
மக்களாய் இருப்போரின் மனதிலே மகிழ்ச்சி,
வெள்ளமாய் உண்டாகிட உன்னதமாய் அரசாள்வாய்,
அமைதியாய் வாழ்வுபெற்று அனைவரும் மகிழட்டும்.

மகிழட்டும் உன்னுடைய மித்ரரும் உறவினரும்,
எந்தவிதம் பெருமரத்தில் அனேகவிதம் பறவைகள்,
உணவுகளும் உறைவிடம் உளமகிழ்வும் பெற்றிடுமோ,
அந்தவிதம் வாழட்டும் அண்டிவந்தார் அனைவரும்.

அனைவரும் மகிழ்வாக இருக்கட்டும் உன்னருகில்,
இவ்வுலகம் விட்டு அவ்வுலகம் செல்லுதற்கு,
எனக்கின்னும் நேரம் இருக்கிறது யுதிஷ்டிரா,
தெற்கிலிருக்கும் சூரியன் திரும்புவார் வடக்கிற்கு.

வடக்கிற்கு சூரியன் வந்திடும் உத்தராயணம்,
தொடங்கியது என்றால் தரணியை விடுத்து,
வானத்திற்கு செல்லுவேன் வேந்தனே யுதிஷ்டிரா,
அப்போது என்னருகில் இருக்கவேண்டும் நீங்கள்.

நீங்கள் உத்தராயண நேரத்தில் திரும்புமென,
வார்த்தைகள் உரைத்தார் வேகவதி மைந்தர்,
அவ்விதத்தில் ஆகட்டுமென அரசன் யுதிஷ்டிரன்,
பிதாமகரிடத்தில் விடைபெற்றுப் புகுந்தான் ஹஸ்தினாபுரத்தில்.

ஹஸ்தினாபுரத்தில் நட்புறவோர் அருகிலே சூழ்ந்திருக்க,
ரிஷிகள் முனிவர்களுடன் தசர்ஹர்கள் வேங்கையும்,

அருகில் மக்களும் அலைபோல் திரண்டுவர,
சபையோர்கள் சூழ்ந்திட சென்றான் யுதிஷ்டிரன்.

யுதிஷ்டிரன் அருகிலே இருந்தனர் மக்கள்,
திருதராஷ்டிரன் காந்தாரியும் தொடர்ந்தனர் வேந்தனை,
கௌரவரின் தலைநகர் கரியின் பெயருற்றது,
ஹஸ்தினாபுரத்தின் வாயிலுக்குள் அனைவரும் சென்றனர்.

(167)அனுசாசன பர்வம், பகுதி 167

சென்றனர் அனைவருமென சொன்னார் வைசம்பாயனர்,
கௌரவர் வேந்தன் குந்தியின் மைந்தன்,
மாந்தர் அனைவரையும் மதித்து வணங்கியபடி,
செல்லுவீர் என்று சொல்லி விடையளித்தான்.

விடையளித்தான் மக்களுக்கு வந்துநின்றான் மாதரிடம்,
கணவரைத்தான் இழந்த காரிகையர் பலரும்,
மைந்தனைத்தான் இழந்த மாதர்கள் பலரும்,
துடிதுடித்துதான் நின்றிட தயவுடன் தேற்றினான்.

தேற்றினான் மாதர்களைத் தந்தான் பொன்பொருளை,
ஆட்சிதான் கிடைத்தபின் அரசமுடி தரித்தபின்,
மக்களின் மனதிலே மிகைத்த துயரத்தை,
மன்னவன் விலக்கி மகிழ்வுடன் அனுப்பினான்.

அனுப்பினான் மக்களை அண்டினான் பிராமணரை,
வாழ்த்துதான் பெற்று வந்தான் படைத்தலைவரிடம்,
படைகளின் அதிகாரிகளிடம் பரிந்து பேசினான்,
மக்களில் மூத்தோரிடம் மனமுவந்து உரையாடினான்.

உரையாடினான் மக்களிடம் வேந்தனான யுதிஷ்டிரன்,
அரசாண்டான் முறையாக அனுதினமும் நாட்களை,
கணக்கிட்டன் பீஷ்மர் கூறிய தினத்துக்கென,
கழித்துவிட்டான் ஐம்பதுதினம் கிளம்பினான் பீஷ்மரிடம்.

பீஷ்மரிடம் செல்லப் பெருந்திரளாய் மக்கலையும்,

பிராமணரையும் அழைத்துப் போனான் குருக்ஷேத்திரம்,
சூரியனும் செற்கிலிருந்து சென்றான் வடக்கிற்கென,
கண்டதும் யுதிஷ்டிரன் கருதினான் பீஷ்மர்சொல்லை.

பீஷ்மர்சொல்லை நினைந்து பார்வேந்தன் கிளம்பினான்,
பட்டாடை கந்தங்கள் பசுநெய் மலர்மாலை,
பூசனை செய்தற்குப் பொருந்தும் பலபொருட்கள்,
சந்தனக்கட்டை அகிலுடன் சென்றான் பீஷ்மரிடம்.

பீஷ்மரிடம் சென்றான் பித்ரிக்கடனுக்குத் தயாராக,
தங்கமும் வைரமும் தகதகக்கும் சங்கிலிகளும்,
தேவையாகும் அனைத்தும் தன்னுடன் எடுத்து,
பயணம் மேற்கொண்டான் பிதாமகரைக் காணுதற்கு.

காணுதற்குச் செல்லுகையில் காந்தாரி திருதராஷ்டிரன்,
தம்பியரொடு கண்ணனும் தூயவர் விதுரரும்,
யுயுதானனொடு யுயுத்சுவும் அனைத்து உறவினரும்,
தொடர்ந்து வந்திட தரணிவேந்தன் நடந்தான்.

நடந்தான் யுதிஷ்டிரன் நவின்றான் புகழ்பாக்கள்,
பீஷ்மரின் பெருமைகளைப் பாடகர்கள் இசைத்திட,
அனன்வரின் அக்கினியும் எடுத்துச் சென்றான்,
இந்திரன் போலவே அவ்வேந்தன் சென்றான்.

சென்றான் சந்துமைந்தர் சாய்ந்திருந்த இடத்துக்கு,
அம்புகளின் படுக்கையில் இருந்தார் பிதாமகர்,
பராசரரின் மைந்தர் பெருமுனிவர் வியாசர்,
பீஷ்மரின் அருகிலே பணிவிடைகள் செய்திருந்தார்.

செய்திருந்தார் பணிடைகளை சீர்மிக்கார் வியாசர்,
அருகிருந்தார் நாரதர் அசிதர் தேவலர்,
இறவாதவர் அனைவரும் இருந்தனர் பீஷ்மரருகில்,
பிதாமகர் அம்புகளின் படுக்கையில் சாய்ந்திருந்தார்.

சாய்ந்திருந்தார் பீஷ்மர் சந்தனுவின் மைந்தர்,
அவ்வேந்தர் அருகிலே அனுதினமும் காவலுக்கென,
நின்றிருந்தார் காவலர் நிதமும் பணியேற்று,

பீஷ்மர் பாதத்தில் பணிந்தான் யுதிஷ்டிரன்.

யுதிஷ்டிரன் பணிந்ததும் அனைவரும் பீஷ்மரிடம்,
பணிந்துதான் வணங்கி பக்தியுடன் நின்றனர்,
வியாசரின் பாதத்தை வணங்கினர் அனைவரும்,
ரிஷிகளின் பாதங்களை அனைவரும் பணிந்தனர்.

பணிந்தனர் அனைவரும் பதிலுக்கு ரிஷிகள்,
அளித்தனர் ஆசிகளை அனைவரையும் வாழ்த்தினர்,
பீஷ்மர் அருகிலே போனான் யுதிஷ்டிரன்,
பிதாமகர் கேட்கவே பகர்ந்தான் வேந்தன்.

வேந்தன் உரைத்தான் வேகவதி மைந்தரிடம்,
யுதிஷ்டிரன் வந்துளேன் அரசருக்கு அரசரே,
உங்களின் பாதங்களை உவந்து வணங்கினேன்,
ஜானவியின் மைந்தரே சொற்கள் கேட்கிறதா?

கேட்கிறதா நானுமக்குக் கூறும் வார்த்தைகள்?
பிதாமகர் உமக்குப் புரியத்தகும் கடமையை,
விளம்புவீர் அதன்படி உளமாற நடக்கிறேன்,
உமதானதோர் வேள்வித்தீயும் உள்ளது என்னுடன்.

என்னுடன் வைத்துளேன் உங்களது அக்கினியை,
ரித்விகரும் பிராமணரும் தம்பியரும் இருக்கிறார்,
திருதராஷ்டிரராம் உமது திருமகனும் இருக்கிறார்,
வாசுதேவனும் சபையோரும் வந்துளார் இவ்விடத்துக்கு.

இவ்விடத்துக்கு வந்துளார் இருக்கும் அனைவரும்,
போரிட்டு மாளாதப் பெருவீரர்கள் அனைவரும்,
குஜங்கலத்து மாந்தரும் குழுமினர் உமக்காக,
கண்திருந்து பாரீர் கருணைமிகு பிதாமகரே.

பிதாமகரே தாங்கள் பொருத்தமென எதனைதான்,
இயம்பவே செய்தாலும் அவ்விதமே நடக்கிறேன்,
கட்டளையே கொடுப்பீர் காத்திருக்கிறேன் உமக்காக,
சொன்னீரே அக்காலம் சரியாக இப்போதுதான்.

இப்போதுதான் அக்காலமென இயம்பினான் யுதிஷ்டிரன்,
அப்போதுதான் கண்திறந்தார் ஆற்றல்மிகு பீஷ்மர்,
பரதரின் குடும்பத்தாரும் பாங்குமிக்க பலரும்,
அருகில்தான் இருந்ததை உணர்ந்தார் பிதாமகர்.

பிதாமகர் பீஷ்மர் பேசினார் கணீரென,
நல்லதோர் நிகழ்வாக நீயும் சுற்றத்தாரும்,
வந்துளீர் இச்சமயம் வாழ்த்துகிறேன் உங்களை,
சூரியனார் வடதிசையில் செல்லுகிறார் இன்றிலிருந்து.

இன்றிலிருந்து வடதிசையில் ஏகுகிறார் ஆதவன்,
ஐம்பத்தெட்டு பகலிரவுகள் இவ்விடத்திலே கிடந்தேன்,
முள்ளென்று என்மீது மிகக்கூர்மை அம்புகள்,
குத்தியது காரணமாய் கூறுவேன் நூராண்டென.

நூறாண்டென நினைக்கிறேன் நலிவுற்ற காலகட்டம்,
மகமாதமென இருப்பது மாண்புடன் பிறந்தது,
சுக்லபட்சமென இருக்கும் சுபமான காலமிது,
நான்கிலொன்றான சுக்லபட்சம் நடந்து முடிந்திருக்கும்.

முடிந்திருக்கும் என்வாழ்வு மண்ணுலகில் இத்தருணம்,
இதுவாகும் உயிர்விட ஏற்றதான தருணமென,
திருதராஷ்டிரனிம் பீஷ்மர் தெரிவித்தார் கருத்தை,
அரசனாகும் நீதான் அறிந்துளாய் கடமைகளை.

கடமைகளை அறிந்தவனே கூறுகிறேன் மேலும்,
சந்தேகங்களைக் கடந்தவனே சற்றுமில்லை குழப்பம்,
பிராமணரைக் கண்டு பணியேற்று அறிவுற்றாய்,
வேதங்களை கடமைகளை வேள்விகளை அறிந்துளாய்.

அறிந்துளாய் அனைத்தையும் ஆதலால் கலங்காதே,
கௌரவரை ஆளும் கோமானே இதுவரையில்,
நடந்தவை எல்லாம் நடந்தது விதிப்படியே,
வழியில்லை மாற்றுதற்கு வந்தது வந்ததுதான்.

வந்ததுதான் காலத்தால் வந்ததென அறிந்துகொள்,
வியாசரிடந்தான் கேட்டறிந்தாய் வானவரின் ரகசியங்களை,

பாண்டவர்தான் உனக்குப் பிள்ளைகள் ஏனெனில்,
உந்தன் தம்பிமைந்தர் உனக்கும் மைந்தர்களே.

மைந்தர்களே ஆகிறார் மாண்புமிக்க பாண்டவர்கள்,
அன்புடனே அவர்களை அரவணைத்து ஆட்சிசெய்,
பெரியோரையே பணிந்து பணிவியேற்கும் பாண்டவர்,
உன்னிடமே பணிந்து உனக்கு பணியேற்பார்.

பணியேற்பார் பான்வர் பரிவுடன் கவனிப்பார்,
வேந்தனானவர் யுதிஷ்டிரனோ விலகிடான் தருமத்தை,
அஹிம்சையின் வடிவானவன் ஆதரிப்பான் பெரியோரை,
உந்தன் மைந்தர்கள் வெறிகொண்ட முரடர்கள்.

முரடர்கள் ஆசைகொண்ட மூடர்கள் மூர்க்கர்கள்,
கெட்டவர்கள் ஆதலால் காலனிடம் சென்றனர்,
இனிமேல் அவர்களுக்கு எள்ளளவும் வருந்தாதே,
பாண்டவர்கள் அருகிருக்க புரிவாய் அரசாட்சி.

அரசாட்சி புரிவாயென இயம்பினார் பிதாமகர்,
திருதராஷ்டிரனிடத்தில் பேசியபின் திரும்பினார் கண்ணனிடம்,
புனிதத்தில் மிலைத்தவனே பேரிறையே பரந்தாமா,
தேவாசுரர்கள் இருசாரார் தொழுகிறார்கள் உன்னையே.

உன்னையே மூன்றடியால் மூவுலகை அளந்தவனென,
வணங்கியே துதிக்கிறேன் வேந்தர்தம் வேந்தனே,
கரத்திலே பாஞ்சஜன்யம் கொண்டுளாய் சக்கரத்துடன்,
வாசுதேவனே தங்கத்தில் உடலுளானே புருஷனே.

புருஷனே உன்கரத்தில் பிடித்துளாயே கதையை,
உலகையே உருவாக்கினாய் அலகிலா இறைவனே,
ஜீவாத்மனே நுண்ணியனே செரிந்த பலத்தானே
தாமரைக்கண்ணே உடையோனே தலைவனே அனைத்துக்கும்.

அனைத்துக்கும் இறைவனே ஆதிமுதல் நாதனே,
கண்ணிரண்டும் தாமரையென கொண்டிருக்கும் இறைவா,
அளிக்கவேண்டும் அடைக்கலமனந்தன் உன்னடியில்,
கொடுக்கவேண்டும் அனுமதி கடந்து மறுவுலகேக.

மறுவுலகேக எனக்கு மொழிவீரே அனுமதியை,
மன்னுலகாக இருப்பதில் முழுவாழ்வை முடித்தேன்,
பரிவாகக் காக்கவேண்டும் ண்டவர்க ஐவரையிம்,
உமதாக ஐவரையும் உற்றுவிட்டீர் முன்னமே.

முன்னமே துரியோதனனுக்கு மொழிம்தேன் நல்லதை,
எவ்விடத்திலே கண்ணன் அவ்விடத்திலே அறமென்றேன்,
எவ்விடத்திலே தருமம் அவ்விடத்திலே வெற்றியென்றேன்,
வாசுதேவனிடமே தஞ்சமுற்று வாழ்வாயென்றே உரைத்தேன்.

உரைத்தேன் நல்வழியை உறைக்கவில்லை துரியோதனனுக்கு,
சமாதானந்தான் உனக்கு சரியான வழியென்றேன்,
பாண்டவரிடம் பகைமறந்து பாருலகைப் பகிரென்றேன்,
உன்மத்தன் துரியோதனன் வெறுத்தான் என்சொல்லை.

என்சொல்லை மதியாது எழுந்தான் போர்செய்ய,
பேரழிவை உண்டாக்கி பாருலகை வீணாக்கி,
வெகுதொல்லை கொடுத்துபின் வீழ்ந்தான் தானும்,
உன்னை நானறிவேன் வதரியின் நாரணனே.

நாரணனே நீதான் நரனுடன் வதரியிலே,
வெகுதவமே இயற்றிய வலிமைமிக்க மகரிஷி,
எனக்கே அனுமதியை அளித்தே வழியனுப்பு,
உன்னாலே எனக்கு உண்டாகும் வெகுமேன்மை.

வெகுமேன்மை கிடைக்கும் வசுக்களுடனே சேருவீர்,
அனுமதியைத் தனேனென இயம்பினான் கண்ணன்,
பீஷ்மரை நோக்கி பகர்ந்தான் மேலும்,
சிறுதவற்றைக் கூடச் செய்யாதவர் நீவிர்.

நீவிர் தந்தைக்கு நலத்தைச் செய்ததால்,
ஆகினீர் மார்க்கண்டேயரென அழிவுகள் அற்றவரே,
அழைக்கிறீர் என்றால்தான் அருகில்வரும்ம்ருத்யுவென,
அடந்தீர் இச்சாம்ருத்யுவாம் அதிசயப் பேற்றினை.

பேற்றினை பெற்றீரென பரந்தாமன் பீஷ்மருக்கு,

அனுமதியை வழங்கியதும் அன்புடன் பீஷ்மர்,
திருதராஷ்டிரனை பாண்டவர திரண்டிருந்த நட்புறவை,
வாஞ்சையாய் நோக்கி விளம்பினார் கருத்தை.

கருத்தை உரைக்கிறேன் கேளீர் அனைவரும்,
வாழ்க்கை முழுவதும் வழுவாத நெறியாக,
சத்தியத்தைப் பின்பற்றி செயல்களைப் புரிவீர்,
மிகமேன்மை உடையது மாண்புமிகு சத்தியமே.

சத்தியமே மேன்மையென்ற சந்தனுவின் மைந்தர்,
ஞானமே உற்றவராம் நிகரிலாத பிராமணரை,
வேள்வியே செய்திட வல்லோராம் ஹோத்ரிகளை,
குருவுடனே பெரியோரைக் காத்துப் பணிவாய்.

(168)**அனுசாசன பர்வம்**, **பகுதி 168**

பணிவாய் பிராமணரை பரதகுல வேந்தேயென,
கனிவாய் யுதிஷ்டிரனிடம் கூறிய பிதாமகர்,
மௌனியாய் சிறிதுநேரம் மனமடக்கி இருந்தார்,
யோகமார்க்கமாய் உயிராற்றலை எழுப்பினார் உடல்விட்டு.

உடல்விட்டு உயிர்மூச்சு வெளிப்பட்டு வருதற்கு,
யோகத்து முறையிலே எந்தெந்த இடங்களிலே,
நிறுத்துவது எடுப்பதென நவிலும் யோகவழியை,
கடைப்பிடித்து உயிராற்றலைக் கிளப்பினார் மேல்நோக்கி.

மேல்நோக்கி உயிராற்றல் மாண்புடன் எழும்பிட,
எவ்விடத்தில் உயிரின் இயக்கங்கள் நின்றதோ,
அவ்விடத்தில் காயங்கள் ஆறிவிட்டன தாமாகவே,
அம்புகுத்தி நின்றதற்கும் அடையாளம் ஏதுமில்லை.

ஏதுமில்லை இதுபோன்ற அதிசயமிகுக் காட்சியென,
நடந்ததைக் கண்டனர் நிகரிலாத மகரிஷிகள்,
வியாசரை முதல்வராக்கி வந்திருந்த ரிஷிகளெலாம்,
அதிசயத்தைக் கண்டு அமைதியுடன் நோக்கினர்.

நோக்கினர் பீஷ்மரின் நிகரிலாத பெருஞ்செயலை,
கண்டனர் பீஷ்மரின் கணையற்ற நல்லுடலை,
உடலிலோர் காயமோ உட்புகுந்த அம்புகளோ,
இல்லாததோர் புத்துடலை அடைந்தார் பீஷ்மர்.

பீஷ்மர் செய்த பெருஞ்செயல் கண்டு,
வியாசர் கண்ணனும் வெகுவாக வியந்தனர்,
யோகியர் முறைப்படி இயக்கிய பிராணவாயு,
சிரத்திலோர் நிலைகொண்டு சிறிதுநேரம் நின்றது.

நின்றது ஆனால் நகருதற்கு வேறிடம்,
இல்லாது போனதால் ஈடிலார் பீஷ்மரின்,
பிராணனது ஆற்றல் புழங்கியது சிரத்திலே,
பிய்த்தது சிரத்தை புறப்பட்டது வானுலகிற்கு.

வானுலகிற்கு பிதாமகர் வந்தாரென்று மகிழ்வுற்று,
வானத்து தேவர்கள் வரவேற்பை அளித்தனர்,
முரசுகளொடு இசைக்கருவிகள் முழங்கின விண்ணிலே,
அழகொடு நன்மலர்கள் விழுந்து வாழ்த்தின.

வாழ்த்தின பீஷ்மரை வானுலக மண்டலங்கள்,
சிறப்பெனக் கூறிச் செய்தனர் மரியாதை,
விண்கல்லென பீஷ்மரின் உயிர்மூச்சு வானத்தில்,
செல்வதான காட்சி சிறிதுநேரத்தில் முடிந்தது.

முடிந்தது சிறிதுநேரத்தில் மேல்நப்ப்க்கிய பயணம்,
சனதனுவது மைந்தர் சக்ரவர்த்தித் திருமகன்,
அந்தமறு இறைவருடன் இரண்டறக் கலந்தார்,
பீஷ்மரது பூதவுடலைப் பாண்டவர்கள் தொழுதனர்.

தொழுதனர் பாண்டவரும் தூயவர் விதுரரும்,
எடுத்தனர் உடலை அடுக்கினர் சிதையை,
ஊற்றினர் திரவியங்களை வாசனை தருவதற்கு,
கண்டனர் யுயுத்சுவும் குழுமிநின்ற மாந்தரும்.

மாந்தரும் காணவே மாண்புமிக்க பீஷ்மரின்,
உடலின் மீதாக அழகுமிகும் பட்டினை,

சுற்றியும் மலர்மாலை சாற்றியும் வைத்தனர்,
பக்தியுடன் விதுரர் புரிந்தார் பணிகளை.

பணிகளை செய்தனர் பாண்டவரும் யுயுத்சுவும்,
வெண்குடையை யுயுத்சு உயர்த்திப் பிடித்தான்,
வெண்மநிறத்தை உடைய வெகுபெருத்த எருமைவாலை,
தலைக்கவசங்களை உயர்த்தினர் திடமிகுந்த இரட்டையர்.

இரட்டையர் மாத்ரிமைந்தர் இருவரும் தலைக்கவசம்,
பிடித்தனர் பிதாமகர் பீஷ்மரின் உடலருகில்,
திருதராஷ்டிரர் யுதிஷ்டிரனுடன் தலைசாய்த்து நின்றிருந்தார்,
வணங்கினர் கால்மாட்டில் வீசினர் பனைவிசிறி.

பனைவிசிறி கொண்டு பீஷ்மரது உடலுக்கு,
வீசியபடி நின்றனர் வேந்தனும் திருதராஷ்டிரரும்,
பீஷ்மருக்கு பித்ரிக்கடன்கள் புரிந்தனர் அனைவரும்,
அக்கினிக்கு பலவித ஆகுதிகள் அளித்தனர்.

அளித்தனர் பீஷ்மரின் உடலுக்கு மரியாதைகள்,
பூசினர் சந்தனத்தை பலவித திரவியங்களை,
அடுக்கினர் மரப்பட்டைகளை அவற்றுடன் கத்தாழையை,
ஓதினர் சாமகானத்தை உடலை எரித்தனர்.

எரித்தனர் உடலை அக்கணம் திருதராஷ்டிரன்,
தந்தையார் உடலருகில் துடித்து நின்றிருந்தான்,
பிதாமகர் உடலுக்கு பக்கமாக வலப்புறத்தில்,
திருதராஷ்டிரர் உட்படத் திரண்டனர் அனைவரும்.

அனைவரும் புறப்பட்டு அடைந்தனர் பாகீரதியை,
அவரளுடன் வியாசரும் அசிதரும் நாரதரும்,
கண்ணனும் கௌரவகுலக் காரிகையரும் நண்பர்களும்,
ஹஸ்தினாபுரத்தின் மக்களும் இருந்தனர் அக்குழுவில்.

அக்குழுவில் இருந்தவர்கள் அளித்தனர் நீரினை,
அவர்கள் இறுதிக்கடனை ஆற்றிலே முடித்ததும்,
அன்னையார் கங்காதேவி ஆற்றிலிருந்து வெளிப்பட்டார்,
கௌரவர் குழாத்திடம் கவலையுடன் பேசினார்.

பேசினார் கங்கைநதி பரகுலத்து மாந்தரிடம்,
புண்ணியர் நீவிரெலாம் பகருவதைக் கேளீர்,
அரசர் பண்புகள் அனைத்தையும் உடையவன்,
கௌரவர் குலக்கொடி கேடிலான் தேவவிரதன்.

தேவவிரதன் நடத்தையில் தூயவன் உயர்ந்தவன்,
உடையவன் ராஜரீகம் உன்னதத் திறமுடையான்,
வளர்த்தவன் கௌரவரின் வம்சத்தைக் கருத்துடன்,
குலத்தின் மூத்தோருக்கும் கொடுத்தான் புண்ணியம்.

புண்ணியம் மிகுந்தவன் பெற்றவர் சந்தனுவை,
மிகவும் மதிப்பவன் மிகப்பெரும் விரதவான்,
கண்ணியம் மிகுந்தவன் கேடுகள் செய்யாதவன்,
ராமனாகும் ஜமதக்னியும் என்மகனை வெல்லவில்லை.

வெல்லவில்லை என்மகனை வல்லவன் பரசுராமனும்,
அவ்வீரனை சிகண்டின் அம்பெய்து கொன்றானே,
என்மனதை செய்தது இரும்பினாலென அறிகிறேன்,
வெடிக்கவில்லை இத்தகு வேதனை தாக்கினாலும்.

தாக்கினாலும் அடித்தாலும் தாங்கிடார் எதிரிகள்,
காசிநகரம் தன்னிலே காரிகையர் மூவரை,
கவர்ந்துவரும் வேளையில் கனவீரம் காட்டியே,
வேந்தரெலாம் தோற்றிட வெற்றியுடன் வந்தான்.

வந்தான் உலகத்தின் வேந்தர்களைத் தோற்கடித்து,
தேவவிரதன் போன்றொருவர் தோன்றவில்லை பூமியில்,
எந்தன் மனமின்னும் ஆகவில்லைத் தூளாக,
சிகண்டின் என்மகனைச் சாய்த்தான் அம்பெய்து.

அம்பெய்து கொன்றான் ஆற்றலிலா சிகண்டினென,
புலம்புவது கேட்டு பரிதாபமுற்ற கண்ணன்,
கங்கைக்கு அருகாகிக் கூறினார் ஆறுதல்,
அழகுமிகு மாதே அழுகை விட்டுவிடு.

விட்டுவிடு வருத்தத்தை வேண்டாம் கவலையேதும்,

அடைந்துவிடு ஆறுதலை அழகுமிகு மங்கையே,
மேன்மைமிகு நிலைக்கு மைந்தர் சென்றுவிட்டார்,
வசுக்களது ஆற்றலுடன் வானுலகில் புகுந்தார்.

புகுந்தார் வானுலகில் புண்ணியமிகு தேவவிரதர்,
பிறந்தார் மானிடராய் பாவமிகும் சாபத்தால்,
அன்னவர் க்ஷத்ரியரின் அறவழியில் நடந்தார்,
தனஞ்செயனது அம்புகள் தாக்கியதால் விழுந்தார்.

விழுந்தார் ஆனால் வீழ்த்தியது சிகண்டினல்ல,
வானவர் இந்திரனுக்கும் வலுவில்லை அச்செயலுக்கு,
பீஷ்மர் வில்லெடுத்தால் புரந்தரனும் சமமில்லை,
மாந்தர் உலகினின்று புகுந்தார் பொன்னுலகம்.

பொன்னுலகம் சென்றுவிட்டார் புண்ணியமிகும் உன்மைந்தர்,
அழகுமிகும் முகங்கொண்ட அணங்கே கேளாய்,
வானவர்தம் சொர்க்கம் வாய்த்தது பீஷ்மருக்கு,
தேவரெலாம் சேர்ந்தாலும் தாக்குவாரோ பீஷ்மரை?

பீஷ்மரைக் கொல்லுதல் புரந்தரனுக்கும் இயலாது,
வேங்கை பீஷ்மருக்கென வருந்தாதே அன்னையே,
வசுக்களைச் சார்ந்தவர் வானுலகை அடைந்தார்,
வருத்தத்தை விடுத்து உளத்தை அமைதியாக்கு.

அமைதியாக்கு மனதையென அறுவிறுத்திய சொல்கேட்டு,
வருத்தமற்று கங்கை உளத்திலே அமைதியுற்றாள்,
நிலைபெற்று மனது நொடிவற்று நின்றது,
கங்கைக்கு வணக்கமளித்துக் கிளம்பினர் அனைவரும்.

www.ingramcontent.com/pod-product-compliance
Lightning Source LLC
LaVergne TN
LVHW091247150826
845673LV00006B/1350

* 9 7 9 8 8 9 6 1 0 5 9 2 3 *